Những vết thương
không thể lành

Cánh Cò

Những vết thương
không thể lành

Người Việt Books 2014

Những vết thương không thể lành
Tác giả Cánh Cò
Người Việt Books xuất bản lần thứ nhất
tại Hoa Kỳ, 2014

Bìa và trình bày: Uyên Nguyên

ISBN: 978-1-62988-470-7

Mục Lục

Tựa

Cách đây 5 năm, trên trang nhà của Đài Á Châu Tự Do (RFA) xuất hiện hàng tuần các bài viết của Cánh Cò những câu chuyện thời sự, những mảnh đời, những tình huống cười ra nước mắt của xã hội Việt Nam, trong đó hình ảnh người dân chiếm một mảng lớn trong toàn cảnh xã hội đang va chạm mạnh mẽ giữa những bất công mà mỗi cá nhân tìm lấy cách ứng xử khác nhau đối với người cộng sản Việt Nam.

Với cách viết nhẹ nhàng nhưng sâu lắng, Cánh Cò nhanh chóng chiếm số lượng người xem có lúc lên tới hàng trăm ngàn lượt để từ đó hai chữ Cánh Cò như một dấu ấn quen thuộc của độc giả RFA và các trang mạng khác. Người đọc Cánh Cò ngày một nhiều, trang mạng trích dẫn lại bài viết của tác giả này không đếm hết, đó là thước đo cho thấy sự đồng tình của người đọc đối với một trang blog hot nhất hiện nay.

Cánh Cò viết đủ loại đề tài từ suy nghĩ cá nhân trước sự việc xảy ra trong xã hội đến tập quán xấu của cả một tập thể, đất nước trước vấn đề nào đó. Cánh Cò đọc thấy trong từng trường hợp của giới chức cầm quyền những manh nha xấu, những thói quen ăn trên ngồi trốc hay các phát biểu bất kể sự chú ý của người dân. Cánh Cò tiếp cận sự việc bằng đôi mắt riêng của mình và với góc nhìn rộng qua lăng kính đặc biệt mà chỉ Cánh Cò mới có.

Nhà xuất bản Người Việt trân trọng giới thiệu đến với bạn đọc "Những vết thương không thể lành" tập hợp những bài tiêu biểu nhất về mọi lĩnh vực của Cánh Cò trong 5 năm qua. Mong rằng tập sách này sẽ giúp cho chúng ta, những người xa quê hương thấy đầy đủ hơn những góc khuất mà đất nước đang âm thầm chịu đựng. Gần một trăm câu chuyện riêng lẻ cho thấy toàn cảnh xã hội Việt Nam tuy xảy ra và kéo dài đã hơn 5 năm nhưng hình như vẫn mới tinh một màu mực.

Những vết thương trên cơ thể Việt Nam ấy mặc dù không thể lành nhưng cảm nhận đầy đủ nỗi đau của nó cũng phần nào giúp cho đất nước bớt mưng mủ trước khi bước sang giai đoạn "có thể lành".

Trân trọng.
Nhà Xuất bản Người Việt

Nhân dân,
những con người không được nói
nhưng khi sức mạnh bật lên từ cổ họng đám đông,
nó có uy lực của sóng ngầm
có thể lật nhào những con thuyền
độc ác nhất"

Chuyện những chiếc cầu chưa gãy

Nhạc sĩ Trầm Tử Thiêng sau khi mất có lẽ bài hát nổi tiếng nhất của ông sẽ khó làm người ta quên, với cái tựa cực "hot", dù đi đâu ở đâu mỗi lần nhớ tới Huế thì nhớ tới ca khúc này: "Chuyện một chiếc cầu đã gãy".

Chiếc cầu đã gãy ấy là cầu Trường Tiền, sáu vài mười hai nhịp, và dưới ngòi bút của người nhạc sĩ tài hoa chiếc cầu như một giấc mơ nằm trong trí nhớ chẳng những của người Huế mà còn nằm cả trong lòng những ai từng biết về Huế.

Một ngày vào thuở xa xưa trên đất thần kinh
Người bỏ công lao xây chiếc cầu xinh
Cầu đưa lối cho dân nối liền cuộc đời
Khắp cố đô dân lành an vui ca thành điệu Nam Bình

Ngày ngày cầu đã đưa em qua nhóm chợ khuya
Cầu đã đưa anh qua xới ruộng nâu
Giờ êm ái quen nghe tiếng hò Ngự Bình
Nước dưới cầu nước vẫn trong xanh như lòng người dân lành...

Cầu Trường Tiền do Gustave Eiffel thiết kế và xây dựng từ năm 1897. Cầu bị đánh gãy hai lần, lần thứ nhất vào ngày 20 tháng 12 năm 1946 khi chiến tranh Việt Pháp xảy ra Việt Minh đặt mìn giật sập mất hai nhịp. Tới năm 1968 trong chiến dịch tổng công kích Mậu Thân bộ đội miền Bắc một lần nữa lại giật sập 2 vài.

Ngoài hai lần bị chính người bản xứ đánh gãy ấy, chiếc cầu được dựng nên do tài năng lừng lẫy Eiffel chưa từng có vết tích gì sai sót do thi công. Hơn một trăm năm qua nó vẫn đứng vững và ngạo nghễ thách đố với thời gian.

Ngược lại với những người anh em của nó, những chiếc cầu khác từ thô sơ tới hoành tráng tại đất nước này đang gồng mình vừa chịu đựng sự hư hỏng lại vừa chịu tiếng ta thán khắp nơi. Từ khắp ba miền đất nước cho tới vùng núi non hiểm trở của vùng cao bắc bộ. Có chiếc không chỉ gãy mà còn sụp đổ hoàn toàn, chỏng chơ mấy sợi giây oan nghiệt như muốn kêu nài của những linh hồn oan ức.

Tại Lai Châu, chiếc cầu treo Chu Va 6 lật nhào khiến 45 người trong một đám tang rơi xuống suối mà bên dưới là đá tảng lởm chởm, đã giết chết 8 người và số người may mắn còn lại không ai tránh khỏi thương tích.

Nguyên nhân? Một con ốc neo không đúng tiêu chuẩn kỹ thuật nên bị vỡ ra. Thay vì đúc bằng thép nung nó lại được làm bằng một hợp chất gì đó mà bao nhiêu ban bệ đang chúi mũi vào phân tích vẫn chưa tìm ra nó là thứ gì.

Chu Va 6 là cái tang oan khốc cho người H'mong và ngay sau đó một quan chức cho rằng lý do sập cầu vì người H'mong có thói quen đi rất nhanh trong lễ tang. Cứ cho như vậy đi.

Cầu Chu Va 6 nhỏ và cheo leo trên vùng núi nên quan bảo sao cũng được, nhưng bước xuống đồng bằng thì không chừng quan lại có ý kiến khác tùy từng trường hợp cụ thể, chẳng hạn cầu to, hoành tráng thậm chí biết phun lửa nữa thì sao?

Đấy là cầu Rồng, niềm tự hào vô bờ của ông Nguyễn Bá Thanh. Sau một vài lần phun lửa thì rồng đang lâm bệnh. Bác sĩ cầu chẩn đoán và tiêm chủng cho rồng những mũi keo che vết lở lói trên thân rồng và các bác sĩ cầu ấy nói như đinh đóng cột: da rồng sẽ lành và vết thương sẽ khỏi.

Ai tin thì tin còn tôi thì không.

Nhìn một đống xi-lanh cùng hàng ngàn vết keo nham nhở trên thân hình của con rồng ấy tôi tự hỏi trên thế giới này có nơi nào như thế hay không? Một công trình hàng ngàn tỷ lại chắp vá không khác Chu Va 6 khi chưa bị sập cho thấy tắc trách của nhà thầu cộng với ngu muội của chính quyền địa phương và sự lơ là của Bộ Giao thông vận tải.

Hàng trăm chiếc cầu trên toàn quốc đang sống tạm bợ chờ ngày được chích thuốc như cầu Rồng, vì nhiều quá chắc chắn người dân sẽ quen với những ống xi-lanh ấy cho dù ban đầu họ cũng mắt tròn mắt dẹt lắm.

Quan chức Đà Nẵng cho báo chí biết: đối với các vết nứt xuất hiện trong thời gian qua đều nằm trong giới hạn cho phép. Tuy nhiên, đơn vị kiểm định lưu ý tiếp tục theo dõi quan trắc đối với một số vết nứt bê tông và mối liên kết giữa các kết cấu dầm thép-dầm bê tông cốt thép, giữa dầm-vòm bê tông cốt thép để có biện pháp xử lý hợp lý, kịp thời.

Như vậy là đúng quy trình.

Kinh phí xây chiếc cầu này gần 1,5 nghìn tỷ đồng, được thiết kế bởi Ammann & Whitney Consulting Engineers với tập đoàn Louis Berger. Việc xây dựng được Tổng công ty xây dựng công trình giao thông 1 đảm nhận.

Nếu Eiffel giao cho Tổng công ty này thi công thì số phận cầu Trường Tiền cũng sẽ không hơn gì. Huế may mắn hơn Đà Nẵng.

Cũng tại quê hương ông Nguyễn Bá Thanh một cây cầu khác đang bị vật ra khám sức khỏe vì có những triệu chứng bất thường của chứng bệnh ghẻ như Tổng bí thư từng cảnh báo trước đây. Đó là cầu Thuận Phước do UBND thành phố Đà Nẵng làm chủ đầu tư với kinh phí 1.000 tỷ, và bây giờ cả mặt đường trên chiếc cầu ngàn tỷ này đã lở loét nghiêm trọng chỉ sau 5 năm đưa vào xử dụng.

Theo báo chí thì mặt cầu Thuận Phước của Đà Nẵng được giải thích sớm hư hỏng do công nghệ mới giống như cầu Thăng Long Hà Nội.

Khác với rồng nằm Đà Nẵng, rồng bay của Hà Nội do rẻ tiền hơn nên sự chú ý của dư luận ít hơn mặc dù sự hư hỏng của nó không hề thua kém bất cứ cây cầu nào của Việt Nam. Cũng tróc lở, ổ gà, đùn mặt và nhất là không ai chịu trách nhiệm.

Một cây cầu nữa của Hà Nội đang có hội chứng như cầu Rồng Đà Nẵng: nứt đúng quy trình.

Đó là cây cầu Vĩnh Tuy đang được chẩn đoán vì có hiện tượng nứt gãy dưới chân cầu. Từ khi bắt đầu thụ thai đến khi được sinh ra và sau vài năm quằn mình chịu đựng, cái giá của nó tính luôn cả trượt giá đã lên tới 5.500 tỷ đồng.

5 ngàn 500 tỷ nhưng nó vẫn nứt, vẫn cùng chứng với cầu Rồng Đà Nẵng và dĩ nhiên người ta cũng đang đem hàng ngàn ống xi-lanh keo nhựa đến để chích cho nó.

Nhìn những ống xi-lanh ấy lại liên tưởng đến những góc phố tăm tối chứa đầy ống tiêm của dân giang hồ thải ra. Nếu những ống kim tiêm ấy làm cho dân nghiện mê man thì không lẻ các ống tiêm cho cầu cũng làm cho xi măng cốt thép mê man mà nghe theo nó để đừng gãy xuống?

Những ống xi-lanh gây mê cho cầu suy cho cùng cũng chỉ là một phương tiện. Sá gì chuyện nhỏ của những chiếc cầu khi cả nước đang lên đồng vì hàng trăm chuyện khác sau khi được gây mê một cách từ từ gần tám mươi năm qua?

Nhạc sĩ Trầm Tử Thiêng nếu còn sống cũng bó tay đối với những chiếc cầu chưa gãy này. Không lẽ ông lại sáng tác thêm một phiên bản thứ hai mang tên: Chuyện những chiếc cầu chưa gãy?

Phải gọi họ là gì?

Họ là công an, là băng đỏ là dân phòng, là lực lượng nổi bật hiện nay trong mắt công dân thường lẫn công dân mạng. Họ được chính quyền ưu ái, được nhận huân chương, được xem là thanh kiếm và lá chắn của đảng.

Nhưng rất nhiều người không biết phải gọi họ là gì!

Người ta có cảm giác rằng xã hội này không còn thuộc về người dân nữa mà nó nằm hoàn toàn trong tay của những kẻ có sức mạnh, cái sức mạnh được giao cho họ bảo vệ người dân nay thì quay ngược lại để bảo vệ chế độ. Bảo vệ chế độ cũng có thể hiểu là bảo vệ nhà nước, chính phủ nhưng chế độ ấy nếu có những manh động bất chính thì không còn một đối trọng nào có thể đứng ra cảnh báo, kềm giữ và chuyện độc tài đương nhiên xuất hiện.

Chưa bao giờ công an lại lộng hành như hiện nay. Những vụ bắt bớ cứ dồn dập hẳn lên và người dân thì không biết dựa vào ai để nói lên hàm oan của họ.

Từ vài tháng nay dư luận cứ ngày một nóng lên qua các vụ bắt cóc các thanh niên công giáo thuộc giáo phận Vinh. Hiện tượng những người bị công an bắt một cách lén lút khiến người

19

dân cứ nghĩ rằng họ đang sống trong một xã hội mafia. Luật của kẻ mạnh đang hoành hành và người thế cô đang là nạn nhân rõ ràng không thể chối cãi.

Không một nhà nước pháp quyền nào trên thế giới này lại bắt công dân của mình một cách lén lút và bất chính như vậy. Toà án không biết, Viện kiểm sát không biết, gia đình nạn nhân không biết và chỉ có một cơ quan duy nhất biết, đó là công an.

Công an không ngần ngại bắt giữ hàng chục người trong một lúc. Không công khai về việc phạm tội của nghi can. Không thông báo tình hình họ bị giam giữ và im lặng trước mọi cáo buộc của dư luận. Công an Việt Nam ngày nay không khác mấy với mật vụ KGB của thời Sô Viết, toàn quyền bắt bớ bỏ tù bất cứ ai mà nó thấy rằng không thích hợp với chế độ. Không thích hợp chứ không cần thiết là phản chế độ.

Sự không thích hợp ở đây bao gồm công dân dám công bố những bài viết khó nghe, hay lên tiếng ủng hộ một người bạn, một nhóm người đang có hành động chống lại sự trì trệ của chính quyền. Sự không thích hợp tăng cao khi công dân cố ý làm trái những gì mà công an không muốn họ làm.

Bất kể những quan ngại của dư luận, công an ngang nhiên bắt người và không buồn giải thích. Sự im lặng khó hiểu của các thẩm quyền cao nhất trước hành vi bất hợp pháp của công an đang là động lực thúc đẩy ngày một nhiều hơn các hành vi vô pháp luật của bộ phận có nhiệm vụ thực hành pháp luật. Người dân thấy gì qua các vụ lén lút bắt giữ này?

Trước nhất hãy nói đến giới trí thức, mặc dù giới này hình như đang rất bận bịu với những đối sách hết sức thực tiễn: kinh tế gia đình. Hai chữ kinh tế chừng như có khả năng tê liệt hoá tất cả mọi sinh hoạt bằng trí não và đồng tiền đang tỏ rõ sức mạnh của nó trên từng vuông đất của điều mà người ta thường gọi một cách trân trọng qua hai từ "trí thức".

Hà Nội có vài trí thức dám lên tiếng. Sài Gòn có vài người. Cả nước cộng lại chưa tới trăm người trên hơn 85 triệu dân. Có ít quá không?

Trí thức là đối trọng duy nhất còn lại trong xã hội nhưng đã bị tối thiểu hoá. Trí thức không lên tiếng một cách mạnh mẽ để đánh động guồng máy nhà nước vốn đang chìm ngập trong một mớ bòng bong kinh tế vĩ mô. Bên cạnh đó chính quyền vẫn đang mãi mê tìm cho ra lối thoát cho bài toán Biển Đông không hy vọng gì giải quyết trong vòng 20 năm tới.

Báo chí không được phép nói tới các vụ bắt người vì đây là vấn đề nhạy cảm. Tư pháp lại càng không biết tới, hay làm bộ không biết vì sự thoả hiệp quá lộ liễu với công an kể từ khi Hiến pháp mới thành lập chứ không phải bây giờ mới có. Trí thức bó tay và cuối cùng cam lòng nhắm mắt, bịt tai xem như thời nay không phải là thời của mình.

Một số ít, rất ít cả gan lên tiếng cũng là chuyện may mắn hiếm hoi. Báo chí không đăng thì họ viết blog. Blog bị hacker thì tạo một blog khác.... nhờ vào cái số ít đến ngạc nhiên này mà người ta biết mọi việc làm của công an, dù có bí mật tới đâu thì hành vi ngoài vòng pháp luật của họ cũng bị vạch trần, lên tiếng.

Công an biết là họ khó giữ bí mật, nhưng thôi thúc bắt người như một khao khát oan khiên khiến họ vượt qua ranh giới pháp luật. Chóp bu ra lệnh một, họ thừa hành mười. Tất cả mọi cánh cửa đều đóng trước mặt của nạn nhân và thế là đám khuyển ưng thời đại hả hê, thoả mãn.

Có thể trong những căng tin của công an phường, công an thành phố những câu chuyện bắt người của họ sẽ được kể cho nhau nghe trong lúc trà dư tửu hậu. Có thể trong một bàn tiệc chiêu đãi nào đó họ sẽ hé ra một vài chi tiết mà người ngoài không biết về điều mà họ tự hào là đã triệt tiêu một khuôn mặt, một nhân vật hay một phần tử mà họ ghét. "Ghét", thế thôi. Ghét trước đã và tội sẽ đến sau.

Hiến pháp này không hiếm những điều luật vu vơ sẵn sàng ghi tên nạn nhân vào một nhà tù không ngày trở ra với cuộc sống bên ngoài. Chính sự thù ghét công dân của cán bộ cấp dưới cộng với tính cao ngạo, đam mê quyền lực tuyệt đối của cấp trên đã làm nên bi kịch cho rất nhiều gia đình. Những chiếc mũ với nhiều tên gọi được chụp lên đầu người bị bắt có khả năng bịt mọi tiếng nói bất kể ai, bất kể chính phủ nào nếu muốn can thiệp cho thân phận bé mọn của nạn nhân.

Trường hợp mới nhất nhưng không phải là cuối cùng được trang blog của TS Nguyễn Xuân Diện loan tải như một lời kêu cứu. Khản giọng và lạc loài như giữa sa mạc, sa mạc mang một cái tên rất đẹp đẽ: Thăng Long!

"Thưa chư vị,

Sáng qua, Chủ nhật 16.10.2011, chị Bùi Thị Minh Hằng cùng bạn bè đi dạo Bờ Hồ Hoàn Kiếm. Bất đồ bị lực lượng đeo băng đỏ, có sự yểm trợ của công an mặc quân phục đã xông vào khiêng chị lên xe chở đi đâu, đến giờ chưa ai biết. Được biết, chị còn bị cướp mất 01 chiếc lắc đeo tay.

Giang hồ đang đồn đại, đây là vụ trả thù của công an quận Hoàn Kiếm vì chị đã kiện Trưởng công an Hoàn Kiếm ra tòa. Hiện nay, chưa một ai biết họ đưa chị đi đâu và làm gì đối với chị (đánh đập, bắt lăn tay, cho uống thuốc độc, hay thủ tiêu....).

10h55 (17.10): Hiện tại chị Bùi Thị Minh Hằng đang bị giam tại Công An quận Hoàn Kiếm. Công an quận Hoàn Kiếm Địa chỉ:

2 Tràng Thi, Hoàn Kiếm Điện thoại : (84-4) 38 254 108 Trưởng CA Quận (3825 6227) - Phó CA Quận (3825 2754).

Tôi - Nguyễn Xuân Diện kêu gọi công an Hà Nội, công an quận Hoàn Kiếm nhanh chóng trả tự do cho chị Bùi Thị Minh Hằng."

Ông Diện là người hiếm hoi còn lại giữa đám đông vô cảm đã gồng mình kêu cứu cho một người đàn bà bị cướp, bị bắt giữa thủ đô trong khi dân Hà Nội không ai buồn lên tiếng. Chị Minh Hằng có lẽ là nạn nhân may mắn nhất vì được ông Diện thay mặt gia đình đánh động dư luận. Còn hàng trăm người khác kém may mắn hơn chị đang chờ đợi ai, chờ đợi sức mạnh nào giải cứu cho họ đây?

Câu trả lời không khó nếu những người cầm quyền cao nhất nước có một lúc thinh lặng hỏi lại lòng mình: "tại sao tôi im lặng?"

Những im lặng đáng khinh

Báo chí Việt Nam không biết từ bao giờ đã có cụm từ "sự im lặng đáng sợ" khi mô tả các cấp chính quyền cao nhất không trả lời đơn thư hay phản ảnh của báo chí, nhân dân trước các tiêu cực. Lâu dần sự im lặng ấy đã có kết quả trông thấy: tham nhũng nhiều hơn, chống đối công khai hơn và toàn bộ các "mặt trận" đều tan vỡ.

Những im lặng ấy khi được nâng lên mức đáng sợ có làm cho Bộ Chính trị ưu tư hay không? Chắc chắn là không, mà ngược lại.

Đối với một số lãnh đạo cao nhất luôn chủ trương mọi việc phải bí mật, phải đóng cửa bảo nhau, phải xử lý nội bộ còn "công khai" là một từ taboo, nhạy cảm có thể làm chế độ sụp đổ. Im lặng sẽ tạo ra nhiễu thông tin do nhiều câu hỏi và không ít những câu hỏi ấy dẫn dư luận sang những câu trả lời mang tính suy luận và suy luận càng nhiều sự thật càng lùi xa.

Thí dụ như vụ bauxite.

Tại sao một dự án rõ ràng là chỉ có hại cho Việt Nam nhưng nhà nước vẫn im lặng để cho Bộ Công thương tái oai tác quái bất kể mọi chống đối từ các nhà khoa học cho tới nhân sĩ trí thức điển hình cả nước, và chưa một ai trong bốn ông cao nhất công khai làm rõ vấn đề trước người dân từ khi những gầu đất đầu tiên được múc lên từ Tây nguyên. Hai giả thuyết đặt ra đối với người theo dõi:

Phe thân Trung Quốc ghìm cương dư luận. Bất kể kết quả ra sao họ phải chứng tỏ cho Trung Quốc thấy quyền lực của phe này là có thể cô lập, không chế bất cứ ai để thực hiện những gì mà Việt Nam đã hứa.

Phe thứ hai, không thân ai cả chỉ thân với người thuộc phe mình và sẵn sàng thừa gió bẻ măng tạo dư luận bất lợi cho đối thủ bằng cách ngấm ngầm lợi dụng quyền lực đang có để đổ dầu vào lửa khi lửng lơ khuyến khích Bộ Công thương tiếp tục khai thác bauxite còn hậu quả tính sau: tính sổ cho người ký dự án.

Nguyên Tổng bí thư Nông Đức Mạnh là người trách nhiệm khi ông này vào ngày 3 tháng 2 năm 2001 ký trong Tuyên bố chung Việt Nam - Trung Quốc, tại điều khoản 6, Việt Nam và Trung Hoa "nhất trí sẽ tích cực thúc đẩy các doanh nghiệp hợp tác lâu dài trên dự án bô-xít nhôm Đắc Nông".

Ông Mạnh về hưu, ông Nguyễn Phú Trọng không chịu trách nhiệm và vẫn giữ im lặng. Trong trường hợp này im lặng không còn đáng sợ nữa vì nó đã trở thành quốc sách.

Để giải mã độc theo kiểu suy đoán này Bộ chính trị phải lấy gai để lể gai, chính Tổng bí thư Nguyễn Phú Trọng phải lên tiếng bảo vệ những gì mà ông Nông Đức Mạnh đã ký. Mặc dù ông ăn nói không mấy lưu loát nhưng đừng để cái im lặng đáng sợ ấy quay lại bao vây mình.

Thí dụ thứ hai: 356 gia đình tại Dương Nội.

Cho tới nay chưa thấy Chủ tịch nước Trương Tấn Sang lên tiếng đối với vụ khiếu kiện của người dân Dương Nội khi một doanh nghiệp lại có thể công khai mua chuộc, sử dụng côn đồ, công an và cả cán bộ của UBND thành phố Hà Nội để bao che, đỡ đầu cho các hành động chỉ có thể xảy ra trong thời Pháp thuộc.

Chính quyền càn quét, đánh đập, bỏ tù, ủi ruộng đang canh tác cùng muôn hình vạn trạng hình thức khác cốt để đẩy người dân ra khỏi đất đai của họ cho bằng được.

EcoPark trong trường hợp này đứng cao hơn chính quyền bởi các nấc thang chất bằng tiền của họ. Công an đứng nhìn người dân bị côn đồ đánh đập. Cán bộ địa phương đổ trách nhiệm cho nhau và cho dân. UBND thành phố xem vụ này không phải của mình và Bộ Chính trị coi đây chỉ là một vụ tranh chấp không cần phải lên tiếng, vì vậy khi hàng đoàn dân oan Dương Nội kéo về văn phòng tiếp dân đưa đơn đã không được người nào ra nhận.

Hai chữ "nhân dân" đã bị xóa trắng ra khỏi bộ nhớ của đảng, của chính phủ.

Sự im lặng trong trường hợp này không còn đáng sợ nữa, nó đã trở thành đáng hy vọng đối với những ai tin vào sự nổi dậy của quần chúng và đáng lo cho những ai còn tin vào sức mạnh của dùi cui và bạo lực. Một sự im lặng đồng lõa với cái ác.

Chủ tịch nước Trương Tấn Sang chính là người trách nhiệm trong vụ lên tiếng này. Ông có sứ mạng nối liền giữa chính phủ và dân, trong đó phần dân nghiêng hơn khi so với Thủ tướng. Khi thấy dân lầm than mà không lên tiếng là ác, khi thấy chính phủ bất công mà không can ngăn là hèn. Tôi tin ông không có đức tính nào trong cả hai điều vừa nói vì dù sao ông cũng là một chủ tịch nước gần dân hơn các ông tiền nhiệm.

Thí dụ thứ ba: Công an đánh dân chết trong đồn công an, Bộ trưởng Trần Đại Quang xem như mất tích.

Với học hàm học vị Giáo sư, Tiến sĩ được xem là dày cộp so với nhiều bộ trưởng công an các đời trước, Bộ trưởng Trần Đại Quang khác với hầu hết các bộ trưởng của triều đại Nguyễn Tấn Dũng: ông không hề lên tiếng trước bất cứ trường hợp tiêu cực nào xảy ra trong ngành công an, kể cả vụ Phạm Quý Ngọ, một thứ trưởng bị tố đã ăn hối lộ 500 ngàn đô la để rò rỉ thông tin cho Dương Chí Dũng chạy trốn.

Tuy nhiên điều này dễ hiểu vì ông sợ bức dây động rừng. Nhưng điều khó hiểu hơn cả là trước các thông tin từ báo chí về việc công an tra tấn người bị bắt trong đồn đến chết xảy ra tràn lan, ông vẫn im lặng, làm như ông đang giữ chức Bộ trưởng công an của nước bạn chứ không phải tại Hà Nội.

Ông Trần Đại Quang có nỗi khổ tâm gì? Liệu nỗi khổ tâm ấy có lớn hơn sự uất ức của hàng trăm thân nhân các nạn nhân bị nhân viên dưới quyền ông lạm dụng "quyền được đánh" của họ hay không?

Sự im lặng của ông có thể ví ngang với nụ hôn Juda trong kinh thánh. Juda lừa bọn Do Thái khi nghĩ rằng Chúa rất quyền phép không thể nào bị bắt và ông ta đã nhận 30 đồng bạc để thông đồng với chúng: khi hôn ai thì người đó là Chúa Jesus.

Chúa quyền phép đã đành nhưng nhân dân không có quyền phép như người ta nghĩ. Họ chỉ có nổi loạn, mà nổi loạn thì không thể xem là quyền phép.

Hôn trong sự im lặng để khuyến khích bọn Do Thái giết người có khác gì sự im lặng của ông Bộ trưởng trước hành vi bất nhân hàng loạt? Sự im lặng này không còn khó hiểu, nó đã có một định nghĩa mới: Sự im lặng bất nhân.

Thí dụ thứ tư: Bộ trưởng y tế và bệnh sởi.

Mọi thông tin về sởi đã có. Các tiêu cực chung quanh nó cũng đã và đang có. Bà bộ trưởng Nguyễn Thị Kim Tiến bị báo giới giải phẫu tới những tế bào nhỏ nhất. Lần đầu tiên giới giải trí lên tiếng đòi bà từ chức. Chính phủ im lặng như từ xưa tới nay và sự im lặng này có thể nhìn ở một góc nào đó thì chính phủ đúng. Tuy nhiên cái đúng ấy đã bị giới hạn khi sự việc có khả năng lan tới tầm uy tín quốc gia và khả năng chịu đựng hạn hẹp của người dân.

Một bộ trưởng có quyền giải quyết những việc xảy ra liên quan đến bộ của mình mà chính phủ không nên can thiệp, đó là tiêu chí đúng đắn của một đất nước dân chủ. Tuy nhiên giới hạn của tiêu chí này nằm ở chỗ: chính phủ phải can thiệp ngay lập tức nếu trình độ, cách giải quyết vấn đề, ngay cả sự phát ngôn lệch chuẩn của một bộ trưởng.

Sự can thiệp này là chìa khóa cho mọi chính quyền dân cử, riêng với chính quyền của Thủ tướng Nguyễn Tấn Dũng e rằng sẽ có ngoại lệ vì như nhiều thủ tướng đời trước từng tuyên bố: thủ tướng không có quyền bãi nhiệm một bộ trưởng.

Không bãi nhiệm được chẳng lẽ không nói được?

Ít ra một tiếng nói của Thủ tướng trong lúc này sẽ có tác dụng giải vây cho Bộ y tế qua trả lời của chính bà Tiến. Mọi thắc mắc, nghi ngờ hay cáo buộc bà Tiến sẽ được giải tỏa và vượt qua sự im lặng ấy là trách nhiệm của Thủ tướng chính phủ chứ không ai khác.

Im lặng trước chống đối rộng khắp của nhân dân phản ánh sự run sợ của chính quyền và sự run sợ ấy chỉ có thể làm nguội đi bằng các giải thích và chịu trừng phạt của dư luận.

Thí dụ thứ năm: xé bằng của trí thức.

Sự im lặng tiếp tục bao trùm hai bộ phận của ngành giáo dục: Bộ giáo dục, Đại học sư phạm Hà Nội khi chính ra hai cơ quan này có trách nhiệm giải thích cho dư luận biết về hành động tịch thu bằng thạc sĩ của cô giáo Đỗ Thị Thoan, bút danh Nhã Thuyên bởi một hội đồng thẩm định luận văn khác do Đại học sư phạm Hà Nội triệu tập.

Thạc sĩ Thoan được đánh giá đã trình một luận văn thạc sĩ xuất sắc với điểm 10 tuyệt đối khi cô nghiên cứu khoa học về nhóm Mở miệng và những hoạt động của họ với cách nhìn mới. Hơn ba năm sau khi lấy bằng và được mời ở lại trường tiếp tục giảng dạy, vài kẻ tố cáo cái luận văn này có tư tưởng chống đảng, vô văn hóa và yêu cầu hủy bỏ.

Những tiếng nói bâng quơ ấy không ngờ lại được những kẻ khác thực hiện cho bằng được. Một Hội đồng thẩm định được lập ra, luận văn thạc sĩ bị xé toạc và người hướng dẫn cô giáo Thoan bị cho về vườn.

Một vài người trong "hội đồng xé" ấy viết bài bênh vực cho luận điểm xé của họ, tuy nhiên đây không phải nhân vật thẩm quyền trả lời dư luận, người phải trả lời là Bộ trưởng Bộ giáo dục, kế đó là Hiệu trưởng trường Đại học sư phạm Hà Nội nơi tổ chức và thực hiện việc cấp và xé luận văn thạc sĩ ấy.

Cho tới nay họ vẫn im lặng. Cho tới nay hai thể chế giáo dục ấy vẫn tỏ ra cao ngạo trước đòi hỏi bức thiết của dư luận: không được quyền thao túng nền học thuật nước nhà dù anh là ai và quyền lực đến đâu.

Sự im lặng này ban đầu thấy vô hại hơn bauxite, hơn cướp đất, hơn bệnh sởi, hơn công an đánh chết dân nhưng thực ra nó chính là đầu mối cho tất cả các nguy hại này.

Nền giáo dục bị bức hại bởi các quyết định chính trị mờ ám sẽ sản sinh ra loại vi rút câm nín nguy hiểm cho cả dân tộc. Thử tưởng tượng khi tất cả các học hàm học vị đều dắt tay nhau đi dưới sự chỉ đạo của đảng hay ít ra của những kẻ nịnh đảng thì nền học thuật của Việt Nam sẽ ra sao?

Tất cả những im lặng ấy bây giờ đã không còn đáng sợ nữa mà chính danh nó phải được nói lại bởi chữ khác: "đáng khinh".

Một nền báo chí ngớ ngẩn

Bản tin của mọi tờ báo hôm nay đều loan như nhau về một tai nạn trực thăng khiến cho 19 người trên phi cơ tử vong và hai người trong tình trạng nguy kịch.

"Vào lúc 7h53 ngày 7/7, máy bay Mi 171 số hiệu 01 của Trung đoàn Không quân 916, Sư đoàn Không quân 371 đã bị cháy động cơ, rơi tại thôn 11 (Thạch Hòa, huyện Thạch Thất, Hà Nội). Lúc máy bay gặp nạn có 21 người trên máy bay. Sau khi bị rơi, máy bay đã cháy dữ dội, được lực lượng cứu hỏa dập tắt lúc 8h20 cùng ngày."

Thông tin chứa đựng trong bản tin này ngắn đến kinh ngạc. Đáng ra, Bộ Quốc phòng là cơ quan chủ quản phải chủ động loan tin với những chi tiết chính xác nhất cho người dân, vốn có quyền được biết mọi thông tin từ chính phủ ngoại trừ có liên quan đến bí mật quốc phòng.

Một phi cơ trực thăng rơi trong lúc huấn luyện là tin buồn, hoàn toàn do lỗi kỹ thuật không thể xem là bí mật khi nó rơi đúng vào khu dân cư Hà Nội. Thông tin mà Bộ quốc phòng đưa ra kịp thời có khả năng đánh tan mọi suy diễn có tính xuyên tạc làm hại đến uy tín của đơn vị phòng không, không quân Việt Nam.

Phi cơ dù sản xuất ở đâu nếu gặp tai nạn là chuyện bình thường.

Không công bố chuyện bình thường ấy mới là điều bất thường. Hơn nữa nếu công bố với những thông tin do cảm tính và không liên quan gì tới tai nạn là việc làm tắc trách, thiếu chuyên nghiệp đôi khi đi dẫn tới chỗ dối trá với quần chúng.

Báo chí lấy lại tin từ Vietnam+ vẽ ra hình ảnh tuyệt vời của viên phi công trên chuyến bay định mệnh ấy với lời lẽ như sau:

"trước tai nạn thương tâm, người dân tại hiện trường đã nhìn thấy máy bay cháy trên không ở ngay trong khu dân cư đông người, nhưng phi công đã dũng cảm, cố điều khiển máy bay ra khu đất trống để máy bay không rơi vào khu nhà dân.

Người dân đã đánh giá rất cao tinh thần dũng cảm, sự hy sinh anh dũng của người lính phi công trong khi đối mặt với cái chết vẫn bình tĩnh điều khiển máy bay tránh được thương vong lớn cho người dân." (1)

Đọc bản tin này bất cứ ai có một nhận thức bình thường cũng thấy là cơ quan báo chí Việt Nam đang đánh lừa người dân bằng cách trích lời họ (mà không ai biết họ là nhân vật có thật hay chỉ là sản phẩm tưởng tượng của nhà báo). *"Người dân nhìn thấy máy bay cháy trên không"* là đúng, là những gì đã xảy ra và nhiều người chứng kiến. Thế nhưng: *"phi công đã dũng cảm, cố điều khiển máy bay ra khu đất trống để máy bay không rơi vào khu nhà dân"* là một cách vuốt đuôi nguy hiểm. Báo chí nếu tự viết câu này là vô lương tâm nghề nghiệp, nghe người dân nói mà không phân tích và cứ thế đưa lên là vô trách nhiệm.

Thông thường trong một tai nạn hàng không, người trách nhiệm sẽ không tuyên bố bất cứ điều gì vì đơn giản họ không ngồi trên máy bay và chứng kiến những gì đã xảy ra. Họ phải

34

chờ tìm được chiếc hộp đen của máy bay gặp nạn, khai thác và phân tích dữ liệu trong đó mới biết được những gì đã làm cho động cơ hỏng hóc cũng như những báo cáo cuối cùng của phi hành đoàn trên chiếc phi cơ gặp nạn.

Thứ hai, chỉ có người ngồi gần phi công, chứng kiến và kể lại hành động của anh ta thì mới có thể tuyên dương hành động đó. Nếu không mọi đoán định đều mang cảm tính và thiếu bằng chứng thuyết phục.

Báo chí "ăn cơm dưới đất nói chuyện trên trời" khi dí vào mồm người dân bình thường diễn tả lại hành vi cực kỳ anh hùng của một tài xế máy bay chứ không phải phi công, cố lái ra xa không cho nó rơi xuống chỗ đông dân cư. Rất tiếc Vietnam+ là một cơ quan thông tấn chính thức của đất nước lại phao tin nhảm, thiếu logic về một sự việc thương tâm đang làm dư luận bức xúc.

Đã vậy, Trung tướng Võ Văn Tuấn - Phó Tổng tham mưu trưởng QĐND lại xác định thêm những điều mà báo chí vẽ ra bằng cái mà ông gọi là kinh nghiệm của một tướng lãnh. Trung tướng Võ Văn Tuấn nói: *"Phi công là người có trách nhiệm với dân. Qua hiện trường và kinh nghiệm cá nhân, tôi đánh giá đây là hành động có trách nhiệm của phi công và phi hành đoàn. Họ đã cố gắng né tránh tối đa nhất việc có thể đâm vào nhà dân"*.

Một đống sắt cháy vụn nói lên điều gì? Ông Tuấn tuyên bố không khác chút nào với những người hoàn toàn mù tịt về kinh nghiệm bay vì ông cũng ngồi dưới đất như họ, còn thua họ ở chỗ lúc ấy ông ngồi xa hiện trường không như những người dân tại nơi xảy ra tai nạn. Ông nói theo và ông nói leo.

Đối với quy định bay khi sự cố xảy ra việc đầu tiên là phi công báo cho đài kiểm lưu dưới đất nếu là dân sự và trung tâm hành quân của không quân nếu là quân đội. Cùng lúc ấy phải nghe theo chỉ dẫn của người trách nhiệm về cách xử lý máy móc, tai nạn. Nếu không thể làm được gì thì phản xạ của một phi công phải cố hết sức để chiếc máy bay giảm bớt độ rơi và dĩ nhiên có thể trong một khoảnh khắc nào đó khi không còn kiểm soát được nữa thì mới nảy ra ý tưởng tránh thiệt hại cho dưới đất.

Phản xạ cuối cùng này khó mà biết trước bằng đôi mắt thường của một ông đứng dưới đất, nhất là ông ấy không thể phân biệt một trực thăng khác với một máy bay phản lực khi rơi như thế nào.

Câu chuyện về người phi công anh hùng xem ra để xoa dịu tâm lý gia đình nạn nhân và vuốt ve niềm tự hào của người bộ đội. Trong bất cứ hoàn cảnh nào, gì thì gì cũng anh hùng, miễn cứ chết là anh hùng .

Lạ một điều xoa dịu cho người chết đã đành, báo chí cũng không tha cho người còn sống.

Bản tin trên tờ Lao Động tường trình một ông gần giống như anh hùng khác trong vụ nổ máy bay khiến người có tính cẩn thận khi đọc tin sẽ rơi vào bất ngờ. Thì ra có tới hai phi công trên chuyến bay định mệnh ấy chứ không phải một. Với cái tít:

"Máy bay trực thăng rơi: Gặp phi công thoát nạn hi hữu."

Phóng viên kể lại những chi tiết mà khi đọc lên khó khăn lắm mới khỏi thở dài cho cách đặt vấn đề của tờ báo:

"Phi công Vương Tá Hùng, 30 tuổi, quê ở Phúc Thọ, Hà Nội là người duy nhất may mắn đã thoát khỏi chuyến bay gặp tai nạn kinh hoàng. Lý do là chuyến bay đã chốt danh sách 21 người và anh Hùng là người số 22. Khi máy bay bay lên độ cao khoảng 1000m thì đột ngột hạ thấp độ cao rồi phát nổ và bốc cháy.

Ở dưới đất chứng kiến cảnh máy bay nổ, anh Hùng chạy lại khu vực hiện trường và tận mắt chứng kiến đồng đội bị cháy, bị thương. Không cầm lòng được trước nỗi đau, nỗi mất mát quá lớn mà đơn vị và các đồng đội gặp phải, anh Hùng đã ngất xỉu và được người dân đưa vào Bệnh viện Quân y 105. Rất đông người thân đã vào động viên tinh thần anh Hùng. Quỹ Tấm lòng vàng Lao Động đã có mặt tại khoa Nội tâm thần kinh Bệnh viện 105, trao tặng 1 triệu đồng tới gia đình anh Hùng." (2)

Câu chuyện của anh Vương Tá Hùng được trám vào cái khoảng trống thông tin nghèo nàn mà báo chí được phép loan đi từ một vụ nổ máy bay rất lớn. Câu chuyện của anh vừa nhạt, vừa khôi hài mà đáng ra báo chỉ cần đưa một dòng tin là đủ, chẳng hạn: "Trong tai nạn thương tâm này anh Vương Tá Hùng may mắn thoát chết nhờ không lên máy bay vào giờ chót. Cũng là một phi công, anh chứng kiến và bị shock nặng khi bạn bè đồng đội hy sinh trong chiếc phi cơ oan nghiệt ấy".

Hình như căn bệnh anh hùng đã ăn rất sâu vào tư duy của cả hệ thống. Cứ "được chết" là anh hùng, bất kể logic câu chuyện có chứng minh được hai chữ anh hùng gán ghép một cách miễn cưỡng ấy hay không.

Ngày nay báo chí không có nhiều cơ hội để tạo người hùng cho xã hội vì ít ra họ đã phần nào hiểu rằng người đọc thế hệ @ không như vài năm trước, tuy biết là đơm đặt nhưng họ không buồn "phê bình chỉ điểm". Người đọc tin bây giờ lướt qua và xem những mẩu tin dạng "ngồi dưới đất nói chuyện trên trời" là sản phẩm của những cây viết cùn, chấm mực bằng cán và phe phẩy kiếm view.

Từ chiếc máy bay Mi 171 hôm nay của Liên xô, nhớ lại chiếc UH-1 của Mỹ.

Một phóng sự khác nói về người hùng máy bay trực thăng được đăng vào năm 2012 của tác giả Hạ Nguyên viết về ông Bùi Minh Kiểm trên báo Phụ Nữ Today:

"Huyền thoại tay không "quật ngã" máy bay trực thăng UH-1 của Mỹ.

Nhìn người đàn ông tuổi ngoài lục tuần, thân hình nhỏ nhắn nhưng rắn chắc, khỏe mạnh, ít ai biết được rằng ông đã từng dùng đôi bàn tay ấy để ghì chặt một chiếc máy bay UH - 1 của Mỹ xuống mặt đất.

Giữa lúc "dầu sôi, lửa bỏng" ấy, đồng đội của ông Kiểm, tức ông Nguyễn Phú Thao đã đưa ra một cách đánh táo bạo. Khi chiếc UH - 1 rà tới chuẩn bị hạ thấp để bắn róc két thì ông Kiểm lao người lên dùng hai tay ghì càng máy bay xuống.

Đôi bàn tay thép như chiếc nam châm hút chiếc UH - 1 xuống gần sát mặt đất. Viên phi công bất ngờ, chưa kịp gạt cần súng máy thì đã bị anh Thao từ bên dưới bắn thốc lên, thẳng vào buồng lái. Chiếc máy bay mất thăng bằng loạng choạng lao xuống, nổ tan xác."

Nhà báo Việt Nam hình như không biết có một thư viện mở rất thông dụng hiện nay là WikiPedia. Nếu chịu khó hỏi nó về thông số của chiếc trực thăng UH-1 thì anh ta sẽ không trở thành tên hề trước công chúng.

Theo WikiPedia cho biết trọng lượng rỗng của UH-1 là 2.365 Kg. Trọng lượng có tải là 4.100 kg. Trọng lượng cất cánh là 4.309 Kg. Như vậy ông anh hùng Bùi Minh Kiểm phải nặng hơn 4 tấn thì chiếc UH-1 mới không cất cánh được để đồng đội ông có dịp bắn nó.

Ngớ ngẩn đến mức ấy thì báo cáo nhân quyền trước Liên Hiệp Quốc của Việt Nam cũng phải chào thua mặc dù kỹ thuật nói dối của Việt Nam từng nhiều lần làm cho quốc tế mắt tròn mắt dẹp.

Bịt mắt bắt... máy bay

Tại một quán cà phê cóc nhỏ xíu ven đường thuộc xã Đất Mũi huyện Ngọc Huyền tỉnh Cà Mau một nhóm thanh niên khoảng 5 người ngồi chồm hổm trên những chiếc ghế xập xệ mắt nhìn không chớp vào chiếc TV của chiếc quán nghèo để nghe tin tức về chiếc máy bay của hãng hàng không Malaysia Airlines đã biến mất từ mấy ngày nay.

Những tiếng vỗ đùi, chửi thề, cười vang thích thú khiến chiếc quán vốn yên ả nhiều năm qua bỗng dưng rộn rịp lạ thường.

Thế nhưng chương trình tin tức trên kênh truyền hình Cà Mau hình như quá thiếu cho họ khi sự nôn nao tìm hiểu số phận của 239 hành khách đã khiến những chàng trai chất phác trở thành những quan sát viên đói tin nơi cái xã cuối cùng của đất nước này.

Trong khi cách đó hơn 400 cây số, tất cả các quán cà phê Sài Gòn lại thừa mứa tin tức về chuyến bay này một cách tội nghiệp. Cái thừa thải ấy không nói lên được khả năng chuyên môn của báo chí hay sự chuyên nghiệp của các cơ quan cứu hộ bao gồm Phòng không, Không quân, Hải quân, Bộ binh, Cảnh sát biển hay Cục Viễn thám và rồi có luôn cả Bộ giao thông vận tải, mặc dù không ai hiểu vai trò của cái bộ cầu sụp, đường hư, tàu chìm liên tiếp này như thế nào.

Qua sự kiện máy bay Malaysia người dân Sài Gòn học được nhiều bài học, mà bài học thứ nhất là cái điều gọi là khoa học kỹ thuật của Việt Nam quá tệ hại, đến nỗi khó mà tin nổi trong thế kỷ 21 mà bộ phận tìm kiếm cứu hộ cứu nạn của Việt Nam không khác gì vào đầu thế kỷ 20 lúc người ta mơ ước hệ thống định vị toàn cầu qua những máy móc hiện đại của không quân và hải quân, hai cơ quan xung yếu nhất trong việc bảo vệ quốc gia cũng như cứu hộ cứu nạn.

Nói vậy cũng oan, không hẳn đội chuyên cơ của Việt Nam là không có gì, ít nhất họ cũng có một cái IPad để trên đùi cho phi công nhìn mà tìm chiếc phi cơ bị nạn trên khu vực mênh mông của Biển Đông. Hình ảnh này bị quốc tế nhạo báng, có luôn một bà xẩm lớn tiếng trước ống kính truyền hình quốc tế rằng bà không tin tưởng chút nào vào khả năng tìm kiếm của Việt Nam.

Báo chí công khai hơn, họ không rào đón như vậy. Phóng viên Nga Phạm của BBC tường trình trực tiếp có đoạn nói về Việt Nam rằng, mặc dù đất nước này có sự nỗ lực lớn lao nhưng phương tiện kỹ thuật của họ quá tệ. Việt Nam sử dụng những chiếc phi cơ già cỗi từ thời Liên Xô để lại và không được trang bị những phương tiện tối tân để điều tra trên chặng đường dài.

Thuốc đắng đả tật, sự thật mất lòng.

Trung tướng Võ Văn Tuấn, Phó tổng tham mưu trưởng QĐND Việt Nam, kiêm Phó chủ tịch Ủy ban Quốc gia tìm kiếm cứu nạn khi được tờ báo Soha hỏi ý kiến của ông về nhận định này thì ngay lập tức ông phản ứng rất...dễ thương: "Việc họ đánh giá thế nào là quyền của họ. Thậm chí, dù chúng ta chỉ có một cái thuyền cứu hộ thôi thì chúng ta cũng vẫn quyết tâm tìm kiếm, cứu hộ.

Vấn đề ở đây là trách nhiệm của chúng ta thế nào. Họ có thể giàu có, đó là việc của họ nhưng chúng ta bằng cái tâm của mình thì chúng ta vẫn quyết tâm tìm kiếm, cứu hộ. Và thực tế, chúng ta đang thực hiện rất tốt việc đó."

"Một cái thuyền cứu hộ thôi" nói lên mức độ duy ý chí không có điểm dừng. "Bằng cái tâm của mình" phô diễn sự ngoan cố không còn giới hạn.

Một chiếc thuyền có đại diện cho tự hào Việt Nam hay không? Mặc dù đất nước vẫn còn nghèo nhưng lòng tự trọng dân tộc không cho phép một cán bộ cấp cao nắm trong tay nguồn khí tài quan trọng chống xâm lăng lại "hờn dỗi" một cách dễ thương như vậy. Không ai giận ông khi nói lên sự thực, người ta chỉ cười cho cái sự so sánh khá ...cộng sản của ông.

Cái tâm mà ông nói là điệp khúc của cả nước hiện nay đang đồng ca. Khi thất bại họ lấy cái tâm ra chống chế. Khi đổ vỡ cũng lấy tâm ra biện luận và nhất là khi thua kém ai thì cái tâm luôn là vũ khí sau cùng để chống lại đối thủ.

Chiếc máy bay bị nạn của Malaysia cần kết quả của sự tìm kiếm và do đó mọi cái được gọi là "tâm" xem ra không mấy phù hợp với xã hội chuộng sự thật ông ạ.

Có tất cả 31 tàu tham gia tìm kiếm, trong đó, Việt Nam 9 tàu, Malaysia 9 tàu, Trung Quốc 6 tàu, Mỹ 3 tàu, Singapore 3 tàu, Thái Lan 1 tàu. Về máy bay, tất cả 23 chiếc, trong đó, Việt Nam 9, Trung Quốc, Mỹ, Malaysia: mỗi nước 4 máy bay và Singapore: 2

Danh sách này cho thấy Việt Nam không ngại tốn kém và đây sẽ là đề tài còn lâu mới chấm dứt khi có sự cố nào xảy ra cho chính nhân dân sau này, một vụ đắm thuyền của ngư dân chẳng hạn.

Ông Phạm Quý Tiêu Thứ trưởng Bộ GTVT nói với báo chí: "Cho đến bây giờ, mọi đánh giá tiên liệu đều cho thấy chúng ta rất ít có hi vọng tốt đẹp dù đó là một chút mảy may. Chúng tôi quyết tâm nỗ lực mọi khả năng tìm kiếm được để giải đáp câu hỏi cho thân nhân người bị nạn".

Có thật không vậy? Ông Tiêu ơi, Việt Nam đâu có cái bổn phận ấy mà ông tự ôm vào mình. Tìm được, thế giới khen ngợi nhưng không phải là sự khen ngợi ngất trời đâu vì quan niệm cứu nạn trong hàng hải và hàng không là trách nhiệm chung toàn thế giới. Malaysia mới là nơi trách nhiệm giải thích cho thân nhân người bị nạn chứ không phải Việt Nam ông ạ.

Tất cả các phát ngôn của những người trách nhiệm cho thấy một điều là sự thiệt thành vượt lên trên mức bình thường không thể cho là phát suất từ trách nhiệm quốc tế. Theo nhiều comment trên mạng xã hội nó đang được thi hành với một quyết tâm chính trị cao nhằm thỏa mãn cho một thế lực nào đó phía sau.

Nhìn vào danh sách cán bộ cao cấp này không thể nghĩ khác đi cái giả thuyết ... đầy thành kiến ấy. Vừa nhiều vừa tập trung đầy đủ những khuôn mặt cộm cán như thế này thì bảo sao người ta không nghi ngờ, đàm tiếu:

Thượng tướng Đỗ Bá Tỵ, Tổng tham mưu trưởng Quân đội nhân dân Việt Nam / Đại tướng Phạm Văn Trà, nguyên Bộ trưởng Bộ quốc phòng / Trung tướng Võ Quốc Tuấn – phó tổng tham mưu trưởng Quân đội Nhân dân Việt Nam/Thiếu tướng Đỗ Minh Tuấn, Phó tư lệnh Quân chủng Phòng không - Không quân/ Thiếu tướng Lê Minh Thành, Phó tư lệnh Hải quân/ Đại tá Trần Văn Lâm - Sư đoàn Phó Sư đoàn 370/ Chuẩn đô đốc Ngô Văn Phát, Chính ủy hải quân vùng 5/ Đại tá Lê Văn Minh, chỉ huy trưởng cảnh sát biển vùng 4/ Thượng tá Nguyễn Hữu Nhịp, hải đoàn phó, tham mưu trưởng hải đoàn 28 biên phòng

/ Trung tá Phạm Hồng Soi, Trưởng ban tuyên huấn Vùng 5 Hải quân/ Đại tá Doãn Bảo Quyết, Chính ủy Cảnh sát biển vùng 4/ Thượng tá Nguyễn Trí Thức Phó lữ đoàn trưởng Lữ đoàn 918 ....

Kể cả Phó thủ tướng Hoàng Trung Hải người chủ trì cuộc họp tại Ủy ban Quốc gia tìm kiếm cứu nạn VN về các phương án tìm kiếm, cứu nạn máy bay mất tích và ông Thứ trưởng Bộ Giao thông vận tải Phạm Quý Tiêu.

Gần như toàn bộ nhân sự cao cấp của Quân đội nhân dân Việt Nam đều khẩn trương, hết lòng hết sức tập trung vào công tác tìm kiếm và có thể vì vậy mà sự tốn kém lên tới 20 tỷ mỗi ngày tức là 1 triệu Mỹ kim, thật không thể nói là không cố gắng.

Mỗi người một việc và việc nào cũng có vẻ khẩn trương, không có không được. Từ việc phát hiện ra vết khói tưởng là ...dầu cho tới sự nghi ngờ một cánh cửa máy bay rơi gần đảo Thổ Chu. Chưa kịp vui khi nghĩ rằng là công trạng nào ngờ chính cái điều gọi là nghi ngờ đó đã hại lấy mình. Malaysia chính thức nói với tờ Wahington Post hôm nay rằng Việt Nam đã quá vội vã khi tung ra những tin tức chưa được kiểm chứng làm cho dư luận bất lợi cho cuộc điều tra.

Bao nhiêu đó cũng đủ ê mình. Tiền mình bỏ ra bạc triệu mà nước chủ nhà chẳng những không biết một tiếng cám ơn lại còn nói bóng nói gió là mình ...nhanh nhẩu đoảng. Thế có tức không chứ?

Báo chí đăng tin: "Khi bay ở tầm thấp, thủy phi cơ của Việt Nam đã phát hiện được vật thể nghi là mảnh vỡ cửa sổ chiếc máy bay bị mất tích. Mảnh vỡ được xác định là composite, nghi là miếng ốp bên trong cửa sổ máy bay. Phi công lái chiếc thủy phi cơ có chụp được ảnh nhưng không rõ."

Cái máy dùng để chụp vật thể này là một chiếc máy ảnh Nikon S300 bình thường ai cũng có như chiếc IPad vậy. Chiếc máy ảnh được báo chí cố tình ghi nhận trên người các cán bộ ngồi trên chuyên cơ đã làm công dân mạng khắp nơi, nhất là Trung Quốc dè bỉu. Những chiếc máy ảnh ấy không thể chụp xa quá 800 mét thì đem theo làm gì trong một hành trình dài hàng trăm cây số với chiều cao lớn gấp chục lần khả năng của một chiếc máy ảnh không chuyên?

Báo chí phấn khởi đến nỗi đi đâu cũng để ý tới bất cứ vật gì liên quan đến máy bay. Khi ngang qua chiếc phi cơ riêng của Đoàn Nguyên Đức, Tổng giám đốc Hoàng Anh Gia Lai đậu tại cảng hàng không Phú Quốc, đã câu view bằng cách đưa tin gống như là ông Đức cũng đang góp phần vào việc tìm kiếm máy bay bị nạn! hết ý kiến!

Cuối cùng thì cuộc chơi bịt mắt bắt...máy bay thời hiện đại cũng phải kết thúc. Sáng 12-3, Việt Nam chính thức tuyên bố tạm dừng toàn bộ hoạt động tìm kiếm, cứu nạn chiếc máy bay Malaysia MH370.

Có thể tự ái, cũng có thể hết tiền và cái có thể nhất là không lẽ cứ bay vòng vòng hết ngày này sang ngày khác như kẻ mù trên vòm trời bao la của biển cả để đổi lấy lời chì chiết nhức xương của mấy tên thối mồm hóng chuyện?

Chỉ có điều mấy triệu Mỹ kim chi phí không biết đòi ai đây nhỉ?

Ông Truyền nuôi vịt

Cựu Tổng thống Viktor Yanukovych của Ukraine có lẽ khó ngờ được ngày hôm nay lại trở thành kẻ đào tẩu, khi trước đây chỉ vài tuần vẫn còn nghĩ rằng chiếc ghế tổng thống của ông đáng ra phải nạm vàng thay vì chỉ bọc nhung nằm trong dinh tiếp khách.

Đâu đó trong một ngôi nhà tồi tàn tạm trú trên đường chạy trốn, tay vặn vòi nước làm bằng inox lạnh lẽo ông Viktor Yanukovych làm sao quên chỉ vài ngày trước thôi ông còn vặn vòi nước bằng vàng ròng trong nhà, cũng như thưởng thức những thứ xa hoa khác mà một đời tổng thống ông "dành dụm" được, để giờ đây bị người khác sung công mặc dù họ trầm trồ thán phục.

Và sự trầm trồ có thật ấy đi liền với lời kết án nặng nề mà bất cứ nhà độc tài nào cũng phải nhận lãnh khi quyền lực bị nhân dân đạp đổ.

Sở thích chung của tất cả các nhà độc tài kim cổ là ao ước sống trong một cung điện càng nguy nga càng thích thú. Sự xa hoa ấy vô giới hạn tùy vào trí tưởng tượng của họ hay các tay cố vấn cộng với số tài sản ăn cắp từ người dân nhiều lên tới mức nào.

Càng ao ước xa hoa, càng phải tìm thêm nguồn tiền để tích lũy. Tiền tích lũy càng cao lòng oán hận của người dân càng nặng. Cuối cùng thì cái vòng tròn ấy luôn luôn kết thúc bằng thảm kịch của kẻ ham mê quyền lực và nhiều khi cái chết của cả gia đình tùy vào sự bóc lột dân chúng của đương sự tàn nhẫn đến đâu.

Những đồng tiền dính đầy máu tự nó có tiếng rên xiết dù đã biến thành vàng, thành những chiếc xe hơi đắt giá hay thành những chiếc du thuyền cực kỳ chói sáng. Với số lương 100 ngàn USD một năm, không biết trong khi Viktor Yanukovych cầm quyền báo chí của Ukraine có bài viết nào ca tụng sự thanh liêm của ông như người ta thường thấy trong thế giới độc tài toàn trị hay không, nhưng theo truyền thông quốc tế thì sau khi ông bỏ chạy người dân phát hiện hàng đống giấy tờ trôi sông gần dinh thự của ông ta cho thấy những khoản tiền chi thu bất chính cùng một tấm chi phiếu 12 triệu đô la chưa kịp rút ra. Số tiền này có thể được ký từ những nhóm lợi ích của Ukraine, những tỷ phú khuynh loát nước này từ khi tổng thống Viktor Yanukovych cầm quyền.

Ông Viktor Yanukovych tuy ở Ukraine xa xôi nhưng hoàn toàn có thể yên tâm rằng ông không phải là kẻ cô đơn, ít nhất tại đất nước mà ông đã từng có cơ hội đến thăm vào năm 2011, và cũng ít nhất đang có một người giống ông, bị báo chí lật qua lật lại để tìm hiểu xem tại sao lại có người lương thì ít mà bổng thì nhiều đến nỗi xây hẳn một biệt dinh xa hoa tuy không bằng dinh thự của Viktor Yanukovych nhưng cũng có thể làm cho cả đất nước Việt Nam mắt chữ O mồm chữ A.

Người ấy là một bao công của "thời đại Hồ Chí Minh", cựu Ủy viên Trung ương Đảng, cựu Tổng thanh tra Chính phủ: ông Trần Văn Truyền.

Cách đây 3 năm, ngày 2 tháng Hai năm 2011 tờ Thời báo kinh tế Việt Nam có bài phỏng vấn ông Tổng thanh tra Chính phủ này với nội dung xoay quanh những khó khăn mà ở cương vị Tổng thanh tra ông gặp phải. Đó là vấn đề đút lót, cả nể, hay cơ chế khó khăn mà ông gặp trong khi nhận chức vụ này.

Trong câu mở đầu người phóng viên đã viết "Ở cương vị phải giữ mình đến mức gần như là "ép xác", gương mặt lúc nào cũng phảng phất buồn, Tổng thanh tra Chính phủ Trần Văn Truyền bộc bạch dù thế nào, ông vẫn là con người bằng xương bằng thịt chứ đâu phải là gỗ đá".

Cứ thế bài báo dẫn người đọc một mạch xông vào những ngóc nghách mà một thanh tra chính phủ phải đối đầu, phải tự hành xác mình để tranh đấu trước những cám dỗ khó quay lưng. "Ép xác" và "phảng phất buồn" là hai cụm từ miêu tả được chân dung của ông Truyền: một đại tài tử chuyên đóng phim khoa học viễn tưởng.

Ngày 21 tháng 2 năm 2014 ba năm sau khi bài tụng ca ông Truyền xuất hiện, báo Người Cao Tuổi đưa hình ảnh và chi tiết về tài sản ông Tổng thanh tra làm người đọc ngẩn ngơ. Tuy không phải là bom tấn nhưng không thua gì mìn tự tạo của các tay đánh bom tự sát Al Qaeda.

Sức công phá của nó tuy gói gọn trong phạm vi một thanh tra chính phủ nhưng có sức chấn động âm ỉ và câu hỏi về tính minh bạch của đảng cộng sản một lần nữa được đặt lên bàn cân. Sở dĩ dư luận cân cái gọi là minh bạch ấy vì nhiều lý do, mà lý do lớn nhất là trong cương vị một thanh tra, đại diện cho cả chính phủ, với đồng lương không thể mua nổi một chiếc xe hơi đời mới sau khi về hưu nhưng lại tậu được dinh cơ hàng trăm tỷ bạc với kiến trúc nội thất xa hoa trên cái nền đất vẫn còn nghi vấn do tham ô cấp tỉnh mới có được.

Bài báo chi tiết đến chiếc giường hàng chục tỷ của ông Truyền cùng những căn nhà vệ tinh khắp nơi đã khiến báo chí nhảy vào cuộc.

Dù muốn hay không ông Truyền cũng phải trả lời về những cáo buộc ấy. Và ông trả lời như không trả lời gì cả: "báo Người Cao Tuổi nói quá lời".

Ơ hay, báo này đã "cao tuổi" và vì vậy phải biết hậu quả nếu quá lời đối với một Thanh tra chính phủ dù đã về hưu thì hậu quả sẽ như thế nào chứ? Ông Truyền không phải là Chủ tịch nước, hay Thủ tướng hoặc Tổng bí thư nên cơ ngơi của ông không thể sánh với tổng thống Ukraine. Tuy nhiên tính toán trên cơ sở lương tiền và tất cả bổng lộc công khai hợp pháp của ông thì cả trăm năm sau cũng không thể làm chủ một biệt dinh cùng hàng chục căn nhà khắp nơi như thế.

Hết Phó Chủ tịch tỉnh Bến Tre nơi ông có căn biệt dinh ấy cho tới con gái ông nói về nguồn tiền do người em kết nghĩa hảo tâm nào đó biếu tặng. Cán bộ dưới quyền ông tại Bến Tre đang hết lòng trả ơn do ông "tha" không "trảm" họ trong quá khứ. Đó là luật chơi của thế giới cộng sản và luật này luôn luôn thắng bởi không có một bên thứ ba nào chứng minh sự thật ấy có tồn tại hay không.

Con gái ông nói ông có người em kết nghĩa cho tiền để cất nhà vì thấy ông quá nghèo. Phát biểu này chấp nhận được vì ai thấy nghèo mà không thương? Cho tiền ông cất nhà là biểu hiện cái tình thương ấy mà thôi.

Nhưng quan trọng là cái sự thương ấy có khác với cái thương của ông cán bộ Bến Tre hay không. Người em kết nghĩa "thương" đột xuất này làm gì đủ giàu để có thể cho ông Truyền cả một biệt dinh như vậy và cái giàu ấy có liên quan gì đến chức năng của một ông Tổng thanh tra Chính phủ đối với mối thân tình được gọi là kết nghĩa hay không?

Là một Tổng thanh tra Chính phủ trong hoàn cảnh đất đai bị cướp bóc mọi nơi nhưng ông Truyền không điều tra ra được một vụ án tham nhũng đất đai tầm cỡ nào và vì vậy dân oan không ai đem biếu cho ông dù chỉ một bó hoa để cám ơn. Thế nhưng rất nhiều người không phải là nông dân nhưng đất đai không tính hết đã biếu hoa cho ông. Những bó hoa được quy ra tiền. Và quy rất "chênh lệch".

Có lẽ những đồng tiền chênh lệch ấy là những viên gạch xây biệt dinh cho ông Truyền chăng? hay ông còn làm thêm nghề gì khác ngoài Tổng thanh tra?

Có anh phóng viên ghi rằng mọi sự chú ý quá mức vào cái giàu của ông Truyền là không công bằng. Nhà báo nhận xét: "Người viết bài này đã có dịp rong ruổi từ Nam chí Bắc, chiêm ngưỡng những dinh thự hoành tráng gấp nhiều lần căn biệt thự của ông Truyền, ngắm những chiếc siêu xe vài triệu USD mà đôi khi chủ nhân chỉ là một chủ đầm tôm hay một "trùm nuôi vịt" xuất sắc".

Thật là một so sánh tinh vi và không kém phần hài hước. Ông Truyền không nuôi tôm nhưng ông đích thị là một trùm nuôi vịt xuất sắc: ông nuôi... vịt trời để khi có ai hỏi thì ông nói vịt đã bay về nơi vô định.

Biệt dinh của ông Truyền rồi sẽ chỉ là một câu chuyện sớm trở thành cổ tích như nhiều câu chuyện tương tự trước đây. Vụ việc của ông Truyền không may nổ ra cùng lúc với việc Tổng thống Ukraine bị lật đổ. Báo chí lấy ông Truyền làm cái cớ để cảnh báo với những người khác cao hơn ông về chức vụ, giàu hơn ông về tài sản, và chắc chắn là tội ác cũng cao hơn ông về mức độ hành hạ dân chúng.

Chỉ mong sáng mai sau khi thức dậy không thấy báo chí quốc tế đưa hình ảnh ông cựu Tổng thanh tra Chính phủ Trần Văn Truyền quỳ gối trước dân oan như cảnh sát Ukraine quỳ gối xin lỗi trước người dân nước họ.

Mọi cái quỳ gối muộn màng đều có kết quả bi đát.

Loài vật giết nhau khi đói, bọn chúng giết người khi no

Nhiều người rất thích xem phim động vật hoang dã, thứ nhất nó mở ra một khoảng không gian tự do của thiên nhiên, không có sự tham dự của con người. Thứ hai từ những sinh hoạt của động vật hoang dã nảy sinh ra những câu hỏi về tiến trình của con người về quan hệ sống giữa cộng đồng. Thứ ba, có cơ hội ngẫm nghĩ nhiều hơn về những ứng xử của loài vật trong chính tập thể sống của chúng.

Cảnh thú hoang săn mồi có lẽ là những hình ảnh hấp dẫn người xem nhất. Một bầy ngựa vằn đang uống nước thình lình sư tử xuất hiện rồi nhanh chóng quật ngã con mồi trong khi những con ngựa vằn khác tan tác chạy trốn. Cảnh tượng này dễ khiến cho người xem phấn khích lẫn xúc động. Sự phấn khích do bản năng nhanh chóng mất đi sau khi nhìn số phận nghiệt ngã của chú ngựa vằn trước móng vuốt sư tử.

Cái đói là động cơ để sư tử hay các loại động vật khác săn mồi, và hiếm khi người ta thấy chúng săn mồi khi đã no nê. Giết một con thú khác trong khi no không phải là bản năng của động vật, ngay cả loài dữ dằn và mạnh mẽ nhất.

Nhưng với con người thì khác. Khác rất nhiều.

Khi đói, quần thể con người trong thời tiền sử có thể cùng nhau săn thú trong tinh thần tương trợ và sau đó chia phần theo thứ tự từ người mạnh nhất cho tới kẻ yếu nhất, nhưng nói chung không ai không có phần. Tích tụ lâu ngày cái kinh nghiệm ấy loài người tiến xa hơn trong khi tìm miếng ăn.

Kẻ mạnh ý thức rằng người dẫn đầu một tập thể do sức mạnh tự thân sẽ chiếm được nhiều lợi lộc nhất và từ đó kẻ mạnh giết nhau để tranh giành quyền lực. Luật pháp không có và kẻ mạnh chính là luật chơi.

Khi đã an vị trên chiếc chiếu quyền lực giữa các hang động thời cổ đại, những kẻ dẫn đầu ấy ngày càng sắt máu hơn để giữ miếng ăn và vinh quang. Tuy nhiên tiến trình lịch sử cho thấy khi việc cấu kết để gia tăng quyền lực chưa xuất hiện và đến lúc sức mạnh cơ bắp của cá nhân tiêu hao thì sẽ bị nhanh chóng đào thải do một sức mạnh khác nổi lên trong cộng đồng.

Từ kinh nghiệm này loài người, nhất là những kẻ ham muốn quyền lực, thấy rằng chỉ có cách cấu kết những kẻ cùng cá tính, tham vọng mới giữ được chỗ ngồi lâu dài. Sau khi giật được sự kiểm soát những trung tâm quyền lực khác, nhiều phong trào cách mạng trở thành độc tài và giết người còn hơn trước khi cách mạng thành công.

Những cuộc giết người ấy giống nhau trong hầu hết các cuộc cách mạng từ Đông sang Tây. Từ cộng sản tới quân phiệt. Từ dân chủ giả hiệu tới độc tài toàn trị. Cách mạng hả hê giết người sau khi tận thu mọi thứ và no nê đến bội thực.

Giết người trong bối cảnh này khác xa với chuyện giết đồng loại để ăn thịt của loài động vật hoang dã.

Như vậy đừng cho rằng do hoang dã, dốt nát mà chúng giết người.

Nếu nhìn kỹ sẽ thấy: hành vi giết người của kẻ mạnh trong một đất nước không có luật pháp xuất phát từ ý thức bảo vệ và tự mãn với quyền lực. Những kẻ giết người này tin vào quyền lực một cách tuyệt đối và sức mạnh băng nhóm có thể giữ vững chế độ hay chính thể của chúng.

Sức mạnh chiếm đoạt ấy luôn luôn bị phản ứng bởi tiếng nói của đối lập, từ đó những nhà tù dành cho họ được hình thành. Những nhà tù giam giữ tiếng nói phản kháng nổi lên khắp nơi là hạt giống nảy sinh tinh hoa trong một đất nước xem luật pháp là trò chơi cút bắt. Tinh hoa từ những nhà tù ấy sẽ đánh thức cơn mộng du của đất nước và trở thành giông tố nếu điều kiện lịch sử chín muồi.

Thi hài thối rữa từ những vụ giết người tuy mờ ám nhưng lộ liễu trong nhà giam của công an rồi tìm một lý do nào đó đổ vấy cho nạn nhân là một trong nhiều tác nhân khiến lịch sử thức tỉnh và làm tròn vai trò của nó. Vai trò thay đổi vì sự sống còn của một dân tộc.

Các vụ giết người công khai trong các nơi tối tăm ấy của công an tuy chưa trả giá ngay lập tức nhưng cả vốn lẫn lời sẽ được tính trên từng thành viên của chế độ khi một vụ cách mạng khác xảy ra.

Lúc này dân chúng giấu sự căm phẫn của họ, nhưng đừng tưởng họ không biết.

Giấu kín ẩn ức là cá tính của người Việt. Khi vui họ không cười lớn, khi giận họ không la to, nhưng khi cần hợp quần để chống điều ác thì chính ẩn ức tích tụ làm thành sức mạnh của họ.

Không kẻ nào có thể chạy trốn khỏi đôi mắt nhân dân, đặc biệt trong thời đại Internet. Hình ảnh, dữ liệu, tên tuổi của từng kẻ giết người vẫn nằm an toàn trong mỗi chiếc máy tính của người dân khắp thế giới. Nó sẽ tung ra ngay khi nhà nước sụp đổ, lúc ấy không ai chạy thoát khỏi sự trừng phạt, trả thù từ thân nhân của những con người bất hạnh nếu lực lượng nổi dậy không thể kiểm soát, khống chế sự trả thù của người dân một cách hiệu quả.

Lúc ấy sự hoang dại của bọn giết người ngày hôm nay sẽ mềm nhũn trước tiếng gầm của đám đông. Tiếng rống cách mạng ấy nhân lên ngày một lớn tỷ lệ thuận với hành động giết người của công an ngày một nhiều và công khai hơn cộng với sự im lặng tuyệt đối của các đảng viên ưu tú.

Người dân lúc này quay cuồng trong vòng quay cơm áo nhưng con mắt thứ ba của họ vẫn tỉnh táo để nhận thấy một điều: Độc tài có thể tịch thu hết mọi của cải, phương tiện và tự do của họ nhưng độc tài toàn trị không thể vặn ngược chiều kim đồng hồ để đưa cả nước về thời kỳ đầu kháng chiến và rêu rao với họ rằng chỉ có chủ nghĩa cộng sản là ưu việt và sẽ dẫn đất nước tới bến bờ vinh quang.

Câu thần chú bạc thếch ấy sẽ được treo trên ngôi mộ vĩ đại của đất nước một khi những con thú khát thèm quyền lực không còn thích thú chuyện giết người. Khi lòng tự mãn của chúng được vuốt ve từ cơn say máu đồng bào cũng là lúc sự căm thù của dân chúng chung quanh không còn chỗ trống.

Sự tuyệt vọng từ Đồi Ngô

Đời sống không phải luôn luôn màu hồng, thế nhưng khi gặp bất hạnh, ngay cả những niềm hy vọng dù le lói nhất cũng giúp cho người ta đánh tan những giây khắc tuyệt vọng để sống còn.

Tuyệt vọng chỉ xuất hiện khi một con người sát bến bờ của cái chết và không còn gì cho họ bám víu để tiếp tục sống dù là cái sống thắt thỏm. Một bệnh nhân ung thư ở thời kỳ cuối, không người thân, không tiền bạc chẳng hạn.

Tuyệt vọng chỉ hồi sức khi phép lạ xảy ra và người ta dù muốn dù không vẫn cố tin vào phép lạ. Mầm sống của con người không dễ dàng bị hủy diệt bởi niềm tin mong manh đó. Trông mong vào phép lạ là niềm hy vọng buồn bã nhất của con người.

Hàng triệu người cũng đang chờ một phép lạ trong những thất vọng của căn bệnh giáo dục. Khi clip quay cóp tại phòng thi Đồi Ngô tung lên mạng với bao lời mắng mỏ thì con bệnh giáo dục đã đến giai đoạn cuối. Báo chí xem vụ này là nghiêm trọng và liên tục đưa tin.

Trong khi cả xã hội lên án căn bệnh thành tích của ngành giáo dục đã sinh ra quái thai *"giám thị canh chừng cho học sinh quay cóp"* thì một vài người có học vị đến giáo sư cho là không nên lấy tiêu cực để chống tiêu cực! Ý kiến dù sao cũng cần nhiều chiều, nhưng cái chiều của ông giáo sư này thì thật đáng xấu hổ cho cái gọi là giáo dục Việt Nam. Người dân thất vọng, và tiếp tục chờ xem...

Rồi tới phiên ông Bộ trưởng Giáo dục. Không ai ngây thơ chờ đợi một phát biểu mạnh mẽ của ông. Làm sao mạnh cho được khi chỉ tiêu bao nhiêu em phải đậu trong kỳ thi trung học phổ thông do ông và bộ sậu của ông soạn thảo được cả nước thuộc lòng và xem là chuyện bình thường?

Chính cái chỉ tiêu ngu xuẩn ấy mà người ta gọi là bệnh thành tích đã đẩy người giáo viên vào sát bức tường ô nhục của sự giả dối. Ông Phạm Vũ Luận nhẩn nha nói rằng các em quay clip còn trẻ chưa hiểu vấn đề nên bị bọn xấu lợi dụng để làm việc này. Phải suy xét cho các em và nên giáo dục để các em tránh bị kích động lôi kéo. Ông Luận cũng không quên trách móc tại sao lại công bố cái clip khiến cho việc quản lý điều hành của cơ quan chức năng khó khăn thêm!

Từ thất vọng, lời nói của ông Luận kéo người nghe gần sát bờ của tuyệt vọng.

Là người trách nhiệm trước việc làm sai trái của nhân viên dưới quyền ông Luận không nhắc tới người vi phạm là các giám thị phòng thi, lại hồ đồ nói những việc làm này là từ bọn xấu lôi kéo còn các em do còn nhỏ chưa hiểu biết gì.

Một sự đánh tráo khái niệm rất thô thiển và rất đáng phẫn nộ. Ông Phạm Vũ Luận đã cáo buộc người phát hiện tiêu cực và giả vờ ngây thơ trước việc làm không thể chối cãi của những kẻ thực hiện lệnh của ông: *"chỉ tiêu học sinh tốt nghiệp phổ thông mỗi năm"*.

Cho tới khi xem cái clip thứ hai công bố, thấy được gương mặt của một cô giám thị trong phòng thi, lòng trắc ẩn của nhiều người lên tới cực độ và chỉ muốn khóc. Ai lên án cô giám thị này sẽ là người không có trái tim. Hãy suy nghĩ kỹ, cô làm cái công việc trớ trêu này thì có gì vui?

Cô đang là một cọng rơm trong giòng lũ băng hoại của ngành giáo dục. Nỗi buồn trong đôi mắt cô mồn một khi đi thu lại tài liệu quay cóp do cô phát cho học sinh trước đó. Cô không còn là cô giáo nữa mà đã bị hệ thống này biến thành một robot mang nhãn hiệu đẹp đẽ có tên *"giáo viên"*.

Rất muốn khóc khi chia sẻ với nỗi đau trong tận tâm hồn cô. Cũng muốn khóc khi biết rằng sau khi vụ này ra ngô ra khoai thì chính cô và gia đình sẽ là những nạn nhân đầu tiên của Bộ Giáo dục. Cô sẽ bị tế thần như xưa nay nhiều người từng bị. Xin chia sẻ nỗi nhục của con cái cô khi bị bạn bè chúng bêu rếu, khinh bỉ.

Và sau cùng xin chia sẻ những gì mà cô đang chịu đựng hôm nay, vì chúng ta không thể thoát ra bộ máy công quyền chỉ sản sinh những con robot phục vụ cho sự ngu dốt và hãnh tiến. Trong hệ thống ấy có tôi, một phụ nữ cam chịu và bé mọn như cô, như những giám thị bị cấy vào bộ óc những lập trình mà thuật ngữ điện toán gọi là *"error"* nhưng vẫn hoạt động một cách bình thường!

Chúng ta đã quen và thành nếp với những suy nghĩ *"tại sao phải khác người?"*. Tự biện bạch *"người ta sao mình vậy"* là một cách thỏa hiệp với dối trá và đang khoét vết thương giáo dục sâu hơn. Người có bằng cấp từng được xã hội trọng vọng và đặt niềm tin vài chục năm trước bây giờ cùng nhau im lặng như chưa bao giờ là trí thức. Người ta chăm chăm theo dõi từng đồng lương cuối tháng mà quên mất đi giá trị sống của từng ngày.

Mỗi một ngày trôi qua, người có học chọn sự im lặng trước những sai trái của giáo dục làm cho những người thấp bé hơn họ im lặng theo vì mất phương hướng. Cả cộng đồng giáo dục sống trong tình trạng bầy đàn và chen chúc, ngụp lặn với nhau trong mớ lương còm cõi như bố thí.

Người ta chấp nhận đồng lương dưới đáy xã hội mà không lên tiếng hỏi xem các ông phát lương cho chúng tôi như thế này làm sao học sinh chúng tôi giỏi cho được? Nếu không thể dạy cho chúng theo tiêu chuẩn mà các ông đưa ra thì chúng tôi có cách nào khác hơn là phải lén lút nâng điểm cho chúng để hài lòng các ông, còn chúng tôi thì bị mạt sát, khinh thường thậm chí bị ném đá vì những điều khốn nạn như vụ clip Bắc Giang?

Tuy đã tiếp cận với ranh giới của tuyệt vọng nhưng tôi vẫn cố chờ đợi một niềm tin nào đó từ thế hệ trẻ. Tôi chờ phép lạ. Tôi chờ một cuộc cách mạng giáo dục. Và tôi cả tin cuộc cách mạng ấy nếu có xảy ra chỉ có thể đến từ tay người trẻ, những thế hệ sau chúng tôi. Thế hệ chúng tôi và trước nữa đã quá già trong cách nghĩ trong khi thể xác lại diêm dúa một cách rất bất thường.

Không may cho tôi khi đọc một bài báo trên tờ Tuổi Trẻ tập trung những ý kiến của những người mà tôi đang ao ước, chờ đợi. Đọc xong những ý kiến này tôi đau đớn như không thể đau đớn hơn. Tâm trí tôi chết lâm sàng. Tôi chết trong tuyệt vọng.

Một học sinh đã nhận xét người quay clip trên Facebook của mình:

"...Thằng ngu này. Giám thị đã thương tình 12 năm ăn học mà thả lỏng cho mày lấy cái bằng tốt nghiệp, lại còn làm cái trò mèo

này nữa. 95% năm sau khổ rồi". "Thằng nào mà óc chó thế?", "Lũ Bắc Giang ngu học. Năm sau mình khổ rồi"...

Khi một phụ nữ phản bác lại ý kiến của các em liền bị pháo kích:

"Chị có dám khẳng định là chị chưa bao giờ gian lận không? Thi xong rồi thì muốn phán thế nào cũng được cả. Em tin là thế hệ "già" đến 90% nhờ thế mà tốt nghiệp. Thế nên đừng nói giới trẻ!"

Nếu còn chút hy vọng gì vào phép mầu cách mạng giáo dục thì những chú robot con này đã đập tan đến từng tế bào cuối cùng của niềm tin. Bây giờ thì tôi chấp nhận ý kiến cho rằng cả xã hội này đã băng hoại mà không tự giác được sự băng hoại ấy. Người ta đã biến nhiều thế hệ trẻ hết sức khôn ngoan trong sự thỏa hiệp để sống còn nhưng lại tỏ ra ngu muội một cách khó hiểu trước các giá trị đạo đức. Chúng được lập trình theo khuôn mẫu của chủng loại robot giáo dục và hành động rập khuôn như nhau trong từng cách ứng xử. Người nào suy nghĩ hay hành động thoát ra ngoài cái lập trình ấy sẽ bị hệ thống thông báo tín hiệu *"error"* và trò chơi chấm dứt.

Entry này cũng chấm dứt bằng một sự tuyệt vọng thăm thẳm, đau đớn và rách nát.

Những kẻ có nhiều tiền
luôn muốn là hào quang,
mặc dù chỉ là hào quang giả,
chỉ đủ soi một góc khuất của ai đó
bên dưới cuộc đời.

Chiếc giường và tấm bảng

"Đại gia 75 tuổi, ông Lê Ân sắp đưa về Việt Nam chiếc giường được cho là đắt nhất thế giới. Chiếc giường Royal Bed có giá 175.000 USD do hãng sản xuất giường Savoir Beds (Anh) sản xuất".

Thật đáng ngưỡng mộ số tiền đại gia Lê Ân bỏ ra với lời xác định của chính đương sự là tranh tiếng với 60 đại gia thế giới khi ông là người đầu tiên được hãng sản xuất nhận bán. Ông Ân đã thắng 59 người kia mà có lẽ 58 người trong họ là Tàu. Bọn nhà giàu bây giờ biết nơi để tập trung lắm, chúng không còn lựa các nước Tây phương mà đến, chúng kéo nhau ùa về Tàu, về Việt nam và mới đây có tin ùa cả về cái xứ Bắc Triều Tiên nữa. Thật là thông minh.

Ông Lê Ân và những người ngưỡng mộ chiếc giường được gọi là siêu khủng ấy đang ngày ngày chờ xem mặt mũi của nó ra sao. Và như thông thường, dám cuộc không sợ thua, chỉ sau một ngày thôi thì niềm hưng phấn ấy trôi tuột như tiếng chặt lưỡi của loại thạch sùng trong đêm vắng.

Người nào bỏ công lặn lội ra Vũng Tàu xem chiếc giường sẽ quay về nhà với sự tiếc rẻ vì không được ngồi thử lên trên để biết độ êm của nó. Xem giường mà không được nằm lên không khác nào làm tình nửa chừng bị hất văng xuống đất.

Giường để nằm chứ không phải để xem, đó là chân lý.

Khi ông Ân và cô vợ trẻ nằm lăn lộn trên ấy họ nghĩ đến sự thèm thuồng của hàng ngàn kẻ xem giường và việc này sẽ là yếu tố khiến hai ông bà mãn nguyện trước tiên. Sự thèm thuồng của họ làm cho ông Ân, vốn đã trên 75 hưng phấn thêm khi thi hành công đoạn tiếp theo.

Quần chúng xếp hàng xem giường như đi xem lăng là liều thuốc cực mạnh bơm vào lòng tự mãn của đại gia Lê Ân và vì vậy những bài báo quảng cáo chiếc siêu giường ấy đáng được đại gia này cho một ít tiền "boa" khi đã tận tụy ngắm nghía, phân tích, sờ nắn từng centimet những cấu trúc của chiếc giường siêu khủng ấy.

Không một luật lệ nào cấm người ta xài tiền. Hơn nữa ông Lê Ân đã làm nhiều việc mà báo chí mô tả là từ thiện. Ông Lê Ân có quyền hả hê trước đồng tiền mình bỏ ra sau khi đã chi cho xã hội nhiều công ích. Ông tuyên bố sẽ xây căn nhà 150 tỷ làm trụ sở cho những việc công ích ấy. Điều này cho thấy ông có tấm lòng với tha nhân như thế nào, còn việc chiếc nhà 150 tỷ có chứa hết bao nhiêu hồ sơ từ thiện ông sẽ làm hay không thì phải chờ sau khi ông mất người ta mới tổng kết được.

Ông Ân muốn theo chân các tỷ phú Mỹ như Bill Gates hay Warren Buffett thì thật là phúc đức cho người nghèo nói tiếng Việt. Ông cho xây nhà lớn như thế thì ắt những vật phẩm từ thiện sắp được phân phát không thể nào nhỏ. Vậy mà có kẻ ác miệng gọi ông là thí mẩu bánh cho người nghèo để câu khách không...nghèo vào khu du lịch của ông. Luận điệu phá hoại niềm tin như thế không thể chấp nhận được.

Nhưng chiếc giường của ông Ân vẫn làm nhiều người...trằn trọc. Không phải vì không được nằm lên mà vì cảm thấy nó lấn cấn. Lấn cấn vì chiếc giường của đại gia này làm cho xã hội chia thành ba phe.

Phe thứ nhất nhiệt tình cổ võ cho ông Ân vì khâm phục sức chơi quá khủng của ông. Khâm phục và tự nhủ lòng nếu có tiền như vậy họ sẽ chơi trội hơn để tìm cảm giác được người khác khâm phục. Cảm giác làm vua không ngai ấy đang được nhân rộng ra, tâng bốc lên qua phương tiện truyền thông và không có gì cho thấy hiện tượng này sẽ dần dần biến mất hay ít đi.

Phe thứ hai khinh bỉ ra mặt và chỉ chửi...trong lòng hay cùng lắm là giữa các cuộc cà phê hay bữa nhậu. Lấy lý do nào đấu tố ông Ân khi đồng tiền bỏ ra là của ông ấy? Người cùng nằm trên giường với ông là bà vợ có hôn thú của ông ta cho dù bà ấy chỉ hơn hai mươi tuổi. Tuổi tác cũng là mẫu số của đồng tiền vậy thì có gì là xấu? Khác xa với Dương Chí Dũng, lấy tiền nhà nước mua nhà cho bồ nhí nên bị trảm thì cũng đáng đời rồi.

Chả lẽ lại bới móc chuyện ông Ân còn một đống con cháu thất cơ lỡ vận đang được báo chí soi mói? Ô hay, chúng nó lớn cả rồi, ông còn phải có đời sống riêng của ông nữa chứ? Mà có cái gì riêng cụ thể hơn một chiếc giường trong phòng ngủ?

Phe thứ ba: đọc tin này như một vết cắt nhức nhối trong lòng nhưng khó thể lên tiếng. Cái đau của người không đủ tiền để mua ly trà đá sau một cuốc xích lô cho khách. Phe này nhiều lắm, chiếm hơn phân nửa toàn xã hội Việt Nam. Họ là những công nhân mài miệt trong các nhà máy nước ngoài để lãnh những đồng tiền nội tệ ít ỏi. Họ là những nông dân mất ruộng, rổ rá ra đồng mót từng hạt lúa lép để sống còn. Họ là những công dân nhập cư đang trôi nổi khắp phố phường với đủ thứ nghề từ bán vé số tới bán cả thân thể của mình để kiếm từng ngàn bạc.

Chiếc siêu giường không có chỗ cho sự tưởng tượng của họ vì trong trí óc của hầu hết những con người ấy chén cơm, manh áo lớn hơn hàng ngàn lần cái giường kỳ khôi của đại gia Lê Ân.

Ông Ân đã trải qua tù tội, nghèo nàn và thậm chí bị khinh bỉ nữa. Có lẽ việc mua giường của ông là hành động trả thù đời chăng? Nếu thế thì trả thù ai đây? Không lẽ trả thù mấy chiếc giường xi măng giá lạnh trong trại giam hay mấy manh chiếu rách khi ông còn hàn vi nằm phơi giữa chợ như ông từng kể?

Nếu thế thì tội nghiệp cho những người nghèo, tội phạm đang nằm trên đó như ông ngày xưa. Nếu biết được sự trả thù này có lẽ họ sẽ không ngủ được vì nỗi ám ảnh lẫn ước mơ không bao giờ thành sự thật với câu chuyện thần tiên của chiếc giường bạc tỷ.

Nhưng cũng may, có một câu chuyện khác làm cho người nghèo ngủ được. Liều thuốc ngủ không tốn một xu để mua nhưng giá trị của nó không thể phủ nhận.

Thay vì nằm trên chiếc giường bạc tỷ để thỏa mãn cảm giác tìm sự thần tiên hí lộng, người ta có quyền bồng bềnh trên một tấm bảng viết lời nhân bản, yêu thương của đồng loại.

Đồng loại được viết hoa chữ NGƯỜI qua cách nắn nót trên một tấm bảng đen học trò: *"Sửa xe đạp. Các cháu học sinh cấp 1, 2 đi học qua đây nếu bị hỏng xe ông sửa ông không lấy tiền, (nếu) ông chưa sửa kịp (thì) ông đưa đến trường. Ông Tâm"*.

Tấm bảng của một ông già tên Tâm, 63 tuổi đang cư ngụ tại xóm 4, thôn Cầu Cảng, xã Tả Thanh Oai, Thanh Trì, Hà Nội tự nguyện sửa xe không công cho các cháu đã làm rúng động mạng Internet. Sức rung chấn hơn hẳn chiếc giường của đại gia Ân.

Chiếc giường Royal Bed nếu đặt bên cạnh tấm bảng đen chữ viết bằng phấn trắng của ông Tâm sẽ là một thảm họa. Thử tưởng tượng khi hai vật ấy đặt bên nhau người ta, bất cứ là ai, sẽ xúc động vì tấm bảng hay chiếc giường?

E rằng hãng Savoir Beds sẽ kiện ông Tâm vì theo quảng cáo của họ thì chiếc giường này là phương tiện tuyệt hảo giúp người ta chìm sâu vào giấc ngủ, thế nhưng khi đặt bên cạnh chiếc bảng đen phấn trắng của ông thì nó trở thành nỗi ám ảnh, thù hằn của người nghèo và họ chọn tấm bảng như một thái độ trân trọng trước tấm lòng của người đối với người.

Của cho không bằng cách cho. Chiếc giường làm cho đại gia ngủ ngon cùng vợ nhưng lại khiến nhiều người mất ngủ mặc dù đại gia hứa là sẽ hiến tặng rất nhiều cho người nghèo.

Ông Tâm xe đạp không cho.

Ông dâng hiến công sức, thời gian và kể cả sự khiêm nhượng tận cùng của mình cho con người, vật phẩm của thượng đế. Viết lên tấm bảng những lời lẽ đầy nâng niu như sợ các con người như ông đau đớn, ông đã làm không ít người lớn đau đớn vì hành động đẹp đẽ của ông. Họ đau đớn vì nhận ra mình đã quá lâu sống trong ảo tưởng mà chiếc giường của ông Ân là một điển hình.

Đó là nói về phản ứng của những con người, còn các con khác phản ứng ra sao thì có ma mới biết.

Những tấm ảnh

Chỉ trong vòng vài ngày người dân được xem những tấm ảnh minh họa rất sinh động tình trạng chính trị xã hội của Việt Nam đến tận gốc rễ. Những tấm ảnh đăng tải trên báo chí chính thống và chúng không hề được Photoshop, vì vậy đã đào sâu vào ý thức nhận dạng sự việc của người xem cùng những tầng nấc ý nghĩa cũng như phản ứng xã hội mà nó chuyển tải.

Tấm ảnh thứ nhất là một em nữ sinh bị bảo vệ cột tay vào lan can của một siêu thị trên ngực mang tấm bảng: "Tôi là người ăn trộm".

Ban đầu tấm ảnh này xuất hiện trên trang mạng xã hội nên người xem không biết là cũ hay mới, hơn nữa thông tin về tấm ảnh không rõ ràng. Thế nhưng chỉ sau hai ngày báo chí đã tìm ra được địa chỉ của nó là siêu thị Vĩ Yên thị trấn Chư Sê và những người bắt trói em S. là 4 bảo vệ của siêu thị này.

Vật bị trộm là hai cuốn sách.

Em S không những đói ăn, vì nghèo, mà em còn đói sách. Loại sách thiếu nhi như chất dinh dưỡng tâm hồn trẻ thơ của em đã thôi thúc em đến hành động mà bất cứ đứa trẻ nào cũng có thể làm nếu không được nhà trường và gia đình hướng dẫn rằng việc làm đó là xấu cần phải tránh.

Hai cuốn sách thiếu nhi đã dẫn em S vào cơn trầm cảm đến suốt cuộc đời vì không ai có thể tẩy xóa vết thương ấy trong lòng em, một đứa trẻ ngây thơ không thể nào ngờ sự ác tâm của những người lớn dành cho em trong siêu thị Vĩ Yên.

Không biết Quốc hội có nghe vụ này hay không nhưng Bộ Giáo dục đã bị quốc hội mắng té tát (từ dùng của báo GDVN) vì đã xin cấp 34 ngàn tỷ để đổi mới sách. Có lẽ cũng nên mắng cái Bộ này vì không tiền in sách thiếu nhi cho các em như em S trong khi hết tỷ này đến tỷ khác rơi vào túi các bậc "hiền tài" của Bộ giáo dục như giấy lộn.

Tấm ảnh thứ hai là thi thể của anh Đỗ Văn Bình, 18 tuổi, quê ở xã Đại Hiệp, huyện Đại Lộc, tỉnh Quảng Nam tử vong tại nhà tạm giam Công an Huyện Hòa Vang, thành phố Đà Nẵng sau khi anh Bình ra công an huyện Hòa vang đầu thú. Anh Đỗ Văn Bình chết tại trại giam của công an huyện Hòa Vang chiều ngày 14 tháng Tư và được công an thông báo với gia đình là tự tử.

Không cần nói thì người dân cũng biết vì sao anh Bình chết nhưng việc cần nói là vì sao cứ mỗi lần như vậy thì không ai bị truy tố, các cấp cao nhất của công an luôn phát ngôn là không có hành vi trái phép nào xảy ra và rồi mọi chuyện lại trôi qua, những người khác tiếp tục vào đồn, tiếp tục chết và cứ thế...cứ thế...

Vào đồn công an tự tử đang là mốt thời thượng nhưng rất khó coi. Có lẽ để ngăn chặn bớt cái mốt ấy nên Bộ trưởng công an Trần Đại Quang vừa yêu cầu Quốc hội chuẩn thuận thêm 6 tướng nữa cho ngành này.

Có lẽ công an thiếu tướng đứng coi nhà giam chăng?

Các tấm ảnh kế tiếp là Bộ trưởng y tế Nguyễn Thị Kim Tiến vi hành chống sởi. Cái hại nhất là cách ăn nói nên khi nhìn vào những tấm ảnh của bà bộ trưởng người dân lập tức phản ứng như chính gia đình của họ bị bà cho ăn những chiếc bánh vẽ đã mốc meo.

Bản thân bà Kim Tiến đang có ba vị trí xã hội, thứ nhất bà là Tiến sĩ y khoa từng đạt danh hiệu Thầy thuốc nhân dân, thứ hai bà đương nhiệm chức Bộ trưởng Y tế, và thứ ba bà còn là công dân của nước Cộng hòa Xã hội chủ nghĩa Việt Nam.

Không hiểu sao học hành giỏi giang như thế nhưng khi nói thì hình như có ai đó nói giúp cho bà, vì mỗi lần bà nói là một lần sóng gió.

Là bộ trưởng y tế nhưng bà đã không công bố dịch sởi đúng như các nước người ta từng làm và vẫn làm như từ trước tới nay. Bà không kiểm tra vắc-xin chủng ngừa trong kho có đủ cho một cộng đồng cư dân nhất định nào đó hay không chứ không nói là cả nước. Đến khi có dịch sởi xảy ra thì bà lại cấm báo chí không được tham dự cuộc họp giữa bộ y tế và WHO và nói rằng đây là cuộc họp chuyên môn báo chí không được dự.

Bà không phân biệt nổi giữa một hội nghị chuyên môn và hội nghị chỉ dựa vào chuyên môn để tìm giải pháp chống sởi, trong đó thông tin của báo chí sẽ góp phần ổn định dư luận đang dậy sóng vì phát ngôn của bà.

Là Bộ trưởng Y tế nhưng bà không ngần ngại gì khi nói: *"Lỗi của vắc xin thì xử vắc xin... do kỹ thuật xử lý kỹ thuật"*, *"Thiếu giường bệnh thì phải hỏi... Nhà nước!"* hay tệ hơn: *"Tăng viện phí là thành tựu y tế"* . Bằng ấy câu chữ góp lại sẽ ra một tấm hình khác rất méo mó và rất phù thủy mà không cần phải xử dụng phần mềm Photoshop.

73

Là một "thầy thuốc nhân dân" nhưng bà lại phát biểu: Nếu có con cháu bị sởi sẽ không dại gì mang trẻ vào Bệnh viện nhi Trung ương.

Câu nói này rõ ràng là bà đang lấy cái danh hiệu "thầy thuốc nhân dân" của bà để mắng mỏ những anh, những chị thầy thuốc "không, hoặc chưa nhân dân" tại Bệnh viện nhi Trung ương. Bà không thể biện minh rằng bà muốn nói đừng vào bệnh viện này vì quá tải, vì không đủ sức chữa trị cho tất cả các trẻ vì nếu nói như thế thì chính bà đã chống lại chức vụ Bộ trưởng Y tế của mình.

Là một công dân bà nghĩ sao khi phát biểu rằng: "Hãy thử hình dung, bàn thấp chỉ 50cm, ghế cũng thấp. Kèm theo đó là bụi bặm, chặn lối giao thông, rửa bát đũa trong cái xô... trông mất mỹ quan và mất vệ sinh. Tôi không hiểu sao người dân thành phố mình vẫn ngồi ăn."

Bà không hiểu nhưng mọi người đều hiểu.

Văn hóa vỉa hè là nét đặc sắc của Việt Nam. Nó không hề thua kém bất cứ nền văn hóa ẩm thực vỉa hè nào của thế giới và nét văn hóa đáng yêu này đã ăn sâu vào từng con người Việt Nam. Là người Việt lại nói không ăn vỉa hè là điều dối trá và hợm hĩnh. Bà chỉ có thể nói rằng tại sao Bộ y tế không cải thiện được tình trạng vệ sinh thức ăn đường phố, và câu hỏi này sẽ rất khác câu hỏi mang tính công dân của bà.

Trong những tấm ảnh chụp sởi mọc đầy trên thân thể của trẻ em nạn nhân sởi có một tấm ghi nhận những mụt sởi lan tận vòm họng của trẻ. Không lẽ tôi lại bất kính lấy tấm ảnh này so sánh cho các phát ngôn của bà hay sao?

Thế nhưng những tấm ảnh của bầu Kiên lại hoàn toàn khác.

Các tấm ảnh chụp bầu Kiên ra tòa gần như tổng hợp cả hệ thống chính trị Việt Nam không gì độc đáo bằng. Nếu có một giải Pulitzer cho Việt Nam thì những tấm này không khó khăn gì để đoạt giải.

Tấm thứ nhất: Bầu Kiên bị áp giải ra tòa với sợi giây xích cả hai chân và dọc thân mình, giống như một tội phạm khủng bố hay cướp nhà băng nguy hiểm cần phải đề phòng tẩu thoát. Giống như dẫn một con chó ra tòa chứ không phải một con người, nhất là người nổi tiếng và chưa hề có tiền án tiền sự nào như bầu Kiên.

Tấm ảnh nảy sinh một câu hỏi: có phải hệ thống tư pháp đang bị làm nhục hay ngược lại hệ thống này đang cố tình làm nhục bầu Kiên?

Tấm thứ hai trong phòng xử án: ánh mắt khinh bỉ và nhạo báng của bầu Kiên chứng tỏ ông không hề sợ hãi đã làm cư dân mạng xôn xao và cho đó là tấm ảnh của một anh hùng và có người còn trại đi: gian hùng.

Không biết bầu Kiên có anh hùng hay gian hùng hay không nhưng khi thấy ánh mắt này rất nhiều người sẽ có cảm giác rằng đấy chính là đôi mắt mang hình viên đạn. Sự khinh bỉ lẫn căm thù bộc lộ trong đôi mắt ấy và thông điệp của nó gửi tới cho tòa án xử ông rất rõ ràng: cả căn phòng này không ai có quyền xử tôi cả vì tôi với lãnh đạo của các ông đều cùng một giuộc.

Vô cảm bắt đầu từ đâu?

Trong khi nỗi buồn về cái ác vẫn tiếp tục nằm nguyên trong trí thì sáng hôm nay vô tình vào trang báo Sài Gòn Tiếp Thị Online, một câu chuyện làm nhiều người ấm lòng. Câu chuyện nằm khiêm nhường ở một góc khuất và chỉ sau một ngày thì nó đã lặng lẽ biến mất hay nép mình vào phía sau tờ báo để cho các tin khác sốt dẻo hơn phơi ra ở mặt tiền.

Chuyện kể lại hai sinh viên nghèo cứu một cô gái bị tai nạn nằm dọc đường trong khi những người trước đó lái xe đi ngang với sự im lặng vốn thường có trong xã hội.

Hai sinh viên được biết là Nguyễn Công Hiến, sinh viên học viện Bưu chính viễn thông TP.HCM và Nguyễn Viết Sơn, sinh viên đại học Công nghệ thông tin TP.HCM. Theo SGTT vào khoảng 23 giờ đêm 9 tháng 11 trong khi chở nhau trên quốc lộ 1 A hai anh thấy dòng xe bỗng chậm lại và mọi người chạy chầm chậm ngang một người đang nằm bất động bên đường. Chiếc xe của người bị nạn nằm lăn lóc một bên và không ai dừng xe lại để nhìn xem nạn nhân ra sau.

Hai anh ngừng xe, băng ngang dòng xe cộ đang dập dìu trong ánh đèn xe hai chiều dày đặc. Người bị nạn là một cô gái vẫn còn thoi thóp và một trong hai chàng trai gọi 115 để xin cấp cứu.

Tuy nhiên thấy tình trạng cô gái ngày một xấu hơn nếu chờ xe tới nơi thì cô sẽ khó mà qua khỏi.

Hai chàng sinh viên quyết định một người lái, một người bế cô gái ngồi sau xe chạy thẳng về bệnh viện đa khoa Thủ Đức. Cô gái vào tới phòng cấp cứu trong tình trạng mê man. Những tưởng đã yên nhưng một vấn đề khác khiến hai sinh viên ngẩn người khi bệnh viện cho biết không thể cứu cô gái khi không có tiền đóng trước các chi phí, nhất là tiền chụp CT do cô gái chấn thương ở đầu.

Cái giá phải trả là 800 ngàn, nhưng với hai sinh viên nghèo này thì không thể đào đâu ra. Thế mà lòng thương người đã vượt mọi thách đố. Chiếc xe gắn máy cà khổ chở nạn nhân được chủ nhân của nó quyết định mang đi tiệm cầm đồ để lấy số tiền 800 ngàn cứu cô gái. May mắn thay, vài người bạn ở nhà được hai anh thông báo đã chạy ngay tới bệnh viện để hỗ trợ cho hai anh bằng tiền của họ.

Thế là chiếc xe không phải vào tiệm cầm đồ, còn cô gái nhờ đó đã qua được cơn nguy kịch.

Một kết cục tốt đẹp dĩ nhiên dành cho hai chàng sinh viên nghèo khi cô gái tỉnh dậy và gia đình cô được thông báo đến lo cho cô. Hai chàng trả lời phóng viên tờ SGTT một câu rất giản đơn: Cứ giúp người đi, sẽ có người giúp lại!

Câu chuyện có bao nhiêu nhưng biết bao điều đọng lại trong lòng người đọc. Hình ảnh quần áo hai sinh viên dính đầy máu nạn nhân có lẽ khiến cho người ngoài ái ngại, nhưng dưới ánh mắt của thân nhân cô gái thật không gì đẹp bằng. Gia đình nạn nhân cũng rất nghèo và trong mắt họ hai chàng trai thực sự là một biểu tượng của lòng nhân ái mà hiếm hoi lắm mới có thể gặp trong đời sống này.

Người nghèo đã quen sống trong những thua thiệt nên mọi bất hạnh đến với họ chỉ giống như mảnh đất vốn dã khô cằn thì nắng có nóng thêm một chút cũng không làm họ sờn lòng. Bất quá, đói thêm một chút thì uống nước cho qua, lạnh thêm một chút thì co người tìm ấm. Dạ dày không thể làm họ quỵ ngã trước bất cứ nỗi khổ nào. Bên cạnh mơ ước có đủ tiền để sống có lẽ cái làm họ ấm lòng nhất là tình người.

Cái ác thường nảy nở trên những mảnh đất hoang vu, thiếu vắng sự cảm thông của người với người, thế nhưng điều thiện không khác gì hạt giống tốt, hạt càng khô nó càng sống mạnh khi đến mùa gieo hạt.

Xã hội đã quá lâu ủ những hạt giống mạnh khỏe trong bóng tối và quên bằng chúng cần phải được gieo trên cánh đồng đạo đức. Qua câu chuyện của hai sinh viên nghèo này thì có vẻ hạt giống đã nảy mầm trên chính những giọt máu của những con người cùng khổ. Điều thiện đã trở lại sau bao trở ngại do xem thường tính chất đạo đức trong xã hội hay những vật cản làm cho việc thiện không có cơ hội nảy mầm?

Cái gì là vật cản ở đây, khi việc thiện tuy hiếm khi xảy ra nhưng chưa có một ai đủ can đảm khước từ làm điều thiện?

Xin thưa: Có, và rất công khai.

Đó là hệ thống cấp cứu của bệnh viện trên toàn quốc đã và sẽ thẳng thừng từ chối cứu người khi không có tiền đóng trước các loại viện phí.

Mọi người sống ở xứ sở này đều biết như vậy, và vì do biết nên không ai dám mang một nạn nhân bất tỉnh không quen biết vào bệnh viện.

Người dân không vô cảm nhưng chính sự vô cảm của hệ thống chính trị cho phép các quy định loại này của bệnh viện đã phá vỡ thô bạo hàng rào đạo đức, vốn dễ vỡ như thủy tinh, nay lại càng được dịp lan tỏa vào tất cả cộng đồng.

Nhà nước không có bất cứ một tư duy nào về tính vô cảm này đang hiển hiện trong xã hội để tìm cách sửa đổi nó. Bộ Y tế vẫn mài miệt tìm xem dung dịch mà TS Ozon Nguyễn Văn Khải có phù hợp hay không, bất kể kết quả cho thấy người dân đang nằm la liệt bỗng dưng đứng dậy về nhà sau khi được TS Khải chữa trị bằng cái chất dung dịch đơn giản mà hiệu quả của ông.

Bộ Y tế sợ sức tác động của bệnh nhân khi được ông Khải cứu do thành kiến, cũng giống như bệnh viện vì lợi nhuận sẵn sàng cho bệnh nhân chết nếu không có tiền đóng trước.

Hai việc tuy khác mà giống nhau: Giết người do thành kiến và lợi nhuận.

Báo chí cứ chạy theo phán xét tại sao thời buổi bây giờ người dân vô cảm quá. Báo chí không khai thác một góc rất lớn của người dân khiến họ phải đành lòng bỏ qua những điều phải làm của một công dân lương thiện: họ quá bận rộn mưu sinh và tự bảo vệ cho gia đình trước các biến động bên ngoài xã hội, trong đó một phần không nhỏ là các phiền hà đến từ nhà nước.

Hành động đáng ngưỡng mộ của hai sinh viên Nguyễn Công Hiến và Nguyễn Viết Sơn chỉ là hai cái phao đơn lẻ giữa đại dương mênh mông nhưng có tác dụng nhắc cho nhà nước biết rằng hệ thống y tế của mình cần phải xét lại. Lợi nhuận không phải lúc nào cũng đúng khi nó từ bỏ cả cái slogan cao quý của mình: Lương y như từ mẫu.

Xin hãy chữa trị bệnh vô cảm bắt đầu từ nơi chuyên chữa bệnh cho xã hội trước khi nói tới chuyện gì khác. Còn chữa bằng cách nào thì đó là việc của nhà nước chứ không phải việc của người dân chúng tôi.

Người Việt độc ác...

Có lẽ bạn chưa bao giờ tỉ mỉ lập một danh sách mà các tờ báo cả nước loan tin trong một ngày về một chủ đề nào đó. Nếu rảnh rỗi, thử một lần xem.

Câu nói cửa miệng của một số đông người đọc báo hôm nay là báo lề phải chỉ chuyên khai thác những tiết mục " đâm, giết, hiếp". Nhận định này đúng nhưng không công bằng cho người làm báo. Thử tưởng tượng xem mỗi ngày có hàng chục vụ giết người trên cả nước như ngày 14 tháng 11 chẳng hạn, nếu là người làm báo thì bạn sẽ làm gì?

Xin xem những gì mà các báo loan tải:

Dân Việt 14-11: Thắt cổ chồng đến chết rồi ung dung đi ăn cưới. Bà Đỗ Thị Thơ, sinh năm 1976, dân tộc Kinh, trú tại xã Linh Hồ, huyện Vị Xuyên, tỉnh Hà Giang chính là vợ của nạn nhân.

Bee.Net 14-11: Một người chăn bò bị chém chết tên Võ Văn Giới ngụ ấp 3, xã Xuân Tây, huyện Cẩm Mỹ.

Lao Động 14-11: tại số nhà 228, thị trấn Trùng Khánh, huyện Trùng Khánh, tỉnh Cao Bằng đã xảy ra một vụ cướp hết sức táo

83

tợn làm chị Nông Thị Thu thiệt mạng và anh Đinh Trọng Thành bị thương nặng.

Lao Động 14-11: Vụ án giết bảo vệ, cướp ngân hàng xảy ra ở chi nhánh ngân hàng Nông nghiệp và Phát triển Nông thôn (Agribank) Bình Đà, Thanh Oai, Hà Nội, bước đầu đã có những manh mối.

Bee.Net 14-11: Vì muốn báo thù anh Nguyễn Việt Cường, ở phường Nguyễn Văn Cừ, TP Quy Nhơn, Bình Định, giảng viên khoa Lịch sử Trường ĐH Quy Nhơn, mà Đặng Văn Cửu, 22 tuổi, ở xã IaYok, IaGrai, Gia Lai, sinh viên năm cuối trong trường, đã bắt cóc cháu Nguyễn Việt Dũng 8 tuổi, học sinh lớp 3 Trường tiểu học Ngô Mây rồi ra tay sát hại dã man.

Dân trí 14-11: Xảy ra mâu thuẫn, Bình vỗ cán chổi bằng cây lao vào đánh tới tấp vào đầu chị Hà. Khi phát hiện nạn nhân gục hẳn, đối tượng này lạnh lùng đưa cô vợ "hờ" lên giường đắp chăn rồi tẩu thoát.

Thanh Niên 14-1: Hầu như đêm nào khoa Cấp cứu của các BV Chợ Rẫy, Nhân dân 115, Nhân dân Gia Định, Chấn thương chỉnh hình... cũng tiếp nhận những ca nhập viện do đánh nhau, đâm chém. Những đối tượng này thuộc nhiều lứa tuổi (khoảng 16 đến 40 tuổi). Theo các BS, tình trạng đả thương về đêm nhiều hơn ban ngày.

Tiền Phong 14-11: Lãnh đạo Trại giam A2, Bộ Công an, Diên Xuân, Diên Khánh, Khánh Hoà xác nhận, tối 8-11 một hạ sĩ quan của trại A2 là N.N.H đâm bị thương hai người tại khu nhà trọ.

Việt Báo: Ngày 15/11, Công an quận Thủ Đức, TP HCM đã đưa Kim Văn Bình về nhà trên đường 12 phường Tam Bình để thực nghiệm hiện trường hành vi sát hại dã man người chung chăn gối suốt nhiều năm.

84

TTXVN 14-11: Vụ giết người chỉ vì... điếu thuốc.

VietnamNet 14-11: Chân dung kẻ nghịch tử hiếp dâm em gái ruột.

VnExpress 14-11: Bà chủ thu đổi ngoại tệ bị sát hại tại nhà. Người đàn bà kinh doanh thu đổi ngoại tệ nằm chết trong bếp với 3 vết chém. Cạnh đó, người chồng bất tỉnh, cơ thể đầy thương tích.

Dân Việt 14-11: Nam sinh viên đâm chết người yêu cũ của bạn gái. Công an phường An Xuân, Tam Kỳ, Quảng Nam cho biết Nguyễn Đức Chiến, 21 tuổi, sinh viên năm nhất Trường Cao đẳng Công kỹ nghệ Đông Á, TP Tam Kỳ, đã ra đầu thú về tội giết người.

Đọc đến đây thì bức tranh giết người trên cả nước sẽ khiến bạn ra sao? Buồn bã, giận dữ, lo sợ hay...mackeno?

Riêng tôi thì lạnh toát linh hồn!

Chưa bao giờ tôi nghĩ rằng mức độ dã man của người dân xứ tôi lại lên cao như vậy. Một sinh viên vì giận người cưu mang cho mình đã dửng dưng giết đứa con chỉ hơn 8 tuổi của người ra ơn cho anh ta một cách mọi rợ. Điều gì đã khiến một sinh viên học tới năm thứ ba lại có thể đủ can đảm làm một việc mà dù người không học vấn cũng khó mà làm được?

Tại sao một số lớn thanh niên nam nữ lại có thể vô cảm trước tính mạng con người như vậy? Nguồn cội của vấn đề có phải phát xuất từ gia đình, xã hội, trường học hay đạo đức của cộng đồng?

Mỗi ngày sự tha hóa đạo đức như chiếc xe không phanh, cứ chạy tuột khỏi trí nhớ người dân mà không thấy một cơ quan nào lên tiếng. Lên tiếng bằng nhiều cách: hội thảo giữa các nhà tội phạm học, nghiên cứu lý do, thống kê xã hội, tôn giáo, hoàn cảnh sống, trình độ học vấn...nhằm tìm một phương cách đối phó hay ít ra là ngăn ngừa.

Tất cả đều im lặng như những việc này không xảy ra tại Việt Nam. Những câu chuyện sát nhân được người dân theo dõi như xem một cuốn phim kinh dị. Các tổ chức xã hội lờ đi như không thuộc trách nhiệm của mình. Cơ quan luật pháp chỉ ra tay sau khi câu chuyện đã vỡ lỡ và thường thì khi báo chí ngưng không khai thác câu chuyện nữa thì coi như vở kịch hạ màn.

Nỗi đau của gia đình nạn nhân không bao giờ nguôi. Xác chết của các vụ giết người cộng lại có thành một bãi tha ma đi nữa cũng không làm ai xót xa ngoại trừ gia đình của nạn nhân.

Không xót xa nhưng trách nhiệm thì phải có. Trách nhiệm của mọi người và phải chia cái phần đen tối này một cách công bằng cho toàn xã hội.

Thấy cướp không la, thấy người bị tai nạn không cứu, thấy đánh nhau không gọi công an, thấy móc túi không hô hoán...là thói ích kỷ trầm kha của dân chúng trách sao tội phạm không lên ngôi.

Dù sao thì bỏ ra nửa buổi để làm một danh sách báo chí loan tin về các vụ giết người cũng không bõ công:...Khi Lý Thông nhiều hơn Thạch Sanh trong xã hội thì cũng là lúc nên tiết giảm bớt niềm tin vào hệ thống pháp luật này cũng như các giá trị đạo đức cần phải xem xét lại.

Không xa đâu, khi các nhà nghiên cứu nước ngoài lập ra được một cuốn sách thống kê có nhan đề: "Người Việt độc ác" thì bản thân từng người chúng ta cũng đừng nên lấy làm nhục nhã, bởi cái nhục lớn nhất là sự im lặng trước cái ác vẫn được chúng ta kiên trì theo đuổi hàng ngày.

Văn hóa tự trọng

Nếu ai là người dị ứng với hai chữ Văn hóa đang bị lạm dụng một cách vô tội vạ chắc phải bịt tai, nhắm mắt trước vô khối nhóm từ đẻ hai chữ Văn hóa ra như một gã khả ố cố nhét cái thân hình quá khổ của mình vào cánh cửa nhỏ bé của ngôi nhà mang tên Văn hóa.

Từ "Khu phố văn hóa" với cơ man điều xấu hổ, đến "Mặt trận văn hóa", chỉ cái tên thôi đã thấy là kệch cỡm khó nghe. Người ta thấy "Di sản văn hóa" hợp thời vụ, lại kiếm bộn tiền nhờ quảng cáo nên hàng chục cái tên khác ra đời. Văn hóa phong bì, văn hóa ẩm thực, giao lưu văn hóa, văn hóa từ chức, văn hóa cảm ơn, văn hóa giao thông....

Văn hóa nhìn chung có ba chức năng chính, thứ nhất, tạo cho con người một lối sống, một nhân cách. Thứ hai, duy trì các hệ thống xã hội và đồng thời văn hóa cũng tạo nên những bản sắc khác nhau của xã hội. Tùy theo từng cộng đồng, những nét riêng của bản sắc văn hóa tạo dấu ấn trên cộng đồng ấy so với các cộng đồng chung quanh.

Di sản văn hóa vật chất và phi vật chất kết dính nhau tạo nét riêng cho một dân tộc, và sự hòa trộn ấy làm nên nét đặc thù cho dân tộc ấy không thể nhầm lẫn. Các nhà văn hóa học thế giới đã chia định nghĩa văn hóa ra nhiều thể loại, trong đó gồm định nghĩa lịch sử, định nghĩa chuẩn mực, định nghĩa tâm lý học, định nghĩa cấu trúc, và định nghĩa nguồn gốc.

Các loại văn hóa mà báo chí nêu lên hồi gần đây đã phản ảnh xã hội một cách trung thực nhất và các câu chữ tưởng chừng dễ dãi này lại dựa vào các định nghĩa văn hóa nêu trên. Một trong những cách mà người ta cố bẻ vặn thể loại văn hóa một cách khiên cưỡng là "Khu phố văn hóa".

"Khu phố văn hóa" nêu bật tính chất tha hóa của một nền văn hóa đang bị báo động và từ chỗ lo sợ một sự tuột dốc không thể cưỡng lại người ta đã nghĩ ra một "khu tự trị" văn hóa đầy hình thức. Chính những khu vực tưởng đã khoanh vùng này lại phát sinh các hình thức phi văn hóa khác. Vì được giao chỉ tiêu nên mọi biểu hiện văn hóa theo sát với "hiến chương của các nhà văn hóa miệt vườn" nhất, có nghĩa những khẩu hiệu kêu lớn hơn chính tự thân của nó.

Kế đó là văn hóa "nói không" đã trở thành vô nghĩa ngay từ khi khởi phát. Xã hội mỉm cười trước sự sượng sùng không thể che dấu của người "phát hành" nó. Nói không với ma túy, nói không với mại dâm, nói không với HIV/AIDS và hàng ngàn cái nói không khác trong khu phố văn hóa trở thành phản nghĩa. Nhiều Khu phố văn hóa xập xệ như một quán thịt chó miền quê ế khách. Niềm tự hào của những người phát động chương trình khu phố văn hóa bỗng nhiên trở thành trơ trẽn và họ ước ao được đổi lại tên gọi quá to tát này.

Có thể mạnh dạn nói mà không sợ sai lầm rằng văn hóa phong bì phát xuất từ Trung Quốc, nơi mà hối lộ được xem như truyền thống. Lịch sử trói buộc Việt Nam và Trung Quốc lại với nhau nên những gì Trung Quốc làm không thể không ảnh hưởng tới Việt Nam. Cấu trúc chính trị giống nhau trong nhiều trăm năm đã in cái bóng Trung hoa lên mọi ứng xử của người

Việt và chiếc phong bì nhỏ bé có lẽ là thứ điển hình nhất người Việt không thể nhấc ra khỏi tâm thức của mình.

Văn hóa tích cực làm cho xã hội tiến thêm gần hơn với văn minh. Văn hóa tiêu cực làm cho con người rơi dần xuống đời sống bán khai và mọi thành tựu kinh tế hay chính trị đều không thể cứu vãn.

Làm sao một nền văn hóa được gọi là lớn chạy song song với nền kinh tế nếu người dân của nước ấy ra ngoại quốc không bao giờ biết xếp hàng khi lên máy bay, bạ đâu vứt rác và khạc nhổ đó. Thấy người già qua đường trơ mắt ngó cũng như phụ nữ không bao giờ được nhường cho một chỗ trên xe buýt?

Xã hội cứ lấn cấn đổ thừa cho nhau khi một vụ việc nào đó vượt tính nhân văn xảy ra.

Bạo động trong giới trẻ vị thành niên chẳng hạn. Người ta cho rằng học đường thiếu giáo dục về ứng xử cũng như quá coi trọng về chính trị. Người thì cho rằng pháp luật không kỹ cương khiến cho các vụ giết người không được răn đe và bảo vệ đúng mức xảy ra tràn lan. Có thuyết lại cho rằng do các trò chơi game bạo hành xuất hiện tràn lan.

Tất cả những cáo buộc trên đều đúng nhưng chưa đủ. Trên và hơn hết của nguyên nhân trẻ vị thành niên giết người là nền văn hóa của chúng ta có vấn đề, đặc biệt trong lãnh vực đạo đức, khi mà nền văn hóa ấy cần một yếu tố rất quan trọng, đó là nền văn hóa sạch.

Sạch từ tâm hồn lẫn thể xác để ứng xử với xã hội trong tinh thần kính trọng mình, chia sẻ với tha nhân, biết nhục cái mà tổ quốc trăn trở, và biết tự trách trước các bức xúc xã hội. Kính trọng mình trước thì tự dưng nảy sinh sự kính trọng người. Cư xử văn minh nơi công cộng biểu lộ cách tự kính trọng mình hay ngắn gọn là lòng tự trọng. Văn hóa tự trọng sẽ phát triển đời sống văn minh và dấy lên ước muốn phát triển văn hóa sạch với môi trường chung quanh.

Khi đã tự trọng, người ta khó im lặng trước cái ác, cái xấu cùng những tranh giành bất chính. Cũng vậy, khi biết nhục cái nhục quốc thể người ta khó đưa ra những quyết định có tính cúi đầu và khom lưng quá sâu.

Văn hóa tự trọng sẽ dần dà thanh toán những rác rưởi trong tâm hồn người ta. Lòng tự trọng sẽ không cho phép một nhà phê bình đặt viết xuống ngợi khen quá lố một tác phẩm dưới trung bình để đổi lại những lợi lộc mà kẻ được khen sẽ ban cho. Văn hóa sạch sẽ làm người nông dân thấy có lỗi khi tưới rau bằng các loại hóa chất độc hại và tự họ sẽ tìm những con đường khác để làm cho rau tươi mà không cần sử dụng đòn phép của những con buôn bất chính.

Văn hóa tự trọng sẽ làm cho những ai còn tơ tưởng tới bằng giả, học hàm học vị giả tự thấy mình trở thành người từ hành tinh khác, quái dị dưới mắt cộng đồng và đáng khinh ngay cả trong chính gia đình của họ. Lý do là văn hóa tự trọng đã được xã hội ấn sâu vào trí óc của con cái họ, những thành viên mới của một xã hội lấy văn hóa tự trọng làm căn bản.

Và sau cùng, muốn xã hội bắt tay vào cuộc chấn hưng văn hóa này thì trước tiên cần phải có một loại văn hóa khác: văn hóa tự trách. Khi nào loại văn hóa khó thực hiện này được mọi người chia sẻ thì khi ấy xã hội tự làm sạch lấy chính nó mà không cần những khu tự trị nào tương tự như Khu phố văn hóa.

Thực phẩm gia súc

Việc chửi bới nhau giữa người với người trong khi ăn có lẽ xuất hiện từ khi con người biết ... ăn, nghĩa là từ cái thời mò cua bắt ốc săn thú trong hang động con người đã giành giật miếng ăn để sống. Tính cách ấy xã hội hôm nay có một từ rất hay là "bầy đàn".

Nó minh họa đầy đủ cộng đồng của người tiền sử, hợp lại thành bầy đàn để sống còn và cho tới vài triệu năm sau tính chất bầy đàn ấy được dùng để ám chỉ những hành vi của thời kỳ hang động và dĩ nhiên không ai chấp nhận trong xã hội ngày nay.

Ăn để sống được con người thực hành triệt để là quy luật của tạo hóa, nhưng sống để ăn thì hoàn toàn tùy thuộc vào hoàn cảnh mỗi người, mỗi cộng đồng xã hội, thậm chí mỗi nước.

"Sống để ăn" nói lên được cá tính của từng người. Ăn ngon là nhu cầu cao nhất của con người và nhu cầu ấy không thể bàn cãi. Tuy nhiên nếu cái "ngon" phải được đánh đổi bằng giá trị cao hơn món ăn, như tiền: khi quá mắc, như vị trí ăn: quá dơ bẩn, như không gian ăn: tối tăm, ẩm thấp hay ồn ào quá mức chịu đựng, hay tệ hơn, thái độ phục vụ: phải đánh đổi bằng cả giá trị con người thì dù ngon cách mấy cũng khó có ai chấp nhận.

Vậy mà tại Hà Nội, nơi rất nhiều người muốn được gọi là Tràng An, cái nôi văn hóa của cả nước lại đang có hàng ngàn người chấp nhận những yếu tố tiêu cực để được ăn ngon. Ngon bất kể lời ăn tiếng nói của người bán món ăn ấy công khai xem họ là những con lừa, hay tệ hơn, những con heo thèm ăn bất kể cái chuồng của nó dơ tới mức nào qua miệng lưỡi của người bán.

Gọi họ là heo, họ cười. Gọi họ là nõm, họ cười miễn sao có ăn, thỏa mãn tuyến nước bọt đang chực trào ra khi nghe mùi bún chửi, cháo mắng, ốc lắm mồm...

Thực phẩm là thức ăn nói chung, nhưng cách ăn như vậy phải gọi đích danh là "gia súc".

Người này ăn bị chửi về kể lại với người khác toàn bộ câu chuyện để rồi kết thúc bằng một cái lắc đầu tiếc rẻ: "nhưng sao mà món ăn của họ ngon thế!" Câu tiếc rẻ ấy kéo theo sự tò mò cho người nghe và không chóng thì chầy người nghe ấy nếu không ý thức được thức ăn ấy chỉ nên dành cho gia súc cũng tự nguyện làm theo trong một ngày nào đó khi chữ "ngon" cứ văng vẳng bên tai. Và một cộng đồng nói, nghe, bắt chước, làm theo hình thành. Hình thành dưới phạm trù "bầy đàn" đúng nghĩa.

Có người cho rằng thói quen này phát xuất từ thời xin cho của hợp tác xã và nói rộng ra từ thời bao cấp, khi tem phiếu còn thống trị phân nửa đất nước. Nói thế chỉ đúng một phần và với một số rất ít, chỉ những người già, trực tiếp sống trong thời kỳ ấy còn người trẻ hơn, sinh ra sau khi chế độ tem phiếu đã tuyệt chủng thì lập luận này không thể tồn tại.

Chỉ có thể giải thích: Họ là những người còn nguyên cá tính bầy đàn, chỗ nào có món ăn được đồn đãi là ngon thì họ tìm đến bất kể giá nào.

Hai nữa, họ muốn chứng tỏ mình biết thưởng thức món ăn để khi có ai hỏi thì sẽ hãnh diện mà nói rằng tôi đã từng ăn ở đó và cũng không quên lên án kẻ bắt họ ăn luôn những thứ nhơ bẩn từ mồm của người bán.

Tâm lý ấy phát xuất từ nghèo khó chỉ một bước đổi đời. Thăm thẳm trong tận cùng ký ức của họ một sự ức chế thiếu ăn nặng nề nằm sâu trong huyết quản. Họ phải ăn để bù lại tháng ngày trước đó cả gia đình không được ăn.

Ăn để trả thù và ăn để khẳng định đẳng cấp. Bất hạnh một nỗi, lỗ hổng nhân cách mà xã hội tạo ra trong nhiều chục năm không thể kéo những người háo ăn ấy về lại bản chất căn bản của con người: sự giận dữ cần thiết khi ai đó làm mình xấu hổ.

Để tránh khỏi phải xấu hổ nhưng vẫn được ăn là một bài báo dạy những người háo ăn này. Với cái tựa "Bí kíp ăn ngon mà không bị lườm, chửi, xếp hàng ở Hà Nội"

Không còn một ê chề nào lớn hơn như thế. Nó làm người đàng hoàng thấy như bị tát vào mặt. Nó tương tự như: Bí kíp tránh bị bắt quả tang khi hiếp dâm, bí kíp nghe người khác chửi mà vẫn vui vẻ, bí kíp ăn mặn nhưng không khát nước...những cái gọi là bí kíp ấy đang hô hào cho lớp trẻ tiếp tục tới những chỗ bún quát, cháo chửi, ốc lắm mồm hóng mõm lên chờ chủ quán phân phát thực phẩm rất ư là gia súc.

Những bí kíp ấy là gì: đổi sẵn bạc lẻ khi ăn kem Trang Tiền. Khi tới Ốc lắm mồm Hồ Đắc Di không mở mồm đòi hỏi chi nhiều. Tránh xếp hàng tại phở Bát Đàn bằng cách ngồi quán cà phê bên cạnh rồi bỏ thêm 5 ngàn để quán cà phê mua phở giúp.

93

Những thứ gọi là bí kíp ấy làm người ta thắc mắc sao lại có loại phóng viên như thế nhỉ? Hay là vì quá muốn dân Hà Nội làm người Tràng An nên tờ báo phải huy động một bài viết non nớt và đậm mùi như thế?

"Chẳng thơm cũng thể hoa nhài
Dẫu không thanh lịch cũng người Tràng An"

Trời ạ! Câu ca dao này có gì hay mà mọi người cứ lấy ra bơm cho nhau mãi thế?

"Chẳng thơm": thì ông cha ta đã xác định nó chỉ là hoa giấy, hoa giả nhưng lại dựa vào hoa nhài để thơm lây, một câu ca dao thấm thía đến mức lạnh lùng.

"Dẫu không thanh lịch": đấy, anh chị là dân tứ chiến tụ về, là giai cấp công nhân nghèo xác xơ, là tiện dân buôn tần bán tảo nhưng anh chị là người Hà Nội thì cũng chẳng sao, cứ lấy hai chữ Tràng An ra mà che mặt lại. Che lại cho thơm hai tiếng Tràng An vốn xuất phát từ Tầu.

Viết tới đây tôi lại thấy may cho mình. Trên tấm chứng minh nhân dân nơi sinh không ghi chữ Tràng An, nếu không chắc lại xin ra khỏi cái quốc tịch Hà Nội.

Những tay có ASIAD

Hai tuần nay dân ghiền thể thao, chính trị gia, văn hóa gia, luật gia, đại biểu gia, và kể cả đại gia cứ hóng vào báo chí để xem cuộc tranh cãi khá náo nhiệt giữa hai phía ủng hộ và chống lại việc tổ chức ASIAD tại Việt Nam vào năm 2019.

Hình như chưa có cuộc tranh cãi nào tự do và công khai như thế. Vậy là tự do phát biểu chính kiến của mình đã được nâng lên tầm cao mới, vì trước một đề án quan trọng liên quan tới vận mệnh dân tộc, tới khuôn mặt chính trị, kinh tế và văn hóa nước nhà lại được tung hê hết để nói, để phản biện đối thủ. Thật đáng ngưỡng mộ cho tất cả mọi người tham gia, bất kể đến từ phía nào. Ấy là nhiều người nói thế.

Đàn bà chúng tôi không tranh luận, chúng tôi chỉ quan sát phẩm chất hàng hóa và giá cả của nó trước khi mua, và nhất là cái món đẹp rẻ bền này có thật sự cần thiết cho gia đình của chúng tôi hay không.

Nhất là cái món ấy lại rất là đắt tiền đối với ngân quỹ gia đình.

Phiên chợ họp vào ngày 18 tháng 3 giữa Quốc hội, ông Nguyễn Hồng Minh cầm món hàng ASIAD lật qua lật lại rồi cho biết lực lượng lực sĩ của Việt Nam quá mỏng và không hy vọng gì giật giải cao tại kỳ thế vận này. Vì vậy cây..kèn của Việt Nam không thể thổi vang tại ASIAD. Kèn không thổi được thì mua làm gì, ý ông ấy nói thế.

Từ cây kèn, trong tư cách từng là vụ trưởng Vụ Thể thao thành tích cao, người từng nhiều lần làm trưởng đoàn thể thao VN tại các kỳ SEA Games, ASIAD, và đặc biệt cũng là người được Ủy ban Văn hóa giáo dục, thanh thiếu niên nhi đồng của Quốc hội mời phản biện đề án đăng cai ASIAD hôm 18-3, ông Nguyễn Hồng Minh còn khẳng định rằng tại các kỳ ASIAD và Olympic trước đây thành tích của thể thao Việt Nam rất tệ và tụt hậu đối với các quốc gia có nền thể thao mạnh ở châu lục, ngay cả khi so với các quốc gia Đông Nam Á, thể thao VN cũng xếp sau Thái Lan, Indonesia, Singapore, Malaysia, Philippines trong thi đấu ở ASIAD.

Một khách hàng sành điệu về các món thể thao Việt Nam như ông Minh đã nói như thế ắt phải xem xét lại món hàng này.

Giá của món ASIAD hiện nay là 150 triệu đô la. Cái khác của phiên chợ ASIAD với các phiên chợ khác là thay vì giảm giá người bán lại đòi tăng giá!

Theo những người ủng hộ thì 150 triệu là đủ thế nhưng những tay lõi đời thì cái món hàng này nếu chỉ 150 triệu thì là cái giá của lừa phỉnh, giá không bảo đảm chất lượng và khi có hư hao thì người bán không chịu trách nhiệm bảo hành.

Ý nói khi thực hiện nửa chừng thiếu tiền thì lại vòi nhà nước.

Các tay bán ASIAD với giá 150 triệu cho rằng chỉ cần tân trang lại những đồ cũ thì không bao nhiêu tiền, vì thế 150 triệu đảm bảo sẽ làm cho ASIAD ra trò.

96

Nhưng cái trò ấy bị ông Bộ trưởng Hoàng Anh Tuấn bác bỏ, ông ấy nói thế này: số lượng các công trình thể dục thể thao cho SEA Games 2003 và Asian Indoor Games 2009 đủ tiêu chuẩn, kích thước để thi đấu theo quy định quốc tế rất ít, chiếm tỉ lệ rất thấp so với tổng số công trình thể thao, chỉ khoảng 2%!

Vậy là quả lừa bị lật tẩy.

Hết tân trang lại giở trò hăm dọa. Mà cái này hình như "phê" hơn vì khách hàng bỏ tiền ra mua món hàng này đều là tai to mặt lớn cả. Mấy chị nhân viên nhà nước, công nhân cò con hay nông dân đều là đổ bỏ. Các vị quyền cao chức trọng có vẻ bị lung lạc qua vài phát biểu của những tay cò mồi (chợ nào lại không có cò mồi nhỉ?)

Tay cò mồi lớn nhất có lẽ là Phó chủ nhiệm Ủy ban Văn hóa - Giáo dục - Thanh thiếu niên và nhi đồng của Quốc hội Lê Như Tiến, ông này nói: Đăng cai ASIAD 18 là cơ hội để tôn vinh VN, khẳng định vị thế của VN trên trường quốc tế. Vì khẳng định chúng ta có điều kiện đăng cai được nên Đảng và Nhà nước đã hoàn toàn nhất trí. Vì thế vào lúc này không nên đặt vấn đề là nên hay không nên nữa".

Nhà mình nghèo nên mấy cái "khẳng định" này để dành lại cho anh Tàu được không? Mua món hàng khẳng định này về treo lên tấm vách bằng lá dừa nước của nhà mình vừa quái dị vừa làm hư vách. Cái khẳng định khi túng lại không biết làm sao mà ăn. Mua nó về chắc chắn thằng cha chồng mình bật ngửa ngay lập tức và sẽ phán một câu: đồ lú lẫn, con cái trong nhà quần không có mặc, cầu khỉ gãy gần hết, mua cái ngữ khẳng định này về làm gì?

Thế là không mua.

Đã nói là không mua mà tay cò mồi này còn lải nhải hoài, không nghe cũng không được, nữa này: "Trình độ VĐV, HLV và các nhà quản lý nhờ có sự kiện này mà có điều kiện trưởng thành, trình độ sẽ chạm tới đấu trường châu lục. Chúng ta được lợi không chỉ thể thao mà còn có cơ hội đón tiếp hàng trăm ngàn người từ các nước trong khu vực, châu lục. Nhờ đó phát triển du lịch, phát triển hàng không, nâng cao dịch vụ ngân hàng, khách sạn đi kèm".

Ối cha mẹ ơi ông này đúng là cò cao thủ. 150 triệu mà đòi lấy đủ thứ từ châu lục này tới châu lục kia, từ phát triển này tới phát triển khác...thật có ú ớ cũng phải văng tục.

Một ông cò nữa cũng tương đối có số có má trong ngành thể thao là ông Hoàng Vĩnh Giang, một người trong đội tuyển cò có công mang ASIAD về cho Việt Nam phát biểu chắc như đinh đóng cột: 150 triệu là dư sức đủ với điều kiện nâng cấp và tiết kiệm.

Ôi ông ơi, mua hàng mà phải tân trang mới dùng được thì cái mặt hàng ấy phải là có vấn đề, ít nhất trong khâu chất lượng.

Trong các tay cò ấy có thêm cò luật sư. Luật sư Trần Viết Hưng, Phó Giám đốc Công ty Luật Trường Sa và Luật sư Trần Văn Đức - Đoàn Luật sư Hà Nội đều cho rằng những nhiều người chưa am hiểu về luật pháp: "Việc đăng cai ASIAD là thực hiện đường lối của Đảng, nghị quyết của Bộ Chính trị, chỉ đạo của Thủ tướng Chính phủ và của cả Thành ủy Hà Nội, địa phương đăng cai chính. Chúng ta đã ký kết việc đăng cai ASIAD với Hội đồng Olympic châu Á (OCA) rồi thì không thể nào đơn phương rút lui được.

Cò này đem cả đảng, nghị quyết, rồi thủ tướng ... ba thứ lại để bóp cho...ASIAD phải ra đời. Ông luật sư ơi, mời ông nghe ông Hoàng Vĩnh Giang nói đây:

"Có! Trường hợp đầu tiên là của Hàn Quốc. Đất nước kim chi tuyên bố bỏ quyền đăng cai giải năm 1970 do vấn đề tài chính và lo ngại nguy cơ chiến tranh với người láng giềng Triều Tiên. Thái Lan sau đó đã đứng ra nhận nhiệm vụ tổ chức thay.Năm 1978, Thái Lan lại sắm vai đóng thế khi liên tiếp 2 nước giành quyền đăng cai rút lui. Cụ thể, Pakistan đăng ký tổ chức ASIAD 8 nhưng xin bỏ vì khó khăn tài chính và xung đột với các nước Bangladesh, Ấn Độ. Singapore nhận thay thế vai trò chủ nhà nhưng nội bộ lại tranh cãi dữ dội. Cuối cùng, quốc đảo sư tử cũng xin bỏ. Nhờ Thái Lan "xung phong", ASIAD 1978 mới có thể diễn ra."

Hai lần đó OCA đều không phạt các quốc gia xin rút.

Pakistan khó khăn tài chánh còn Việt Nam hơn nước này về tài chánh ở chỗ nào khi chỉ có 150 triệu tới 300 triệu mà cãi nhau như mổ bò?

Một cò khác là GS.TS Dương Nghiệp Chí - người từng phục vụ 8 đời thủ trưởng Ngành TDTT. Ông này đưa ra ý tưởng dụ khách hàng rất táo bạo: đừng có mà đùn đẩy gánh nặng cho nước khác. Ông nói:

"Chúng ta luôn muốn hội nhập với thế giới thì cũng phải có trách nhiệm với phong trào chung, đừng xem việc đăng cai ASIAD là một gánh nặng rồi tìm cách đẩy gánh nặng đấy cho các nước khác. Nếu giờ chúng ta rút lui thì bạn bè châu lục sẽ nhìn chúng ta bằng ánh mắt như thế nào, uy tín của đất nước sẽ ra sao?"

Thưa ông cò Dương Nghiệp Chí, ông đã xác nhận đây là gánh nặng thì tại sao không khuyên khách hàng đừng mua nó vì mua về mà lại lên gân vì tinh thần quốc tế nên phải mua cái của nợ này để đỡ đần gánh nặng cho các quốc gia láng giềng thì mấy ai nghe? Ôi mấy anh láng giềng mà đọc được tiếng Việt thì chắc ngã lăn ra mà ... khóc.

Nhưng tất cả các cò ấy đều thua một anh cò bự, Cò Ngoại giao.

Bộ Ngoại giao đã có công văn trình chính phủ cho rằng nếu không tổ chức ASIAD thì Việt Nam sẽ gặp những khó khăn như: tốn kém về tài chính, mất uy tín, ảnh hưởng danh dự và hình ảnh quốc gia.

Yếu tố thứ nhất, "tốn kém về tài chính": nếu bị OCA phạt chắc chắn là không nhiều nếu so với thiệt hại khi tổ chức ASIAD. Biết bao công trình thể thao trong các kỳ thi quốc tế được xây dựng tại Việt Nam đang bỏ hoang và nhiều chỗ không ai còn nhìn ra trước đây nó như thế nào. Mất uy tín chỉ là cách nói phủ đầu, hăm dọa. Nếu bất chấp dư luận cứ tổ chức có khi càng mất uy tín hơn bởi cơ sở hạ tầng không đáp ứng yêu cầu của quốc tế mà muốn làm cho bằng được thì nợ sẽ kéo tới, lúc ấy chỉ số uy tín có còn không?

Ngoại giao hiện đại không thể che mắt thế giới bằng loại uy tín ảo. Cứ nhìn đàn anh Trung Quốc và Nga mới đây, những số tiền khổng lồ bỏ ra cho các kỳ thế vận mang lại uy tín gì cho họ hay chỉ là những lời tự sướng của báo chí trong nước, còn ngoại quốc thì khen lấy lệ và im lặng mỉm cười cho các hành động chạy đua uy tín ngu ngốc này.

Chưa phú quý đã tập tành vay nợ làm điều lễ nghĩa chỉ lộ ra cái tư duy ễnh ương muốn phềnh bụng trước bò bất chấp làn da của mình có giới hạn tới đâu.

Còn "hình ảnh và danh dự quốc gia" thì Bộ Ngoại giao nên xem lại các vụ rửa tiền và buôn lậu sừng tê giác của đại sứ các nơi. Đó mới là "hình ảnh và danh dự quốc gia". ASIAD có hay không chả đụng tới hai phạm trù này nếu lãnh đạo giỏi thuyết phục thế giới bằng sự chân thật của mình.

Từ giã phiên chợ trên đường về nhà cứ tự hỏi: ASIAD vẫn còn đó không mất đi đâu sao người ta lại cố cho bằng được phải mang nó về nhà. Nguồn lợi lớn nhất sẽ đến cho ai mà thiên hạ lại ùn ùn nhập cuộc làm cò như thế nhỉ?

Rùa, quái thú,
và kính thưa quý vị Giáo sư

Hãy nói về Rùa trước.

Mình cũng muốn gọi chú rùa này bằng "cụ" lắm nhưng lại bị cái cảm giác ngỡ ngàng chen lẫn xấu hổ nên thôi. Ai mích lòng thì mặc, mình cứ gọi là rùa Hồ Gươm, hay một cách thương yêu loài vật, gọi bằng chú vậy.

Từ "Cụ" xuống "Chú" chắc làm cho giáo sư rùa Hà Đình Đức mất lòng. Nhưng mình không phỏng vấn ông như đài BBC thì xét ra cái sự mích lòng của ông chỉ làm mình hơi...nhúc nhích lương tâm một chút rồi thôi. Nhúc nhích bởi thông cảm cho hoàn cảnh khó khăn của ông, hơn là chia sẻ cái công trình mà ông bỏ hàng bao năm nghiên cứu. Nghiên cứu duy nhất về rùa, mà phải là rùa Hồ Gươm cơ!

Chú rùa được (hay bị) giới khoa học Việt Nam chú tâm đến độ nếu nói được, mình tin ắt chú sẽ không ngại gì mà không chửi thề! Chú được trục vớt bằng lực lượng đặc công, vốn được huấn luyện vào công tác chống khủng bố nay bị điều về làm một công việc khá hoành tráng có tính bảo vệ lịch sử ngàn năm Thăng Long.

Thế nhưng nhìn hình ảnh của các chàng trai sung sức này mình lại liên tưởng đến những ngư dân đang chăm chỉ với công việc.... đánh bắt cá hơn là đang nhận lãnh một nhiệm vụ trọng đại mà UBND thành phố Hà Nội giao cho họ.

Hay các anh giai này đang buồn khi bị xem là dùng dao mổ trâu để giết gà?

Vậy mà gà thì sống chuồng mấy bận, còn dao mổ thì lại cùn!

May thay, chú rùa cuối cùng cũng được mang lên khỏi hồ để điều trị các vết thương. Nhiều nhà khoa học liên tiếp tuyên bố những lo âu về tình trạng sức khỏe của chú với kết luận là phải thả chú về với môi trường, nếu không thì sẽ gây nguy hại cho sức khỏe.

Nhiều người tin, và cũng có nhiều người che miệng cười.

Sao lại cười đối với những nghiên cứu khoa học được thực chứng một cách nghiêm túc như vậy nhỉ? À, xin lỗi, họ cười vì nhớ tới chuyện khác. Chuyện mà ai cũng biết nhưng rất nhiều người lại làm ngơ coi như không có. Đấy là hồ Hoàn Kiếm có rất nhiều chú rùa chứ nào phải một chú "hoàn kiếm" thuở xưa?

Người ta cười vì màn kịch tung hứng quá nhạt. Chú rùa được vẽ lên mu (hay mai) cơ man nào là huyền thoại. Báo chí vận động dư luận xã hội viết lời có cánh tung hô huyền sử về chú. Họ cố làm cho huyền sử ấy trở thành lịch sử. Từ một sinh vật, chú nghiễm nhiên trở thành linh vật và người ta tranh nhau ve vuốt, thương xót, thậm chí cung kính và tôn sùng như một lãnh tụ.

Vậy là sao?

Có sao đâu! Người ta muốn nhân dân quên. Mà nhân dân thì dễ quên lắm bạn ạ. Thật, mình không dối đâu! Cứ đọc "Những người khốn khổ" của văn hào Victor Hugo thì rõ!

Chuyện chú rùa xảy ra sau khi Ngàn Năm Thăng Long kết thúc với nhiều câu hỏi liên quan đến kinh phí nhà nước cấp cho đại lễ. Ai, cơ quan nào, chi phí việc gì... đang chạy đua với thời gian để trình báo cho nhân dân cả nước, nhất là người dân Hà Nội được rõ.

Kinh phí cho rùa sẽ được "tộng" vào chi phí cho đại lễ. Mỗi lần cộng là một cơ hội khai man. Sướng nhé!

Bây giờ tới lượt quái thú xuất hiện tại xứ Quảng.

Người dân hoảng loạn lo sợ vì con thú này ăn thịt chó trong làng. Biết cắt đầu, moi ruột và chỉ thích ăn...chó mà thôi!

Không ai biết loại động vật này hình thù ra sao chỉ nghe đồn nó hú như sói, vằn vện như báo, vết chân như gấu và to....tùy theo trí tưởng tượng của từng người!

Một giáo sư (lại giáo sư) mãi tận Hà Nội phán, với những miêu tả như thế là gấu rồi, không cần phải bàn cãi. Lần đầu tiên mình nghe nói gấu ăn thịt chó! Con gấu này hình như quê ở đê Yên Phụ thì phải?

Nhân dân và nhà nước dàn hàng ngang trong nhiều ngày đi săn con thú bí mật này.

Kết quả là con số không. Người dân chờ đợi câu trả lời từ giới khoa học, nhất là vụ viện gì đó có liên quan tới nghiên cứu thú..lạ để họ được yên ổn làm ăn. Thế nhưng nhiều ngày đã trôi qua, con thú vẫn "lạ" và các "cụ" giáo sư tiến sĩ ngành động vật học vẫn chưa có ai mở miệng đề nghị một giải pháp nào để đánh tan sự sợ hãi cho dân nhờ.

Rùa và quái thú là chuyện nhỏ, nên không ai đi tìm cái lõi cho ra lẽ. Thế nhưng lâu lâu lại xuất hiện vài phát ngôn có liên quan đến hạt nhân, một lĩnh vực mà có đánh chết mình cũng tin là Việt Nam còn rất ngẫng tò te!

Bởi những phát ngôn không khớp với hiện thực làm mình cả tin như thế.

Chưa có nhà máy, chưa vận hành ngày nào. Chưa biết phản ứng của lò nếu có sự cố sẽ ra sao, nhưng nhiều vị giáo sư, tiến sĩ làm việc cho nhà nước cứ mạnh miệng nói rằng nhà máy điện hạt nhân Việt Nam sẽ là nhà máy an toàn nhất nhì thế giới! thế mới khiếp. Người ta nói tới hạt nhân như nói về một nhà máy làm nước đá. Với những câu nói vô trách nhiệm và thiếu luận chứng khoa học như vậy liệu Việt Nam sẽ đi về đâu trong môi trường khoa học?

Và cuối cùng, một việc mới toanh vừa xảy ra cho hai "nhà" trí thức.

Đó là vụ lùm xùm của cái công trình nghiên cứu khoa học mang tên "Tài năng và đắc dụng" do GS.TSKH. Nguyễn Hoàng Lương và PGS.TS. Phạm Hồng Tung đồng chủ biên.

Trong quyển sách được gọi là công trình nghiên cứu này hai nhà trí thức đặt hàng cho một doanh nhân nổi tiếng là ông Đặng Lê Nguyên Vũ để viết tự sự về bản thân mình. Sau đó lấy bài viết của ông này đặt chung với mấy danh nhân khác kể cả Bill Gates để gọi là...case study!

Nghe mà phát sốt cho quý vị giáo sư tiến sĩ. Mình không còn biết nói gì hơn là thưa với các ông, xin đừng làm xấu thêm nữa hai tiếng trí thức Việt Nam, vốn dĩ đang bị tứ bề thọ địch. Bị cáo buộc là giả dạng, mua bằng như mua rau chứ không phải do đào tạo bài bản mà có tấm bằng giá trị.

Buồn!

Hai câu chuyện, một nỗi buồn

Mấy hôm nay hai chuyện xảy ra liên tiếp làm hao tốn không ít giấy mực của báo chí. Chuyện thứ nhất là tàu Dìn Ký, con tàu du lịch cho khách thuê tổ chức tiệc sinh nhật cho cháu bé 3 tuổi đã chìm lỉm giết chết 16 người trong đó có 10 người là thân nhân ruột thịt của cháu bé. Người sống sót trong gia đình này là một người Đài Loan cha của cháu.

Nhìn bức hình ông ngồi ôm tấm hình của con bất động, nỗi nghẹn ngào khó lòng ngăn được bởi niềm thương xót cho hoàn cảnh của ông. Lại nữa nếu biết được trong 10 người thân của người chồng xấu số này đã bỏ mình thì có tới 9 người trong gia đình vợ của ông có lẽ người ta lại càng đau đớn hơn.

Chị là người Quảng Bình, lấy ông là người Đài Loan và cuộc tình duyên dị chủng này kết thúc bằng 10 xác người. Cả gia đình chị từ Quảng Bình và Hà Tĩnh vào chung vui tiệc sinh nhật không ngờ rằng lại trở về chung trên một chuyến xe tang.

Cuộc đời sao lắm điều rơi lệ đến vậy?

Xao xuyến về những con người bất hạnh này chưa hết thì lại nghe thêm chuyện chồng Hàn giết vợ Việt. Khó mà tưởng tượng được tại sao một người đàn ông lại có thể cầm dao đâm vào mặt vợ mình hơn ba chục nhát, trong khi chị không phạm một tội gì nghiêm trọng có thể khiến cho máu cuồng sát của y nổi lên như thế. Đứa con mới sinh 19 ngày tuổi là nhân chứng cho sự dã man của cha nó.

Điều làm người Việt được an ủi là sự tốt bụng của cộng đồng người Hàn tại nơi cô Nam chết. Họ đã hết lòng lo toan mọi việc hậu sự cho cô gái xấu số này. Những cử chỉ đầy ắp tình người của người Hàn quốc đã xoa dịu phần nào nỗi đau đớn của thân nhân cô từ Việt Nam qua.

Chưa hết, sau khi hỏa táng cho cô, bà mẹ trở về Việt Nam với sự đón tiếp long trọng của cộng đồng người Hàn tại Việt Nam. Đâu ai bắt họ làm như thế! Cảm giác liên đới trách nhiệm đã thúc đẩy họ làm điều gì đó để xin lỗi và an ủi gia đình người bị hại. Từ Tổng Lãnh sự Hàn Quốc tại Việt Nam ra tận phi trường đón tiếp đến hàng trăm Hàn kiều khác của Hội Hàn kiều cũng như các tổ chức của người Hàn tại Việt Nam đã làm lễ chia buồn với gia đình cô dâu Hoàng Thị Nam. Ngay cả việc tổ chức về tận quê của cô để thăm viếng gia đình người bị hại cũng được họ lo chu đáo.

Nhìn những cử chỉ này mà người Việt càng thêm đau lòng, pha chút xấu hổ.

Quay lại con tàu bị chìm: chủ chiếc tàu Dìn Ký là ông Châu Hoàn Tâm đã chính thức lên tiếng xin lỗi gia đình các nạn nhân. Ông cho biết ngoài 10 triệu đồng hỗ trợ mỗi nạn nhân, Dìn Ký đã chi 500 triệu đồng lo mai táng chín nạn nhân ở Hà Tĩnh và Quảng Bình, 180 triệu đồng cho ba nạn nhân ở Bình Dương và 32.000 USD để đưa thi hài bốn nạn nhân người Trung Quốc về nước.

Đó là trách nhiệm của doanh nghiệp còn trách nhiệm của nhà nước thì sao?

Người cha trong câu chuyện tàu Dìn Ký là một người Đài Loan sang Việt Nam làm ăn rồi cưới vợ Việt. Ông đã tỏ ra là người yêu quý gia đình vợ khi mời cả nhà từ Quảng Bình và Hà Tĩnh vào tận Bình Dương để ăn sinh nhật cho con trai mình.

Không biết nói tiếng Việt nên chỉ ngồi khóc than trong niềm đau vô bờ vậy mà ai là người an ủi con người khốn nạn này?

Không một ai hết. Không một lời chia sẻ, không một cử chỉ sót thương.

Người ta lo vạch lá tìm cho ra nguyên nhân nào làm cho tàu bị chìm. Ai là người trách nhiệm trong vụ này, liệu có gì không ổn cần phải sửa sai? Vân vân và vân vân...và điều quan trọng nhất thì họ lại quên đó là tính nhân bản trong câu chuyện này không có người nào theo dõi và trách nhiệm.

Mười sáu con người xấu số không đáng để nhà nước tỏ ra một động thái nào khả dĩ an ủi cho gia đình họ hay sao? UBND tỉnh Bình Dương, quê hương của đương kiêm chủ tịch nước Nguyễn Minh Triết không hề có một lời chia sẻ với gia đình các nạn nhân. Họ bận lo chạy tội giết người bằng cách điều tra này nọ. Họ quên mất trách nhiệm đầu tiên mà người tử tế nào cũng phải có đó là cúi đầu trước quan tài người chết vì sự cố xảy ra trong vùng đất mà họ trách nhiệm.

Họ cần phải học cái cúi đầu thật sâu của ông tổng Lãnh sự Hàn Quốc tại Việt Nam trước tro cốt của cô Hoàng Thị Nam. Họ cần phải học nói lời chia buồn tới người cha Đài Loan xấu số mất một lúc cả gia đình nhà vợ. Và còn nhiều thứ họ phải làm lắm trước khi bắt tay vào cuộc điều tra mà ai cũng biết chỉ là hình thức.

Hình như lãnh đạo Việt Nam chỉ quen với việc cắt băng khánh thành nơi này chốn nọ mà không hiểu được rằng trong tận cùng suy nghĩ của người dân thì đây chỉ là cái hào nhoáng bên ngoài khi bên trong những vị này hoàn toàn thiếu vắng ý thức cộng đồng. Từ Thủ tướng đến Chủ tịch nước hay Tổng bí thư, chưa bao giờ có sự hiện diện kịp lúc của họ trước những nỗi đau tập thể của người dân. Họ chỉ xuất hiện khi báo chí rụt rè lên tiếng. Văn hóa trách nhiệm của người lãnh đạo quá thiếu vắng trên đất nước vốn thừa thải đau đớn này.

Lời chia sẻ đối với họ khó nói đến vậy sao?

Người dân của xứ sở này thật không đáng được một lãnh tụ chia buồn khi có tới 16 người bị giết bởi sự vô tâm của cả một hệ thống lấy lợi nhuận làm cứu cánh, lấy sự hào nhoáng giả hiệu biện minh cho những sai lầm của mình. Người dân chúng tôi, lạ thay, chịu đựng một cách kiên nhẫn những cư xử bạc bẻo này.

Và đâu đó trên con đường trở về quê của người chồng Đài Loan kia, không chừng nỗi hận vì bị đối xử lạnh lẽo còn lớn hơn nỗi buồn mất mát người thân của ông nữa.

Cái chết của Hoàng Thị Nam không biết có đánh động được chút nào trong lòng các bậc cha mẹ còn nuôi ước muốn gửi con gái mình vào cuộc phiêu lưu lấy chồng xứ lạ nữa hay không, nhưng dù sao thì cử chỉ của tập thể Hàn kiều đã nói lên được một điều: Kẻ sát nhân chỉ là một con sâu rất nhỏ trong nồi canh nhân bản của người Hàn.

Còn Bình Dương rất to, rất đẹp sắp sửa có cả con phố mang tên China Town nữa thì sao?

110

Người dân tôi ác lên từ khi nào?

Ngày 29/8, Công an xã Gio Thành, Gio Linh, Quảng Trị cho biết, trên địa bàn xảy ra vụ án mạng làm 2 người chết.

Bản tin của VietnamNet nói thêm người bị thiệt mạng trong vụ này là Nguyễn Xuân Triều và Nguyễn Đăng Cường, cũng là hai kẻ ăn trộm chó, còn được gọi là "cẩu tặc":

"Ngay khi vụ việc xảy ra lực lượng chức năng đã đến khám nghiệm hiện trường và thu giữ một số tang vật của 2 tên trộm gồm: một xe máy mang BKS 73H1-007.53 (có đeo thêm 1 biển số giả 74F9-4044), 2 bộ kích điện, 2 đèn pin cỡ lớn, 1 gói bột huỳnh quang và 1 gói ớt bột."

Đọc xong bản tin rất nhiều người cười mỉm, có người không cười mà còn chửi. Lại không ít người xem như là tin không đáng đọc, tin lá cải, xe cán chó. Riêng tôi, một điều gì đó giống như sự uất ức cứ bập bùng trong lòng. Tôi cảm thấy nhân tính của chính mình bị chà đạp. Buốt toàn thân, run cả tay chân vì hình ảnh hai người bị đánh chết ấy tuy chưa bao giờ biết mặt, biết tên nhưng sao cứ như người quen nào trong xóm.

Hai người này đáng được gọi là nạn nhân hay không? Đâu cần thiết cho một cách gọi vì dù sao họ cũng đã trở về nơi được sinh ra trong một ngôi làng nhỏ nào đấy trong tỉnh Quảng Trị. Có thể họ đã ăn trộm rất nhiều chó và lần này thì số phận của họ chấm dứt với đòn thù của người dân quê. Tôi tự hỏi trong đám dân gọi là "quê" ấy có bao người thật sự bị mất chó? Có bao người tham gia giết người vì xót của và có bao người tham gia vì cơn xuẩn động mất nhân tính, a dua và dã man trong từng cái đấm cái đá chết người?

Những kẻ mang nhãn mác nông dân ấy làm tôi thất vọng triệt để. Thất vọng và ít nhiều căm ghét. Tôi không hiểu tại sao người ta lại ác độc đến thế khi chỉ vì một con chó mà giết đi hai mạng người. Những lúc hả hê bên chiếu rượu những bàn tay sát nhân ấy có thấy thú vị khi nâng chén chúc mừng chiến tích của họ hay không?

Tôi chú ý đến những dòng chữ mô tả cái gọi là "đồ nghề" của hai người ăn trộm này. Nó ít ỏi đến chạnh lòng và gây thêm trắc ẩn cho người đọc: "2 bộ kích điện, 2 đèn pin cỡ lớn, 1 gói bột huỳnh quang và 1 gói ớt bột".

Không biết bột huỳnh quang và ớt bột dùng để làm gì nhưng thật xót xa nếu liên tưởng và so sánh tới những tên trộm cỡ lớn khác. Trộm lớn nhất mới bị bắt hồi gần đây là bầu Kiên nhưng không thấy y bị đánh cho tới chết mà trái lại, của cải mà y trộm của người dân khắp nước cũng không bị ai xót ruột than phiền.

Đồ nghề của y vô hình, không thể nhìn thấy nhưng rõ ràng sức mạnh của nó có thể cạy tung những két sắt khổng lồ ngay cả của Ngân hàng nhà nước.

Chúng không bằng sắt, bằng kẽm nhưng là những con người thật sự, và những con người ấy lại đầy quyền lực, sức mạnh có khả năng phá tung những quy định chặt chẽ nhất của luật pháp.

Đồ nghề của bầu Kiên không phải là huỳnh quang và ớt bột như hai anh trộm chó của làng Gio Thành Quảng Trị.

Dân tôi vừa ác lại vừa hèn. Họ hèn với người mạnh, giàu có và họ ác với người vừa nghèo vừa yếu.

Khi xưa đọc một câu của ai đó viết rằng: *"Dân chúng nào sản sinh ra chính phủ đó"* mình cho là cực đoan, phá hoại. Qua câu chuyện đánh chết hai kẻ trộm chó mình mang máng thấy rằng định nghĩa trên có phần đúng, nếu không muốn nói là rất nhiều.

Công an có thói quen trút sự tức giận riêng tư lên đầu của một người phạm tội. Sự trả thù vô thức ấy ăn sâu vào cả một hệ thống chứ không còn đơn lẻ như ban đầu. Lâu dần những câu chuyện công an đánh chết dân trong trụ sở không còn là chuyện lạ, nó trở thành tin tức hàng ngày như mọi tin khác.

Giá trị pháp luật bị xem ngang với một tờ rơi, quảng cáo cho một sản phẩm tồi trên thị trường hay đôi khi tệ hơn, một món thuốc trị ghẻ lở chẳng hạn. Người dân học được thói quen đánh người không cần lý do từ chính quyền và thản nhiên áp dụng vào chính luật lệ trong ngôi làng của họ: Ăn trộm là bị giết, thế thôi.

Công an đã có đồng minh và những đồng minh vô thức ấy không một chút ám ảnh nào khi vung tay giết người với tâm trạng hoàn toàn hưng phấn. Sự tha hóa tàn nhẫn này bắt đầu từ đâu nếu không từ những mảnh vỡ của pháp luật?

Người dân từ khi nào đã giết người mà không bị trừng phạt thì tôi không dám chắc, nhưng giết người do cả một tập thể thực hiện thì xã hội đã trở nên kinh hoàng khi phải sống cùng.

Sự sợ hãi làm người ta trở nên hoặc là hèn nhát hoặc là bạo động. Cả hai đều từ kết quả của chế độ công an trị. Người dân hôm nay vừa hèn vừa ác vì họ thấm đầy hình ảnh bất công, tàn nhẫn, bức bách, sách nhiễu... do chính chế độ này mang lại hàng ngày chung quanh làng xóm láng giềng của họ.

"Vậy thì người nghèo ơi, hãy cùng nhau chết hết đi, đừng cố sống mãi trong bầu khí quyển tàn nhẫn này".

Tôi rên rĩ, tru tréo câu cuối cùng khi liên tưởng tới gia đình của hai nạn nhân trộm chó bị giết trong đêm 29 tháng 9.

Ba người đàn bà

Không hiểu sao khuôn mặt của chị luôn ám ảnh tôi mỗi khi nghe tới tên của chồng chị: TS Cù Huy Hà Vũ.

Tuy giống như các khuôn mặt buồn bã của rất nhiều phụ nữ khác có chồng lâm vào vòng lao lý, nhưng luật sư Nguyễn Thị Dương Hà gây cho tôi cảm nghĩ, do bản tính tự tin của luật sư khiến chị che dấu nỗi đau của một người có niềm tin vào tính chất phi pháp trong bản án dành cho chồng chị.

Với cách phản ứng có thể xem là rất tôn trọng pháp luật, người ta không tìm thấy một hành động, lời nói nào được phát ra từ nỗi bức xúc của người phụ nữ trí thức này. Chị làm tôi thương cho thân phận nữ trí thức Việt Nam hơn. Chị không có cái đởm lược mà trí thức đàn ông thường dành hết, thế nhưng sự đè nén tâm thức chống đối cái ác của chế độ đã làm hình ảnh của chị không thể mờ nhạt trong lòng tôi, mỗi khi sực nhớ tới hình ảnh những người đàn bà Việt Nam trong nhiều hoàn cảnh, trong đó có chị.

Chị luôn kềm chế những tình cảm của mình giữa đám đông. Có phải đó là cách cho xã hội biết rằng dù nền pháp trị của chế độ ra sao đi nữa thì với nhân thân là một luật sư, chị chứng tỏ cho hệ thống tòa án này biết rằng đất nước vẫn còn nhiều trí thức đủ khôn ngoan và kiên nhẫn để vạch trần những hiểm ác của các quan tư pháp đang thường trú trong căn nhà luật pháp Việt Nam.

Người thứ hai tôi thật sự sốc khi nhìn khuôn mặt tiều tụy của chị đó là Nguyễn Thị Thanh Tuyền, vợ anh Nguyễn Công Nhựt, nạn nhân một vụ giết người bịt miệng tại tỉnh Bình Dương vài tuần qua.

Báo chí chụp tấm hình vàng võ của chị sau khi chồng bị bức tử, so với tấm hình tuyệt đẹp của cặp vợ chồng trẻ chỉ hơn hai năm trước đã khiến tôi bàng hoàng. Chị Tuyền rũ rượi ôm tấm hình của chồng mà ánh mắt thất thần là tấm kính phản chiếu cả một vụ án tàn bạo cho đến nay vẫn đang bị mây mù bao vây bằng những bằng chứng ngụy tạo mà ai cũng thấy.

Chị Tuyền là người có học và đang làm việc cho một công ty nước ngoài. Chị biết cách tự vệ cho chồng và cho chính bản thân khi thu âm toàn bộ những lời lẽ gạ tình bỉ ổi của thiếu tá công an tên Phú.

Cuộn băng và người nói được xác minh nhưng bản thân của tên công an này vẫn phây phây ngoài vòng pháp luật!

Nhìn đôi mắt chị Tuyền, người ta cảm nhận được tính chất phi nhân của vụ án và chính đôi mắt ấy đang tuyên án cho cả chế độ này.

Đôi mắt này sẽ là nỗi ám ảnh cho cả dân tộc, đặc biệt đối với những trái tim giả mà các trí thức điếc hôm nay mang trong thân thể được trang trí, tô vẽ, đắp dán bằng những tấm bằng xanh đỏ có danh xưng hết sức ấn tượng.

Người thứ ba làm tôi thức mãi, trần trọc mãi, tuy chưa bao giờ nhìn thấy tấm hình nào của chị trong những ngày qua kể từ khi nhà giáo Phạm Toàn giới thiệu chị trên trang www.bauxitevn.com

Chị là Nguyễn Thị Từ Huy.

Ban đầu tôi cứ tưởng đây là sản phẩm tưởng tượng của bác Toàn nhưng sau nhiều tìm kiếm, tôi biết chị là nhân vật có thật, và câu chuyện mà chị kể làm tôi cảm phục. Từ cảm phục dẫn đến tra vấn chính mình.

Câu chuyện của người phụ nữ thứ ba này liên quan đến người phụ nữ thứ nhất là luật sư Nguyễn Thị Dương Hà, vợ của TS Cù huy Hà Vũ.

Tiến sĩ Nguyễn Thị Từ Huy, giảng viên Trường Đại học Khoa học xã hội và Nhân văn – Đại học Quốc gia TP.HCM.Chị là một trong những người ký tên vào bản kiến nghị đòi trả tự do cho TS Cù Huy Hà Vũ và đang bị công an sách nhiễu. TS Nguyễn Thị Từ Huy cho biết theo lệnh của công an, một cán bộ quản lý trường đã liên lạc với chị và yêu cầu viết một lá đơn gởi cho nhà trường, nói rõ là chị đã ký vào kiến nghị. Tuy nhiên chị đã từ chối gặp viên cán bộ đó và cũng không viết đơn.

Quyết định ký tên vào kiến nghị đòi trả tự do cho TS Cù Huy Hà Vũ thể hiện tính "Bi" của TS Từ Huy, bởi sự cảm thông niềm ưu tư của người khác trong đó có lòng thương xót của người đối với người. Không nghe theo những gì công an yêu cầu là cái "Dũng" của một trí thức. Loan tin vụ việc sai trái ra trước công luận là cái "Trí" của người phụ nữ này.

Ba đức tính hàng đầu của Phật pháp: Bi, Trí, Dũng được chị thể hiện đầy đủ bằng những cử chỉ hết sức bình thường của một trí thức trong khung cảnh hỗn mang của xã hội hiện nay. Những phát hiện này đã làm tim tôi nhói đau khi tự vấn lấy mình, đã làm gì khi các bất công còn nhan nhãn giữa cuộc đời này?

Trong bức thư gửi cho nhà giáo Phạm Toàn, Từ Huy đã viết *"...tại sao không được phép làm điều đúng? Tại sao không được phép làm điều tốt?*

Có lẽ chú Phạm Toàn nói đúng, rằng cuộc sống vẫn nói to với ta là không thể ảo tưởng, rằng hình như xung quanh ta, mọi thứ đang có màu máu và mùi vị thuốc súng.

Tuy nhiên, chú Toàn ơi, cháu vẫn phải tiếp tục ảo tưởng, vì cháu không thể nghĩ rằng ta đang tồn tại không phải giữa những con người, rằng ta đang tồn tại cùng với những kẻ đã mất hết tính người"

Điều chị không tin nhưng lại là điều tôi mang máng tin từ vài tháng nay sau vụ án Cù Huy Hà Vũ, sau sự lên tiếng của GS Ngô Bảo Châu và sau cái chết của anh Nguyễn Công Nhựt.

Có điều là tôi bất lực thảm hại. Tôi chua xót nhìn sự bất lực ấy như một định mệnh. Tôi im lặng gặm nhấm sự thỏa hiệp với câm nín từng ngày, từng giờ, và tôi nương vào những bài học của ba người đàn bà này để tự dày xéo mình. Vậy tôi là trí thức ư?

Điều chị không tin xã hội hôm nay nặng mùi máu như chị viết đã khiến chị lên tiếng. Điều mà tôi tin xã hội đang giết nhau làm tôi im bặt. Hai thái độ xuất phát từ nhận thức này đã làm tôi mất ngủ. Mất ngủ nhưng rất tỉnh táo để biết rằng mình đang có thái độ âm giữa cuộc sống đang cần thêm nhiều tiếng nói.

Biết mà không thể vượt qua.

Và đây là bi kịch, phải không thưa cả ba chị?

Hơn lúc nào hết, tôi cảm thấy Martin Luther King đang nhìn tôi, cái nhìn làm tôi quặn thắt qua câu nói của ông: *"Cuộc đời của chúng ta bắt đầu kết thúc khi chúng ta im lặng về những điều lẽ ra phải lên tiếng."*

Những đám đông tháng Mười

Người ta có thể dễ dàng đồng ý nếu có sự tập trung từ trăm người trở lên thì nhóm người ấy đã trở thành đám đông. Đám đông nói lên nhiều điều mặc dù ở nhiều đám đông không ai nói gì cả, họ chỉ biểu cảm bằng sự tham dự của mình như một phiếu bầu, một thái độ.

Bắt đầu từ ngày 4 tháng Mười, khi tin đại tướng Võ Nguyên Giáp từ trần lộ ra thì đám đông đã manh nha hình thành. Không báo đài hay loa phường nào thông báo nhưng đám đông chuyền tai nhau và sáng hôm sau đã có người xếp hàng trước nhà riêng của ông chờ đợi được đặt một bó hoa trước cổng.

Đám đông ấy lớn dần lên và lúc ấy báo chí mới rục rịch đưa tin. Đám đông ngày càng căng ra khi sức chứa lề đường không còn đủ chỗ. Ngày kéo cờ rũ trước hội trường Ba Đình là lúc đám đông chuyển động. Theo sau những chuyển động ấy là các bài viết đẩy đám đông vào sâu hơn điều mà từng người trong họ nghĩ tới. Công lao, chiến thắng là hai cụm từ được lập đi lập lại hầu như bất tận.

Trước khi chấm dứt những đề nghị đặt tên đường, đưa tên ông vào sách giáo khoa thì một bài viết mới nhất của tờ Lao Động nhưng không có tên tác giả khép lại đám tang và đám đông. Tựa bài có tên: "Đại tướng Võ Nguyên Giáp đã hiển thánh, như trước đây 44 năm Bác Hồ đã hiển thánh."

Hai chữ "hiển thánh" có lẽ được đám đông chấp nhận như một lời tung hô, nhưng tờ Lao Động thật ra đang kích động đám đông bằng chiêu trò mê tín dị đoan. Tờ báo đăng bài viết không hiểu được hai từ "hiển thánh" như thế nào nên cho rằng nhân vật nào có miếu thờ thì tự nhiên thành thánh. Báo đưa Bác Hồ ra làm thí dụ và cũng mang Bác Hồ ra làm nhân chứng cho sự hiển thánh của ông.

Đáng chú ý trong bài báo là câu: "Võ Điện Biên, người con trai của đại tướng, có bài đáp từ làm rung động lòng người. "Gia đình chúng tôi rất cảm ơn Đảng và Nhà nước đã cho phép chúng tôi thực hiện di nguyện của Đại tướng được trở về nơi an nghỉ cuối cùng ở quê hương."

Đến thánh mà cũng phải xin phép được chôn cất tại quê hương của mình thì Đảng và Nhà nước đã lên hàng Thượng đế.

Từ đám đông, tờ báo đã rất "linh động" hướng dẫn họ vào đền thờ của sự hiển thánh. Từ hiển thánh bài báo chứng minh với đám đông rằng không có điều gì lớn hay nhỏ mà không qua tay Đảng và nhà nước.

Đây là bài báo thành công nhất trong tang lễ đại tướng Võ Nguyên Giáp.

Tang lễ đáng lẽ hoàn hảo, chỉnh chu hơn nếu không có những bài viết như thế. Và cũng đáng tiếc, tang lễ sẽ làm người dân tập trung hơn nếu không có một đám đông khác, cũng tang chế, cũng mất mát đau thương nhưng của một tập thể chứ không phải một người: Vụ nổ nhà máy pháo hoa Z121 tại tỉnh Phú Thọ.

12 giờ trưa ngày 11 tháng Mười, khi cờ rủ được treo trên Quảng trường Ba Đình, nghi thức đầu tiên trong 2 ngày Quốc tang Đại tướng Võ Nguyên Giáp, 20 tiếng đồng hồ sau, 8 giờ sáng ngày 12 tháng Mười vụ nổ xảy ra, giết chết 24 người làm bị thương gần trăm người khác và đám đông hoảng loạn được báo chí loan tải cho thấy sự kinh hoàng của họ như trong chiến tranh.

Cảnh một đám tang nằm chơ vơ với một người duy nhất ngồi bên quan tài miêu tả sự sợ hãi đã lên đến cực điểm. Khói lửa mù mịt và tiếng than khóc bao phủ cả một vùng. Nhà máy xảy ra vụ nổ là một phân xưởng của Bộ Quốc phòng do đó Bộ này đã nhanh chóng đến tận gia đình nạn nhân an ủi và bồi thường cho họ. Tuy nhiên cho đến hôm nay không một lý do nào được đưa ra tại sao một nơi nguy hiểm như thế lại không có một biện pháp an toàn lao động nào cho công nhân làm việc.

Câu hỏi đặt ra: Quản lý chất nổ làm pháo đã không xong thì làm sao có thể quản lý một nhà máy hạt nhân có tầm nguy hiểm hơn một ngàn lần?

Từ câu hỏi này có thể dễ dàng suy ra một đám đông khác sẽ lớn hơn một ngàn lần tại Ninh Thuận nếu so với đám đông của Phú Thọ vừa qua.

Năm ngày sau khi vụ nổ tại Phú Thọ xảy ra, ngày 17 tháng Mười một đám đông nữa xuất hiện tại Thanh Hóa. Lần này chỉ hai mẹ con bị chết nhưng kéo theo đám đông hơn ngàn người. Họ là thân nhân, là láng giềng và sau đó thì người đi đường nhập cuộc.

Đám đông tự phát này đòi trả lại công lý cho hai mẹ con sản phụ Nguyễn Thị Xuân, trú làng Mật Thôn, xã Thiệu Phúc, huyện Thiệu Hóa đến bệnh viện Đa khoa huyện Thiệu Hóa để sinh nhưng bệnh viện đã bỏ mặc bà trong 20 tiếng đồng hồ không

121

chăm sóc mặc dù bà có biểu hiện khó sinh và rất đau đớn. Cái chết của hai mẹ con bà đã gây sự giận dữ lẫn căm phẫn trong dân chúng vì họ đã nhìn thấy số phận của họ qua câu chuyện của hai mẹ con sản phụ.

Đám đông tuy giải tán sau đó ít lâu nhưng người tham dự biết rằng từ nay ít ra bệnh viện Thiệu Hóa cũng tự biết ra ai là chủ nhân thật sự của bệnh viện này.

Hai ngày sau một vụ án chấn động khác xảy ra tại Hà Nội cũng liên quan đến y đức nhưng lần này thêm yếu tố cố sát, một cử động sau cùng nhấn chìm luôn chút lương tâm còn sót lại của những người mang áo choàng trắng bất lương.

Đám đông không nổi giận, không căm phẫn, không có một phản ứng nào. Họ đến hai bờ Sông Hồng chờ xem xác chết của nạn nhân. Họ xem trò múa may của các nhà ngoại cảm. Xúc động không còn chỉ còn sự hiếu kỳ bởi quá nhiều việc thất đức đã giết mất sự nóng giận của người dân. Không lẽ xã hội chỉ biết lo cho miếng ăn của mình mà quên đi một góc khác có tên là lương tri?

Lương tri và miếng ăn thách thức người dân Hà Nội với hai vụ tiếp liền sau đó. Vụ thứ nhất là việc đàn áp, đánh đập và bắt giữ hơn một trăm bà con H'Mông từ 4 tỉnh phía Bắc kéo về vườn Hoa Mai Xuân Thưởng đòi được quyền thực hành niềm tin tôn giáo của họ.

Hơn một trăm con người ấy là đám đông thầm lặng. Tiếng Kinh không đủ để diễn tả nỗi bất bình lẫn oan ức của họ khi địa phương trói buộc họ vào những quy định khó hiểu bởi nỗi ám ảnh ly khai.

Việt Nam đang theo đuổi việc đàn áp sắc tộc và tôn giáo với chiêu bài ly khai như Trung Quốc đối phó với người Tây Tạng và Duy Ngô Nhĩ. Hệ lụy này đang công khai diễn ra tại Hà Nội vào tối 23 tháng Mười. Đám đông bị ép hết lên xe chở về lại nơi họ xuất phát. Chính quyền không hiểu rằng không có chuyến xe nào chở nổi sự oan khiên khi lòng những con người tội nghiệp ấy chỉ vang lên một từ than van kêu cứu duy nhất "Chúa ơi".

Lương tri nếu đã không còn thì chính là lúc những góc khuất tối tăm nhất của con người xuất hiện. Góc khuất mà người Việt không ai không tự dặn lòng: "miếng ăn là miếng tồi tàn".

Ngày 24 tháng Mười tại phố Đoàn Trần Nghiệp, hàng ngàn thanh niên nam nữ chen lấn, dẫm đạp lên nhau để được ăn một bữa sushi miễn phí. Bức tranh "hoành tráng" này không biết có làm cho người Hà Nội thấy xấu hổ không hay lại tránh đi không nhận rằng một số lớn thanh niên hôm nay đang định hướng mình vào miếng ăn thay vì vào việc xây dựng Xã hội chủ nghĩa như nhà nước vẫn hàng ngày kêu gào.

Miếng ăn trở thành chân lý và không còn tồi tàn như người Việt tâm niệm. Sự lật đổ này của đám đông thanh niên nam nữ Hà Nội trong ngày 24 tháng Mười có phải là tiếng kèn cầu hồn cho truyền thống áo mũ cân đai?

Chưa hết, một đám đông khác xảy ra ba ngày sau đó, ngày 27 tháng Mười. Lần này tại xứ Quảng, và huyện Tư Nghĩa của Quảng Ngãi đã lên tiếng mạnh mẽ cho sự lấp liếm của chính quyền sở tại qua một đám đông đủ sức lật đổ một chính quyền cấp xã.

Báo chí đăng đầy đủ hình ảnh của hàng ngàn người dân tập trung chống đối làm lưu thông trên quốc lộ 1 ách tắc nguyên ngày. Họ đòi hỏi phải giải quyết việc chính quyền cho phép tàu ngoại quốc vào hút cát làm cho môi trường nguy hại, tác động trực tiếp đến kinh tế và sức khỏe của người dân mà không ai giải quyết.

Đám đông này gây chú ý cho nhà nước nhất vì nguyện vọng và sự giận dữ của họ không thể lái theo hướng nào khác. Khi đám đông thật sự nổi giận thì bất cứ nhà nước nào cũng phải e dè, kể cả nhà nước cộng sản.

Còn một đám đông khác quan trọng hơn đang tụ tập nhưng không mấy ai quan tâm. Đám đông này khác với các đám đông tự phát, nó có ngày giờ diễn ra và mục tiêu cũng rất rõ ràng. Đám đông ấy được lãnh lương và được luôn cái tiếng là đại biểu. Người dân gọi nôm na là có tiếng lẫn có miếng.

Đám đông đặc biệt này là Quốc hội nước Cộng hòa xã hội chủ nghĩa Việt Nam.

Họ là đám đông chứ không có cách gọi nào khác rõ nghĩa hơn. Gần 500 con người tụ tập nhau lại nhưng không làm được một việc gì gọi là đại diện cho dân. Bởi họ không phải là dân vì 92,6% những người trong đám đông ấy là đảng viên và vì vậy việc làm của họ chỉ cho đảng và vì đảng mà thôi.

Đám đông ấy theo sau ông Tổng bí thư và tuân theo bất cứ việc gì mà ông ta đưa ra. Đám đông có nét đặc thù là cùng gật đầu một lúc và cùng đưa tay giống nhau khi đảng ra lệnh.

Đám đông ấy cũng tụ tập vào tháng Mười và điều này khiến bản hợp xướng Đám đông tháng Mười càng thêm hùng tráng.

Đại tướng, cô đơn đến chết

Sau khi ông chết hai ngày báo chí mới đưa những bài viết ca tụng ồ ạt đến nỗi không kịp đọc, và rồi khi đọc lại không thấy gì mới. Những bài viết chừng như cách nay năm sáu chục năm. Có chăng là cách hành văn khác, con chữ khác và cách đọc khác.

Khi xưa là tờ Nhân Dân, với khổ lớn, chữ nhòe nay ngồi trước màn hình chữ trong veo và không tốn công lật từng tờ giấy mà muốn không dính vào nhau phải chịu khó thấm nước bọt. Bố mình bảo thế. Cách đọc báo của những ngày khốn khó nhưng tràn ngập niềm tin. Niềm tin đất nước sẽ thanh bình và người dân sẽ cơm no áo ấm.

Những bài báo ấy hôm nay tuy mở hết công suất tụng ca người quá cố vẫn không che được quá khứ nhiều chục năm của tất cả các tờ báo hôm nay khi trong những dịp kỷ niệm Điện Biên Phủ, chưa một lần dám đăng tên Võ Nguyên Giáp, người làm nên lịch sử này.

Bọn tướng tá đọc diễn văn, nêu ra mọi thứ nhưng người anh cả của chúng là Đại tướng Võ Nguyên Giáp lại không được nêu tên dù chỉ một lần.

Đại tướng không phải đột nhiên mà mất. Ông đại thọ và trước khi mất không chịu cảnh đau đớn quằn quại gì, đấy là hạnh phúc cho gia đình. Hơn nữa trước khi mất, ông đã có phần nào toại nguyện khi ít nhất có ba lần góp ý với chính phủ về việc dừng dự án này, bỏ ý định kia. Tuy chính phủ chẳng những không nghe mà còn giả vờ gật đầu nhưng nhiều người tin rằng sau gần 50 năm được họ gật đầu tuy chỉ là giả vờ cũng đã an ủi cho ông lắm rồi, trong khi trước đây họ không lịch sự với ông như thế.

Cái chết của ông làm nhiều người bật khóc và đâu đó cũng có kẻ thở ra như trút gánh nặng.

Những người đồng chí, người em trong quân đội, hay thậm chí chỉ là đồng hương Quảng Bình của ông họ rơi nước mắt là phải vì còn ai hơn ông nữa trên mảnh đất quá nhiều truân chuyên này. Võ Nguyên Giáp đã là huyền thoại khi ông còn trẻ và sự hiển nhiên đó đang bị rất nhiều người từ khước, mặc dù nỗ lực của họ không thể bịt mắt cả một dân tộc bất kể quyền lực họ có uy vũ đến cỡ nào.

Khi người dân tôn vinh một anh hùng thì sức mạnh nội tại của quần chúng thách thức cả súng đạn. Chính quyền này biết sự thật ấy và vì vậy họ cần tới hơn 10 tiếng đồng hồ để đưa ra một quyết định đơn giản: thông báo cho nhân dân biết Đại tướng Võ Nguyên Giáp đã qua đời vào lúc 18 giờ 09 phút ngày 4 tháng 10 tại bệnh viện Quân đội Trung ương 108.

Thế nhưng có dấu đến đâu thì dân cũng đã biết. Hơn nữa, vì dấu nên cái biết của họ không gói gọn trong việc đại tướng vừa mất. Nhờ Internet, họ có cơ hội biết nhiều điều hơn cái chết của ông.

Họ bắt đầu biết: mặc dù là người hùng của Điện Biên Phủ nhưng đại tướng của họ đã không được trọng dụng trong Bộ chính trị ngay cả khi Chủ tịch Hồ Chí Minh còn sống. Họ biết khi nghe kể lại công khai trên mạng, trên đài phát thanh ngoại quốc do những người từng một thời với Đại tướng nói về những việc liên quan đến ông. Toàn chuyện buồn tủi và khó chấp nhận đối với một đại tướng từng làm run sợ biết bao tướng lãnh tây phương. Một ông đại tướng cô đơn giữa một bầy sói dữ.

Những con sói mang tên đồng chí.

Người thương yêu, kính trọng và âm thầm ủng hộ cho ông chỉ là những viên chức nhỏ bé, đơn độc vì vậy có muốn bênh vực ông cũng không thể làm gì hơn. Cho tới vài năm gần đây những nhân chứng sống ấy bắt đầu kể lại các tình tiết bí mật khi những con sói hung dữ, tàn bạo một thời lần lượt ra đi. Kẻ chết, người thất sủng, tất cả bọn họ không có cơ hội trả lời trước tòa án lịch sử nhưng lịch sử sẽ không tha thứ cho họ trong ván bài chính trị gian lận.

Kịch bản Sáu Sứ của Tổng cục 2 và "Vụ án xét lại chống đảng" cố gán ghép tội phản động cho tướng Giáp cuối cùng cũng không thành công. Ông Đại tướng cô đơn trong căn nhà số 30 đường Hoàng Diệu ấy phải chịu ẩn mình phía sau cái hào quang Điện Biên Phủ hơn 50 năm. Con sư tử tuy đã ẩn mình nhưng buộc phải im lặng, im lặng tuyệt đối. Im lặng đến nỗi sau khi ông mất nhiều người uất hận thay cho ông. Họ đòi con sư tử ấy phải rống.

Đại tướng từng nhiều lần gọi sự im lặng này là cách tạo cho Đảng của ông mạnh hơn. Nhưng rất nhiều người không đồng ý, họ nói ông chống chế. Sự nhẫn nhục của ông chỉ làm cho sói thành hùm. May cho ông là còn chiến thắng Điện Biên Phủ trong lịch sử quân sự thế giới nếu không thì ông không cách nào thoát khỏi trò chơi thú vật của những kẻ đương quyền.

Một câu hỏi lớn, rất lớn: Tại sao ông bị trù dập, tại sao ông bị cô lập trong khi chiến trường miền Nam rất cần cự só mặt của ông. Tại sao vụ án Năm Châu - Sáu Sứ đã có kết quả nhưng Tổng bí thư Nguyễn Văn Linh lại cố tình cho trôi qua một vụ thanh trừng bẩn thỉu đối với kẻ có công với đất nước (*). Vai trò ông Linh trong vụ này là gì? Ông Linh chết, ông Duẩn ông Thọ và nhiều ông nữa đã chết, nhưng tới bây giờ vẫn không một ông Tổng bí thư nào sau ông Linh công khai trả lại sự thật cho đại tướng Võ Nguyên Giáp và những người khác.

Tuy không Tổng bí thư nào sau thời Nguyễn Văn Linh có dấu vết tham gia trù dập đại tướng nhưng bù lại họ hùa nhau bịt kín miệng giếng để không ai có cơ hội khui ra sự thật. Cái gì đã tạo cho tất cả các đời Tổng bí thư giống nhau như khuôn và không một ai có đủ bản lĩnh vượt qua cái hèn để mang Đại tướng về đúng chỗ của ông.

Lý do thứ nhất: tài mọn thường dị ứng với thiên tài.

Lý do này không vững đối với những Tổng bí thư về sau khi đại tướng không còn là trụ đồng tỏa hào quang ngăn bước đường tiến thân của họ. Nếu nói ông Lê Duẩn có tính khí đố kỵ thì còn hợp lý bởi ông Duẩn là một công thần trong thời kỳ đầu tiên cùng với Đại tướng Giáp. Vào Đảng trước đại tướng Giáp, ông Duẩn đã nhìn thấy trước con đường hoạn lộ của mình giá nào cũng phải nắm chức Tổng bí thư. Con đường thăng tiến của ông Giáp phải bị cản trở bằng mọi cách nếu không có làm tới Tổng bí thư thì người dân và nhất là đồng chí sẽ không ai chịu phục. Gian hùng và quyết đoán đã làm ông Duẩn trở thành gian thần trong khi đại tướng Giáp thiếu hẳn hai đức tính ấy thì làm sao không thất trận ngay trong chiến trường mà đồng chí của mình sắp xếp?

Lý do thứ hai: phải chăng đại tướng đã phạm một lỗi lầm nào đó quan trọng đến nỗi tạo cơ hội cho Lê Duẩn và bè cánh

128

của ông ta nắm lấy và áp lực đại tướng đến nỗi ông nhũn như con chi chi và lịch sử đã diễn ra như mọi người đều thấy?

Nghi vấn vẫn là nghi vấn nhưng dù sao thì tất cả nạn nhân lẫn kẻ chủ mưu đều đã chết. Trách nhiệm còn lại thuộc về ai đây?

Ông Tổng bí thư Nguyễn Phú Trọng phải trách nhiệm giải mật sự thật lịch sử. Vâng, chính Tổng bí thư đương nhiệm chứ không ai khác.

Ông Trọng phải công khai ra lệnh làm rõ: Ai là người nghĩ ra cái trò buộc đại tướng nhận chức Chủ tịch "Ủy ban quốc gia dân số và sinh đẻ có kế hoạch" vào năm 1983. Ai là kẻ viết kịch bản cho vụ án Năm Châu - Sáu Sứ và trong đó kẻ nào còn sống hiện nay? Ai là kẻ dựng nên "Vụ án xét lại chống đảng" mà tới nay chưa có một tòa án nào được công khai lập ra để nhân dân biết được những oan khiên của biết bao tinh hoa dân tộc đã bị chôn vùi.

Nếu ông Tổng bí thư Nguyễn Phú Trọng tiếp tục giữ thái độ im lặng thì xin ông và cả đảng, chính phủ của ông đừng bén mảng tới đám tang đại tướng. Cứ tham dự Hội nghị Trung ương 8 khóa XI, cứ gửi vòng hoa tới chia buồn. Đừng đọc những bài điếu văn mà trong đó một giọt nước mắt cá sấu cũng không có nổi.

Đại tướng Võ Nguyên Giáp chịu im tiếng hơn 50 năm đã là quá đủ. Tại sao đến lúc này vẫn có người đòi hỏi ông phải thế này phải thế kia. Một Điện Biên Phủ rung chuyển cả thế giới chưa đủ hay sao? Một con người bình thường đừng đòi hỏi họ hai lần làm anh hùng trong khi hàng trăm ngàn người ở thể chế này ngay một lần sống cho tử tế cũng không có được?

(*) Bên Thắng Cuộc, Tập II Quyền Bính, Chương II: Tướng Giáp,nhà xuất bản OSINBOOK, 2012, tr. 134-178. Tác giả Huy Đức.

Phản động như VTV là cùng

Tôi không thù hằn gì ông nhưng nói thật giá mà ông đừng lên TV.

Khối người nghĩ lên TV là để hãnh diện với giòng họ, chòm xóm hay lớn hơn là cả nước thì đôi khi sẽ bị hố to, đặc biệt đối với người có danh có vị, nói theo kiểu giang hồ là có số có má, vì khi lên chỗ thị phi trước mắt hàng triệu người mà ăn nói rối rắm, câu cú lủng củng thì có mà ốm đòn với báo chí, chí ít là bị ném đá mềm người.

TV còn có một tai hại nữa mà các phương tiện truyền thông khác không có, đó là hình ảnh của người "muốn nổi tiếng" sẽ không cách gì mà không "lộ nguyên hình" khi lên TV.

Mặc dù trước khi trình diện bản mặt mình với khán giả thì mấy anh chị đã được bộ phận hóa trang mà Tây gọi là make-up son phấn che lấp những sai sót của tạo hóa. Hố bom hố bò, tàn nhang hay vết nám sẽ bị che bằng các lớp hóa chất mỏng tang nhưng có khả năng biến xấu thành dễ coi, biến hốc hác thành đầy đặn, biến nhăn nheo thành trơn láng và cũng có thể, tùy theo tài năng của người nghệ sĩ make-up, biến hung dữ thành hiền hậu, và hay hơn nữa là biến lùn thành cao ráo hơn một tí!

Nhưng có một điều mà tất cả các tay phù thủy của Holywood bó tay không làm được, đó là biến phì nộn thành...ốm o.

Cái yếu huyệt này đã khiến rất nhiều người nổi tiếng tránh lên TV, nhất là ở Việt Nam, khi người dân vẫn quen nhìn người phì nộn là...lười biếng, háo ăn với hàng lô hàng lốc từ ngữ biếm nhẽ khó nghe.

Có một người không thấy được cái yếu huyệt ấy, ông ta vẫn lên TV, vẫn trả lời phỏng vấn trong vai trò một Bộ trưởng, một Ủy viên Trung ương Đảng, tức là một người có số có má.

Ông ta là Giàng Seo Phử, Bộ trưởng Chủ nhiệm Ủy ban Sắc tộc Việt Nam.

Tôi không mặc cảm gì với thân phận của ông, tôi chỉ thương hại thay cho ông và giận cho VTV khi đem ông lên trong chương trình "Dân hỏi Bộ trưởng trả lời".

Tôi thấy thảm hại vì khuôn mặt quá khổ của ông tương phản một cách khôi hài với các câu trả lời về tình trạng đói ăn lưu cửu của đồng bào miền núi. Ông càng cố lột tả sự khó khăn của các hộ dân ít người tại các tỉnh vùng cao thì người xem càng cảm thấy ông đang lừa dối họ.

Khi ông nói về sự khó khăn của người dân thì những khối thịt trên mặt chống lại ông một cách quyết liệt. Cơ hàm ông bạnh ra, cổ ông láng bóng và chúng đang quần quại hết sức để thoát ra chiếc cổ cồn quá chật, cộng với chiếc cà vạt nhà quê cố thắt cổ thân chủ thay vì làm đẹp cho người mang chúng. Ông ạ, tôi có cảm tưởng khi trả lời xong cuộc phỏng vấn ông sẽ ngã lăn ra mà thở.

Đáng buồn là ông không ngã lăn ra thở như tôi tưởng tượng, mà thay vào đó các cháu miền cao, những người được ông nhắc tới sẽ tiếp tục lăn ra vì đói.

Điều này tôi biết chắc ông không bao giờ để ý, vì nếu biết ông sẽ chấm dứt bài nhạc có cung "cơ chế" mà toàn Đảng, toàn hệ thống kể cả ông đang vin vào khi bị vặn hỏi.

Ông không ở bên ngoài cái cơ chế ấy, vì ông là Bộ trưởng.

Và vì ông không biết chương trình "Cơm có thịt", "Áo ấm biên cương"... cũng như những chương trình khác của những con người ngoài cơ chế đang cật lực mang tới cho các em vùng cao chút ấm lòng.

Họ không lãnh lương như ông. Họ không tròn trịa như ông. Không áo vét, cà vạt sang trọng như ông ngồi không đổ vấy cho cơ chế. Họ miệt mài cứu trẻ đói, che chắn trẻ lạnh, ấp ủ những trẻ thiếu chữ vùng cao bằng những hành động thực tiễn. Họ săm soi từng vết nứt dưới chân các em để biết rằng cần phải xin giày mang lên cho chúng.

Họ ngồi ngắm nghía những trẻ ở trường không phải bằng đôi mắt tò mò mà cố tìm cách nào che cho chúng trôi qua mùa lạnh.

Họ chụp những tấm ảnh ngây thơ nhưng đói lả của các em không phải để dự thi ảnh nghệ thuật mà muốn những tấm ảnh ấy đánh vào lương tâm dư luận để giúp được phần nào những cộng đồng mang tiếng là Việt Nam nhưng thật khó làm cho giới chức Hà Nội hiểu thế nào là cái đói, cái lạnh của trẻ em miền núi.

Chúng còn một cái đói khác lớn hơn, sẽ làm suy dinh dưỡng trí não của chúng cho đến khi trở thành kiệt quệ, đó là đói chữ.

Phải chăng thức ăn của trẻ em đồng bào thiểu số đã chạy về đắp lên đôi má nặng nề của ông? Phải chăng cái đói thảm thương của họ có dính líu tới con đường danh vọng của một đồng hương mang tên Giàng Seo Phử?

Có hay không có ông thì những tộc người ấy vẫn sống, vẫn tìm củ mài củ chuối mà ăn thay vì cơm và gạo như người Kinh. Họ bất cần tới sự trả lời của bộ trưởng Giàng cùng với thứ ngôn ngữ được đánh bóng tới từng dấu phẩy.

Những con người âm thầm sau lưng đang giúp cho các em không được hỏi công khai trên TV và nhiều người tin rằng có hỏi họ cũng không trả lời. Họ khác ông nhiều thứ, từ tâm hồn cho tới bộ dạng. Họ ốm yếu, trong khi ông nung núc. Họ khuân vác những kiện hàng xin được từ xã hội lên tận những nơi tưởng chừng không thể nào lên được trong khi ông ngồi phòng lạnh, chỉ tay năm ngón tới những điều bất cập mà ai cũng biết.

Họ, những con người không muốn nổi danh ấy, đau đáu với những ánh mắt chờ mong rất ngây thơ và đầy bất nhẫn. Những cái tên của các em rất khó phát âm và xa lạ đối với nhiều người nhưng rất quen thuộc với ông vì ông từ vùng núi mà ra. Ông nói chung thứ tiếng nói của họ nhưng không đồng cảm với cái đói, cái khổ đau mà hàng trăm ngàn người đang chịu. Ông cố chứng minh thay Đảng rằng sự đói nghèo của các bộ tộc rất gần gũi với ông là do hoàn cảnh đặc thù của dân tộc.

Ông đã làm tròn trách nhiệm nói dối, lấy nước miếng làm mát những lò điện hạt nhân đang sôi có tên Cao Bằng, Hà Giang, đặc biệt là Lai Châu, Mường Nhé nơi hàng trăm ngàn người H'mông như ông đang ăn củ mài trừ cơm hay đang ở trong các căn nhà chiều cao một thước hai, cố trốn đói bằng cách lên rừng đào củ để sống trong khi Bộ trưởng của họ thủng thình nói rằng tất cả đều do cơ chế!

Tôi cảm thông với ông ở cái góc là ông đã làm tròn công tác lừa dân mà Đảng giao phó. Tôi có thể ghét cái cơ địa của ông nhưng phải nói thật, ông không đủ thông minh để thoát ra khỏi cái bẫy của VTV.

134

Còn cái góc khác, góc phá hoại của VTV khi mời một con lợn lên thuyết trình về lợi ích của ăn chay thì tôi xin hỏi thẳng: VTV đã nhận của bọn phản động bao nhiêu tiền để làm chương trình này?

Chiến sĩ công an: nghe mà ớn

Ngày còn nhỏ, những lần học văn, hay học lịch sử, mỗi lần nghe thầy, cô giáo nhắc đến hai từ "chiến sĩ", là trong tâm trí tôi sáng lên niềm tự hào, yêu mến và biết ơn những con người đã vì tổ quốc mà chịu mất mát, đau thương. Rất nhiều người trong số họ đã gửi lại tuổi xanh của mình nơi chốn rừng núi hoang vu hay nơi biển đảo xa xôi, mà đến bây giờ, người thân của họ còn chưa tìm được phần mộ của một phần da thịt mình.

Mỗi lần đi qua một nghĩa trang liệt sĩ, tôi thường cúi đầu trong thinh lặng để tưởng nhớ những người lính đã đổ máu cho tôi và thế hệ sau được sống trong hòa bình.

Năm đầu tiên về làm ở một cơ quan nhà nước, có nhiều đồng nghiệp của mình làm việc không có hiệu quả nhưng cuối năm lại được nhận danh hiệu Chiến sĩ thi đua cấp tỉnh. Tôi thật sự ngỡ ngàng, không phải vì bản thân cái hão của danh hiệu, mà bởi hai từ chiến sĩ đứng trước danh hiệu thi đua của họ.

Xưa nay, hễ nói đến chiến sĩ, là người ta nghĩ ngay đến những con người ngày đêm miệt mài trên chiến trường, hay nói ngắn gọn hơn, nhắc đến chiến sĩ là người ta nghĩ đến chuyện đánh nhau. Thế thì mấy ông nhà giáo đánh nhau với ai trên tỉnh mà nhận danh hiệu chiến sĩ thi đua cấp tỉnh? Khi tôi hỏi các đồng nghiệp của mình câu đó, mọi người chỉ biết cười trừ mà thôi. Nhưng lòng tôi thật sự chua chát lắm.

Còn một thứ chiến sĩ nữa trong muôn vàn chiến sĩ tại xã hội lạm phát ngôn từ này đó là "chiến sĩ công an"!

Khi nghe nhắc đến những "chiến sĩ công an"... mọi người nghĩ ngay đến những hình ảnh đánh, giết người man rợ của họ mà nạn nhân là những người dân trong tay không có một tắc sắt.

Chỉ có một em nhỏ ở Huế lấy 3,1 triệu của cô mình mà công an đánh em đến bầm dập cả hai mông. Mới đây, trên các trang báo của Vietnamnet, Lao động,... có đăng tải thông tin, một phụ xe là anh Nguyễn Văn Nam khi bị công an Nghệ An giữ xe lại "làm khó", anh yêu cầu công an lập biên bản giữ xe thì nhận được câu trả lời bằng một vật nhọn đâm vào đầu khiến anh phải nhập viện ngay sau đó.

Công an đánh chết ông Trịnh Xuân Tùng khi ông tháo mũ bảo hiểm ra để nghe điện thoại. Công an dùng súng bắn vào đôi trai gái đang đi trên đường vì họ quên không đội mũ bão hiểm. Công an thuê côn đồ hành hung dân ở Nam Định.

Công an xịt hơi cay vào một thanh niên đi đường và vu cho anh tàng trữ ma túy khi người dân đưa anh đến nhập viện trong tình trạng anh bị bất tỉnh và trên người chỉ có hai điện thoại di động...và mới đây nhất Công an đánh trọng thương và cưỡng bức hàng nghìn hộ dân ở Câu Hà, Điện Bàn, Quảng Nam và đập phá nhà cửa của họ, làm cho họ phải sống trong cảnh màn trời chiếu đất.

Càng ngày, với dùi cui, roi điện và súng ống trong tay, các "chiến sĩ" công an ngày một lập được nhiều thành tích đáng... sợ. Trong suốt 8 tuần vừa qua, khi những ngưởi yêu nước xuống đường biểu tình để phản đối Trung Quốc xâm lược Việt Nam, thì các "chiến sĩ" công an đã thi đua lập được nhiều thành tích bằng nhiều hình thức khác nhau: Đại úy Minh đạp vào mặt anh Nguyễn Chí Đức khi anh bị bốn công an khiêng, quẳng lên xe buýt như quẳng súc vật. Công an đánh đập, bắt bớ, bóp cổ người biểu tình mà không chứng minh được họ phạm vào tội gì...

Chưa hết, công an còn gây khó khăn, trở ngại về chỗ ở, việc làm khi những người yêu nước thực thi quyền được lên tiếng của họ. Không thể kể hết các "thành tích" ghê tởm và nhục nhã của công an nhân dân ngày một dày lên trên các mặt báo cả lề trái và lề phải hiện nay.

Tôi thực sự không biết, trong các trường Đại học an ninh, công an được đào tạo thế nào để họ có thể lạnh lùng đánh đập dân mình một cách dã man đến thế? Mỗi lần ra đường nhìn các khẩu hiệu treo đầy trên cây, hay những lần đến trụ sở công an làm việc, tôi luôn nhìn thấy khẩu hiệu "Công an nhân dân vì nước quên thân, vì dân phục vụ", hoặc đâu đó trên tường treo 6 điều Bác Hồ dạy công an, trong đó có điều 4 là lễ phép, kính trọng nhân dân.

Điều gì đã làm cho công an ngày càng lộng quyền đến thế để mỗi lần nghe nhắc đến công an là người dân lại lắc đầu ngao ngán như một nỗi kinh hoàng, khiếp sợ?

Tôi còn nhớ rất rõ, ngày xưa, khi còn đi học, trong tiết học bài Bình Ngô đại cáo của Nguyễn Trãi, có đoạn kể về tội ác của quân thù đến nỗi nước đông hải cũng không rửa sạch được tội của chúng đã gây ra cho nhân dân ta. Thế mà khi chúng "như hổ đói vẫy đuôi xin cứu mạng, thì nhân dân ta đã tha chết và còn cấp lương thực và phương tiện cho về nước.

Còn ngày nay, nhân dân ta đã làm chi nên tội mà công an lại thẳng tay đàn áp, đánh đập, bắt bớ họ đến thế? Sao dân mình khổ thế? Khổ mà không biết kêu ai. Ngư dân ra biển thì bị bọn Trung Quốc đánh đập, cướp hết sản phẩm lao động. Nông dân sống trên cạn thì bị bọn Trung Quốc xông vào đánh cả làng như ở Thanh Hóa. Sao những lúc đó, công an không xuất hiện cho nhanh để giải cứu nhân dân thoát khỏi tay bọn Trung Quốc?

Đi đâu cũng được nghe tuyên truyền rằng, Việt Nam tôn trọng nhân quyền, Việt Nam đang sánh vai với các cường quốc năm châu. Nhưng không biết là họ sánh vai kiểu gì, khi hành động "công an trị" ngày càng bộc lộ tính man rợ, thậm chí kinh khủng hơn cả Mafia như ở Ý. Vì nhóm xã hội đen đó còn có luật là không được đụng đến trẻ em và phụ nữ.

Ông Nguyễn Đức Nhanh, giám đốc công an Hà Nội mới đây đã trả lời trên báo Pháp luật rằng: " phải xử thật nặng người chống đối công an thi hành công vụ". Ông nêu lên chuyện cô gái tát công an và ông "hết sức bức xúc về những hành vi coi thường pháp luật này".

Sau đó, trên tờ Dân trí, đăng tải thông tin, cô gái này bị khởi tố vì "chống đối người thi hành công vụ, bị phạt tiền gần 3 triệu, bị giữ xe 10 ngày, và cô gái đó và gia đình đã xin lỗi công an.

Có một cô gái tát công an thì ngay lập tức cô bị khởi tố, bị phạt tiền, bị o ép đủ thứ. Thế mấy anh công an đạp vào mặt anh Đức khi anh bị bốn công an không chế, có hình ảnh rõ ràng trên mạng, sờ sờ ra đó, không ai chối cãi được, thì công an im lặng làm ngơ?

Sao những người phụ nữ và trẻ em xuống đường biểu tình chống họa xâm lăng Trung Quốc thì công an bóp cổ, đánh đập họ? Sao không thấy có tòa án nào khởi tố những hành động man rợ đó của công an cho dân nhờ?

Sao cô Kim Tiến kêu oan cho cha cô đến khản cả cổ, kiệt cả sức vì công an đánh chết cha cô, thì câu trả lời là sự im lặng hèn nhát, trơ trẽn của phía công an?

Sao ông Nhanh không cho khởi tố và bắt giam những hành động lộng quyền, đàn áp nhân dân của công an nhân dân mà ông là một thành viên? Hay ông chỉ nói lấp liếm cho qua chuyện với khẩu hiệu quen thuộc "giáo dục chấn chỉnh cán bộ chiến sỹ về thái độ, tác phong, tư thế, điều lệnh. Khi tiếp xúc với nhân dân, người sai phạm, công an phải có tính chuyên nghiệp trong xử lý, vừa bảo vệ được tính mạng của mình, vừa thi hành được công vụ, vừa làm cho kỷ cương luật pháp được nghiêm".

Tôi cầu mong đừng bao giờ phải nghe thêm một lời nào như thế nữa từ phía công an.

Khi tôi viết những dòng này thì ngày 27.7 đang đến rất gần, ngày thương binh liệt sĩ. Ngày để mọi người vinh danh, biết ơn các chiến sĩ đã ngã xuống vì tổ quốc Việt Nam thân yêu. Ngày để mọi người nhớ lại công lao của các chiến sĩ hai miền đã chiến đấu anh dũng, đã ngã xuống trên đất này mà tôi thấy trong đoàn biểu tình hôm 24.7, có nhiều người đã nâng niu khi cầm trên tay tờ giấy có tên của các anh đã hi sinh.

Vì thế, làm ơn đừng đặt hai từ chiến sĩ trong sáng trước hai chữ công an không tương xứng. Chiến sĩ là người lính đánh nhau với giặc ngoại xâm. Còn chiến sĩ công an thì làm ngược lại: đánh đập nhân dân, thậm chí đánh đập đàn bà, trẻ em.

Vì thế, nếu gọi họ là chiến sĩ tôi sợ xúc phạm đến anh linh của các chiến sĩ thực sự đã chiến đấu, đã hi sinh cho tổ quốc, mà ngày mai, cả nước Việt Nam nghiêng mình tưởng nhớ đến họ trong niềm biết ơn sâu sắc.

Việt Nam, nơi tập trung những nhân tài tuy kiến thức rất "ở truồng nhưng rất thích thắt những chiếc giây nịt lóng lánh đắt tiền mang tên "phát biểu".

Từ "con tự do" cho tới "con ốc vít"...

Người Cộng sản rất giỏi nói lời khuất tất. Họ giỏi vì lâu ngày không ai vạch ra điều mà họ cố tình giấu diếm một phần do hệ thống công an trị quá bạo liệt khiến ai có chút can đảm muốn phơi bày đều phải tự xét trước khi buông lời chỉ trích.

Đó là trước đây hơn hai mươi năm, khi những cơn gió từ thế giới hiu hiu thổi vào nền kinh tế bao cấp mang theo hơi hướm thông tin nhỏ giọt từ bên ngoài. Còn bây giờ, thông tin đã thành bão, giấc mơ bịt miệng nhân dân của lãnh đạo đã tan vỡ, những mảnh vỡ ấy đâm thấu tim gan xã hội và làm cho tiếng ta thán của cộng đồng ngày một lớn hơn.

Bất kể sự tràn ngập thông tin trong quần chúng. Bất kể sự thật là ngày nay mở miệng rất dễ mắc quai, các phát ngôn của lãnh đạo không hề sợ người dân phản ứng vì họ cùng mang chung một hội chứng rất khó trị: phơi nhiễm điếc.

Phơi nhiễm vì họ sinh hoạt chung với nhau trong một môi trường chỉ biết nói mà không cần nghe lâu ngày thành căn bệnh điếc khó phát hiện. Tác nhân gây điếc lại không có hình thù cụ thể nào và hơn nữa không ai buồn nghiên cứu nên sự lây lan âm thầm và rộng khắp. Tập thể điếc ấy tự sướng bằng các loại ngoa ngôn, cốt nói cho đã miệng.

Nói không cần ai nghe và do đó trách nhiệm của lời nói là một khái niệm hết sức cộng sản.

Trên thế giới không có một nước nào mà cán bộ các loại từ thấp đến cao lại vô tư phát ngôn những câu chữ không giống ai như nước Việt Nam, Việt Nam cộng sản. Từ một ông công an phường sáng tạo cụm từ rất ấn tượng: "con tự do" cho đến một ông bộ trưởng tuyên bố lẫy lừng về sự hình thành của một "con ốc vít". Hai "con" ấy nếu đặt dưới kính lúp để tìm hiểu không khéo lại cho thấy lắm điều hữu dụng.

Trước, "con tự do" nói lên điều gì?

Khi công an đàn áp người bất đồng chính kiến do bị hỏi: các ông có biết chúng tôi cũng có quyền tự do hội họp, tự do đi lại hay không? Một ông trưởng công an quay lại cho ra ngay một câu trả lời rất chợ búa: "tự do cái con ..c". Vậy là tự điển đương đại của Việt Nam có thêm từ mới.

"Con tự do" dù sao cũng chỉ là một tiếng chửi thề nhưng trong ngữ cảnh ấy nó nói lên được một sự thật: Cộng sản không chấp nhận hai tiếng tự do. Hai chữ tự do chỉ có giá trị tương đương với một bộ phận dùng để đi tiểu, chỉ đi tiểu thôi nhé, vì xét tới chức năng thứ hai nó có thể phản lại câu chửi thề hết sức thâm thúy này. Cái chức năng thứ hai ấy loài người đã biết rất lâu trước khi có khái niệm tự do.

"Con tự do" trở thành chiếc chìa khóa canh giữ ước vọng dân chủ của người dân vì khi nói tới dân chủ thì không thể nào thiếu vắng tự do. Khi tự do trở thành một "con" thì bản thân nó đã bị gô vào chiếc còng số 8.

Tính ưu việt của phát ngôn này nằm ở chỗ đó. Việc coi thường mọi giá trị nhân văn của người cộng sản đã để lại vết cháy xém trên cơ chế không thể nào tẩy rửa. Khi tự do đã thành "con" thì mọi ngoa ngôn sau này về hai chữ tự do sẽ là tấm gương soi cho hậu thế.

Và vì vậy, người ta vẫn kiên trì đòi tự do trở lại với khuôn mặt thật của nó bằng cách cố gắng giật phăng những phù điêu giả treo trước ngôi đền cách mạng.

Trong cái hội chứng điếc tập thể ấy người dân không hy vọng gì lãnh đạo của họ có cơ hội nói thật, nói vào đúng tâm điểm mà họ muốn biết, dù chỉ một lần.

Từ việc mất niềm tin của dân ấy lãnh đạo càng cao thì xem ra sự nói thật của họ trở thành mối nghi ngờ của người dân. Chẳng hạn ông Hà Nội vừa thành thật tự thú "nếu chim hòa bình không bay lên được vào ngày kỷ niệm giải phóng thủ đô thì cũng mong đồng bào thông cảm".

Hiền lành và "ngốc" như ông vẫn không thuyết phục được người dân Trường An, chẳng qua tập thể điếc đã được người Hà Nội thừa nhận như một sự thật hiển nhiên.

Một người khác nữa đang cố gắng nói thật nhưng vừa nói ra sự thật ấy ông ta lại càng chứng tỏ rằng chưa bước ra khỏi phạm vi của tập thể điếc, tính phơi nhiễm vẫn còn rất cao và lại không thể chích ngừa.

Ông điếc vì chưa bao giờ chịu nghe sự thật của nền công nghiệp nước nhà. Ông điếc vì những hợp đồng dịch vụ béo bở ngày ngày xuất hiện khắp đất nước Việt Nam qua những điều mà báo chí cảnh báo gọi là làm thuê cho nước ngoài. Ông điếc vì không bao giờ nghe tiếng máy chạy xình xịch hàng ngày chỉ để sản xuất ra một loạt con người như ông, chuyên chăm chăm vào tài nguyên thô và mồ hôi của người lao động.

Do điếc lâu, điếc lâm sàng nên khi ông thành thật nói ra điều ông nghĩ là hay là đúng thì người ta lại vỗ tay...mời ông xuống!

Ông nói: Việt Nam đã sản xuất ra được con ốc vít cho Samsung.

Câu nói xuất hiện vào năm 2014, sau hơn ba phần tư thế kỷ ngày thành lập Đảng Cộng sản Việt Nam. Gần 40 năm sau khi Sài gòn hoàn toàn giải phóng.

"Con ốc vít" ấy là một sự thật não nề xứng đáng đứng bên cạnh "con tự do" cũng ê chề không kém.

Cái mà cả hệ thống từng rêu rao là công nghiệp hóa, hiện đại hóa nay đã trần truồng nằm phơi trên các trang báo đảng lẫn báo dân. "Con ốc vít" trở thành best seller trên một thị trường được xem là phát triển ngoạn mục nhất nhì Đông Nam á. "Con ốc vít" hiền lành, vô hại nay bỗng dưng bị lật lên lật xuống xem xét từng chi tiết. Mà lạ lắm, không thấy chi tiết nào đáng chú ý cả vì nó cũng như hàng tỷ con ốc trong guồng máy kinh tế này, nhưng khi một con trong cái đám hàng tỷ con ấy mang quốc tịch Việt Nam thì sự tự sướng lên tới mức ngất ngây như khuôn mặt ửng hồng của ông bộ trưởng.

Một con ốc vít không phải là tất cả nhưng cũng cho thấy cố gắng không ngừng của nhà nước, rất chú ý tới nền công nghiệp nước nhà.

Chỉ có điều, người dân lại tưởng ông Bộ trưởng đánh lừa họ vì không lẽ sau bao nhiêu năm mà chế độ chỉ làm được một con ốc vít?

Thủy điện... khô

Trong khi người dân Huyện Bắc Trà My đứng ngồi không yên thì tại Hà Nội "nhà nước ta" ung dung mài bút ký một quyết định rất táng tận lương tâm, đó là cho phép Bộ Xây dựng bắt tay vào làm một đập thủy điện khác ngay giữa lòng Hà Nội. Con đập thủy điện này mang tên: "Bảo Tàng Lịch Sử Việt Nam".

Gọi bảo tàng này là một đập thủy điện cũng không sai vì nhìn vào hình thù của nó người ta không khỏi liên tưởng tới Sông Tranh II. Sự khác nhau duy nhất là sức tàn phá của Sông Tranh II nếu xảy ra là người chết, tài sản ra ma, còn sức tàn phá của cái bảo tàng này là ngay khi bắt tay vào xây dựng thì niềm tin của người dân ngã ra chết hàng loạt và tài sản của quốc dân thì lặng lẽ biến vào túi của tập đoàn cầm quyền.

Số tiền bỏ ra cho cái "đập thủy điện khô" này là mười một ngàn hai trăm bảy mươi bảy tỷ, tương đương 540 triệu đô la và sẽ bắt đầu mở cửa bêu xấu với thế giới vào năm 2016.

Có người tự hỏi, vậy nó sẽ trưng bày cái gì trong cái công trình hại dân hại nước này? Theo như báo chí loan tin thì nó sẽ là con tàu há mồm thu hết những gì mà quan chức nhà nước cho là "lịch sử" đang rải rác khắp mọi miền đất nước. Nó sẽ có nơi vui chơi giải trí cho người tham quan và đặc biệt nhất có cả một khu để ghi nhớ công ơn những anh hùng trong lịch sử.

Người dân biết chắc trong cái khu này không thể thiếu ông Hồ vì cho tới nay ông vẫn là lá bùa dùng để trấn áp những chống đối trong đảng khi ai đó phát sinh câu hỏi về tính chính đáng của cái bảo tàng này. Rồi mấy ông Trần Phú, Lê Hồng Phong, Nguyễn Thị Minh Khai, Võ Thị Sáu, cho tới Lê Duẩn, Nguyễn Văn Linh...chia nhau mỗi người một mớ đất ngồi nhìn khách thập phương và cùng nhau nghe những lời nguyền rủa của dân nghèo.

Không nguyền rủa sao được khi cả nước chia chung sự đói rách, đắm mình giữa một nền kinh tế ngộp thở vì các chính sách "tự móc ruột mình ra ăn" đang dần dần lộ nguyên hình và chờ trả giá. Người dân lơ láo tranh sống với nhau trong lúc xã hội thì tận cùng sa đọa. Bối cảnh này không thể chối cãi và tô hồng vì thông tin ngày nay không còn là mõ làng, loa phường hay đài quốc doanh nữa. Người dân biết và họ âm thầm chờ đợi.

Con số 11.277 tỷ nói lên sự huênh hoang và tham lam cực độ của cả hệ thống cầm quyền. Câu chuyện "con ếch muốn to bằng con bò" của La Fontaine thể hiện hoàn toàn giữa lòng thủ đô. Chung quanh cái hoành tráng vĩ đại này là hình ảnh nhếch nhác của người mua gánh bán bưng.

Trẻ em đói rách từ ngoại thành đổ về xin ăn nhiều như ruồi nhặng. Những ông bà cụ run rẩy ngồi kiếm từng xu con bên ấm trà nóng hay bán cho khách từng điếu thuốc lào nhỏ bé kiếm sống...thì cái công trình kia là cả một dấu chấm nặng nề đè lên số phận của người nghèo Hà Nội.

Con số 540 triệu đô la này sẽ làm du khách ngoại quốc bật cười cho sự dốt nát của nhà cầm quyền khi muốn thoa dầu gió lên mắt họ bằng sự đẹp đẽ, hoành tráng để làm nhòa đi những hiện vật tủn mủn và nghèo nàn. Làm sao tránh khỏi những cổ vật lịch sử giả mạo được mang cái tên "phục chế"?

Du khách thấy gì khi đứng trước tủ kính trong đó trưng bày vài viên đạn cong queo được cho là của giặc Pháp tấn công vào Huế năm nào, và với cái tủ kính nhỏ như tủ thuốc lá ngoài đường phố ấy, nằm lọt thỏm trong một kiến trúc lớn như tòa nhà Quốc hội của Mỹ thì người xem có cảm giác ra sao?

Khách sẽ được một cô gái xinh xắn, mặc áo dài nói tiếng Anh lưu loát thuyết minh rằng Việt Nam có nền văn minh trống đồng, có văn hóa cồng chiêng, có thành Cổ loa, có lịch sử chiến thắng giặc ngoại xâm, đặc sắc nhất là cuộc chiến tranh thần thánh chống Mỹ cứu nước... Cô gái này sẽ thao thao một quá trình lịch sử mà cô đã được dạy thuộc lòng nhưng nếu du khách hỏi về cuộc chiến chống phương Bắc ra sao thì có thể cô sẽ nói "xin lỗi, đó là chuyện nhạy cảm".

Con số 11.277 tỷ này sẽ là tiền đề cho người tham quan có dịp so sánh rằng nó có thể giúp cho bao nhiêu học sinh có trường học. Bao nhiêu bệnh nhân có giường nằm đàng hoàng và xứng đáng với hai chữ con người. Số tiền này nếu được chia nhỏ ra thì có bao nhiêu bà mẹ anh hùng có cơm ăn hàng ngày mà không cần sự bố thí của làng xóm, xã hội.

Trong khi người ta xây dựng một công trình bảo tàng lịch sử thì ngay trong sách giáo khoa lại có nhiều khuất tất về lịch sử nhất. Chế độ nào cũng có sai lầm nhưng tránh né dạy cho học sinh những bài học lịch sử không thể xem là sai lầm mà là tội ác. Ác với sự hy sinh của tiền nhân trong các bài học mà kẻ thù không được nêu tên.

Ác với xương máu của đồng đội khi tấm bia ghi dấu trận chiến đấu chống quân xâm lược Trung Quốc năm 1979 ở cầu

151

Khánh Khê, Lạng Sơn bị đục bỏ. Vậy thì bảo tàng lịch sử sẽ chứa đựng những gì? Và nó có to đẹp cách mấy cũng không thể che hết những điểm "Zero" hoành tráng của học sinh toàn quốc trong môn thi Lịch sử vừa qua.

Cái bảo tàng lịch sử này rồi sẽ thật sự đi vào lịch sử vì tính không chính đáng của nó. Bia miệng nhân dân là bảo tàng bền bỉ nhất loan truyền tội ác mà đảng cầm quyền đang thực hiện.

Nếu biển dâu có xảy ra trên mảnh đất ngàn năm Thăng Long thì trên nền của cái bảo tàng ấy sẽ sót lại một viên đá có những giòng chữ ghi rằng: "Nơi đây vào năm 2012 một công trình xây dựng tai tiếng nhất của Đảng Cộng sản Việt Nam đã hoàn thành. Tuy nó đã hoàn toàn sụp đổ nhưng lịch sử vẫn thừa nhận chính công trình này đã đưa chế độ vào chỗ diệt vong."

Ở truồng thắt giây nịt!

Hoàn toàn nghiêm túc, không một chút gì hài hước mặc dù bản chất câu chuyện đậm tính khôi hài...

Vài ngày trước, báo VNExpress loan tải: *"Sáng 27/9, Chủ tịch Hà Nội Nguyễn Thế Thảo cho rằng, việc người dân đi khiếu kiện là bày tỏ nguyện vọng cá nhân, nhưng mặc áo màu Quốc kỳ, cầm khẩu hiệu đòi đất đã "làm xấu hình ảnh thủ đô, ảnh hưởng đến ngoại giao".*

Trưng ra thêm những con số cụ thể cho người nào chưa biết, tờ báo mang tới những thông tin rất chi tiết: *"Theo báo cáo của UBND TP Hà Nội, 9 tháng qua đã có 178 đoàn đông người đi khiếu kiện, chủ yếu là khiếu nại về đất đai, giải phóng mặt bằng. Nổi cộm như vụ việc của 100 công dân phường Dương Nội, 70 người phường Kiến Hưng, 40 người phường Yên Nghĩa (Hà Đông), 150 tiểu thương chợ Nghĩa Tân (Cầu Giấy), đoàn 200 người dân xã Tiên Dương (Đông Anh), bệnh binh 5 xã ở huyện Quốc Oai, 160 người dân phố Tân Mai (thị xã Xuân Mai)...*

Hoàn toàn không có một câu chữ nào cho thấy người tập trung khiếu kiện có hành vi làm mất trật tự hay bạo loạn hay những gì tương tự như thế.

Vậy tại sao người dân lại mặc áo quốc kỳ, cầm biểu ngữ khi đi đòi đất lại làm cho ông chủ tịch Nguyễn Thế Thảo phải trăn trở cho hình ảnh của Hà Nội bị xấu đi như thế?

Thưa ông Thế Thảo, họ sợ ông đấy ạ.

Chắc ông còn nhớ hơn hai tháng trước đây, chính ông là người chụp cho những người nông dân khốn khổ này những cái mũ nguy hiểm, đó là bị bọn phản động, bọn xấu lợi dụng khi tập trung khiếu nại. Nếu ông quên, tôi xin nhắc cho ông nhớ cũng trên VNExpress loan tải:

"Trong phiên bế mạc cuộc họp HĐND thành phố Hà Nội ngày 13/7/2012, khi đề cập đến các cuộc biểu tình phản đối Trung Quốc có những hành động xâm phạm chủ quyền biển đảo, ông Nguyễn Thế Thảo, chủ tịch Hà Nội đã "yêu cầu các cấp, các ngành cần làm tốt hơn nữa công tác tuyên truyền, vận động để người dân hiểu rõ, không bị các phần tử xấu, cơ hội lợi dụng xúi giục xuống đường, tụ tập biểu tình gây mất trật tự an ninh ở thủ đô."

Ông còn khẳng định rằng người dân bị thế lực thù địch lợi dụng và kích động như sau:

Ông Thảo nói: "*Lợi dụng tình hình trên, các thế lực thù địch và số cơ hội chính trị đã kích động người dân, nhất là số người đi khiếu kiện ở các địa phương biểu tình để gây áp lực với chính quyền phải giải quyết những khiếu nại, yêu sách*"

Rõ rồi nhé, báo chí đăng đàng hoàng đấy nhé!

Người dân vốn nhút nhát và trí óc rất đơn giản. Họ không lý luận cao siêu như ông, một kiến trúc sư với hai bằng TS kinh tế và lý luận chính trị cao cấp. Lời kêu gào của họ đơn giản nhưng luôn trong sáng. Phản ứng tự nhiên trước sự chà đạp quá đáng của nhà cầm quyền (tôi rất ghét dùng từ này nhưng đối với các ông không thể dùng từ chính quyền hay chính phủ được) bằng sự kiên trì khiếu nại vì họ biết các ông sẵn sàng sử dụng vũ lực nếu họ phản ứng mạnh bạo.

Họ còn biết các ông cũng sẵn sàng bắn vào họ không thương tiếc bất kể họ là ai, dân thường, bộ đội phục viên hay đảng viên kỳ cựu...

Không phải yêu thương tổ quốc mà họ mặc áo cờ đỏ sao vàng. Họ tự bảo vệ mình trước những "cú đạp lịch sử", những lần xé áo người biểu tình trước đây của công an. Họ vẫn tin rằng công an không dám đạp vào cờ tổ quốc, không dám xé lá cờ tổ quốc trên người họ. Ông hiểu chưa?

Lý do thứ hai khiến họ cầm biểu ngữ là minh thị cho các ông thấy mục tiêu của họ: khiếu kiện đất đai. Họ không biểu tình chống Trung Quốc để các ông có cớ mà tâng công. Họ rạch rồi nói với mọi người trên phố rằng: "Nhân dân ơi, đồng bào ơi, chúng tôi là nạn nhân của tập đoàn tư bản đỏ. Chúng cướp đất của chúng tôi và hôm nay chúng tôi tới Ba Đình để đòi lại. Nhân dân có hiểu điều chúng tôi đang làm hay không?"

Họ mặc áo cờ tổ quốc, mang biểu ngữ như thế còn một lý do khác nữa: Họ nuốn mọi người nhớ rằng nếu không làm như vậy thì ông Nguyễn Thế Thảo, Chủ tịch UBND thành phố Hà Nội sẽ ký quyết định tạm giam tất cả từng người trong bọn họ như ông đã làm với bà Bùi Thị Minh Hằng, mặc dù đơn kiện của bà Hằng đối với công dân Nguyễn Thế Thảo vẫn còn nằm đâu đó trong ngăn kéo của Tòa án Nhân dân tp Hà Nội.

Bây giờ xin được hỏi ông, tại sao ông lại cảm thấy xấu hổ đối với ngoại giao quốc tế khi họ mặc áo cờ tổ quốc và mang biểu ngữ đòi đất?

Phải chăng tâm lý phạm tội trực tiếp đã làm ông phản ứng như vậy khi ông biết rõ chính ông là tác nhân khiến mỗi ngày đơn khiếu kiện mỗi dày thêm. Ông bao che thuộc hạ, hay ông tuân lời chủ nhân thì đều giống nhau ở mức độ sai trái.

Chính ông biết động cơ của những người khiếu kiện là trong sáng nhưng ông bẻ cong sự trong sáng ấy bằng những suy diễn hàm hồ. Theo lý lịch tự khai ông có bằng TS lý luận chính trị cao cấp vì vậy ông không thể không biết nguyên nhân chính dẫn đến thành công của cách mạng là đấu tranh cho những người thấp cổ bé miệng. "Ở đâu có bất công ở đó có tranh đấu".

Lẽ ra ông phải xấu hổ vì những việc khác chứ không phải vì hình ảnh tập trung khiếu kiện của người dân. Công an dưới quyền của ông thay vì bảo đảm sự an toàn trên đường phố cho khách du lịch ngoại quốc lại bị điều một số lượng an ninh rất lớn theo dõi ngày đêm người biểu tình. Nếu lực lượng này dùng vào việc theo dõi tội phạm hình sự thì hình ảnh Việt Nam không tồi tệ dưới mắt khách du lịch như bây giờ ông ạ.

Thí dụ cho ông thấy nhé:

Trước đây gần 6 tháng, Báo Tuổi Trẻ loan tin: *"Tại lễ hội đường phố Đông Á - Mỹ Latin, trong khuôn khổ Festival Huế 2012, chiều 9-4, ông Nguyễn Văn Ốc đã móc túi trộm một điện thoại di động của ngài Alberto Jaime Kaminker - đại sứ Argentina tại Việt Nam. Ngay lúc đó, đại sứ Cộng hòa Venezuela đã chụp được bức ảnh khoảnh khắc này. Bức ảnh được cung cấp cho ban tổ chức Festival Huế 2012, ngay sau đó lực lượng công an tỉnh Thừa Thiên - Huế đã bắt giữ Nguyễn Văn Ốc cùng tang vật."*

Và mới cách đây vài ngày, trước khi ông kịp xấu hổ thì cả nước đã phải bưng mặt không dám đọc tin này: *"Một tay quần vợt người Anh vừa cho biết anh bị mất cắp và sau đó bị xô đẩy khi tham gia giải đấuFutures châu Á trong chặng ở Việt Nam.*

Andrew Fitzpatrick, từ Solihull, một thị trấn phía tây miền trung nước Anh, cho biết trong tuần đầu vòng thi đấu giải Futures tại Việt Nam, anh đã bị mất cắp 1.000 bảng Anh - toàn bộ số tiền anh chắt chiu để đi lại."

Vụ việc xảy ra tại tỉnh Bình Dương, và bản tin này do BBC phát đi.

Hay ông sẽ nói cả hai vụ đều không phải xảy ra tại Hà Nội nên không việc gì ông phải xấu hổ? Thưa ông, khoan nói ở đâu, nếu có ít thời gian xin ông nói mấy cậu văn thư lên Google đánh dòng chữ như thế này: "móc túi khách du lịch tại TPHCM". Ngay lập tức sẽ hiện lên 838.000 kết quả. Bây giờ xin đánh tiếp "móc túi khách du lịch ngoại quốc tại Hà Nội": 730.000 kết quả!

Cũng theo lý lịch thì ông là một TS kinh tế, chắc ông biết tỷ lệ của hai kết quả này nếu tính theo dân số của hai thành phố. Vậy thì có đáng xấu hổ hay không, thưa ông?

Bây giờ xin được trao đổi với ông, tại sao một người có quá nhiều bằng cấp như ông lại liên tục phát ngôn gây ác cảm cho công chúng đến như vậy. Ông không có khả năng nhận thức tối thiểu của một người nông dân để hiểu thế nào là sự quan trọng của miếng đất nuôi sống gia đình họ.

Ông quen với thói nịnh nọt tâng bốc từ khi còn là một cán bộ kỹ thuật Công ty Xây dựng số 5, chỉ trong vòng 10 năm lại leo cao trèo nhanh lên đến địa vị ngày hôm nay phải chăng nhờ những phát ngôn "trái ý dân nhưng gần lòng đảng" này?

Ông ạ, đảng sống tới 70 năm là đại thọ, dân thì sống hoài với dòng chảy lịch sử cho dù lịch sử ấy có đen tối và bất hạnh bao nhiêu chăng nữa. Là một người chức cao học rộng tại sao ông lại không biết những điều mà tất cả mọi người đều biết này?

Tôi cảm thấy nghi ngờ cho hai mảnh bằng TS của ông. Tôi cũng cân đo luôn cái bằng kiến trúc sư mà ông kiếm được.

Tôi không có lý do gì để lo ngại cho con đường hoạn lộ của ông vì với thành tích "chửi dân là chính" ông xứng đáng được nằm trong danh sách bốn người trong lần bầu bán sắp tới. Ông không đậu là một tổn thất lớn cho nền chính trị Việt Nam, nơi tập trung những nhân tài tuy kiến thức rất "ở truồng" nhưng rất thích thắt những chiếc giây nịt lóng lánh đắt tiền mang tên "phát biểu".

Thiểu số, có gì mà mừng?

Đọc một bản tin của tờ báo người Việt tại Cộng hòa Czech loan tải trên mạng bỗng thấy ngậm ngùi: Chính phủ nước Cộng hòa Czech thừa nhận người Việt đang sống ở đây là dân tộc thiểu số, có nghĩa là từ nay họ sẽ được đối đãi tốt hơn, được chính phủ trợ cấp nhiều hơn và nhất là cung cấp kinh phí để bảo tồn văn hóa Việt Nam một cách thực tế hơn.

Buồn vì bốn chữ "dân tộc thiểu số".

Ừ, thì gần một trăm ngàn người trôi nổi, di dân sang nước người ta ăn nhờ ở đậu nếu so sánh với người bản xứ thì con số nhỏ hơn rất nhiều, nói ngắn lại là thiểu số. Nhưng hai chữ thiểu số đứng phía sau hai chữ "Dân tộc" thì vấn đề lại khác, có một cái gì đó giống như đang nhai cơm bỗng nhiên cắn phải một hạt sạn buốt hết cả người.

Dân tộc thiểu số là một hay nhiều nhóm dân tộc ít người hiện diện rất lâu trong một quốc gia mà nguồn gốc của họ biến thiên theo hoàn cảnh lịch sử của từng nước. Có nước chiếm đóng đất đai và biến họ thành dân tộc thiểu số. Có nước mà nhóm dân tộc thiểu số không hẳn hòa nhập vào xã hội, sống biệt lập nơi đèo cao núi sâu nhưng do vị trí địa lý họ bị sát nhập một cách không tự nguyện.

Con số người trở thành dân tộc thiểu số nhiều nhất trên thế giới là những di dân, bất kể kinh tế hay chính trị, họ chấp nhận sống đời lưu vong ở nước khác vì những lý do khác nhau nhưng cái mà họ có chung là: đánh đổi quốc tịch của mình để lấy điều mà họ thiếu trong khi sống tại quê nhà.

Có hai yêu cầu tạo nên làn sóng di dân: kinh tế và tự do.

Người Việt tại Czech đa số là di dân kinh tế, một số lớn là du học sinh, công tác, hay trao đổi chuyên viên khi Czech còn nằm trong Cộng hòa Tiệp Khắc. Một số khác sang đây sau khi khối Đông Âu sụp đổ và ở lại sống như một cộng đồng bất hợp pháp tại đất nước này. Người này kéo người kia, sau nhiều chục năm hình thành một cộng đồng từ 70 tới 100 ngàn người.

Cũng là di dân nhưng hầu hết người Việt sang các quốc gia khác sau năm 1975 là cuộc di dân tìm tự do. Thế giới đã nói quá nhiều về việc này nhưng chưa có nước nào nhìn họ dưới con mắt "dân tộc thiểu số". Từ Mỹ sang Canada tới Úc, Pháp, Hà Lan, Na Uy, Đan Mạch...ngay cả Do Thái, Hy Lạp...đâu đâu họ cũng hãnh diện là người tỵ nạn chính trị. Hai chữ di dân kinh tế không có trong ngôn ngữ của họ. Bù lại những gian nan trong những ngày đầu nơi xứ lạ quê người, họ nỗ lực mọi cách để trở thành người bản xứ qua cuộc thi nhập tịch tại quốc gia đang sống.

Khi đã trở thành công dân của nước đó, hẳn nhiên họ không phải là "Dân tộc thiểu số" như các cộng đồng người Việt tại Đông Âu hiện nay.

"Dân tộc thiểu số" từ bất cứ góc nhìn nào cũng mang tính tiêu cực trong ý nghĩ của rất nhiều người. Bất cứ chính sách giúp đỡ nào của chính quyền đối với nhóm người này đều mang hàm ý ban ơn cho họ và do đó nỗi vui mừng của người Việt tại Czech tuy dễ hiểu nhưng phía sau nó là những câu hỏi

160

chạnh lòng về thân phận của một sắc dân mà trước đó nó từng có quốc gia để sinh sống và bảo vệ.

Việt Nam tuy không đủ năng lực kinh tế để bảo bọc cho họ nhưng khi nhìn ông bà, anh chị, con cháu mình trở thành công dân thiểu số của một nước khác thì khó có thể nhảy cẫng lên vui mừng được.

Vậy mà chính phủ Việt Nam đã nhảy lên như thế.

Trang Web chính phủ loan tải tin này như một sự kiện quan trọng, tương tự như một thắng lợi ngoại giao. Bài viết mô tả đầy đủ những quyền lợi mà người Việt tại Czech sẽ được chính phủ nước này cung cấp sau khi họ được công nhận là sắc dân thiểu số.

Từ bài viết này, có người nhìn xa hơn một bước. Nếu chấp nhận và hân hoan để con dân của đất nước mình làm người "dân tộc thiểu số" tại một nước khác thì không cần đi đâu xa, ngồi ngay tại Hà Nội hay Sài Gòn cũng dễ dàng trở thành người "dân tộc thiểu số" của Tàu rồi.

Nỗi vui mừng của chính phủ ngày hôm nay sẽ là cuộc truy hoan tiếp theo vào một ngày nào đó khi Việt Nam trở thành Tân Cương, Tây Tạng cùng nhiều sắc dân khác đang bị Tàu ban phát danh hiệu "dân tộc thiểu số" trên chính đất nước của họ.

Nếu có sĩ diện, Bộ Ngoại giao cần lên tiếng cám ơn chính phủ Czech bằng văn bản và kèm theo rằng: "Việt Nam sẽ cảm kích hơn nữa nếu chính phủ Czech chính thức công nhận họ là công dân của Czech. Có như vậy thì người mang quốc tịch hai nước sẽ hết lòng phục vụ cho hai nơi trong tinh thần của một công dân lưỡng tịch".

Nhảy cẫng lên không phải lúc nào cũng đúng nhất là trong cái nhảy cẫng ấy thấp thoáng hình ảnh của những vui mừng to lớn tiếp theo.

Văn hóa "nói thách"

Là người từ Bắc vào Sài Gòn tôi cảm thấy sống và làm việc tại đây thoải mái hơn Hà Nội rất nhiều bởi thổ nhưỡng cũng như tính cách của người dân chung quanh, đặc biệt là láng giềng. Ngày nay phải nói rằng Sài Gòn không còn nhiều người sinh trưởng tại đây vì đời sống đã được pha trộn bởi di dân từ mọi miền đất nước.

Sài Gòn đón nhận và hóa giải mọi khác biệt một cách tài tình và cứ mỗi lần giao tiếp với một người dân Sài Gòn chính gốc tôi lại được dịp hỏi han tỉ mỉ mọi điều, từ vị trí lịch sử của từng khu di tích cho tới thói quen ăn tiêu của người dân trước thời kỳ 1975.

Năm 1980 từ Hà Nội tôi vào Sài Gòn làm việc, cha mẹ tôi đều là người Cao Lãnh nên về lại Miền Nam là hạnh phúc của ông bà sau bao năm dấn thân cho cách mạng. Hai chị em tôi nghe nói về Sài Gòn rất nhiều trước đó nên khi cả nhà về lại Miền Nam thì hầu như suốt cả tuần hai chị em không tài nào ngủ được.

Kỷ niệm khó quên nhất của chúng tôi là ngày đầu tiên đi chợ Bến Thành, trung tâm điểm của Sài Gòn và của cả nước. Tôi mua một chiếc kính râm còn em tôi thì mua một chiếc đồng hồ có hai cửa sổ và không người lái! Tôi nhớ như in giá của chiếc kính lúc ấy bằng hai tháng lương của bố còn chiếc đồng hồ thì khỏi nói, ít nhất là hai năm lương của một cán bộ cấp trung ương.

Người bán cho một cái giá gấp 5 lần giá thật và mẹ tôi đã nói thẳng với bà bán hàng là đừng nói thách. Lúc ấy tôi chả biết "nói thách" là gì và cứ nhìn mẹ thán phục. Bà bán hàng nghe tiếng miền Nam của mẹ - tuy lúc ấy đã ít nhiều lai Bắc - nên thấy khó "nhai" và cuối cùng chị em tôi mua được hai món này với giá "hời"...

Tuy thế khi sang một tiệm khác bên cạnh chúng tôi phát hiện ra mình vẫn bị lừa. Cái giá trả cho bà bán hàng vẫn cao gấp ba lần và từ đó hai từ "nói thách' theo tôi trong mỗi phiên chợ, mỗi cuộc mua bán, ngay cả khi vào siêu thị hiện nay tôi vẫn cảnh giác với cái kinh nghiệm nói thách mà tôi đã học được từ nhiều chục năm trước.

Nói thách không phải bắt đầu từ người bán mà hình như có sự xảy ra từ lòng tham của người....mua. Người bán dĩ nhiên là muốn bán món hàng của mình cho nhanh với số lời hợp lý nhưng khi nói thật cái giá phải bán thì lại bị người mua ... trả giá! Nói 10 đồng thì bị trả xuống 5 đồng vì vậy kinh nghiệm của họ là cứ nói 15 đồng để khi trả xuống 10 đồng thì vừa.

Văn hóa "nói thách" (gọi theo thói của báo chí vì thời buổi này cái gì cũng có thể gọi là văn hóa) có lẽ là căn bệnh khó chữa trị nhất trong bất cứ thời nào, tuy nhiên hình như cái thứ văn hóa mạt hạng này đang lảng vảng đâu đó trong cách hành xử của các quan to, càng to thì "văn hóa nói thách" càng rõ nét.

Quan nói thách nổi tiếng hiện nay có lẽ là ông Đinh La Thăng vì ông chứng tỏ là người rất xuất sắc trong các phiên chợ chính trị. Hôm Quốc hội họp phiên đầu tiên ông Thăng rao hàng: Bộ Giao thông Vận tải của ông cần 40 ngàn tỷ để sử dụng. Ông yêu cầu dành số tiền tổng thu vượt dự toán để ông dùng vào các dự án của Bộ do ông lãnh đạo. Buồn cho ông Thăng, ông hét giá quá cao nên người mua là Quốc Hội bỏ chạy không một lời trả giá.

Buồn tình vì Quốc hội giả lơ, ông Thăng quay sang hét giá vào tai "nhân dân". Ông đòi bán món hàng kỳ lạ là "thu thuế hạn chế phương tiện giao thông" và ngay lập tức cái anh nhân dân nghèo trất đã phản ứng bằng cách "nói không" với chủ tiệm La Thăng và món hàng "thu thuế" này lại được tồn kho chờ ngày xử lý.

Nhưng chủ tiệm không hề nản chí, ông tỏ ra là người bán hàng biết nói thách và nói thách không ngơi nghỉ. Nói thách như nói thật và nói nhiều lần sẽ trở thành quen tai khách hàng. Cái chân lý không bao giờ thay đổi này được ông Thăng tận dụng và ông tiếp tục rao bán món hàng mới hơn có tên "Quỹ tham gia giao thông"!

Người dân ngoài Bắc trong Nam nhìn nhau cười hực khi nghe tên món hàng quái dị này. Nếu cái "Quỹ tham gia" này được ông La Thăng bán trôi thì cửa tiệm của các bộ khác mặc sức mà bán các món hàng có những cái tên như: "Quỹ tự mình để dành máu" của Bộ Y Tế, "Quỹ bảo hiểm cho ngày ở tù" của Bộ Công an, "Quỹ dành cho thi rớt" của Bộ Giáo dục hay "Quỹ khắc phục tầm nhìn cho người khiếm thị" của một Bộ nào đó...

Trong lúc chờ đợi món hàng bán được ông La Thăng tiếp tục nói thách khi chính thức yêu cầu chính phủ cấp cho Bộ GTVT số tiền là 10 ngàn tỷ để đầu tư cho hệ thống văn phòng của Bộ ông ta đang làm chủ. Với mục đích theo như ông trình bày là Bộ của ông cần hiện đại hóa, công nghiệp hóa "chỗ ngồi" để phát triển khoa học kỹ thuật của ngành giao thông vận tải.

Chưa thấy ai lạc quan như ông Thăng và cũng chưa thấy ai có cái tư duy nhỏ tí như ông mà lại được làm tới chức Bộ trưởng. Một học sinh trung học có trí thông minh trung bình cũng hiểu rằng phát triển và hiện đại hóa ngành giao thông vận tải không thể bắt đầu từ cái ghế, mà nói văn hoa như ông Thăng là từ những căn nhà của Bộ.

Dư luận lập tức tẩy chay cái "dự toán" quái gở này và chủ tiệm tạp hóa La Thăng đã gấp rút minh oan cho bà con thấy số tiền này nhân dân không cần lo vì sẽ được lấy từ vốn ODA chứ không lấy từ túi nhân dân và vì vậy bà con đừng "trả giá".

Ông Thăng bán món hàng mà mình không làm chủ nên việc nói thách của ông không thể thành công. Người dân bây giờ đã quá kinh nghiệm với văn hóa nói thách ở chợ nên họ thấy ngay cái lì lợm của một anh bán tạp hóa vỉa hè, cố bán chỉ cần một món là đã đủ cho cả một ngày nắng gió.

Có một thứ mà ông Thăng có thể nói thách được mà không ai trách cứ vì đây là món mà ông ta đang làm chủ, hay ít ra là đang quản lý đó là con....nợ Vinalines.

Ông Thăng ra giá với chính phủ là muốn Vinalines trở lại vị trí làm ăn bình thường thì ông cần 100 ngàn tỷ để tái đầu tư vào nó. Sau khi bị dư luận và các nhà kinh tế phản bác, ông Thăng tự động rút giá xuống còn 68 ngàn tỷ. Khách hàng xem ra vẫn không thích thú gì lắm với ông Thăng vì sau bao nhiêu lời nói thách của ông, cái uy tín vốn ít nay đã bay theo những câu hét giá trên trời.

Ông Thăng quên là văn hóa nói thách khi áp dụng vào những thương vụ nhỏ lẻ thì không sao nhưng mang thứ văn hóa cấp ba này vào chính trường thì ông cần phải học thêm rất nhiều điều. Điều đầu tiên là món hàng năm ba triệu thì có thể nói thách được nhưng khi đã lên tới 100 ngàn tỷ mà còn nói thách thì ông nên đóng tiền vào "Quỹ khắc phục tầm nhìn cho người khiếm thị".

Tội nghiệp mấy bà hàng xén của chợ Bến Thành, khi nhà nước kêu gọi bán đúng giá thì các bà đã cắn răng làm theo mặc kệ cho khách hàng trả giá. Cũng nên tội nghiệp cho ông chủ tiệm La Thăng vì ông không bán hàng trong chợ Bến Thành nên không học được bài học quý giá mà các bà "đồng nghiệp" đã học.

Cái mà người ta đang hồi hộp nhất là nếu một trong những món hàng mà ông Thăng đang rao bán lại được nhóm lợi ích nào đó giật giây, hay áp lực để trở thành hiện thực thì cả nước sẽ tham gia vào một cuộc nói thách vĩ đại để sống còn.

Tất cả phải nói thách vì không thể nói thật trong cái guồng máy mà giả dối đã trở thành chân lý.

Vô cảm nhiều như không khí

Có bao giờ bạn chứng kiến tận mắt một đám đông bao vây hai con người, dùng mọi cách để tấn công và cuối cùng giết chết cả hai con người ấy trong trạng thái điên cuồng hay không?

Có bao giờ bạn chứng kiến chiếc xe thùng tuềnh toàng của công an chở hai cái xác người ấy nhưng vẫn bị bao vây bởi đám đông không chạy được vì họ vẫn còn giận dữ?

Có bao giờ bạn tưởng tượng ra rằng hai cái xác ấy là con cháu hay bạn bè của bạn, nếu vậy thì tâm trạng bạn thấy thế nào? buồn vui, tức giận hay oán hận cái đám đông ấy.

Nếu hai cái xác ấy là hai con chó thì liệu bạn có một chút cảm động nào không? hơn thế nếu trong nhà bạn đang nuôi một con chó và bạn rất yêu thương chúng?

Con chó của bạn bị bao vây, bị đánh chết trong nỗi sợ hãi tột cùng. Nó kêu ăng ẳng nhưng không biết xin và tiếng kêu của nó dù sao thì cũng chỉ là tiếng kêu của một con chó.

Nhưng hai cái xác người kia không phải là xác chó. Hai kẻ ấy là con người và trước khi chết họ đã quỳ lạy, đã van xin, đã khóc lóc và cũng đã nói lời xin lỗi vì cái tội ăn trộm chó.

169

Hai cái xác ấy trước khi chết là con người. Đã từng biết nói, biết cười, biết khóc than đau khổ hay sung sướng hạnh phúc. Hai cái xác ấy trước khi chết cũng biết thương, biết ghét và nhất là họ cũng có một mái gia đình. Với người vợ khốn khổ, rách rưới, với bầy con nheo nhóc đói rạc.

Đời sống thực của hai kẻ ấy trước khi chết có lẽ chỉ hơn con chó một chút, bởi vậy họ mới muối mặt đi làm cái nghề không ai muốn làm: cẩu tặc.

Cái tội lớn nhất vào ngày hôm ấy là họ đã tước đi mạng sống của vài con chó trong cái xóm người ấy. Vài con chó chết khiến cả làng cả xóm đau lòng, xót xa như cha ông họ bị giết. Thế là họ giết người để trả thù. Giết trong nỗi căm hận tột cùng của một bầy sài lang bao vây hai con vật khốn nạn.

Hai con vật người ấy bây giờ nằm trên chiếc xe công an, nằm như hai con chó vì họ không hề tin người ta đang tâm giết chết họ như giết chó.

"Mắt trả mắt, răng trả răng".

Người Israel nói như vậy khi mất nước và họ đã lấy lại được lãnh địa Do Thái trong tay của khối Ả rập từ câu nhật tụng này.

Người Việt ở Bắc Giang, Nghệ An, Thanh Hóa, Nam Định, Ninh Bình, Quảng Trị...cũng nói như vậy khi mất chó, và họ lấy được những xác người. Những xác người trước khi chết họ gọi là đồng bào. Hoàn toàn không phải là kẻ thù. Chỉ vì vài con chó.

Bạn có bao giờ thấy hai cái xác người bị đánh chết ở Bắc Giang rồi quăng như xác hai con vật hay không?

Bạn có động lòng không khi biết rằng chiều hôm ấy và hàng ngàn buổi chiều khác con của hai người đàn ông ấy không bao giờ có cơ hội kêu lên hai tiếng "Bố về".

Hai con người đáng ra không nên chết và vẫn có thể cống hiến cho gia đình, xã hội những thành quả nhỏ nhoi nhất sau khi trả giá việc làm của họ bằng những năm tháng nằm tù. Nếu họ được xét xử và bị kết tội cũng là cách mà luật pháp bảo vệ cho mọi công dân. Luật pháp không phải chỉ để trừng phạt bọn vô lại mà nó còn được dùng để bảo vệ chúng để chúng được xét xử công bằng.

Bất cứ ai tưởng rằng mình có thể thay thế công lý để trừng phạt ai đó dù chỉ là một tát tai cũng đã vi phạm luật pháp.

Những người mất chó đang tưởng như vậy. Hàng xóm của họ cũng tưởng như vậy và cái tưởng ấy khiến họ nghĩ mình có thể giết người.

Cả làng kéo nhau ra giết người. Giết hai thằng ăn trộm chó. Điều ấy không lạ lắm sao?

Không thể nói là lạ, mà phải nói là man rợ. Chỉ có kẻ man rợ chưa hưởng ánh sáng văn minh mới có thể hành động một cách xuẩn động như vậy. Cái lạ là họ không ở trong hang động, họ đang sống, đang sinh hoạt bình thường tại nước Cộng hòa Xã hội Chủ nghĩa Việt Nam, đất nước luôn tự hào có truyền thống này truyền thống nọ nhưng hình như đã lâu không ai nhắc tới truyền thống thương yêu đồng loại. Bằng chứng là tại cái làng ấy, cái thôn ấy người ta thương chó hơn còn "đồng loại người". Họ đồng loạt vung tất cả phương tiện giết người lên. Giết tập thể. Giết hội đồng.

Quán tính tập thể từ hợp tác xã, từ hội trường, từ chi bộ đảng, thậm chí nơi trường học, công trường đã ăn vào xương vào óc của những con người ấy, để bây giờ họ sinh ra nỗi khao khát giết người tập thể.

Cái tập thể ấy không những giết người mà còn ngang nhiên cùng nhau nhận rằng chính họ là kẻ giết người. 800 con người

Bắc Giang tự nhận hết vào mình như những anh hùng, những anh thư khi cầm dao giết đồng bào chỉ vì vài con chó.

Bi kịch ở đây không còn là giết người hay không mà là nhận thức giá trị giữa người và vật bị cào bằng bởi một đám đông mù quáng và độc ác. Sự cào bằng hiện có trong xã hội giữa người lương thiện và kẻ tiểu nhân, giữa kẻ trong sạch và bọn những lạm, giữa người tài năng và bọn vô học...phải chăng đã bén rễ vào người dân tạo cho họ quán tính này và khi được dịp chúng bộc lộ ra một cách mạnh mẽ như vậy?

Hệ thống pháp luật đang nghĩ ngợi làm cách nào để vừa bắt đúng kẻ sát nhân vừa không làm xã hội bất an. Hãy trị cái gốc, đừng leo lên cây chặt ngọn. Cái gốc của vấn đề là sự tha hóa trong ứng xử tức là cái căn bản nhân đạo đã bị xóa sạch từ lâu khi các bài học vỡ lòng của con trẻ chỉ biết "nhắm quân thù mà bắn" trong khi gần bốn mươi năm qua không còn một bóng quân thù nào trên dải đất này.

Cái gốc của vấn để là chính quyền không xứng đáng mang hai chữ đó trong tất cả mọi văn bản vì khi dân kêu cứu thì làm ngơ, khi dân đút lót thì hồ hởi. "Chính" đã mất đi chỉ còn lại chữ "quyền" kiêu hãnh thì sức mạnh mù lòa tăm tối ấy sẽ cày nát khuôn mặt nhân bản của người dân là chuyện hiển nhiên. Họ phải tự bảo vệ mình kể cả bằng những phương pháp tàn bạo. Chính quyền không thể bắt bọn cẩu tặc vì vậy khi họ bắt được, chiến lợi phẩm phải về phía họ và giết người là cách mà họ chia chát chiến lợi phẩm ấy.

Cái cách nhận mình là thủ phạm mà 800 con người cùng đứng tên trên lá đơn là hành vi khinh thường chính quyền rõ rệt nhất. Người dân có thói quen cúi mình nhẫn nhục trước cường hào, ác bá nhưng khi tạo cho họ có cơ hội manh nha trở thành thú dữ thì họ sẽ giống ngay lập tức với những kẻ giết người có cái tên đẹp đẽ "Lương sơn bạc".

Một điều lạ nữa, đã nhiều tháng trôi qua từ vụ giết cẩu tặc đầu tiên chưa thấy ai lên tiếng nhắc nhở cho những kẻ sát nhân thấy rằng hành vi của họ là tàn bạo, dù là phụ nữ cầm một cái chổi đánh vào hay một ông già cố rướn người để chạm nạn nhân cũng đều là đồng phạm sát nhân. Cái tội lớn nhất của những kẻ đánh hôi ấy là dửng dưng với người xấu số. Nói theo ngôn ngữ thời đại là "vô cảm".

Mà hỡi ơi sự vô cảm bây giờ đã trở thành không khí thì còn gì để mà bàn nữa?

Ai nữa?

Có lẽ anh chưa bao giờ xếp hàng mua một vé tàu đi Hà Nội vào những ngày cuối năm nên không biết thế nào là số phận của người xa xứ. Có lẽ chị chưa bao giờ tới phường để xin một tấm giấy chứng nhận rằng gia đình chị đã ở tại miếng đất của mình từ nhiều chục năm qua để thấy thái độ trịch thượng quan liêu của những người được mệnh danh là đầy tớ.

Có lẽ vì sống tại thành phố nên em không biết rằng cùng tuổi với em hàng ngàn em khác đang đến trường với cái bụng lép và thịt chuột là thứ chúng thèm thuồng, kể cả chuột sống trong cống rảnh là mơ ước hàng ngày của chúng.

Có lẽ em sẽ không thể tưởng tượng những đứa trẻ bằng em phải đu giây qua sông để đến trường vào những ngày mưa gió. Em cũng khó thể tin rằng hai chị em một bé gái tại vùng cao run rẩy trong tiết trời dưới 0 độ, đứa chị với chỉ một manh áo đơn sơ ngồi ôm đứa em không có quần để mặc.

Có lẽ vào lứa tuổi trên dưới 30 bạn sẽ không bao giờ nghĩ rằng tại các nhà giam trên toàn quốc hiện nay không biết bao nhiêu là tù nhân "chưa hề phạm tội" vì họ là những người đi đòi lại mảnh đất của ông cha hay đòi cái quyền được thở không khí tự do dưới cái tên dân chủ.

Và có lẽ bạn chưa nếm thử cái cảm giác vào bệnh viện phải nằm dưới gầm giường bất kể mùi xú uế xông lên nồng nặc từ máu mủ của bệnh nhân. Bạn cũng chưa biết cảm giác khi bị cảnh sát giao thông thổi còi cốt yếu đòi tiền mãi lộ với thứ ngôn ngữ chợ búa ít ai tưởng tượng nổi. Bạn cũng chưa tưởng tượng ra tại đất nước này công an đánh người tới chết trong đồn rồi kêu gia đình tới nhận thi thể nạn nhân và tuyên bố rằng thân nhân của họ tự tử vì hối hận!

Tất cả họ là người Việt, có chứng minh nhân dân của nước Cộng Hòa Xã hội Chủ nghĩa Việt Nam. Họ đang sống ở thế kỷ 21, thế kỷ của kỹ thuật số. Đất nước họ được thế giới bơm lên mây cho là sẽ thành con hổ của châu Á. Thế giới khâm phục đến nỗi một tổ chức nào đó đã lớn tiếng cho rằng Việt Nam là nơi người dân sống hạnh phúc hạng nhì thế giới.

Có thể những kẻ ngưỡng mộ Việt Nam đúng khi họ chỉ ghé ngang Sài Gòn hay Hà Nội và thấy những "đồng chí" giàu sụ của chúng tôi. Họ chẳng những giàu mà còn đầy quyền thế.

Họ giàu đúng theo chuẩn giàu của quốc tế. Họ có ô tô hạng sang mà nhiều kẻ giàu có ở Mỹ không hề biết có loại xe này. Nhà ở của họ tuy bị xem là thiếu thẩm mỹ nhưng lại thừa phong cách rẻ tiền, những khoe khoang và hãnh tiến. Con cái họ lấy ngoại quốc làm nhà, xài tiền không cần đếm và nhất là không bao giờ hết.

Họ là những kẻ muốn người khác tuân phục. Tuân phục vì họ có quyền ban phát những thứ có thể làm cho cơ thể người nghèo ấm áp, no đủ nếu theo họ làm "quần chúng tự phát" hay "dư luận viên". Họ ban phát ân huệ cho những người đã no đủ vật chất nhưng lúc nào cũng thèm khát vinh quang ảo để lòe người khác qua những giấy khen, huy chương, huân chương, học vị giáo sư hay những thứ gì mà thuộc hạ họ có thể nghĩ ra được.

176

Họ phân phối những thứ giấy tờ này như phân phối gạo. Kẻ đói quyền lực sẽ no căng bằng vào thứ bánh vẽ giả dối này để từ đó cảm thấy mình quan trọng và tiếp tục khuếch tán căn bệnh giả dối cho người khác.

Dân tộc này thừa mứa anh hùng trong những cuộc chiến tranh nhưng lại rất thiếu anh hùng trong thời hậu chiến. Có lẽ máu và nước mắt của họ đã cạn kiệt trên rừng Trường Sơn hay đâu đó trong tất cả các trận đánh lớn nhỏ khắp đất nước này. Họ không còn gì để mà chảy và họ cũng không còn sức để chống lại thói khinh nhờn, bỉ thử của những kẻ hậu sinh đang thay họ lèo lái đất nước khốn nạn này.

Cuốn sổ hưu mà chúng muốn phân phối cho những ai có công đóng góp cho cuộc trường kỳ kháng chiến chống quân xâm lược kèm theo chức năng răn đe những ai không đồng lõa với chúng trong những luận điểm bán nước. Chính sách này đang được gọi là chính sách "sổ hưu" mà cả nước đang lên án nhưng cả Bộ Chính Trị vẫn làm thinh xem như không có sự gì xảy ra.

Trong khi cuốn sổ hưu bị ném vào sọt rác dư luận thì bằng khen có những chữ ký "danh giá" cũng bị tát nước vào mặt. Câu chuyện của nữ nghệ sĩ Nguyễn Thị Kim Chi trong mấy ngày nay như một viên thuốc tăng lực cho những ai còn tin vào công lý và sự thật. Nhất là tin vào hai tiếng "cách mạng" mà họ theo đuổi suốt cả đời người.

Sự từ chối nhẹ nhàng, đầy tính nhân văn nhưng chát chúa tiếng kèn xung trận của bà Kim Chi cho thấy trong những người một thời vào sinh ra tử ấy vẫn còn nhiều người can đảm. Họ can đảm vì biết rằng chế độ chỉ toàn những kẻ theo đóm ăn tàn, không ai trong những người này từng chịu bom đạn như bà và đồng đội của bà ngày xưa. Bà đứng trên cao nhìn xuống những kẻ cầm quyền với tâm thế của người lãnh đạo.

Bà cho mọi người thấy sự sợ hãi cũng có thể bị khống chế. Nếu những anh hùng khi xưa là anh hùng thật, là can đảm thật thì ngày nay họ phải hiên ngang đứng lên đòi chế độ này những câu trả lời thích đáng.

Khi xưa họ chiến đấu không phải vì "hòa bình ổn định khu vực" mà vì họ muốn đuổi quân xâm lược ra khỏi bờ cõi vậy thì tại sao bia ghi công chiến sĩ chống giặc Tàu lại ghi là chiến đấu cho hòa bình ổn định khu vực? Những thứ ngôn ngữ xảo trá này đang bôi đen toàn bộ lịch sử, bôi bẩn những khuôn mặt anh hùng hay liệt sĩ. Nhà cầm quyền này là ai mà lại ngang nhiên làm những điều khó dung tha như vậy?

Họ là ai mà vung tiền như rác trong những đề án dốt nát, phá hoại đất nước như Dung Quất như Sông Tranh như Bauxit Tây Nguyên như Vina các loại? trong khi đồng bào không có áo mặt, cơm ăn. Trẻ con đu giây đi học, moi móc thịt chuột để ăn. Không phải do tội nghèo của chúng hay gia đình chúng mà tội của các quan chức cầm quyền không lo được cho đời sống của họ.

Các chiến sĩ ngày xưa nếu quả là chiến sĩ không thể không thấy rằng cuốn sổ hưu trả cho họ chỉ là hành động bố thí khi công khai tước bỏ mọi hy sinh cao quý của đồng đội họ, những người đã nằm xuống cho chính quyền ngày nay đứng lên. Đứng lên nhưng phủi sạch mọi thứ chỉ giữ lại bốn chữ "Xã Hội Chủ Nghĩa" gượng gạo và ảo tưởng.

Nếu quả thật là chiến sĩ thì các vị đừng chờ người khác làm cho mình để khi chính các vị và gia đình vào bệnh viện cũng sẽ gặp cảnh chui dưới gầm giường chờ bà Bộ trưởng Y tế tới ban cho vài lời hứa suông như ngày xưa họ hứa trước hàng quân trước giờ xuất kích.

Đừng để cảnh ấy xảy ra và hãy gượng dậy làm một chút gì cho con cháu các vị.

Hãy can đảm như bà Kim Chi.

Nhiều tiếng nói, hành động như Kim Chi sẽ làm cho bọn sai nha run sợ. Hãy tự thử nghiệm mình xem có đúng khi xưa mình chiến đấu vì yêu nước hay không, hay chỉ vì bị xúi giục, lôi kéo thậm chí cưỡng bức nên ngày nay không thể nói tiếng nói đúng đắn và mạnh mẽ của một chiến sĩ chính hiệu? Chiến sĩ thôi cũng đủ, chưa cần đến anh hùng.

Bà Kim Chi chưa bao giờ được huân chương nào gọi là cao quý thứ thiệt nhưng bà là chiến sĩ thứ thiệt trong chiến tranh chống Mỹ. Vì thứ thiệt nên hôm nay bà không sợ lửa. Vì không sợ lửa nên bà trở thành anh hùng trong tim nhiều người.

Ai là người thứ thiệt như bà nữa đây?

Đảng viên, tôi đến thế là cùng

Cái clip đang lưu hành trên mạng cho thấy sự thật bẽ bàng của một thằng đảng viên cao cấp. Nó là Phó chánh văn phòng Tỉnh Bình Định tên là Lê Văn Vương còn người được nó năn nỉ là Lê Anh Quốc, người có hân hạnh được nó lấy vợ giùm.

Khi bị bắt quả tang và bị súng điện dí vào người nó mếu máo bật lên lời năn nỉ hèn hạ: "Anh Quốc ơi tha cho em, em là đảng viên..."

Nghe lời than não nuột của thằng này mà tôi tức muốn lộn ruột. Tôi cũng là đảng viên đây, tôi tự hứa trong lòng nhiều lần dù có chết cũng không bao giờ làm ô cái danh mà tôi từng ôm ấp từ nhiều chục năm nay mặc dù tôi không hề yêu thương cái đảng này một chút tẻo nào.

Tôi chưa bao giờ chịu ơn của đảng, chưa bao giờ lấy đảng làm bình phong, cũng như chưa bao giờ vận dụng chủ nghĩa Mác Lê một cách sáng tạo vào cuộc sống của chính tôi và gia đình, hay trong cái lý lịch đảng viên mà đã nhiều năm qua tôi không còn đóng nguyệt liễm nữa.

181

Tôi là một đảng viên không điển hình. Một đảng viên có nỗi buồn mang tên "lầm lẫn". Và nhất là không cao cấp như thằng mếu máo này.

Tôi vào đảng do tâm lý ...bầy đàn. Ban đầu thấy đảng viên có vẻ gì đó oai phong ngầm trong lời nói, trong cách hành xử đối với người khác. Những đảng viên trẻ lúc nào cũng tự hào mình là người biết lắng nghe đồng đội, đồng chí đã ám tôi. Đa số bạn bè tôi đều cảm thấy vào đảng là con đường dẫn tới thành công cho bản thân. Phấn đấu hôm nay sẽ gặt hái kết quả ngày mai. Vậy là tôi phấn đấu để vào đảng.

Không khó khăn lắm khi tôi làm đơn xin vào đảng bởi lý lịch đỏ hoét của mình.Từ ông tới cha cộng với hai người anh liệt sĩ. Tôi vào đảng như một sự hiển nhiên và từ cái hiển nhiên ấy khiến tôi thấy không cần thiết phải phấn đấu như nhiều người khác.

Sau vài năm sinh hoạt đảng, tôi bắt đầu chán. Chán vì nhiều thứ mà thứ quan trọng nhất là tôi không cảm thấy mình thích hợp với cái đám đông được tuyển chọn này. Cái đám đông ấy nếu người đứng bên ngoài nhìn vào sẽ thấy là một toán mặc đồng phục. Còn người bên trong thì lại thấy ... bên trong những bộ đồng phục ấy là những con dao nhọn hoắt, sẵn sàng thọc sâu vào đồng chí, đồng đảng của mình nếu quyền lợi bị xâm phạm.

Tôi là người tự đẩy mình ra cái vòng tròn máu lạnh ấy vì ...nhát. Và trên hết, tự biết khả năng chống chọi của mình không lại ai trong cái đám người sẵn sàng tàn nhẫn này.

Tôi an phận và đôi khi cảm thấy hối hận vì đã trót vào đảng. Vợ tôi cần nhằn, mấy đứa con ngây thơ chờ đợi một cái gì đó mà bạn bè chúng có. Tôi không giải thích cho vợ lẫn con, tôi im lặng như gã thiền sư giả mạo, thích nhìn người khác sa vào vòng nghiệt ngã và tự an ủi mình bằng những kết quả mà các ông bà đảng viên kẻ trước người sau rơi vào tròng của nhau.

Mỗi lần như thế tôi hả dạ, tôi âm thầm sung sướng nhưng không lộ ra cho ai biết. Tôi tin nếu có người biết tôi nhát chứ không phải liêm chính như họ tưởng thì sẽ mặc sức mỉm cười. Tôi không chấp nhận những nụ cười như vậy và lý do này khiến tôi tiếp tục đóng vai thiện của cuộn phim nhiều tập về cuộc đời người đảng viên liêm chính.

Cho tới hôm nay thì tôi cảm thấy bị xúc phạm, xúc phạm trầm trọng cho vai diễn của tôi lẫn con người thật của mình. Cái clip quay cảnh một thằng Phó chánh văn phòng của tỉnh bị chồng kẻ ngoại tình với gã vào phòng bắt quả tang đang đóng phim con heo. "Anh Quốc" dùng súng điện bắn gã và mụ tình nhân. Gã đau, và khi ấy mếu máo lên tiếng năn nỉ thống thiết mà tôi chưa bao giờ nghe một gã đảng viên nào năn nỉ trước đó: "Anh Quốc ơi tha cho em, em là đảng viên, cả đời em theo đảng!.."

Có xem cái clip mới thấy sự đau khổ của tên này. Có điều thằng này dám chơi mà không dám chịu. Khi nó ngồi trong văn phòng tỉnh ủy liệu có ai trên đời này có thể làm cho nó kêu rên thống thiết như vậy hay không? Chắc chắn là không. Khi nó đánh người khác bằng giấy tờ, bằng chữ ký, bằng văn bản liệu nó có thương xót những tiếng kêu than thống thiết của nạn nhân như nó hay không? Cũng chắc chắn là không.

Và một điều nữa: khi nó trình ký lệnh cưỡng chế đất đai của người dân có bao giờ nó nghĩ sẽ có hằng trăm hàng ngàn người cũng đau đớn và hoảng sợ như nó hay không?

Nó hoảng sợ bị mất ghế, mất thẻ đảng. Người bị nó hại sợ té vãi vì sẽ mất đất, mất nồi cơm và có cơ đi ăn mày cả gia đình. Có bao giờ nó nghĩ tới điều này hay không? Cũng chắc chắn là không.

Nó là một tên lãnh đạo, nhưng vẫn còn nhỏ.

Tội ngoại tình của nó đáng bị như thế, nhưng vẫn còn nhỏ.

Những kẻ khác đang ngồi bàn chuyện nước non trong kia mới là lớn. Tội của họ mới là lớn so với tội lấy vợ người khác.

Tội của nó chỉ làm cho một thằng chồng đảng viên khác đau khổ. Tội của mấy người ngồi trong kia là tội làm cho những người không phải đảng viên phải đau khổ. Vì vậy bản án phải nặng hơn.

Không biết mai này khi bị súng điện của người dân cả nước dí vào thì mấy ông ở cái Bộ chính trị cao nhất nước ấy có khẩn thiết kêu than như thằng này không? Mà than sao được hở trời, không lẽ lại nói: Lạy các anh, các chị các bà các cô, em là đảng viên cao cấp cả đời hy sinh vì nhân dân!

Vì vậy mà tôi giận cho cái tên Phó chánh văn phòng tỉnh này. Nó đã làm hoen ố cho cái thẻ đảng của tôi. Mặc dù tôi không còn yêu thích đảng nữa nhưng cái thẻ đảng tôi vẫn thấy nó dễ thương lắm. Cái thẻ đảng không làm tôi sôi máu như mấy thằng đảng viên trong chi bộ của tôi. Cái thẻ nó không biết nói và tôi tin rằng nếu nó biết lên tiếng thì việc đầu tiên nó sẽ khen tôi: Mày là một thằng đảng viên ưu tú!

Và nhất là khi có biến cố gì đi nữa tôi vẫn thoát nạn! cái nạn mà một đảng viên không thể tránh khỏi nếu chưa làm điều gì khiến cho nhân dân căm thù. Cuối cùng cái thẻ đảng trong sạch sẽ cứu tôi vì nó cho phép lãnh lương hưu khi bất cứ chế độ nào nổi lên cầm quyền. Không lẽ họ cắt lương hưu của một đảng viên tốt như tôi?

Nhưng gì thì gì tôi quyết liệt không năn nỉ hay kêu gào bên thắng cuộc. Không lẽ lại la lên: Anh ấy ơi tha cho em, em là đảng viên nhát hít chứ không phải liêm chính gì đâu, anh ấy ơi...cho em xin cái sổ hưu!

Màu đỏ tự thân là niềm vui.
Màu đỏ nếu nhìn qua một lăng kính khác
sẽ trở thành điêu ngoa,
hãnh tiến và đôi khi thắm máu tổ tiên.
Màu đỏ len lỏi trong đời sống khiến nhiều người xót xa
và tự hỏi dân tộc này ngày nào mới thoát ra khỏi
nỗi ám ảnh màu đỏ Trung Hoa?

Trái sung và đèn lồng

Không biết từ năm nào mình đã mất hẳn thú vui may áo mới cho con vào những ngày cuối năm. Cũng mất luôn thói quen không thể thiếu là nấu bánh vào ngày 30 tết. Có người bảo siêu thị bán bánh ngon hơn, tiện lợi cho gia đình để bà nội trợ không phải lo toan vào những việc nấu nướng như thế này. Thời gian dôi ra để dành cho việc khác.

Làm sao đồng ý với cách suy nghĩ như thế nhỉ? May áo mới cho con là hạnh phúc của người đàn bà và người mẹ. Đường kim mũi chỉ và sự nhẫn nại, nắn nót sẽ được trả công bằng nụ cười trẻ thơ có phải là phần thưởng lớn nhất của một ngày cuối năm hay không? Tết không phải để ăn để mặc dù dân gian vẫn gọi là ăn tết. Cao hơn những cái bình thường ấy là những kết nối không thể thiếu trong tinh thần ngày tết.

Nồi bánh đêm giao thừa là chiếc cầu nối ký ức vào hiện tại, không phải chỉ một năm đâu mà nhiều năm đã qua, có chuyện đã quên chợt sống dậy làm mình mỉm cười và cũng lắm chuyện làm mình muốn khóc. Chiếc cầu liên tưởng ấy bị gẫy gập vì con người chứ nào phải đời sống công nghiệp? Nồi bánh chưng không cạnh tranh nổi với nồi bánh siêu thị chỉ vì lòng người đã sơ tán mất rồi.

Chúng ta sơ tán, bỏ thói quen thuần Việt để chạy về vùng đất được gọi là công nghiệp. Ban đầu là sơ tán vì còn nghĩ đến ngày trở lại, bây giờ không còn đường về thì thôi đành ngồi nhớ nồi bánh chưng ngày ba mươi tết như nhớ một kỷ niệm đẹp đã bị đánh bom trong những ngày xưa của Hà Nội.

Bạn gửi thư về từ Mỹ, vùng đất bình yên mà hàng triệu người muốn tới. Bạn không chào hỏi cũng chẳng chúc tết hay hỏi han người nào. Bạn viết một lèo những câu chữ mình không đọc kịp.

-Bà biết không, hai mươi ba năm ở Mỹ tôi không bao giờ ăn tết. Có gì là tết đâu mà ăn. Tôi dửng dưng với mọi việc vào những ngày giáp tết. Người ta mua tất cả những gì thuộc về tết để đặt trên bàn chỉ nhà tôi là không. Hình ảnh tết rất gượng, rất giả và rất tội nghiệp. Tôi thấy lạ, tại sao người ta lại giả vờ ăn tết trong cái không khí cực kỳ lạnh giá của đất nước này.

Lạnh theo cả hai nghĩa bóng và đen. Cuối đông nên tuyết ngập đầy mọi nơi. Tết nhưng vẫn lò mò tới sở làm nếu không muốn ngày mai ăn tết không lương. Hoa mai thì hầu hết là nilon, bánh chưng hoa quả mua ở chợ đem về chất đống. Sáng ra con cái tới trường nếu tết rơi vào ngày thứ Hai, hai vợ chồng mỗi người một chiếc xe, một cạp lồng đến sở. Tết đấy.

Nhưng mà bà ơi năm nay tôi sẽ ăn tết như người ta. Bà biết tại sao không? Hôm qua tôi ra chợ định mua thức ăn về nấu cuối tuần bất chợt gặp một thứ trái cây rất lạ đối với Mỹ nhưng lại rất quen thuộc với người Việt mình, bà biết trái gì không? Trái sung!

Ôi trời, tôi chỉ biết thầm thì trong lòng khi thấy loại trái quê mùa ấy nằm ngay giữa siêu thị của nước Mỹ. Sao mà nó tội nghiệp như chính tôi vậy? Tôi biết nó đang lưu lạc từ quê nhà sang đây vì cái tết của người Việt xa xứ. Đến cái trái vô tri mà còn bị ảnh hưởng như thế thì huống gì con người da thịt như mình.

Tôi sẽ ăn tết năm nay, như một khởi đầu về nguồn trong tâm hồn. Tôi không thể ăn tết như bà và bạn bè mình bên đó nhưng đối với tôi chỉ một trái sung là đủ. Nó hơn hẳn những thức ăn đỏ chót lòe loẹt trên bàn của mọi gia đình. Trái sung ấy mang tới cho tôi một cảm giác gần gũi, ấm áp và gợi mở không biết bao nhiêu là niềm vui nỗi buồn.

Bức thư chỉ có thế nhưng làm tôi ngơ ngẩn suốt một buổi chiều. Bạn tôi ra đi với một tinh thần luôn luôn cảm thấy cạn kiệt còn chúng tôi ở lại với một cuộc sống đầy ắp những lo toan và chắc gì tinh thần không thiếu thốn, tổn thương?

Trái sung nhỏ bé hiền lành và còn dính đầy đất cát phù sa mà bạn tôi gặp ở xứ người đã gợi cho bạn ấy một nỗi nhớ nhà gay gắt. Trong khi người ở lại như chúng tôi cũng gay gắt không kém khi mỗi năm màu đỏ của ngày tết càng đỏ thêm. Cái màu đỏ không còn tượng trưng cho thịnh vượng nữa mà nó gợi lên sự phân tán trong lòng mỗi người Việt Nam.

Màu đỏ của máu thắm Hoàng Sa Trường Sa. Màu đỏ của đèn lồng Trung Quốc tràn ngập các tỉnh phía Bắc. Màu đỏ ấy còn ám ảnh chúng tôi lâu lắm khi mà hàng hóa lẫn con người Trung Quốc hiện diện một cách kiêu hãnh mọi nơi trên dải đất này.

Bạn ơi cứ ăn tết như thế. Cũng giống chúng tôi vẫn ăn tết như thế. Chúng ta trong hay ngoài gì cũng như nhau, cái mất lớn nhất không phải là tết hay không tết mà là tương lai. Tôi thấy cả dân tộc chúng ta sắp trở thành đứa trẻ Tân Cương bị người lớn Trung Quốc đánh đập, sỉ vả ngay giữa đất nước của họ trên một video mà người ta quay được.

Bạn sẽ buồn và đau đớn khi việc này xảy ra, tuy nhiên bạn vẫn ở xa, sự chia cắt đôi khi làm người ta nhẹ thở. Còn chúng tôi, những sinh vật mang tên là người nhưng không biết có làm người được nữa hay không khi Việt Nam tự nguyện hiến thân cho những ngày tết có lời chúc đầu năm đến từ phương Bắc?

Vậy đó, trái sung làm bạn nhớ quê và đèn lồng làm chúng tôi muốn khóc.

Anh chị có đi biểu tình không?

Đây không phải là lời hỏi chơi, phía sau mệnh đề này là một chuỗi những việc đáng suy gẫm và nếu nói chính xác hơn: Đáng hối hận.

Khi giàn khoan HD 981 tiến vào vùng biển đặc quyền kinh tế Việt Nam nhiều người đã lên tiếng: Phải biểu tình chống nó. Không ít người im lặng, một sự im lặng giận dỗi.

Những gì đã xảy ra trong các lần biểu tình chống Trung Quốc trước đây cứ tưởng nếu chính quyền vì mấy mẩu tự từ 4 tới 16 không dám lên tiếng ủng hộ thì cũng không nhất thiết phải mang quân đàn áp. Người biểu tình được gọi là tụ tập, được gán đủ thứ tội lên đầu, được âu yếm mang ra tổ dân phố đấu tố và được truyền hình hết lời sỉ vả. Vậy nhưng dân vẫn ra bờ hồ và vẫn mang theo cờ đỏ vẫy lung tung trên bầu trời Hà Nội.

Dân không sợ khi đi biểu tình nhưng phản ứng có vẻ tiêu cực lần này làm cho chính quyền ngạc nhiên lẫn bối rối. Họ không màng tới chuyện biểu tình nếu có một phát động từ nhà nước chống lại sự trơ tráo của Tàu bởi vì họ nghĩ rằng người phát động biểu tình cũng trơ tráo không khác gì bọn ngoài kia.

Đâu đó một vài thông tin cho thấy nhà nước lần này sẽ không ngăn cản nếu biểu tình chống Trung Quốc xảy ra và thậm chí còn tổ chức cho đoàn thanh niên cộng sản kết hợp với dư luận viên làm những cuộc biểu tình chống Trung Quốc xâm lược nữa.

Dân tình trên mạng im ắng, đâu đó có tiếng cười khúc khích chế nhạo. Có người nhổ nước bọt khinh bỉ và có người còn thẳng thắn: ông không để chúng mày cười lên lưng mà đi.

Phản ứng này dẫn tới một câu hỏi phải chăng chính sách ngoại giao bằng đầu gối nay đã có kết quả, dù chỉ diễn ra trong một thành phần xã hội?

Thành phần quan tâm hàng ngày tới các động thái lớn nhỏ của Trung Quốc là những cư dân mạng với khả năng khoảng vài trăm ngàn người. Số còn lại trong gần chín mươi triệu dân không hề biết điều gì đang xảy ra. Họ là nông dân, là giới mua gánh bán bưng, là công nhân viên trong những nhà máy, khu chế xuất hoàn toàn không biết những gì đang xảy ra tại vùng biển của đất nước đang bị người Tàu xâm lược trắng trợn.

Họ chưa bao giờ đi biểu tình và lần này họ cũng sẽ không rời khỏi nhà nếu ai đó kêu gọi biểu tình. Trung Quốc đối với họ là những người khách du lịch xí xô xí xào ngoài đường phố và hoàn toàn vô hại. Họ không hề biết thế nào là xâm lăng từ trong ra ngoài. Từ văn hóa tới kinh tế, từ lý luận trong hệ thống chính trị đến triết lý dạy dỗ cho học sinh trong nhà trường. Họ không khái niệm được sự khác nhau giữa bauxite hay bọ xít. Họ cắm mặt xuống ruộng lúa, miệt mài trước những đôi giày thể thao cần may gấp để xuất khẩu, hay còng lưng dưới quang gánh dong ruổi khắp đường phố rao khản giọng cho một buổi tối no lòng.

Đối với hơn 90 % người dân ấy, biểu tình chống Trung Quốc là một việc làm kỳ lạ. Sự kỳ lạ mà nhà nước cố tình mang đến cho họ với ý niệm "làm chính trị". Cụm từ cấm kỵ này từ lâu không có trong bất cứ bữa cơm nào của người dân từ nghèo tới đủ ăn hay giàu có.

Nó chỉ xuất hiện trên Facebook, trên báo lề trái, trên những tiếng hô rời rạc, lạc giọng giữa bờ hồ Hà Nội hay trước tượng đài Lý Thái Tổ khi mà tiếng loa, tiếng hát hò từ những chiếc loa hết công suất, hay tiếng máy khoan cắt đá át cả giọng của họ.

Bây giờ nhà nước kêu gọi chính những người ấy đi biểu tình dưới ngọn cờ do chính quyền dẫn đầu, nhà nước có thấy ít nhiều ngượng ngập hay không?

Mới ngày hôm qua ông Tổng bí thư còn kêu gào chống tham nhũng khi giàn khoan đã vào đến đất nước bằng chính phương tiện mà ông ta đang rêu rao đòi chống.

Nếu Bộ Chính trị không tham nhũng thì lấy đâu ra dự án Bauxite dành trọn cho Tàu?

Nếu Bộ Chính trị không tham nhũng thì tất cả các dự án lớn nhỏ khắp nước sẽ không vào tay các nhà thầu Tàu vốn nổi tiếng thừa khả năng hối lộ lẫn gây hư hỏng?

Nếu Bộ Chính trị không tham nhũng thì tại sao mở cửa biên giới phía Bắc ưu tiên cho hàng hóa tiểu ngạch của Tàu tràn vào thắt cổ hàng hóa Việt Nam?

Nếu Bộ Chính trị không tham nhũng thì tại sao lại cố giữ cho được điều 4, một điều chỉ cốt làm câm miệng người dân?

Nếu Bộ Chính trị không tham nhũng....

Bộ Chính trị khi sang Tàu thì vặn hết công suất của báo chí ca ngợi chuyến đi còn khi Tàu vào sân nhà thì bán cái, đẩy một ông Phó thủ tướng ra nói lời phải quấy.

Người nói với chính phủ Tàu chuyện xâm lược phải là Thủ tướng chính phủ.

Người nói chuyện với Đảng cộng sản Tàu là Tổng bí thư đảng cộng sản Việt Nam chứ không ai khác.

Chính phủ đẩy ông Bộ trưởng ngoại giao ra tuyến đầu để tránh gặp phản ứng nếu câu chuyện may mắn được giải quyết, khi ấy Tổng bí thư sang Tàu sẽ không phải nói lời xin lỗi.

Người biểu tình chống Trung Quốc trước đây khi được nhà nước kêu gọi tham gia biểu tình lần này họ sẽ có cảm giác như đang bị đẩy ra phía trước giống như ông Phạm Bình Minh, và vì thế họ khước từ sứ mạng có vẻ vinh dự ấy.

Đây là dịp cho 80 ngàn dư luận viên chứng tỏ sự năng nổ của mình. Nếu cả họ cũng không chịu tham gia hay tham gia chiếu lệ thì kể như nhà nước này mất trắng.

Còn anh chị, có đi biểu tình không?

Hồi mã thương của phe Tàu

"Việt Nam luôn mong muốn có hòa bình, hữu nghị nhưng phải trên cơ sở bảo đảm độc lập, tự chủ, chủ quyền, toàn vẹn lãnh thổ, vùng biển, và nhất định không chấp nhận đánh đổi điều thiêng liêng này để nhận lấy một thứ hòa bình, hữu nghị viển vông, lệ thuộc nào đó".

Câu trả lời cho Reuters của Thủ tướng Nguyễn Tấn Dũng tại Philippines nhanh chóng tràn ngập mọi phương tiện truyền thông cả trong lẫn ngoài nước. Người ta vỗ tay, bàn tán, tranh luận và cũng không ít nghi ngờ.

Vỗ tay vì tuyên bố này đã trực tiếp tẩy chay những gì mà Hà Nội và Bắc Kinh đã toa rập với nhau trong Hội nghị Thành Đô để hậu quả kéo dài cho tới ngày nay. Vỗ tay vì tại diễn đàn quốc tế một người đại diện quốc gia này nói về quốc gia khác là chính thức và không thể thay đổi, cho dù người đó là cộng sản hay phát xít.

Vỗ tay còn đến từ một nguyên nhân khác âm ỉ và mạnh mẽ vẫn trôi trong huyết quản của người dân Việt có học lịch sử từ hàng ngàn năm qua: ước vọng thoát Hán.

197

Tiếc một điều sau những tràng vỗ tay không ngớt ấy thì sân khấu chính trị Việt Nam lại chuyển sang một màn khác mà báo chí và những ai tinh tế nhất cũng khó đoán trước: đó là bạo động chống Trung Quốc tại Bình Dương và Vũng Áng.

Người dân Kỳ Anh Vũng Áng có thể bạo động vì sống gần với công nhân Trung Quốc và thái độ quá đáng của những người này, cộng với áp bức của chính quyền đối với lợi ích của người địa phương đã nung nấu sự hiềm khích lên thành thù hận. Hai người Trung Quốc bị đánh chết là kết quả của một chính sách quy lụy để kiếm đầu tư bất kể nó để lại hậu quả như thế nào.

Nhưng ở Bình Dương thì lại khác. Đa số công nhân đến đây làm việc đều hiền lành và không hề có bức xúc nặng nề nào đối với các công ty do Trung Quốc làm chủ.

Dĩ nhiên giai cấp công nhân và chủ là hai thế lực luôn xung đột với nhau, nếu nhẹ hai bên tiếp tục thỏa hiệp để kiếm miếng ăn, còn nặng hơn sẽ có đình công phản đối. Với Bình Dương và Đồng Nai chưa có một ghi nhận nào cho thấy mức căng thẳng do tranh chấp giữa công nhân và chủ có thể dẫn tới hành vi nổi loạn.

Qua điều tra xác minh công an Đồng Nai và Bình Dương cho biết công nhân các khu công nghiệp không tự họ nổi dậy mà có sự giật dây của một nhóm người.

Dáng dấp và cách hành xử của chúng rõ ràng là côn đồ và hầu hết đều là người Thanh Hóa, Nghệ An hay Hà Tĩnh. Mà ai cũng biết, hầu như côn đồ luôn được sự giám sát và chỉ đạo ngầm của công an.

Công nhân đã làm chứng và họ đặt câu hỏi tại sao sự việc nghiêm trọng như vậy nhưng công an im lặng. Các lực lượng vũ trang khác cũng im lặng, thậm chí công an còn chạy theo đám ô hợp ấy chỉ để nhìn mà không có một thái độ nào.

Đám đông gần một ngàn người bị bắt, bị truy tố về nhiều tội và bọn cầm đầu dần dần lộ diện. Tuy nhiên tin từ công an đưa ra làm cho người dân hụt hẫng: kẻ cầm đầu tổ chức bạo loạn là ba thành viên của đảng Việt Tân!

Kết quả đầy bất ngờ này làm cho tuyên bố của Thủ tướng trở nên mất giá trị hay ít ra mất sức mạnh trước lòng tin của nhân dân. Đúng ra người ta lo ngại cho sự an nguy của ông vì sẽ gặp cú hồi mã thương nổi tiếng của người Tàu, hay đúng ra là bọn thân Tàu, lấy sự việc Bình Dương dập tắt chút hy vọng vừa le lói.

Nếu nói bọn giật dây nổi loạn là do tình báo Hoa Nam làm thì người ta có thể tin: Trung Quốc muốn kích động hận thù trong nội bộ người Việt và Hoa để có cớ mang người của họ về và phát động cuộc chiến tranh bảo vệ kiều dân của họ.

Nếu đặt giả thiết côn đồ do công an ra lệnh thì cũng không ít người sẽ tin, bởi sự thật rành rành trước mắt là như vậy. Công an được người dân tin rằng đang được đặt dưới sự lãnh đạo toàn diện của Thủ tướng và việc làm này có thể giải thích: Do hưng phấn trước phát biểu của Thủ tướng tại ASEAN vào ngày 11 tháng 5, hai ngày sau 13 tháng 5 nhân viên an ninh tự tiện làm việc này như một cách đẩy tuyên bố của ông đi xa hơn, nhưng do quá đà thành ra hố nặng.

Và kết quả từ cán bộ điều tra cáo buộc Việt Tân là thủ phạm có tác dụng thế nào, ai đứng sau kết quả này là vấn đề đáng phải đặt ra.

Thứ nhất: mang Việt Tân như một chủ thể hoàn toàn không có khả năng tác động tới tình hình Việt Nam vào lúc này để ấn vào tay họ ngọn cờ đen của cướp biển là một việc làm dại dột. Không ai tin được sức mạnh của Việt Tân lại gây được biến động to lớn như vậy và lại càng khó tin hơn khi con số ba người với vài ngàn đô la trả cho người biểu tình lại có thể kéo hàng chục ngàn người ra ngoài tầm đối phó của công an Bình Dương và Đồng Nai.

Kết tội Việt Tân là hành động của phe Tàu, vốn đang tơi tả vì lá bài thoát Hán của Thủ tướng Nguyễn Tấn Dũng.

Họ là ai?

Là những tờ báo mà biến cố giàn khoan ở Biển Đông không nằm trên trang nhất. Họ là những quan chức lên tiếng chống Tàu nhưng phía sau là những câu thòng đầy phản trắc. Họ là kẻ đứng giữa hội trường Quốc hội chống lại Luật biểu tình vì sợ nó sẽ là những Bình Dương, Vũng Áng thứ hai. Họ là những tập đoàn gắn liền với các dự án có yếu tố Trung Quốc và vì vậy chống Trung Quốc là chống lại nồi cơm của họ. Họ là sĩ quan cao cấp trong quân đội đã quá lâu chỉ biết chiến đấu trên mặt trận kinh tế bây giờ sắp phải ra chiến trường thật bỗng run tay, khuỵu gối. Họ là những quân sư, những trợ lý, những cán bộ cao cấp nói tiếng Hoa thông thạo, đi Bắc Kinh nhiều hơn đi chợ và phần vụ duy nhất của họ là làm sao nâng tình hữu nghị hai nước lên tầm cao mới.

Trong tất cả những mầm mống phe Tàu ấy ai là người đem Việt Tân ra làm vật tế thần?

Và tại sao họ làm như vậy?

Phe Tàu đã thấm thía sự nguy hiểm nếu Việt Nam tiếp tục theo con đường của ông Nguyễn Tấn Dũng vừa tuyên bố. Ông Dũng không thể rút lại lời nói nếu ai đó tiếp tục hàn gắn vết thương hữu nghị này bằng một miếng mồi hữu nghị khác. Đặt Việt Tân vào tầm ngắm của dư luận người ta sẽ quên đi mức ảnh hưởng của câu nói thoát Hán và nâng sự nghi ngờ rằng chính ông Dũng đã ra lệnh cho công an thi hành vụ bạo loạn nhằm tạo một hình ảnh không đẹp đẽ gì của một ông Thủ tướng chống Tàu.

Phe Tàu đã và đang âm thầm hạ nhục hình ảnh công an khi liên tiếp đánh đập, giam giữ những người bất đồng chính kiến trong mấy ngày qua. Chị Trần Thị Nga bị đánh gãy tay, vỡ đầu gối phải chịu phẫu thuật, ít nhất hai người khác bị giam vào ngày hôm qua chưa kể hàng chục người bị bắt trước đó đã làm không ít người hỏi lại chính mình liệu tuyên bố thoát Hán có là sự thật?

Những câu hỏi này phải được chính Thủ tướng Nguyễn Tấn Dũng làm rõ vì đối với Trung Quốc ông đã xác định rằng: "Những gì mà Trung Quốc đang làm khác rất xa những gì mà Trung Quốc nói".

Người dân rất lo nếu ông không buộc thuộc hạ chứng minh sự phá hoại của đảng Việt Tân một cách công khai, hợp lý và thuyết phục dư luận, cũng như tại sao lại đánh đập tàn nhẫn, nhốt người vô cớ thì câu nói trên sẽ vận vào ông như một bi kịch.

Bi kịch này không chỉ một mình ông lãnh nhận mà còn đổ lên đầu của hàng chục triệu con người trót đặt niền tin vào tuyên bố thoát Hán của ông.

Thiên An Môn và Việt Nam

Hôm nay 4 tháng 6, kỷ niệm 25 năm ngày thảm sát Thiên An Môn. Đây là ngày mà lương tâm nhân loại bị đánh động khi hàng ngàn sinh viên và các giới khác bị đè bẹp bởi xe tăng, súng ống các loại.

Thân xác của những con người tay không tấc sắt ấy bị cán nát nhừ trên đường và súng phun lửa đốt ra tro như để trả thù cái được coi là cuộc cách mạng nhằm lật đổ chế độ cộng sản.

Nói tới Thiên An Môn người ta nghĩ ngay đến Wang Welling (Vương Duy Lâm) một biểu tượng lạ lùng của sự chọn lựa cái chết. Một con người bé bỏng, yếu ớt đứng đối diện trước một đoàn xe tăng và sức mạnh nội tại của anh đã làm cho chúng ngừng lại, tắt máy, và rồi xoay sở tránh né anh như tránh một sức mạnh không thể nhận ra.

Chàng thanh niên ấy không đứng yên một chỗ, anh nhảy sang phải rồi sang trái khi chiếc xe tăng cố lách mình tránh anh. Khi xe ngừng hẳn, anh leo lên xe tìm chỗ để nói chuyện với những người trong con quái vật giết người ấy. Không mở ra được, anh nhảy xuống, tiếp tục đứng giang tay không cho đoàn xe tăng bỏ chạy.

Mãi tới khi có hai người mặc quần áo thường phục chạy ra đem anh đi thì những con cọp sắt ấy mới lăn bánh thi hành các vụ giết người khác.

Đại lộ Trường An nơi người thanh niên đối diện với thần chết đã đi vào lịch sử Trung Quốc và dĩ nhiên hình ảnh của anh ngay lập tức trên trang bìa của báo chí khắp thế giới.

Vương Duy Lâm tuy chưa bao giờ được công nhận là tên thật của người thanh niên được báo chí gắn cho cái biệt danh "Tank Man" nhưng hình ảnh của anh đã ăn sâu vào tim óc người nào nhìn thấy bức ảnh này. Nếu được xem video clip thì sự ngưỡng phục lại càng tăng lên nhiều lần. Con người bé nhỏ ấy đã làm cho cả chế độ phải sống trong khoảnh khắc sợ hãi trước ý chí của anh. Mặc dù không làm cho xe tăng bùng cháy nhưng hành động dũng cảm đó đã bùng lên không biết bao nhiêu ngọn lửa trong tim của người Trung Quốc.

Một con người giang tay chặn xe tăng trước con mắt toàn thế giới 25 năm sau hay nhiều lần 25 năm như thế sẽ tiếp tục đánh động lương tâm nhân loại cũng như cảnh tỉnh những ai vẫn còn xem Trung Quốc là xứ sở của Khổng Khâu, đặt giá trị nhân bản lên trên những ươn hèn quyền lực. Thiên An Môn như tiếng sét ầm ì trên bầu trời Bắc Kinh, lan mãi trong không gian nhân loại và tiếng vọng của nó không khác gì tiếng rên siết của sinh linh đã tan thây vì xe tăng cộng sản.

Thiên An Môn cho thế giới biết sự tàn độc của Trung Quốc, chúng có thể giết người Trung Quốc một cách độc ác nhất và dĩ nhiên đối với ngoại nhân sự độc ác ấy chắc chắn sẽ tăng lên nhiều lần.

Thiên An Môn là quảng trường lớn nhất thế giới và vụ giết người cũng lớn không kém vào ngày 4 tháng 6 của 25 năm trước gửi thông điệp rất rõ ràng đến với người dân trong nước của họ: Chống chế độ càng mạnh thì cái chết càng gần.

Thiên An Môn dính liền với khuôn mặt của Đặng Tiểu Bình, người được cho là đứng phía sau lệnh tàn sát nhưng lịch sử Trung Quốc vẫn ghi nhận ông ta như một anh hùng, sau Mao Trạch Đông.

Giết đồng bào mình vẫn được xem là anh hùng sau khi cũng chính con người tàn độc này giết người dân Việt Nam 10 năm trước đó.

Năm 1979 Đặng Tiểu Bình xua quân đánh Việt Nam với câu slogan: "cho Việt Nam một bài học". Hàng chục ngàn chiến sĩ nhân dân Việt Nam đã chết, hàng chục ngàn gia đình nạn nhân khác vẫn oằn mình dưới hệ quả của chiến tranh. Điều mà người dân Việt còn giữ là nỗi uất hận trong tim không gì xóa sạch.

Dù Mao hay Đặng thì đảng cộng sản Trung Quốc vẫn là trên hết. Cái trên hết ấy loại trừ tất cả yếu tố khác cũng mang tên đảng cộng sản của các nước ngoại bang, kể cả Việt Nam. Trung Quốc từng hiềm khích Liên xô cũng như các nước cộng sản Đông Âu.

Trung Quốc đánh Việt Nam, cưỡng bức Lào, mua chuộc Campuchia là chính sách nhất quán sẽ kéo dài tới ngày tận thế nếu cộng sản còn thoi thóp. Đế quốc Trung Hoa sẽ và luôn luôn là niềm mơ ước cháy bỏng của mọi lãnh tụ của đất nước này, Thiên An Môn sẽ được lập lại nếu người dân can đảm dám làm thêm một lần nữa.

Ngày nào quyền lực không được kiểm soát, ngày ấy nhân dân các nước cộng sản vẫn còn nằm trong ác mộng Thiên An Môn. Đừng mơ tưởng người cộng sản tranh đấu vì nhân dân, họ chỉ tranh đấu cho quyền lực của chính họ và vì vậy khi bất cứ ai tranh giành hay mong muốn thay đổi thì công an và quân đội sẽ bảo vệ họ đến cùng.

Hai lực lượng này là khuôn mặt của người Cộng sản trên toàn thế giới. Nỗi trông chờ chính người chiến binh cộng sản sẽ buông súng quy hàng nhân dân là một cơn mơ dài đầy trắc ẩn.

Chỉ có sự can đảm, kiệt liệt của nhân dân mới có khả năng đánh động những hình nhân vô cảm trong quân đội. Chàng thanh niên Tank Man trên đại lộ Trường An là một. Chính lòng can đảm thánh thiện ấy mới mong cứu được đất nước có tên cộng sản vì nó có khả năng làm tê liệt cuồng vọng của những con người ngồi kín lặng bên trong những khối sắt vô tri ấy.

Lãnh đạo Trung Quốc không muốn làm khác điều nó đã theo và sẽ còn theo để giữ quyền lực. Nó làm dân trong nước tê liệt không còn khả năng suy nghĩ và chia sẻ sự suy nghĩ ấy với người khác. Thiên An Môn cho tới nay đối với không ít người Trung Quốc vẫn cho rằng là hành động chính đáng bảo vệ an ninh trật tự, nhưng những người cả tin ấy lại thiếu khả năng phán đoán tại sao an ninh trật tự bị phá vỡ bởi những con người trong tay không tấc sắt.

Là một nước cộng sản anh em với Trung Quốc, Việt Nam sẽ hành xử giống như đàn anh với chiêu bài an ninh trật tự, hay nói theo ngôn ngữ cộng sản thì đó là ổn định chính trị. Người cộng sản luôn chọn con đường bạo lực cách mạng để ổn định chính trị chừng nào mà quyền hành họ còn nắm giữ trong tay.

Tuy nhiên một trường hợp ngoại lệ có thể hy vọng cho Việt Nam đó là biến cố giàn khoan HD 981 may ra giúp Việt Nam định hướng được con đường của mình dưới áp lực của tinh thần yêu nước và thoát Trung ngày càng lộ rõ hiện nay.

Việt Nam không có đám đông như Thiên An Môn, cũng không có thành phần sinh viên bức xúc thời cuộc như Trung

Quốc. Cái mà Việt Nam có là lịch sử chống và chiến thắng giặc phương Bắc. Những gì còn sót lại trong trí nhớ những người lớn tuổi tuy chưa thể lấp lỗ hổng kiến thức nơi sinh viên nhưng bù vào đấy là hệ thống Inernet toàn cầu có thể đánh động lương tâm thế giới hiệu quả và nhanh chóng. Thiên An Môn sẽ không xảy ra trên vùng đất đầy sức chịu đựng này. Lòng căm giận Trung Quốc xâm lược sẽ là ngọn lửa bùng lên không thể ngăn chận.

Trong những ngày qua có rất nhiều phát ngôn vừa chủ hòa vừa chủ chiến nhưng cái mà nhiều người xem là nguy hiểm nhất lại phát ra từ miệng của một đại biểu quốc hội, ông Nguyễn Bắc Việt đơn vị Ninh Thuận:

"... theo tôi là chúng ta chưa thực sự quan tâm, đó là yêu chế độ và lo cho con tàu Cộng sản và công dân quốc tế. Thời điểm này chúng ta nên nhớ Di chúc của Bác, Bác để lại cho chúng ta lời di chúc trong đó khi nói về phong trào Cộng sản Bác đã nói là một người suốt đời phục vụ cách mạng, tôi càng tự hào với sự lớn mạnh của phong trào cộng sản và công nhân quốc tế bao nhiêu thì tôi càng đau lòng bấy nhiêu vì sự bất hòa hiện nay giữa các đảng anh em. Tôi mong rằng Đảng ta sẽ ra sức hoạt động góp phần đắc lực vào việc khôi phục lại khối đoàn kết giữa các đảng anh em trên nền tảng chủ nghĩa Mác - Lênin và chủ nghĩa quốc tế vô sản có lý có tình."

Không ai nói ông Việt là kẻ cơ hội, chẳng qua ông Việt quá chân thành với chủ nghĩa quốc tế vô sản. Nhìn nhận và ôm mớ lý thuyết mù lòa ấy vào nghị trường Quốc hội cho thấy sự can đảm của ông cực kỳ ấn tượng trước lòng dân hiện nay.

Sự can đảm ấy nếu so với anh thanh niên Tank Man thì quá nhỏ bé nhưng nếu so với những người khác có cơ hội phát biểu trước một nghị trường quan trọng như vậy thì rõ ràng ông Nguyễn Bắc Việt can đảm có thừa, ngay ông Nguyễn Phú Trọng là TS xây dựng đảng cũng phải chịu thua mặc dù Tổng bí thư từng nói nhiều điều kỳ quặc.

Thoát Trung thế nào được khi ngay trong Quốc hội đã có một Trọng Thủy nằm đấy từ bao giờ?

Tả tơi trong anh dũng

Gần hai tháng kể từ ngày Trung Quốc cắm chiếc răng nanh mang tên HD 981 xuống da thịt Việt Nam, hàng loạt chuyện lớn nhỏ đã xảy ra và người dân như những con vụ, xoay lòng vòng trên đất liền trong khi biển thì xa và muốn biết nó một cách cụ thể người dân không còn cách nào khác là đọc báo, nghe đài, những phương tiện duy nhất trong lúc đầu thì sôi mà biển thì ầm ầm dậy sóng.

Những thông tin được dàn trải không ít thì nhiều báo động một điều đang lừng lững tới: Trung Quốc xác định dã tâm lấn chiếm Biển Đông bằng vũ lực, trong đó các loại tàu bán quân sự được tung ra uy hiếp, khống chế thuyền bè của ngư dân, rượt đuổi tàu cảnh sát biển Việt Nam, đâm tàu kiểm ngư tơi tả và vẫn tiếp tục chiếm đóng vùng biển một cách ngang ngược như trên cả thế giới này chỉ có một mình Trung Quốc là bá chủ.

Trong khi đó chính phủ, đảng cộng sản Việt Nam vẫn còn ngồi chờ đợi một điều gì đó có thể cứu vãn tình trạng tiến thối lưỡng nan của cả một hệ thống. Chờ đợi vì không ai dám bước ra khỏi vành đai của sự lệ thuộc chính trị trong nhiều năm, tẩy sạch mọi phản ứng, tư duy của một đất nước độc lập. Người dân một lần nữa thấy thêm những sự chờ đợi có thể được xem là bất chính ấy của người cầm quyền và miên man tự hỏi: họ chờ đợi diều gì khi giặc đã vào nhà?

Một công văn được cho là thật đang lưu hành trên mạng của tỉnh Quảng Đông gửi Bộ Ngoại giao Việt Nam ngày 20 tháng 5 năm 2014, tức 18 ngày sau sự biến giàn khoan. Công văn bàn giao những hạng mục mà Việt Nam phải làm do Bí thư tỉnh ủy Quảng Đông Hồ Xuân Hoa ấn ký trong đó có hai việc đáng chú ý được nhắc nhở đầu tiên trong công văn:

"1. Thúc đẩy Ủy viên Bộ chính trị, Bí thư Thành ủy Hà Nội Phạm Quang Nghị và Ủy viên Bộ chính trị, Bí thư Thành ủy Thành phố Hồ Chí Minh Lê Thanh Hải thăm Quảng Đông.

"2. Trong khuôn khổ bồi dưỡng đào tạo cán bộ giữa hai Đảng Trung Việt, triển khai công tác đào tạo cho cán bộ Đảng Cộng sản Việt Nam. Kế hoạch trong 05 năm đào tạo 300 cán bộ Đảng Cộng sản Việt Nam; trong đó Hà Nội và Thành phố Hồ Chí Minh mỗi địa phương 100 cán bộ, 100 cán bộ của các tỉnh thành có quan hệ hợp tác với Quảng Đông nhiều như TP. Hải Phòng, Đà Nẵng, tỉnh Quảng Ninh, Quảng Nam".

Những cái tên được nhắc tới trong công văn cho thấy mức lệ thuộc vào đảng cộng sản Trung Quốc đã sâu và hiển nhiên tới độ người dân có thể dựa vào đó làm câu trả lời cho các vụ đàn áp biểu tình chống Trung Quốc từ trước tới nay. Công văn cũng cho thấy Trung Quốc đã huấn luyện cho đảng viên đảng cộng sản Việt Nam như thế nào để trả lời câu hỏi vì sao họ im lặng.

Việt Nam vốn ca tụng truyền thống tôn sư trọng đạo, vì vậy thật khó cho giải pháp "phản thầy" nếu muốn cứu nước.

Nhưng không lẽ lại im lặng mãi thì dân nó loạn, vẫn còn rất nhiều bầu máu nóng trong dân chúng, cách ngăn ngừa tốt nhất là tuyên bố. Tuyên bố càng mạnh thì lòng căm thù bực tức của người dân sẽ được vuốt ve, vậy là Thủ tướng được phân công cho "nhiệm vụ" lên tiếng.

Thủ tướng chỉ nói mấy chữ "hữu nghị viển vông" mà cả nước như phát cuồng. Có người quả quyết để nói lên được bốn chữ này Thủ tướng đã rất anh dũng, anh dũng vì thừa nhận chế độ đã theo đuổi những điều viển vông bao nhiêu năm trời. Có người hỏi lại: liệu sự anh dũng này là có thật, chấp nhận "tả tơi", hay chỉ là giai đoạn của một kịch bản công phu được nhiều người cùng nhau dàn dựng?

Báo chí thi nhau giật tít trang nhất về sức mạnh ngôn ngữ của ông, trong khi truyền thông nước ngoài mặc dù dè dặt hơn vẫn đánh giá cao sự thay đổi hướng đi của cả một con tàu nhằm tránh dông gió đang kéo vào có nguy cơ làm sụp cả chế độ.

Con tàu ấy có vẻ đang rất nặng nề chuyển hướng nhưng mỗi ngày trôi qua lại có dấu hiệu cho thấy là nó đang chuyển hướng trệch với nguyện vọng toàn dân. Cái hướng của nó thay vì đi ngược lại với mục tiêu Chủ nghĩa Xã Hội, con tàu vẫn ngoan cố né sang bên tìm cách lấn tới phía trước vì nỗi ám ảnh mất chủ nghĩa xã hội là mất tất cả.

Cái chệch hướng ấy được Quốc Hội khẳng định: "thời điểm này chưa đủ nóng để ra nghị quyết".

Cái chệch hướng ấy là "tuy tàu Kiểm ngư của Việt Nam bị tàu Trung Quốc đâm tan nát, cũng anh dũng trở về". Báo chí dùng hai từ anh dũng không có gì sai, nhưng cái sai của 500 con người an nhiên ngồi giữa Ba Đình phán lời phản phúc đối với sự hy sinh anh dũng của những thủy thủ, thuyền viên mới đáng để lên án. Không yêu chủ nghĩa xã hội đến mù mắt thì 500 đại biểu nhân dân ấy sẽ không nói lên những lời như thế.

Sáng ngày 30 tháng Sáu, báo chí lại phấn khởi loan tin tàu kiểm ngư KN 781 hiện đại nhất do Việt Nam đóng đã hạ thủy và sẽ có mặt làm công tác thực thi pháp luật. Cái tin làm nhiều người băn khoăn: một chiếc tàu, hay hai chục chiếc như thế cũng sẽ không là gì đối với lực lượng tàu thuyền của Trung Quốc. Không lẽ hết đợt này đến đợt khác Việt Nam cứ mãi làm những con thiêu thân để mà được tiếng anh dũng?

Anh dũng như vậy có đáng xấu hổ không hỡi các vị đang bám bờ bám ghế?

Cũng sáng 30 tháng Sáu, tại TP.Tuy Hòa tỉnh Phú Yên, quân chủng Hải quân đã tổ chức lễ công bố Quyết định thành lập Trung tâm an điều dưỡng dành cho bộ đội tàu ngầm.

Thật là trớ trêu, từ khi xảy ra sự cố giàn khoan chưa thấy một hoạt động nào có ý nghĩa của binh chủng này nhưng sau hai tháng, chưa chiến đấu đã muốn "an nghỉ, điều dưỡng" thì không biết Quân Đội Nhân dân Việt Nam anh hùng ở chỗ nào?

Hình như để trả lời câu hỏi này, sáng ngày 30 tháng Sáu, Thủ tướng chủ trì phiên họp trực tuyến với 64 tỉnh thành bàn giải pháp Biển Đông. Người dân hồi hộp đón nghe những lời lẽ ít nhất phải mạnh mẽ, anh dũng, nếu sự đanh thép bị cấm đoán, thì lại thất vọng khi ông lập lại câu tuyên bố cũ rích rằng: "nhiệm vụ đặt ra là vừa phải nỗ lực cao nhất bằng các giải pháp phù hợp với luật pháp quốc tế để đấu tranh bảo vệ chủ quyền của Tổ quốc, vừa bằng mọi giải pháp phù hợp để gìn giữ môi trường hòa bình, ổn định, an ninh trật tự để xây dựng và phát triển kinh tế - xã hội của đất nước."

Con tàu Việt Nam vậy là đã có hướng đi, quẹo trái, tránh phải, lùi một, tiến ba rốt cuộc gì cũng phải thực hiện bằng được mục tiêu Chủ Nghĩa Xã Hội. Khi đã tới được nơi muốn tới thì dân tộc sẽ quang vinh, đảng sẽ tiếp tục là kim chỉ nam, là niềm tực hào khôn nguôi của dân tộc.

Nơi nào có quốc doanh, nơi đó có phá hoại

Trong danh sách quốc doanh vừa được bổ xung thêm một loại nữa: biểu tình quốc doanh.

Có người bảo, quốc doanh thì quốc doanh, miễn có lợi cho quốc gia dân tộc tố cáo dã tâm xâm lăng của Trung Quốc ra trước thế giới là được rồi.

Trước khi cuộc biểu tình nổ ra mình cũng nghĩ vậy nhưng tới sáng Chúa Nhật 11 tháng 5 thì mới vỡ lẽ ra, đã quốc doanh thì làm gì cũng thất bại, kể cả việc dễ nhất là biểu tình chống Trung Quốc.

7 giờ 30 lượn xe một vòng qua các khu vực được thông báo là sẽ tập trung biểu tình mà chỗ đẹp nhất, được du khách ngoại quốc chú ý nhất là Nhà hát lớn thành phố. Dừng xe chỉ thấy vài người tập thể dục chạy bộ ngang, vài người bán hàng rong cũng như các anh CSGT vẫn đứng ngay góc đường như mọi khi.

Không có gì hứa hẹn một đám đông sẽ tập trung nơi đây. Trên cao, dưới cái vòm của Nhà hát thành phố một tấm băng rôn có hàng chữ "Chương trình biểu diễn nghệ thuật cuối tuần" như đe dọa bất cứ sự tập trung nào.

Một người quen chạy ngang cho biết mấy anh trong nhóm 54 đang tới, một số uống cà phê phía sau nhà hát. Mình yên tâm, tò mò tiến gần bậc thềm nhà hát, trên đó một dàn nhạc đã để sẵn. Hỡi ơi, lại nhảy đầm hay sao nữa đây? Lo lắng thêm chút thất vọng, được biết chính xác ngày hôm qua thành phố đã cho phép rồi mà, không lẽ vừa cho vừa chặn?

Hơn 8 giờ một nhóm thanh niên xếp hàng kéo tới vừa đi vừa cười nói ồn ào. Rồi những biểu ngữ màu xanh da trời hoành tràng được căng ra. Các vị trong nhóm kêu gọi biểu tình lần lượt có mặt. Micro mở lên, ông Huỳnh Tấn Mẫm chưa kịp nói đã nghe tiếng nhạc ầm ầm. Ông Mẫm bị chiếm micro phải dùng

213

loa cầm tay phát biểu. Sau một hồi giằng co ban nhạc rút lui nhường đất lại cho người khác phát biểu.

Đại diện thành đoàn, quan chức chính phủ đua nhau lên nói, có cả nhà sư cũng thừa lệnh leo lên tụng được mấy lời. Ông này nói chưa xong ông khác tiếp lên như một buổi ca nhạc ngoài trời. Nhưng thay vì nhạc, những bài phát biểu dài lê thê vô vị và rất quốc doanh, nghĩa là có thể tìm thấy trong bất cứ một đại hội, hội nghị, hay buổi họp phường, tổ dân phố nào.

Không một tiếng đả đảo Trung Quốc. Không một từ ngữ mạnh mẽ nào được thốt ra. Đã vậy lâu lâu kèm theo khẩu hiệu mà cả nước đã nghe đến mòn tai ca tụng Hồ Chí Minh, ca tụng đảng, ca tụng hòa bình do những cái loa đảng mang ra trình diễn và thanh niên ngồi đứng chung quanh xúm xít hô theo. Như những cái máy, những thiếu nữ trẻ trung cầm biểu ngữ ca tụng Bác cười vô tư còn tạo dáng cho người khác chụp ảnh khiến mình lạnh người mặc dù trời Sài Gòn rất nóng.

Một tập thể quốc doanh đi biểu tình chống Trung Quốc được một khuôn mặt trẻ trong giới showbiz là diễn viên Bình Minh đứng chính giữa choàng lá cờ đỏ trên người dẫn nhịp cho đám đông. Họ hát gì? Như có bác Hồ trong ngày vui đại thắng.

Ôi vui gì, thắng gì với ai nữa mà cất lên tiếng hát nghe đầy phản trắc như vậy? Phản phúc với những chiến sĩ cảnh sát biển đang bị chúng vây hãm hành hạ bằng súng nước ngoài kia. Vui gì khi số phận của dân tộc như chỉ mành treo chuông. Vui gì khi cả nước sùng sục nỗi nhục nhã vì thân phận nhược tiểu.

Rồi cả một tập thể ấy nghiêng ngã đưa cao tay theo bài hát. Hết ca tụng bác Hồ tới ca tụng súc vật. Khi lời hát một con vịt xòe ra hai cái cánh... thì nhiều người chịu không nổi phải bỏ đi kiếm đường sang nhà Văn hóa Thanh niên.

Mùi xú uế của cái tập thể thanh niên làm theo lời bác ấy quyện vào tâm trí như một vết nhơ của thành phố này, nơi Bác từng ra đi tìm đường cứu nước. Ngày nay Bác không còn nữa để tiếp tục cứu nước lần thứ hai cho chúng nhưng đám hậu duệ vẫn không để yên, kéo bác cùng với mấy con vịt ra hù dọa bọn xâm lược.

Tới nhà Văn hóa Thanh niên hòa theo đoàn biểu tình thì đến phiên các biểu ngữ quốc doanh làm cho nhiều người chóng mặt, buồn nôn. Nào là Đảng Cộng sản Việt Nam quang vinh muôn năm rồi Chủ tịch Hồ Chí Minh vĩ đại sống mãi trong sự nghiệp của chúng ta, hay Đoàn kết dân tộc là sức mạnh Việt Nam rồi Sinh viên Việt Nam yêu chuộng hòa bình, sinh viên Việt Nam đề nghị TQ rút giàn khoan....

Những thanh niên cầm các biểu ngữ ấy tỏ ra rất phấn khích vì hình như đây là một cuộc vui hiếm gặp trong đời họ. Họ phấn khích là phải vì chung quanh là những người thua họ xa về thể lực lẫn hình dáng. Trong khi họ trẻ trung yêu đời là vậy thì những thanh niên nam nữ ngoài quốc doanh trạc tuổi với họ lại rắn rỏi và sương gió, mặt đầy vết nhăn.

Trên tay những người ngoài quốc doanh ấy là những tấm bảng nhỏ bé, những tờ giấy in, những tấm vải vội vàng viết lên những giòng chữ chống Trung Quốc xem không hoành tráng chút nào so với những gì mà tuổi trẻ đại diện thành đoàn cầm trên tay.

Tôi chia sẻ sự sảng khoái và tự hào của họ vì tôi biết họ không có chỗ để ưỡn ngực trước đám đông bằng chỗ này, nơi mà người ta nói rằng cả thế giới sẽ nhìn vào để thấy sự hào hùng của thanh niên thế hệ Hồ Chí Minh. Họ không ưỡn ngực mới là chuyện lạ.

Tuy nhiên hình như họ nhầm chỗ. Chỗ của những thanh niên này là vũ trường, là các chương trình do Bình Minh làm MC. Chỗ của họ là các cuộc vui thâu đêm suốt sáng. Mang họ tới đây giống như mang tiền các tập đoàn quốc doanh đầu tư không đúng chỗ. Họ là nợ xấu sau cuộc biểu tình này. Nợ xấu của cả một thế hệ mà nhiều chục năm sau chưa chắc gì trả nổi.

Khi những giòng chữ này sắp kết thúc, một video mới nhất chiếu cảnh biểu tình trước Đại sứ quán Hà nội có cảnh dãy thanh niên mặc đồng phục xanh đứng sau barrier bảo vệ tòa Đại sứ Trung Quốc bị người biểu tình sỉ vả.

Trong hàng thanh niên ấy hình ảnh một cô bé lấy tay che mặt đã làm mình muốn khóc. Cố gái ấy xấu hổ che mặt trước đám đông vì ý thức việc làm của cô là sai trái. Tôi biết phía sau hai bàn tay ấy là những giọt nước mắt và chúng sẽ là một kỷ niệm buồn lẫn tủi hổ kéo dài trong đời cô sau này.

Chưa kịp buồn lâu thì tới một chuyện xấu hổ khác. Báo New York Times đăng bài viết của Keith Bradsher dẫn lời một viên chức của Bộ Ngoại giao Trung Quốc thuật lại rằng ông Tổng bí thư Nguyễn Phú Trọng đưa đề nghị sang Bắc Kinh gặp Chủ tịch Tập Cận Bình nhưng đề nghị này đã bị từ chối.

Một ý nghĩ an ủi cho tôi: may ra giờ này ông Trọng tuy đang ngồi trong phòng riêng nhưng vẫn lấy tay che mặt như cô gái tại Hà Nội. Nghĩ tới đó thay vì cười thì tôi lại thở dài, rất dài...

Nhà giáo cầm loa

Suốt mấy tuần liền, tôi bị ốm, phải nhập viện.

Chủ nhật ngày 5 tháng 6, có đứa bạn thân alo, hỏi: "Mày có đi biểu tình không?" Khi đó, tôi tay tiêm, tay chuyền, miệng uống đủ thứ thuốc, lấy sức đâu mà đi biểu tình. Nhưng vẫn hồi hộp chờ tin từ những người bạn trong Sài Gòn kể về không khí biểu tình.

Ra viện, bác sĩ dặn, khi về nhà phải nghỉ ngơi hoàn toàn, tránh xúc động để giữ cho tâm lí được thăng bằng, nếu không, bệnh cũ sẽ tái phát.

Những ai có một chút lương tri còn sót lại, làm sao có thể ngồi yên được trước làn sóng biểu tình của người Việt ngày một dâng cao? Tôi lò mò vào mạng, vào các trang Web lề trái, lề phải để cập nhật thông tin.

Lề phải thì im thin thít như thằng câm, và chỉ tung những tin rác, trong khi các trang lề trái thay nhau cập nhật liên tục về các cuộc biểu tình của người dân Việt Nam, đặc biệt là giới trẻ học sinh sinh viên... chống Trung Quốc.

Tôi thật sự xúc động trước những tiếng hô vang của rất nhiều câu khẩu hiệu: "Đả đảo Trung Quốc xâm lược", Hoàng Sa,

Trường Sa là của Việt Nam"... của không chỉ hàng nghìn trái tim Việt Nam từ khắp mọi miền của tổ quốc, mà còn của các bạn trẻ Việt Nam ở Nhật Bản, ở Úc đồng loạt biểu tình chống Trung Quốc xâm lược.

Trong những khoảnh khắc đó, trái tim tôi rung lên những nhịp đập khác thường. Và tôi bỗng dưng cũng muốn la to lên những khẩu hiệu cùng họ, những đồng bào tôi. Tôi chợt hiểu rằng, tổ quốc luôn ở trong tim của những con người Việt Nam yêu nước, bất luận họ ở đâu, họ là ai và họ làm gì.

Nhưng càng rúng động trước những trái tim hướng về cội nguồn, về dân tộc Việt Nam bao nhiêu thì tôi lại càng đau lòng bấy nhiêu khi nhìn thấy nguyên văn thông báo của Hiệu trưởng Trường Đại học Công nghiệp TP HCM, không cho học sinh tham gia biểu tình, và sẽ đuổi học nếu sinh viên nào cố tình vi phạm.

Và khi xem một đoạn video, cũng ở trên mạng, một người cũng là Phó Hiệu trưởng một trường Đại học có cái tên nghe rất tuyệt: Trường Đại học Khoa học xã hội và Nhân văn TP HCM, cầm loa, mục đích là làm trì hoãn và phân tán làn sóng biểu tình của sinh viên. Ông Hiệu trưởng này tỏ ra khôn ngoan hơn trong cách ứng xử với sinh viên là cứ giải thích lòng vòng về đường lối ngoại giao của Việt Nam ta ôn hòa và nhờ vào quốc tế can thiệp.

Rồi, với tư cách là người dẫn đoàn, ông liên tục cướp loa, không cho sinh viên bày tỏ quan điểm, nguyện vọng của mình. Lối ra đòn này, học trò của tôi thường hay gọi đó là những hòa thượng "thích câu giờ". Và tôi thì gọi là thủ thuật "cướp diễn đàn" của "công an nhà nước.

Cũng phải thôi, cha ông ta hay nói: "Ăn cơm chúa, múa tối ngày" để chỉ những bọn chó săn xu nịnh, hối của từ những đồng tiền xương máu của nhân dân. Những kẻ đã bán linh hồn cho quỷ dữ, đã thành quỷ dữ, thì làm sao còn lương tâm của một con người để mà bàn chuyện phải – trái, đúng – sai, để nói chuyện hòa bình, chuyện công lí?

Khi quỷ dữ đội lốt thiện nhân, chúng có thể ăn như người, nói như người, nhưng hành động thì của lũ ác quỷ. Chỉ có những kẻ phi nhân tính mới ngăn không cho sinh viên đi biểu tình và đe dọa họ bằng nhiều hình thức. Ôi, nhân danh những người thầy, những kẻ lãnh đạo, chúng tạo ra những văn bản ngớ ngẩn và điên rồ.

Thật nhục nhã. Những kẻ vùi dập, giẫm đạp lên lòng yêu nước không thương tiếc, thì đây, ông hiệu trưởng trường Đại học công nghiệp TP HCM được phong là Anh hùng lao động thời kì đổi mới. Nhân đây cũng xin nói luôn, kẻ làm cho nền giáo dục Việt Nam ngày càng khủng hoảng trầm trọng, vô phương cứu chữa thì lại được nhận bằng khen vì đã có công với sự nghiệp đổi mới giáo giục. Đó chính là ông Nguyễn Thiện Nhân, nguyên bộ trưởng bộ giáo dục.

Viết đến đây, tôi chợt nhớ lại chuyện của tôi cách đây nhiều năm về trước, khi tôi bảo vệ đề tài luận văn có liên quan đến nhóm Nhân văn giai phẩm. Có thầy giáo từ Sài Gòn dự, đã rất sợ hãi khi tôi mạnh mẽ nói rằng, một ngày nào đó, con cháu chúng ta sẽ hỏi tội chúng ta, vì sao chế độ Cộng sản đã đàn áp dã man phong trào Nhân văn giai phẩm, đã làm cho nhiều nhà văn trở nên như giẻ rách?

Thầy nói, tôi viết mạnh tay quá, và sau đó, cả hội đồng chấm luận văn công bố điểm của tôi, dĩ nhiên là điểm thấp rồi, cứ một mực đòi tôi chữa lại luận văn mới công nhận điểm. Tôi đã chữa lại luận văn theo yêu cầu của thầy nhưng lưu trữ trong thư viện cuốn luận văn không hề đục, cắt một chữ.

Thật vô lí. Sự hèn nhát, cộng với sợ hãi đã giết chết một trái tim, trái tim con người. Nhưng sẽ còn nhiều điều vô lí hơn nữa, nếu như những người thầy chỉ làm nhiệm vụ của một cái loa.

Có lần, cha tôi, một thầy giáo khả kính của nhiều thế hệ học trò đã nói với tôi rằng, người thầy được ví như hoa tiêu trên biển, Nếu người hoa tiêu không thuộc đường thì sẽ dễ dàng dẫn cả con tàu của mình lạc hướng, và như thế sẽ nguy hiểm vô cùng. Dân tộc Việt Nam rồi sẽ đi đến đâu, nền giáo dục của Việt Nam rồi sẽ đi đến đâu khi những người vừa không có đạo đức, vừa thiếu tri thức lại ôm cái nhiệm vụ rất ư cao cả: kĩ sư tâm hồn.

Là một giáo viên, tôi còn nhớ như in, bài dạy tiếng Việt có trích đoạn, khi giặc Mông Nguyên ồ ạt kéo quân sang nước ta, vua Trần đã họp các bô lão ở điện Diên Hồng để hỏi về kế sách đánh giặc. Khi vua hỏi đến câu, nên hòa hay nên đánh thì cả điện Diên Hồng rung chuyển vì tiếng hô vang của các bô lão là: Đánh! Đánh! Đánh! Chỉ có một từ Đánh mà có sức mạnh hơn cả hàng ngàn, hàng vạn đội quân.

Rồi tôi cùng học trò tìm hiểu về những nhân vật như, Trần Quốc Tuấn, Trần Thủ Độ, Nguyễn Trãi, Nguyễn Bỉnh Khiêm,... những nhân vật lịch sử đó, được xem là quân sư của những triều đại khác nhau. Họ đều là những bậc thầy có đầy đủ tài, đức đã làm nên bao công trạng hiển hách cho nước nhà, mở lịch sử sang nhiều trang sử hào hùng, vẻ vang. Nhờ họ mà lịch sử Việt Nam khởi sắc, và ngày nay, chúng ta còn có chút mà tự hào, mà noi gương.

Họ, những con người sống ở những thời khắc lịch sử khác nhau nhưng hễ có giặc là những người thầy đó không quản khó khăn, gian khổ, không sợ chết để cùng với mọi người gìn giữ Việt Nam đến cùng, để không cho mất một tấc đất của non sông.

Có bao giờ, những người đang được gọi là nhà giáo, đang làm phận sự của một nhà giáo, noi gương của các bậc tiền nhân để bằng vai trò của mình, thức tỉnh, làm bừng cháy trong lồng ngực những trái tim đang ngủ quên trong sự hưởng thụ, trong sự tham vọng về quyền lực, trong sự bưng bít thông tin,... để họ nhìn ra được thân phận của chính mình đang bị đe dọa, khi đất nước đang ở thế ngàn cân treo sợi tóc như cha ông ta năm xưa?

Các thầy giáo của chúng ta giảng dạy điều gì nơi học đường khi cả dân tộc đang bị Trung Quốc cưỡng hiếp? Quân thù đã lấn chiếm Trường Sa, Hoàng sa, đã đi lại nghênh ngang ngoài đường, đã lấn chiếm Biển Đông, đã khai thác tiềm năng khoáng sản ở Tây nguyên,... Những người thầy có dẫn đầu đoàn sinh viên xuống đường biểu tình phản đối Trung Quốc xâm lược Việt Nam để quy tụ và làm nên sức mạnh của những con tim Việt Nam không?

Có bao nhiêu người thầy ý thức được trách nhiệm của mình trước vận mệnh chung của toàn dân tộc mà chung tay, chung sức khi tổ quốc lâm nguy như bây giờ? Hay những người thầy khả kính của chúng ta ngồi trong phòng lạnh với rất nhiều thứ của cải xa hoa để thảo những công văn cấm học sinh, sinh viên biểu tình, hoặc nếu có xuống đường cùng sinh viên, thì cũng với mục đích kiểm soát làn sóng biểu tình ngày càng tràn lan trong giới sinh viên?

Nếu một khi lòng yêu nước dâng cao trong mỗi trái tim Việt Nam, thì không có một công văn nào sẽ có hiệu lực, nhất là đối với các bạn trẻ. Mọi mệnh lệnh và chỉ thị sẽ bị vô hiệu hóa.

Hiệu trưởng của tất cả các trường Đại học, Cao đẳng và cả Trung học nữa, có thể đuổi học hết tất cả học sinh, sinh viên cả nước không, nếu họ đồng loạt xuống đường?

Khi lòng yêu nước trở thành sức mạnh, thành ý chí, thì mọi thế lực, dù mạnh đến đâu, đều phải sợ hãi và khuất phục.

Các nhà giáo nói riêng, và những người đang nắm giữ trong tay nhiều tiền bạc và quyền lực, hãy nghiêng mình trước lòng yêu nước của những người xuống đường để nhận ra mình trong dòng chảy của dân tộc, và hãy khiêm nhường học lại nghiêm túc bài học về lòng yêu nước từ những học trò của họ.

Người thầy phải là người định hướng cho những thế hệ học trò của mình tìm ra chân lí. Đừng tự biến mình thành công cụ, thành cái loa của chế độ, chỉ biết làm theo mệnh lệnh. Nếu không làm được điều đó, thì vì chút lòng tự trọng còn sót lại của một con người, đừng tự sỉ nhục chính mình và đừng xúc phạm đến lòng yêu nước, đến công việc trồng người của cả một dân tộc.

Nếu không, lịch sử sẽ không thể bỏ qua tội lớn này của các quý thầy đâu.

Điều gì sẽ xảy ra khi nước mất?

Một người bạn gọi điện thoại nửa đùa nửa thật hỏi tôi: "tàu đổ bộ Trung Quốc vào tới Trường Sa rồi, bà có chuẩn bị gì chưa?" Tôi hỏi lại "chuẩn bị gì?" "Ôi giời, thì chạy hay làm gì đấy trước khi nước mất chứ chuẩn bị gì?" tôi hỏi "thế còn bà?" ngưng một lát …"vượt biên!"

Chuyện đùa lúc nửa đêm làm tôi mất ngủ cả nửa đêm còn lại. Câu hỏi của bà bạn làm tôi trăn trở. Những ngày cuối cùng của năm 1975 vẫn còn lảng vảng đâu đó trong đầu tôi. Tiếng súng nổ, tiếng người la khóc trên con đường ngang trước cửa nhà đã làm cả gia đình bấn loạn. Tôi ôm lấy đứa con lúc ấy vừa thôi nôi ngồi yên trên giường không biết làm gì. Mọi suy nghĩ như đặc lại trong đầu.

Tôi bó gối chờ đợi những gì sẽ xảy ra cho cả nhà. May mắn là nhà tôi không ai bị giết cũng không ai bị bắt bớ tù đày vì cả nhà đều là giáo viên. Cuộc đổi đời tuy vậy vẫn vất vả và nhìn đâu cũng thấy tai ương rình rập.

"Tàu đổ bộ Trung Quốc vào tới Trường Sa rồi.." là biến cố cuối của một chuỗi sự kiện mà Trung Quốc gây ra trong thời gian gần đây. Đối với tôi nó giống như những ngày cuối cùng của Ban Mê Thuột khi từng đoàn người rách rưới, máu me chạy nạn về Nha Trang. "Tàu đổ bộ" đối với tôi có cái âm vang ám ảnh của một cuộc chiến tranh và giặc đã tới trước cửa nhà.

Tôi tự nhắc lại câu hỏi, nếu Trung Quốc đánh Việt Nam thì mình làm gì?

Không phải là người hiểu biết về quân sự nhưng thử tưởng tượng xem Trung Quốc có chịu để Việt Nam yên trong bờ để bộ đội có cơ hội bắn tên lửa, điều động không quân tấn công lại các đơn vị của họ trên các vùng biển mà họ mang quân vào Việt Nam hay không?

Kinh nghiệm cuộc chiến tranh biên giới với Việt Nam sẽ giúp họ tấn công toàn bộ các khu vực cao điểm biên giới phía Bắc và đồng thời tình báo các trọng điểm Tây nguyên sẽ hướng dẫn đội quân thứ ba tiến vào xương sống của Việt Nam như ngày xưa bộ đội tiến công chiếm lĩnh Ban Mê Thuột.

Bao nhiêu ngày thì mất nước?

12 ngày. Như 12 ngày đêm đế quốc Mỹ oanh kích Hà Nội. Nhưng 12 ngày đêm thuở xưa dân chúng và bộ đội dù có đau đớn, tổn thất đến đâu rồi cũng giữ vững được bờ cõi, nhưng lần này thì nước mất nhà tan là chắc chắn bởi giặc ngoài thì ít mà thù trong thì nhiều.

Sau 12 ngày tàn khốc, Việt Nam sẽ là một Hiroshima thứ hai. Lần này thì kịch bản khác với Hiroshima vì cuộc chiến tranh này của Trung Quốc gây ra mang tên xâm lược. Sau 12 ngày đêm ấy có thể Mỹ sẽ lên tiếng đòi Trung Quốc rút lui và rồi sau vài tháng đôi co, cuối cùng thì chúng rút lui thật. Tuy nhiên sau khi rút lui, Việt Nam chính thức trở thành một huyện của Trung Quốc với các đặc thù mà Tân Cương và Tây Tạng đang có.

Bộ sậu Tổng bí thư, Chủ tịch nước, Thủ tướng hay gì gì ...đều biến mất. Một thể chế khác thành hình với những khuôn mặt cũ và vị trí mới. Chủ tịch khu tự trị Hà Nội sẽ là Nguyễn Thế Thảo. Chủ tịch khu tự trị hai của Sài Gòn sẽ là Nguyễn Văn Đua. Các tỉnh thành khác sẽ được phân bổ các thái thú mà trước đây từng ủng hộ chính sách hòa hoãn với Trung Quốc. Phần thưởng này chia đều cho ba miền và cho phép những thành phần này có sức mạnh tuyệt đối, nhiều hơn khi chưa mất nước.

Bức tranh cả nước ảm đạm ra sao thì không cần tưởng tượng cũng biết. Những phiên chợ không hàng hóa, những nhà trường không học sinh, nhà thờ chùa chiền đóng cửa, bệnh viện không thuốc men...hình ảnh của những ngày sau 30 tháng Tư lập lại nhưng bi thảm hơn. Cả nước tiếp tục cầm cuốc ra đồng và bài ca lao động hợp tác xã lại cất lên trên các loa phường khắp nước.

Kịch bản này không thể khác hơn nếu Trung Quốc đánh chiếm Việt Nam.

Kịch bản này cũng sẽ rất giống cuộc vượt biên vĩ đại của cả dân tộc. Tuy nhiên lần này người vượt biên sẽ không gặp thảm cảnh và sự bắt bớ như sau năm 1975.

Ngoại trừ chọn con đường đi bộ sang Campuchia thay vì làm thuyền nhân khi dùng đường biển.

Hun Sen sẽ ra lệnh bắt giữ không sót người Việt nào vượt biên sang đất nước của y. Bài học của hơn 20 người Tân Cương bị y trả về Trung Quốc cho thấy Hun Sen không từ thủ đoạn nào miễn là kiếm được tiền và lòng tin của mẫu quốc. Với y khi không còn dựa được vào Việt Nam thì thái độ nào cũng được y chấp nhận kể cả bán đứng Việt Nam như bài học ASEAN vừa rồi.

Vậy ai là người có khả năng vượt biên trong những ngày đầu tiên?

Xin thưa: Các đại gia, tham ô gia, cán bộ gia, đại biểu quốc hội và các trí thức trước nay chưa bao giờ mở miệng chống Trung Quốc hay những bất công thối nát trong lòng chế độ.

Sự ra đi của họ có nhiều nguyên nhân khác nhau. Với các đại gia thì lý do quá rõ, họ không thể bị Trung Quốc cho đi cải tạo vì giàu và sau khi cải tạo thì tài sản vào tay đám quan lại mới. Tài sản ở nước ngoài của các đại gia này có thể khiến cho họ tiếp tục sống trọn cuộc đời vương giả nơi xứ người vậy thì dại gì không vượt biên?

Mà có thể phương tiện vượt biên của bọn người này sẽ là phi cơ các loại, kể cả phi cơ riêng. Thế là Việt Nam lại có hình thức vượt biên mới: thay vì ô đi ghe, ô đi bộ bây giờ là ô đi phi!

Tham ô gia và cán bộ gia là cách gọi bọn ăn bẩn bao gồm cả những phần tử trong và ngoài đảng. Bọn này tiền đầy túi, đất bao la, gia tài chìm nổi khó kể xiết. Những gia đình này sẽ âm thầm mua tàu vượt biên còn số phận của họ ra sao khi tới các nước tự do sẽ không ai đoán ra được.

Các đại biểu Quốc hội số lớn nằm trong tham ô gia và cán bộ gia rồi nhưng số còn lại tuy không là gia nhưng lại sợ nhân dân trả thù nên phải ra đi. Trả thù vì chính những người này khi nhận chức vụ đại biểu Quốc hội nhưng lại làm đại biểu cho nhà nước tức cho những kẻ quyền bính hại dân, đã hèn nhát im lặng không thực hiện điều mà người dân giao phó.

Vượt biên là cách tốt nhất để thế giới quên những gì mà họ đã làm. Tình trạng này không khác chi các dân biểu nghị sĩ thời xưa khi Quân đội Nhân dân tiến vào Sài Gòn.

Nhưng tại sao trí thức lại vượt biên?

Không phải vì họ yêu nước đâu, họ sợ chế độ mới không trọng dụng họ.

Khi nước sắp mất, nhà sắp tan họ vẫn dửng dưng đóng cửa làm thinh coi như họ không phải là người Việt Nam. Thay vì đóng góp tiếng nói cho chính quyền mở mắt ra, họ lại a dua bằng cách im lặng. Họ cương quyết không chịu mất ghế trong hệ thống mặc dù họ không làm gì cả nhưng vẫn được lãnh lương và được người dân gọi là tiến sĩ này giáo sư nọ.

Họ là những mảnh bằng biết đi, biết hưởng thụ nhưng hoàn toàn không biết gì đến vận mệnh đất nước.

Họ vượt biên với hy vọng ở trên xứ người không ai truy vấn các hành vi hèn nhát của họ và tiếp tục ăn học để kiếm mảnh bằng mới lập lại vòng quay mới và lần này họ tự do không phải lo sợ về hai từ "yêu nước".

Còn chúng tôi, những người không có khả năng vượt biên, không có khả năng chạy trốn thì sao?

Muốn biết lắm nên tôi vào google đánh hai từ: Tân Cương, Tây Tạng. Lập tức hàng triệu thông tin cho thấy người dân hai mảnh đất này vẫn tiếp tục chống Trung Quốc bằng máu xương của họ, những người bị bách hại bởi đám người Hán hung tàn.

Tôi chợt nghĩ đến một kịch bản khác mà rùng mình: Nếu Trung Quốc muốn tiêu diệt Việt Nam bằng hình thức Pol Pot như tại Campuchia thì sao?

Nghĩ sơ qua thôi cũng đủ thấy mình muốn chết!

Kẻ thù nhiều lắm, đang đứng trong sân nhà mình!

(vào lúc 4 giờ 5 phút ngày 30.11, tàu Bình Minh 02 đang di chuyển từ tuyến PVN12-R009 về tuyến PVN12-R005 ở khu vực ngoài cửa vịnh Bắc bộ để chuẩn bị khảo sát, có rất nhiều tàu cá Trung Quốc đang hoạt động tại đây. Khi các lực lượng chức năng phát tín hiệu cảnh báo và yêu cầu các tàu cá ra khỏi khu vực làm việc của tàu Bình Minh 02, một cặp tàu kéo dã cào mang số hiệu 16025 và 16028 của Trung Quốc đã chạy qua phía sau tàu Bình Minh 02, gây đứt cáp thu nổ địa chấn của tàu Bình Minh 02 cách phao đuôi khoảng 25 m.)

(Chinhphu.vn) - Phó Thủ tướng Hoàng Trung Hải vừa giao UBND TP. Hà Nội chỉ đạo các cơ quan liên quan của thành phố hoàn tất thủ tục về đất đai để Liên hiệp các tổ chức hữu nghị Việt Nam sớm triển khai Dự án tổng thể xây dựng Cung hữu nghị Việt - Trung tại xã Mễ Trì, huyện Từ Liêm, thành phố Hà Nội.

Liên hiệp các tổ chức hữu nghị Việt Nam tiếp thu ý kiến của Bộ Kế hoạch và Đầu tư để hoàn thiện, phê duyệt Dự án tổng thể xây dựng Cung hữu nghị Việt - Trung theo quy định.

Được biết, dự án Cung hữu nghị Việt-Trung do Liên hiệp các tổ chức hữu nghị Việt Nam chủ trì xây dựng.

Dự án có tổng diện tích xây dựng khoảng 14.000 m² với 2 tầng trên mặt đất và 1 tầng ngầm, gồm hội trường 1.500 chỗ, phòng họp, phòng đa chức năng, phòng làm việc, phòng khám chữa bệnh Trung y...

Tôi copy trọn vẹn bản tin này vì không thể biên tập lại do vừa xúc động, vừa khinh bỉ, và cả đau đớn làm cho tay tôi run lẩy bẩy, không đủ sức kềm chế. Cũng may bản tin rất ngắn.

Tuy chỉ 170 chữ nhưng văn bản từ văn phòng chính phủ này có sức mạnh làm cho bão tố cuồng phong nổi lên trong lòng những ai còn chút lương tâm dành cho xứ sở. Nó cũng có khả năng làm cho những ai đang nóng lòng vì vận nước có thể đứng lên xé toạc ngực ra mà chỉ cho người ta thấy hết nỗi uất ức trong lòng mình.

Sau nhiều ngày im lặng, Bộ chính trị đã có động thái nếu ví von mà nói là ẩn dụ với người dân. Tuy không chính thức và cả chính danh nhưng chúng tôi vẫn hiểu, và cảm nhận được nỗi cay đắng đang trào lên nghẹn cả những lời muốn nói. Vậy là đã rõ, quý vị đầu não trong chính phủ đã quyết định dùng tài vật như một hình thức hối lộ cho Bắc triều sau sự cố Bình Minh 02.

Phía sau hậu trường bên kia đã lác đác xuất hiện những cái cười mỉm. Những bộ móng tay cáu bẩn của một thời phong kiến chợt hiện ra len lén vén tấm màn biên giới nhìn về phương Nam, nơi mà lũ chúng tôi khác gì bọn man di đang phùng mang trợn má để bàn chuyện đối phó với Thiên triều!

Ông Phó thủ tướng không cần thiết phải hớt hơ hớt hải ra lệnh cho Hà Nội nhanh chóng xây cho xong cái cung "Hữu nghị", vì có xây nhanh hay chậm gì thì bà Khương Du cũng đâu bớt xỉa xói, tru tréo Biển Đông là ao nhà của Trung Quốc!

Chúng tôi có cảm giác ông lo xây cái cung Hữu nghị này để cho mấy chiếc hải giám bớt lộng hành. Xây cho Thiên triều yên tâm và đây là thông điệp thay thế cho Bắc kinh gửi tới đám vọng động đừng mơ tưởng gì tới chuyện chống lại Bắc phương. Xưa, nay gì thì cũng đều có Lê Chiêu Thống cả!

Hữu nghị! Sao mà ngài Phó thủ tướng thơ ngây quá vậy? Ông không có chút khái niệm gì về ngôn ngữ hay sao vì người ta chỉ nói hữu nghị khi tình cảm hai chiều khắng khít. Đàng này ông yêu đơn phương, ông yêu mù quáng và thậm chí có thể ví tình yêu của ông đã trở nên bệnh hoạn . Ông xúm xít xây nhà Hữu nghị để đánh đổi cái gì vậy?

Ông biết quá rõ bây giờ đã muộn. Tay đã nhúng chàm rồi, gạo đã thành cơm rồi. Dân ông bị đòn, nhà ông bị đốt mà ông còn kêu gào hữu nghị thì chúng tôi không biết thần kinh của ông có ổn định hay không?

Nếu còn chút giật mình xin ông hiểu cho rằng hai từ hữu nghị này chỉ đáng quăng vào sọt rác, hà cớ gì mà ông còn ra lệnh cho thuộc hạ làm điều bất chính với tổ tiên?

Không đầy một tuần lễ, khi lòng dân chưa kịp sôi lên từ vụ Bình Minh thì chính gáo nước lạnh "Hữu nghị" này làm cho họ uất thêm. Ông Phó Thủ tướng đừng tưởng rằng bọn trí thức chỉ có ngòi viết không làm gì được ông và nhóm lợi ích của ông.

Ông vừa phạm một sai lầm rất lớn có thể làm cho đất nước này hỗn loạn, đó là tội tập trung sự bất mãn của dân chúng vào một giỏ.

Cái giỏ mang tên Cung Hữu Nghị Việt Trung mà trong vai trò của Phó Thủ tướng, ông Hoàng Trung Hải đã giật giây cho cả nước nổi loạn!

Xin cám ơn ông Phó. Ông đã giúp chúng tôi sáng mắt sáng lòng một lần nữa khi cứ tin theo mấy ngài cán bộ về hưu tụng ca yêu nước và khuyên chúng tôi theo chân nhà nước nỗ lực tập hợp lòng dân.

Xin cám ơn ông Phó đã cho chúng tôi thấy đừng liều lĩnh chứng tỏ sự yêu nước công khai vì các ông không ngại ngùng gì mà không giao nộp chúng tôi để đổi lấy sự yên ắng dù chỉ vài tuần, hay thậm chí chỉ vài ngày trong cơn dầu sôi lửa bỏng này.

Chúng tôi cám ơn ông Phó đã đưa ra phép thử này khá sớm để chúng tôi còn biết lối nào dành riêng cho mình và tỉnh táo để tránh xa các ông, những kẻ đang cầm quân tay phải nhưng cầm dao tay trái sẵn sàng loại bỏ người nào yêu nước mà không yêu những điều mà ông yêu.

Chúng tôi cám ơn ông Phó đã giải bài toán về sự im lặng khó hiểu của các ông trong bao nhiêu ngày qua. Ông Phó đã xuất hiện đúng lúc và rất ấn tượng với vật phẩm triều cống mang tên Cung Hữu Nghị Việt Trung trên tay. Hữu nghị bằng tài sản của chúng tôi. Hữu nghị bằng đất đai thấm máu của tổ tiên chúng tôi. Dĩ nhiên không phải của các ông nữa rồi vì các ông đã từ chối quốc tịch Hùng Vương kể từ khi yêu thương đắm đuối người tình mang dòng máu quá nhiều phản trắc.

Cám ơn ông Phó vì hành động của ông đã mài dũa tình yêu tổ quốc của chúng tôi trở nên sắc bén hơn. Đó là phản xạ tự nhiên khi bị phản bội. Bởi, chúng tôi thấy, rất rõ, kẻ thù nhiều lắm, đang đứng trong sân nhà mình!

Nước ngoài là nước nào?....

Nhà ông bác tôi có người con trai cả đã chết vào ngày 14 tháng 3. Gia đình bác vẫn âm thầm lo ngày giỗ của anh rất chu đáo. Khi chết anh chưa có vợ và một điều khiến gia đình buồn nhất là anh không có một nấm mồ để mà thăm viếng. Anh chết ngoài hải đảo, đảo Gạc Ma, thuộc quần đảo Trường Sa.

Gia đình biết rất ít về việc anh hy sinh. Không một di vật nào được mang về nhà và theo lời bác trai tôi kể thì anh rất yêu đời khi chết mới 24 tuổi và anh vừa gửi về hai bức thư kể lại những ngày ở đảo xa. Bác gái tôi đôi khi ngồi nhắc lại chuyện vợ con của anh như một hoài niệm.

Chị Sum, người yêu của anh vẫn thường ghé nhà dù rằng giờ đây chị đã có cháu kêu bằng bà ngoại. Tấm ảnh của anh trên bàn thờ đã vàng úa màu thời gian nhưng cứ mỗi năm gần đến ngày này là chị tới nhà ngồi nói chuyện với những đứa em của anh, trong đó có tôi. Từ ngày hai bác tôi qua đời thì chị là người được tôi xem như người chị lớn nhất nhà để hỏi han những gì mà một phụ nữ thường tò mò, trong ấy có chuyện tình yêu của chị với anh tôi.

Năm nay như thường lệ, chị Sum đến nhà rất sớm. Việc đầu tiên là tìm tôi để hỏi thăm xem có gì lạ không vì biết tôi đã về nhà bác rất sớm. Tôi nhìn chị và cảm thấy thương người đàn bà này vô chừng. Chị vẫn thế tuy tóc đã bạc nhiều. Nhìn hình anh trên bàn thờ tôi thầm nghĩ giờ này trên kia chắc anh cũng vui lắm vì mối tình hơn hai mươi năm của anh vẫn trong suốt như những ngày đầu.

Chị kéo tay tôi và bảo, "này tôi nói cho cô nghe, báo nhà nước nhắc tới anh ấy đây. Nhưng sao thế nhỉ?"

Tôi ngạc nhiên nhìn chị, "sao là sao hở chị?" chị lẳng lặng đưa tờ giấy in bài viết của báo Thanh Niên mà chị nói là do thằng cháu chị in ra từ Internet. Tôi đọc một đoạn, vẫn chưa hiểu ý chị muốn nói gì, tôi hỏi: "Ừ năm nay mới thấy họ nhắc tới trận đánh này, nhưng em không biết chị nói sao là sao cơ chứ?"

Chị với tay lấy tờ giấy chỉ cho tôi, Cô không thấy họ nói như thế này a: *"Nhưng với mưu đồ thôn tính Trường Sa, độc chiếm Biển Đông, từ cuối năm 1987, đầu năm 1988, nước ngoài đã ngang nhiên đưa lực lượng quân sự chiếm đóng một số bãi đá ngầm thuộc quần đảo Trường Sa của VN"* Họ nói là "nước ngoài" chứ có phải là Trung Quốc đâu à? Ngay cái tên mà cũng sợ thì anh ấy chết có yên đâu?

Tôi lặng người như bị tạt nước lã vào mặt. Chỉ có yêu thương anh nhiều lắm mới khiến cho chị chú ý từng chi tiết một dù rất nhỏ như vậy. Tôi tỉnh người ra và nhận thấy mình thật vô tâm. Chị Sum không hề biết gì ngoài cánh đồng ban ngày và gia đình về đêm, nhưng chị thật sáng suốt biết bao khi nhận ra một điều rất lớn đang xuất hiện trên nhiều trang blog có bài viết về hiện trạng Trung Quốc đối với các vùng biển thuộc chủ quyền Việt Nam trong đó có Hoàng Sa và Trường Sa.

Bài báo trên tờ Thanh Niên làm tôi xốn xang khi đọc tới những hàng này:

"...ngày này 23 năm trước, hơn 60 cán bộ, chiến sĩ hải quân Việt Nam đã anh dũng hy sinh trên vùng biển đảo Gạc Ma thuộc quần đảo Trường Sa khi bảo vệ phần lãnh thổ thiêng liêng của Tổ quốc.

"Kính thưa hương hồn các anh hùng liệt sĩ! Quần đảo Trường Sa và Hoàng Sa từ bao đời nay và mãi mãi về sau là một phần máu thịt, là lãnh thổ thiêng liêng của dân tộc VN. Nhưng với mưu đồ thôn tính Trường Sa, độc chiếm Biển Đông, từ cuối năm 1987, đầu năm 1988, nước ngoài đã ngang nhiên đưa lực lượng quân sự chiếm đóng một số bãi đá ngầm thuộc quần đảo Trường Sa của VN...Họ đã tấn công quân sự, bắn chìm, bắn cháy 3 tàu vận tải của ta và cuộc chiến đấu không cân sức giữa lực lượng xây dựng biển, đảo và tàu vận tải của ta với nhiều tàu chiến có trang bị vũ khí hiện đại đã xảy ra ác liệt. Trong cuộc chiến đấu anh dũng đó, đã xuất hiện nhiều tấm gương tiêu biểu, sáng ngời chủ nghĩa anh hùng cách mạng VN. Đó là các cán bộ, chiến sĩ tàu HQ 505, 604, 605 thuộc Lữ đoàn 125; các cán bộ, chiến sĩ Lữ đoàn 146; Trung đoàn Công binh 83. Đó là anh hùng liệt sĩ, trung tá Trần Đức Thông - Phó lữ đoàn trưởng Lữ đoàn 146; anh hùng liệt sĩ, đại úy Vũ Phi Trừ - thuyền trưởng tàu HQ 604; anh hùng liệt sĩ, thiếu úy Trần Văn Phương - Phó chỉ huy trưởng đảo Gạc Ma. Còn rất nhiều tấm gương sáng về sự hy sinh mà chúng tôi không thể nói hết. Chính nơi đây, hơn 60 cán bộ, chiến sĩ hải quân nhân dân VN đã anh dũng hy sinh...".

Tôi thật sự nghi ngờ khi đọc tiếp những giòng sau:

"Ngừng trong giây lát, đại tá Nguyễn Kiều Kinh gạt nước mắt và tiếp tục với giọng chắc nịch, hào hùng: "Trường Sa hôm nay vẫn chưa thực sự bình yên. Chúng tôi, những người hiện đang tiếp tục sự nghiệp của các đồng chí, xin thề trước anh linh của tổ tiên, trước hương hồn của các đồng chí, đồng thời xin nhắn nhủ tới các thế hệ mai sau, quyết tâm bảo vệ bằng được quần đảo

Trường Sa - một phần lãnh thổ thiêng liêng của Tổ quốc, và xây
dựng Trường Sa trở thành huyện đảo giàu mạnh, ngang tầm với
vị trí chiến lược trên Biển Đông".

Chỉ một từ Trung Quốc thôi mà ông Kình không dám nhắc tới. Nó như một sự kiêng húy, một taboo hay nếu công bình khi nhìn thẳng vấn đề thì rõ ràng là một sự sợ hãi đến hèn nhất.

Ông Đại tá hải quân đứng trên mảnh đất thuộc chủ quyền của Việt Nam, đọc diễn văn thay cho 14 Ủy viên bộ chính trị Đảng Cộng sản Việt Nam với một giọng chắc nịch, hào hùng như tờ báo mô tả. Nhưng trong cái chắc nịch hào hùng ấy kẻ thù chính bị ông lái sang một hướng khác. Ông nói thay cho hơn 60 gia đình liệt sĩ đã bỏ thân vì đất nước trong đó có gia đình tôi, và ông đại tá rướm nước mắt nhắc tới "nước ngoài" như nhắc tới một nước ở hành tinh khác khiến cho tôi đau đớn.

Thà ông đừng rướm nước mắt. Và thà ông đừng tổ chức ném hoa xuống biển cho những người đã khuất. Ông chỉ làm cho người thân của các gia đình liệt sĩ thêm xé lòng mà thôi.

Gia đình tôi đau một thì chị Sum đau đến mười. Chị vẫn cầm tờ báo trên tay, mắt chị không nhìn lên bàn thờ như mọi khi mà chừng như chị không nhìn gì cả.

Tôi biết, trong giờ phút này chị chỉ nhớ đến anh, người trước khi lên tàu đi xa, ôm hôn chị mà không hẹn ngày trở lại...Ôi cái ngày 14 tháng Ba...

Tôi đã thấy

Chủ nhật sáng ngày 3 tháng 7.

Như những chủ nhật trước, cuộc biểu tình bắt đầu từ lúc 8giờ 30 phút sáng, tại công viên tượng đài Lênin, trước cổng Đại sứ quán Trung Quốc. Sau đó, đi qua đường Điện Biên Phủ, rồi dọc theo đường Hai Bà Trưng. Đoàn dừng lại trước Nhà hát lớn Hà Nội đọc tuyên cáo và cuối cùng, cuộc tuần hành dừng trước tượng đài Cảm Tử.

Lần này, vì lí do sức khỏe, tôi lại không đi biểu tình cùng anh em mình được. Nằm ở nhà, tôi hồi hộp hướng lòng mình theo từng nhịp bước của đồng bào tôi trên từng chặng đường. Không như dự đoán và lo lắng ban đầu của một số anh em trong đoàn, là rất có thể, chủ nhật thứ 5 này, đoàn biểu tình sẽ ít hơn vì nhiều lí do, nhưng lí do lớn nhất mà anh em đưa ra, là cũng có thể, một số người biểu tình lần trước vì sợ hãi mà sáng nay họ không tham gia. Nhưng thực tế, khi số lượng người yêu nước tham gia biểu tình ngày một đông thêm, thì tinh thần đoàn kết của những người đi trong đoàn dâng cao cách lạ lùng!

Cũng vẫn như những lần trước, các trang Web của các báo lề phải vẫn im lặng như tờ. Và những ai muốn cập nhật tình hình

237

của các cuộc biểu tình sáng nay, và nhiều sáng chủ nhật trước đó, thì chỉ có cách duy nhất là vào các trang Web lề trái.

Tôi đã có kinh nghiệm đó, nên vào ngay danlambao, nguyenxuandien, anhbasam, RFA... Ở đây, tôi nhìn rõ mặt anh em tôi, những người mà lạ thay, trước đó, tôi chưa bao giờ gặp mặt. Họ đi trong đoàn người, cùng sát cánh bên nhau, cùng chung sức để đấu tranh, bảo vệ tổ quốc.

Những con người mà ngày hôm nay, họ có mặt trong đoàn biểu tình, có những người nghèo khổ, có những dân oan, cù bất cù bơ, nhưng ai bảo họ nghèo lòng yêu nước? Tôi chợt nhớ đến một câu nói, mà lâu quá, tôi không còn nhớ tên tác giả nữa, rằng: " Người không có tiền là người nghèo, nhưng người chỉ có tiền mà thôi, là người nghèo hơn cả". Có những người giàu bất chính, đang sống trên quê hương chúng ta, đang bòn rút của cải của nhân dân mình, họ, giống như những bông lúa chắc, cúi đầu lặng câm. Ngọn lửa trong tim họ, từ thuở Bà Trưng, Bà Triệu... đã nhen nhóm, đâu hết cả rồi?

Tôi nói với bạn tôi, là tôi đang nóng lòng chờ mong tin tức của anh em. Không để tôi đợi lâu, bạn tôi đã đem về cho tôi những bức hình, những đoạn video clip chụp và quay được sáng nay.

Tôi hồi hộp theo dõi và cảm thấy rất rõ dòng máu yêu nước đang cuồn cuộn tuôn trào trong con người nhỏ bé của tôi. Qua những đoạn video quay chậm, tôi được nhìn rõ hơn khuôn mặt của anh em mình trong tim.

Lòng tôi đau đớn vô cùng trước thủ đoạn của một cô gái len lỏi trong đoàn biểu tình để chỉ điểm cho công an bắt những người nhiệt huyết trong đoàn.

Tôi gần như bật khóc vì xúc động, khi một người trong đoàn biểu tình phát hiện ra một người anh em trong đoàn của mình

238

đã bị "công an nhân dân" âm thầm dí roi điện rồi lén lút bắt đi. Ngay lập tức, tất cả những người biểu tình tập trung lại bao vây trụ sở công an Tràng Tiền để đòi người. Qua đoạn video clip tôi nghe rất rõ, rất to, rất khí thế tiếng hô vang: "Thả người yêu nước. Thả người yêu nước. Thả người yêu nước... Đả đảo công an bắt người yêu nước, đả đảo, đả đảo...".

Tiếng hô mỗi lúc một to như sấm dậy, rền vang. Lòng tôi phấn khởi và mừng vui trước sự đoàn kết của anh em mình. Tôi nhìn thấy rất nhiều công an nổi, lẫn công an chìm lúng túng, chưa biết nên xử lí ra sao trước làn sóng đấu tranh của những người biểu tình đang dương cao khẩu hiệu, đả đảo bọn xâm lược Trung Quốc, giờ đây chuyển sang đấu tranh, đả đảo công an bắt bớ người yêu nước.

Vậy là cùng lúc, đoàn biểu tình làm được hai việc: Vừa đấu tranh chống họa xâm lăng Trung Cộng lại vừa đấu tranh dành quyền tự do ngôn luận, quyền được yêu nước với bọn phản động, phản bội tổ quốc khi bắt bớ người yêu nước.

Trong đoạn video, tôi nhìn thấy rất nhiều biểu ngữ và có một biểu ngữ quay cận cảnh đã để lại trong tôi bao cảm xúc và suy nghĩ. Đó là khẩu hiệu: HS –TS – VN, và ở dưới là một câu nói nổi tiếng của Manhandas Grandi: " Điều làm ta hoảng sợ... không phải là cái hiểm họa của kẻ Ác, mà là sự im lặng của người Thiện".

Lần này, đoàn người biểu tình lương thiện đã không im lặng nữa.

Trước áp lực của đoàn biểu tình, công an hết nhìn nhau rồi lại nhìn đoàn biểu tình. Họ đang chờ mệnh lệnh của "cấp trên". Rồi, tôi nhìn thấy, một "xếp" mặc áo trắng trà trộn trong đoàn biểu tình đột ngột quay vào trụ sở , và không đầy hai phút sau, người yêu nước bị bắt là anh Nguyễn Tiến Nam, quê Yên Bái, hiện đang học tập và làm việc ở Hà Nội, đã được thả.

Bạn tôi còn kể cho tôi nghe, trong đoàn biểu tình hôm nay, còn có rất nhiều công nhân đang làm việc trong các công ty do người Trung Quốc làm chủ, đóng trên địa bàn Hà Nội. Họ cho biết, từ nay, các ngày chủ nhật, công ty nơi họ làm sẽ trả lương cao gấp ba ngày thường nhưng họ vẫn tham gia biểu tình.

Chưa bao giờ tôi thấy mình được khích lệ như thế khi nghe những lời nói xuất phát từ lòng yêu nước thật nồng nàn trong tim họ qua lời kể của bạn tôi. Họ, những công nhân hiền lành, tự nhận mình là những người ít chữ, vậy mà khi tổ quốc lâm nguy, thì chính những con người đó lại biết đặt vận mệnh của dân tộc mình lên trên hết.

Mặc cho tiết trời của những ngày hè nóng bức, mặc cho bọn công an tiếp tục khống chế, bám riết, đoàn người biểu tình vẫn cùng đồng hành, sát cánh bên nhau tiến về phía Nhà hát lớn Hà Nội. Và tại đây, một thanh niên yêu nước đã thay mặt cho đoàn biểu tình đọc lời tuyên cáo.

Có một chi tiết rất thú vị mà tôi muốn kể ra đây, để mọi người chúng ta có thể hãnh diện và tự hào về nhiệt huyết và lòng yêu nước của cậu thanh niên mặc áo đỏ này. Cậu đã lấy trong túi ra một tờ giấy, rồi dõng dạc, hùng hồn, đọc to nội dung của bản tuyên cáo trước sự chứng kiến của hàng trăm người, trước sự giám sát của hàng trăm "công an nhân dân", trước sự vô liêm sĩ của những tên công an vô lại đã chĩa loa vào cậu để phá tiếng. Bản tuyên cáo kết thúc trong tiếng vỗ tay tán thưởng, trong tiếng hô vang trời của hàng trăm người.

Và khi cậu đọc xong, một số người muốn xem lại nội dung của bản tuyên cáo đó. Cậu thanh niên áo đỏ đưa cho mọi người tờ giấy. Ai cũng ngạc nhiên và khâm phục vì cậu đã tự nghĩ ra rất nhiều nội dung không hề có trong văn bản. Thế mà khi xem trong đoạn video, tôi cứ ngỡ, cậu đã tập đọc nhiều lần nội dung của bản tuyên cáo trước đó để chuẩn bị cho ngày trọng đại này.

Tôi cũng nhìn thấy rõ, gần đến phút cuối, đoàn người biểu tình, không ai bảo ai, xếp hàng vòng quanh hai nghệ sĩ lang thang đường phố (biệt danh của nghệ sĩ trẻ Sacxophon Đặng Vũ Lượng, người Hà Nội và nghệ sĩ Violon Tạ Chí Hải năm nay 72 tuổi đến từ Sài Gòn), để nghe họ hòa tấu những bản nhạc yêu nước, rồi sau đó, mọi người cùng hát vang những bài hát yêu nước, đoàn kết dân tộc.

Qua hình ảnh chụp của bạn, tôi còn nhìn thấy nhà phê bình Phạm Xuân Nguyên, Tiến sĩ Nguyễn Quang A, Tiến sĩ Nguyễn Xuân Diện... những người đã đồng hành cùng đoàn biểu tình từ những ngày đầu.

Và tôi nhìn thấy các giáo dân thuộc giáo xứ Thái Hà rất hăng hái, nhiệt tình, khi thì đi đầu, để dẫn đoàn, có khi lại đi xuống sau để khích lệ anh em cùng đi. Còn có rất nhiều người yêu nước khác nữa mà tôi được vinh dự nhìn thấy nhưng trong bài viết này, tôi không thể kể hết được.

Tôi nhìn thấy những người yêu nước mình ở hai đầu đất nước. Lòng tôi trào dâng niềm hạnh phúc khôn tả. Đẹp thay những bước chân, những tấm lòng đã vượt qua những trở ngại, những nỗi sợ hãi để đi trên con đường yêu nước của cha ông ta thuở xưa để tiếp bước trên con đường hôm nay.

Tôi cũng hiểu rằng, ngọn lửa yêu nước của các anh hùng dân tộc từ thuở Bà Trưng, Bà Triệu, từ thuở hào khí Đông A, từ thuở Lê Lợi, Nguyễn Trãi và của biết bao những chiến sĩ thầm lặng đã đổ xương máu để bảo vệ dân tộc... đang cháy sáng trong tim của những người biểu tình dám quên cả ngày Chủ nhật để vui chơi, quên cả cái nóng hè gay gắt, quên cả những lúc mệt mỏi, quên cả sự đàn áp, bắt bớ của chính quyền.

Nhìn cách công an nhân dân đàn áp nhân dân, tôi nghiệm ra rằng, chưa có triều đại nào trong dòng chảy của lịch sử Việt Nam, khi quân thù xâm lược đất nước, lại thể hiện sự đầu hàng, sự khiếp nhược như triều đại của chế độ hiện nay. Đau đớn thay!

Nhưng chúng ta đừng bao giờ thất vọng hay tuyệt vọng. Bởi vì, lịch sử đã chứng minh rằng, lòng yêu nước của những con người Việt Nam không bao giờ vơi cạn.

Dòng chảy yêu nước luôn tồn tại từ đời này sang đời khác trong tâm hồn những người dân Việt Nam, nhất là khi dòng chảy đó bị ngăn chặn thì nó lại càng chảy mạnh hơn bao giờ hết.

Chúng ta đừng sợ! Đừng im lặng nữa. Đã đến lúc mỗi người trong chúng ta tự thức tỉnh, tự thắp lên ngọn lửa yêu nước trong tim mình như những người yêu nước đã xuống đường chủ nhật hôm nay, những chủ nhật trước, và nhiều những chủ nhật sắp tới nữa để hành động. Đã đến lúc cháy sáng ngọn lửa yêu nước để xua tan bóng đêm đang phủ kín bầu trời Việt Nam.

Điều chúng ta cần làm, phải làm lúc này là hãy thắp lên ngọn lửa yêu nước trong tim mình. Và hãy giữ cho ngọn lửa đó luôn luôn cháy sáng ở bất kì hoàn cảnh nào. Quân thù sẽ không bao giờ giập tắt được ngọn lửa phục sinh của chúng ta được.

*Bên ngoài đại dương bao la
là những con người khác màu da tiếng nói
nhưng tính nhân bản của họ
đáng trọng hơn khối người đang gọi nhau là đồng chí, đồng bào.*

Khi mãnh thú mắc xương...

Câu chuyện không xảy ra trong sở thú hay rừng rậm Phi châu mà tại một thủ đô tài chánh của châu Á: Hong Kong.

Mãnh thú không phải là cọp, beo hay sư tử mà là một lãnh tụ đang làm hàng tỷ người run sợ: Tập Cận Bình.

Khác với đại lục, mảnh đất Hong Kong với 7 triệu dân, nhưng ít nhất tính tới lúc này hàng chục ngàn người không biết run sợ trước sức mạnh của con người được xem là quyết đoán nhất hành tinh, mạnh mẽ và cực đoan trong sứ mạng giữ vững vai trò kẻ thống trị và nhất là không ngại ngùng thanh trừng đối thủ nếu ông ta cảm thấy cản trở bước tiến của mình.

Ruồi hay hổ gì cũng phải nể sợ ông ta vì không biết được lúc nào trong một hôm đẹp trời nào đó, công an gõ cửa dẫn đi vì một lý do rất được lòng dân chúng: tham nhũng.

Nhưng một cậu bé 17 tuổi không hề biết sợ con mãnh thú ấy. Cậu không sợ mà còn dẫn dắt bạn bè cùng trang lứa không sợ hãi, và sau cùng hàng chục ngàn đồng hương của cậu đứng lên nói tiếng "không" với chính sách đảng cử dân bầu đối với dân chúng Hong Kong. Chàng thanh niên nhỏ thó ấy chính là Joshua Wong, hai lần khiến Hong Kong nổi cơn thịnh nộ.

Lần thứ nhất chính chàng trai nhỏ bé lúc ấy vừa 15 tuổi, vận động một đám đông khổng lồ chống lại chính sách giáo dục nhồi sọ của Bắc Kinh muốn áp đặt lên nền giáo dục Hong Kong vốn nhắm tới trí thức và sự thịnh vượng để thay vào đó là khẩu hiệu ca tụng đảng, ca tụng đại lục. Với hàng trăm ngàn người biểu tình bất bạo động chống lại nghị quyết đem nước mẹ Trung Quốc vào ngôi trường tiểu học Hong Kong khiến chính quyền đặc khu hành chánh phải nhượng bộ và Bắc Kinh ê mặt vì không thể áp đặt lên xứ này những viên gạch đầu tiên xây ngôi nhà tù ý thức hệ.

Sau khi thành công, Joshua Wong bình thản tiếp tục học hành, thi cử như mọi thanh niên khác nhưng đôi mắt của anh mở to theo dõi trên từng động thái của chính quyền. Tai anh lắng nghe tiếng thầm thì lo lắng của người chung quanh về viễn cảnh người Hong Kong sẽ phải mất hẳn quyền phổ thông đầu phiếu, cái quyền căn bản của một thể chế dân chủ mà người dân Hong Kong đã sống cùng ngót cả trăm năm. Nghe, thấy, để rồi phản ứng với những chính sách mà Bắc Kinh áp đặt lên cho người dân Hong Kong và sau cùng trở thành dòng chảy của tuổi trẻ Hong Kong cuốn phăng mọi sợ hãi về đảng cộng sản Trung Quốc mà Tập Cận Bình là tân hoàng đế.

Từ lúc lên ngôi cho tới hôm nay, có lẽ người làm cho ông Tập khó ngủ nhất là Joshua Wong bởi những yếu tố mà một lãnh tụ cùng với bao nhiêu chuyên gia chính trị hiến kế cũng thua một cậu thanh niên 17 tuổi.

Sức mạnh nào từ Joshua Wong có khả năng rúng động Trung Quốc như vậy?

Trước và trên hết: anh còn quá trẻ. Trẻ đến nỗi tập đoàn cầm quyền Bắc Kinh không thể nào vu khoát cho anh bất cứ sự chụp mũ nào như thường thấy. Anh trong veo và thông minh. Anh can đảm và dịu dàng. Anh không có bất cứ một kêu gọi bạo động nào và luôn chủ trương tuyệt đối bất bạo động, tuyệt đối tránh cho chính quyền khó xử và vì vậy kêu gọi bạn bè né tránh tất cả những hành động dù vô tình nhất có thể gây bất mãn cho người thi hành công vụ. Anh lấy được trái tim của cảnh sát cũng như lực lượng chống biểu tình, đẩy họ trở về nơi xuất phát mà không bị một chỉ huy nào phê phán hay kỷ luật.

Những trái đạn hơi cay bắn ra như làm bổn phận một cách miễn cưỡng và hình ảnh cảnh sát vội vã lấy nước rửa mắt cho một người biểu tình trúng hơi cay đã làm hình ảnh của Joshua Wong sáng rực thêm giữa biển người tràn ngập đường phố.

Joshua Wong: nỗi ám ảnh của con mãnh thú Tập Cận Bình.

Quân đội Trung Quốc tràn xuống Hong Kong ư? Không còn gì dễ bằng. Tuy nhiên tràn xuống rồi...sao nữa? bắt anh ta? Hong Kong đã làm rồi và chính một chánh án đã ra lệnh thả anh ra vì không đủ cơ sở ghép tội. Chánh án Hong Kong được đào tạo dưới cán cân công lý chứ không phải dưới ánh sáng của đảng cộng sản Trung Quốc quang vinh. Quân đội nhân dân Trung Quốc muốn thì cứ bắt, cứ đàn áp nhưng khó một điều cảnh sát và chính quyền đặc khu không thể nhắm mắt bịt tai cộng tác để nướng người dân của mình.

Hong Kong cũng không đủ nhà tù để nhốt bằng ấy con người.

Bên cạnh đó không có nhà giam nào thoát khỏi đôi mắt dư luận thế giới khi liều lĩnh nhốt chàng thanh niên 17 tuổi chỉ có một tội duy nhất là đòi hỏi Hong Kong được quyền bầu cử người lãnh đạo của mình trong tinh thần dân chủ.

Nếu Tập Cận Bình không thể giải tán cuộc biểu tình ngày một lớn của sinh viên học sinh và người dân Hong Kong, Trung Quốc sẽ lâm vào thế domino đe dọa sự chuyên chính của đảng cộng sản và từ đó một nguy cơ đổ vỡ lớn lao hơn cho toàn hệ thống.

Nếu đủ đảm lược và tàn nhẫn để làm một Thiên An Môn thứ hai, họ Tập sẽ bị thế giới nguyền rủa. Anh quốc, Hoa Kỳ cùng hàng trăm nước khác sẽ vào cuộc vì thế giới không thể chấp nhận một Thiên An Môn nữa khi mà chàng trai "tank man" vẫn còn ám ảnh lương tâm nhân loại.

Hai hình ảnh trước mắt không những làm cho mãnh thú Tập Cận Bình gầm rống trên ngai vàng mà còn khiến toàn hệ thống đảng Cộng sản Trung Quốc lo âu, mất ngủ. Một chàng trai sức khỏe không đủ khuân một trăm ký lô lại có khả năng đè một phần tư thế giới dưới thân thể bé nhỏ của mình há chẳng phải thần kỳ hay sao?

Rồi đây dù Bắc Kinh đưa ra giải pháp tạm thời nhượng bộ để rồi sau đó lập lại bàn cờ mới có tính toán kỹ hơn thì người dân Hong Kong vẫn chứng tỏ cho thế giới thấy rằng không ai hiểu người Trung Quốc hơn họ. Cùng ngôn ngữ, lịch sử, tôn giáo và văn hóa nhưng chỉ khác một từ dân chủ đã khiến 7 triệu con người không biết sợ là gì.

Chỉ có người Trung hoa mới có khả năng chống nhà cầm quyền đại hán. Đài Loan trước đây rồi Hong Kong sau này sẽ tiếp tục theo con đường ấy. Bài học này sẽ giúp nhiều nước nhận ra chân lý: kẻ mạnh nào cũng có gót chân Achilles, nếu biết tấn công sẽ làm nó ngã quỵ.

Angela Merkel, ước gì bà là người Việt

Là phụ nữ giống như đa số bạn bè nữ giới khác tôi không mê đá banh, nhưng mỗi khi có dịp quan trọng như World Cup Brazil 2014 tôi bị cuốn theo bởi sự hưng phấn của ... chồng và bạn bè anh ấy. Nói thì nói vậy nhưng hỏi tôi đội bóng nào hay nhất, đội nào sẽ vào chung kết, tứ kết xem thì như tôi là người ngoại đạo.

Nhưng năm nay khác. Từ khi đội tuyển Đức xuất hiện tôi lập tức có cảm tình. Mà thật ra tôi có biết ông nào trong cái đội tuyển ấy là thủ quân hay "tiền đạo". Tôi chỉ thích màu áo cực kỳ thu hút và nhất là ông huấn luyện viên rất sport, rất lạnh tanh trong bất cứ pha bóng nào. Ông chỉ cười khi đội tuyển kết thúc trận đấu. Kết thúc với kết quả đáng mỉm cười.

Nói dông dài nhằm chứng minh một điều khác, Tôi không là fan của đội bóng này nhưng tôi yêu nó, ủng hộ nó, ca hát râm ran cho nó và nhất là "vui muốn khóc" khi nó dành ngôi vô địch. Tình yêu bất thường ấy của một người không biết bóng đá dành cho Đức thật ra phát xuất từ tình yêu người lãnh đạo đất nước của họ: Bà Thủ tướng Angela Merkel.

Bà Thủ tướng này là người sót lại từ thời Cộng sản. Từ Đông Đức, bà vật lộn với một giai đoạn lịch sử đau buồn của nước Đức để dần dần tiến tới vị trí mà không một ai trong chế độ cộng sản cũ có thể leo lên. Là một người đàn bà nhưng bà có bản tính của một chiến binh thời La mã: đánh là thắng. Bà không dùng tiểu xảo. Bà dùng trí thông minh của một nhà ngoại giao, lòng cương trực của một lãnh đạo quốc gia, sự khôn khéo của một chính trị gia lọc lõi của thế giới tư bản và hơn hết bà có một trái tim vì nhân dân Đức.

Con đường chinh phục đất nước của bà không phải bằng những lời hoa mỹ, văn chương và hứa hẹn suông như hầu hết các chính trị gia Tây phương. Bà dẫn dắt nước Đức bằng sự tỉnh táo của một nhà khoa học, vì bà vốn là một tiến sĩ Vật Lý. Bà có ưu điểm của một nhà kỹ trị cùng sự dịu dàng của một phụ nữ đơn giản và gần gũi với công chúng. Bà đi chợ xếp hàng trả tiền cho từng bó rau, hộp sữa tại các siêu thị. Người dân đứng gần và nói chuyện với bà như nói với hàng xóm, láng giềng. Họ cười đùa pha trò với nhau trên những đề tài bếp núc, gia đình.

Không có khuôn mặt của một lãnh tụ nhưng bà lại có hầu hết những quyết sách mạnh mẽ từ hệ thống ngân hàng cho tới vấn đề tài chánh của Liên minh EU. Bà là người luôn có quyết định gần như sau cùng và quyết định nào cũng thành công và được thế giới ngưỡng mộ.

Người dân Đức may mắn có một Thủ tướng như thế và họ hãnh diện vì bà chưa bao giờ tỏ ra mềm yếu, hay có những thái độ ngoại giao nước đôi như hầu hết các nhà ngoại giao EU và đôi khi cả Mỹ khi đối diện với Trung Quốc ngay trên sân nhà của họ.

Một mình một đội tuyển quốc gia, bà Angela Merkel mang lá cờ Đức phất phới ngay tại Bắc Kinh nơi bà tới thăm trước khi

250

sang Brazil cùng với đội bóng nhận trái banh vàng World Cup 2014.

Một mình trước cử tọa sinh viên đông đảo của Đại học Thanh Hoa, nơi phát sinh những tinh anh của phong trào Thiên An Môn, bà Thủ tướng nói với sinh viên, cũng với đảng cộng sản Trung Quốc và toàn dân Trung Quốc rằng bà mang kinh nghiệm bản thân vốn là một người sống trong đất nước cộng sản, với những thay đổi căn bản về quyền con người, về nhu cầu đối thoại để tiến tới một xã hội tiến bộ.

Theo Thủ tướng Đức, bên cạnh những yếu tố công nghệ và kinh tế, một quốc gia muốn được "phát triển bền vững" như nước Đức hiện nay cần phải có một "hệ thống tư pháp công minh chính trực". Người dân phải tự tuân thủ pháp luật bằng sự công minh của người thi hành chứ không phải bằng sự đàn áp được gọi là pháp luật.

Đứng giữa Bắc Kinh bà Merkel kể lại kinh nghiệm của mình trong chế độ Xô viết khi chứng kiến chế độ độc tài đàn áp, sách nhiễu người dân chỉ vì một vài tư tưởng khác với chính quyền.

Lời chia sẻ của bà được sinh viên đại học Thanh Hoa truyền nhau trên mạng xã hội và báo chí phương Tây hết lời ca ngợi. Ngọn cờ tự do dân chủ của Đức phất phới trong khuôn viên đại học Thanh Hoa đã làm nhiều người run rẩy cảm phục, trong đó có tôi, một fan thật sự của bà Thủ tướng.

Người dân Đức xem bà là thần tượng thì cũng bình thường. Chỉ có tôi vốn chưa từng nâng ai lên tới tới hàng thần tượng đã bị bà thu hút và chinh phục, nhất là trong thời gian xảy ra biến cố giàn khoan của Trung Quốc cắm trên đất nước tôi. Lãnh đạo chúng tôi như con giun con dế trong khi bà như một nữ tướng trước bọn giặc cỏ. Tâm lý bù đắp ấy đã làm tôi có những giây phút mừng vui chừng như bà là Thủ tướng nước tôi, một đất nước không may khi quá nhiều lãnh tụ có tham vọng chính trị nhưng lại thiếu trầm trọng một chút tài năng. Tham vọng ấy trở thành tai họa cho đất nước đến nỗi giờ đây tôi phải "quàng người làm họ".

Nhìn bà hân hoan cùng với đội bóng trở về quê hương tôi bỗng nảy sinh câu hỏi: phải chăng đội tuyển Đức thắng giải vì có mặt bà trên khán đài trong trận chung kết? Hào quang của Merkel đã dẫn dắt những chàng trai sung mãn ấy tấn công đối phương không một lần mệt mỏi. Hãy tha thứ cho tôi, Việt Nam, nếu có một lần tôi nhận người nước ngoài làm thần tượng.

Mà nhận bà làm thần tượng chắc không đúng với tâm trạng của tôi hiện nay. Tôi như đứa trẻ còi cọc vì mẹ mất sữa, lâu lâu chạy sang nhà hàng xóm bú nhờ. Nếu hôm nào sữa kiệt thì quay lại với bà ngoại mân mê hai chiếc vú da cho đỡ nhớ. Dòng sữa nuôi lòng yêu nước, tự trọng và xả thân của nhiều người giống tôi hình như đã bị vắt kiệt tự bao giờ. Thôi thì đành tự dối mình, mân mê chiếc vú da của người lạ cho đỡ ức.

Putin: Sự thèm khát quyền lực của nước Nga

Ngay khi chiếc máy bay dân dụng MH-17 rơi trên phần đất Ukraine do bị hỏa tiển Buk bắn, cả thế giới chỉa mũi dùi vào Nga nơi được xem là dung dưỡng, huấn luyện và cung cấp vũ khí cho phiến quân thân Nga do Igor Strelkov dẫn đầu chống lại chính phủ Ukraine.

Putin vốn là người bình tĩnh đến lạnh lùng cũng không khỏi chới với. Phản ứng mạnh mẽ, đồng bộ từ các lãnh đạo thế giới khiến một tổng thống dù có KGB đến mức nào cũng không khỏi rối trí. Đứa con nuôi thời vụ Igor Strelkov chẳng những không biết che chắn cho Putin mà còn huênh hoang khoe nhặng lên trên trang mạng xã hội rằng: "Chúng tôi đã cảnh cáo các người đừng bay trên vùng trời của chúng tôi".

Putin không còn cách nào khác là tạm im lặng. Không những ông ta chọn giải pháp im lặng mà còn buộc tất cả truyền thông Nga phải im lặng theo ông ta.

Thói quen "chỉ đạo truyền thông" của Putin từ khi lên cầm quyền đến nay đã như bát nước đầy, giọt nước cuối ấy đã lên tiếng tẩy chay kênh truyền hình Russia Today vì Putin buộc nói theo cung cách của Liên xô chứ không phải của nước Nga dân chủ. Người phóng viên phản kháng ấy là cô Sara Firth, nhân viên làm việc tại Anh của kênh truyền hình này.

Sara Firth không phải là người đầu tiên, trước cô là ban nhạc nữ Pussy Riot, từng chế giễu châm chọc Putin nơi công cộng khiến ông tổng thống thích cởi trần này điên tiết gô cổ cho biết mặt anh hùng!

Nước Nga sau một thời gian dài phân hóa, tan tác và tưởng chừng như không vực dậy nổi đã vươn vai trong tám năm Putin cầm quyền. Người dân từ đói, tới đủ ăn và dần dà vượt qua ngưỡng cửa mà trong suốt thời gian cộng sản họ không ngớt mơ mộng tới: sống sung túc và dư giả.

Nga xem Putin là thần tượng, là cứu rỗi và ông ta nhanh chóng thay thế Lenin đứng trên các tượng đài trong nhiều gia đình người Nga. Nhân dân Nga thừa nhận công trạng của tổng thống Putin vì đã đưa nước Nga ra khỏi bờ vực của đói nghèo, tự kỷ, và bị khinh thị bởi thế giới chung quanh. Nước Nga với lịch sử huy hoàng không cho phép nó thua kém bất cứ nước nào tại Châu Âu. Dù sao thì Nga cũng từng dẫn dắt phân nửa thế giới dưới màu cờ đỏ.

Putin nhìn thấy và ông đã làm được điều đó.

Hai năm liền là người của năm do tạp chí Times bình chọn. Hai lần thủ tướng và hai lần trong cương vị tổng thống, Putin đã chiếm trọn cảm tình của người dân Nga dành cho ông. Tuy nhiên chính cái niềm tự hào, khuynh hướng dân tộc cực đoan của người dân Nga cộng với giải pháp bạo lực của Putin trong chính sách đối với các vùng đòi tự trị đã đẩy ông ta vào con đường không lối thoát.

Năm 2008 Putin nhúng tay vào cái gọi là yểm trợ người dân miền Nam Ossetia để cưỡng chiếm Gruzia. Tháng Ba năm 2014 một lần nữa quân đội Nga lại mang quân vào lãnh thổ Crimea để bảo vệ kiều dân Nga và cuộc lật đổ chính quyền Ukriane êm ái đã diễn ra. Putin lấy đất đai của người khác cho dân Nga cai trị bên ngoài lãnh thổ của Nga đã khiến thế giới tự hỏi khi nào thì Putin ngừng lại vai trò chính phục những nơi nào có người Nga sinh sống khi chế độ ấy không đồng thuận với gấu Nga trong chính trị cũng như kinh tế.

Putin không chần chừ khi dùng chính sách mạnh bạo với những ai không đồng ý với cách mà Putin bẻ cong luật pháp, cưỡng bức tự do báo chí, đàn áp đối lập và bỏ tù bất cứ ai chống lại ông ta. Cách mà ông xử sự vào những năm đầu thế kỷ 21 khiến người ta nhớ lại thời vàng son của Xô viết khi tất cả đều ngẩng cao đầu tung hô thần tượng Lenin mặc cho bụng đói mắt hoa và tem phiếu dẫn đường phía trước.

Dân chúng Nga thiếu ăn nên mơ ngày mà đất nước của họ chinh phục thế giới bằng bất cứ phương tiện gì. Putin đã làm điều đó, và dân Nga vỗ tay tán thưởng.

Người dân nào sản sinh ra chính phủ ấy là một câu đáng suy nghĩ, ít nhất trong trường hợp này.

Putin lấy dầu hỏa của đất nước làm vũ khí và nguồn tài nguyên trời cho ấy đã dần kiệt quệ khi bị khai thác tận cùng giới hạn. Người Nga cảm thấy điều đó đang tiến tới dần với nền kinh tế "tự ăn lấy mình" và giải pháp mà họ trông chờ vẫn là thụ động dựa vào cơn hứng khởi của Putin. Putin làm gì dân cũng tán thành. Putin sai thì toàn dân im lặng như không biết. Putin thắng thì cả nước mừng như chính mình chiến thắng. Hội chứng dựa dẫm và tôn sùng lãnh tụ ấy đã đẩy Putin vào vụ máy bay MH-17 vì kẻ chiến thắng nào cũng có thói quen xem sức mạnh là cứu cánh của mọi giải pháp.

Sức mạnh của Putin lần này xem ra khó được dân Nga hưởng ứng bởi cả thế giới lên án và đang cùng nhau vây quanh con gấu Nga nay đang lẻ loi trong khu rừng Bạch dương trắng toát cô đơn.

Dân sẽ không đứng về kẻ yếu. Putin đã tự làm yếu mình khi dùng con cờ Igor Strelkov phá hoại Ukraine. Putin tính sai nước cờ và người dân Nga đã bắt đầu tỉnh ngộ.

Putin có lỗi với dân tộc Nga khi tán dương và song hành với chủ nghĩa dân tộc cực đoan của một bộ phận dân chúng. Putin xem thường đối lập vì đã đưa ra những ý kiến khác biệt. Putin giam giữ niềm tin vào luật pháp của người bất đồng chính kiến qua sự hò hét của dân chúng đòi đưa ông lên làm vua vĩnh viễn, miễn là Nga trở thành một đế chế như xưa kể cả một đế chế được xây bằng máu xương đồng loại.

Hai trăm chín mươi tám con người với máu thịt tung tóe trên bầu trời là tiếng chuông nguyện cuối cùng cho Putin và cho nước Nga, với những thần dân tin vào lãnh tụ một cách mù quáng và rồ dại.

Thế giới đã thấy rõ hơn sức mạnh của vũ khí Nga cũng như tác hại của nó nếu qua tay một nhà độc tài máu lạnh. Nó còn nguy hiểm hơn vạn lần nếu được sử dụng bởi cả một dân tộc khi chỉ cần máu và ánh sáng lóe lên từ gươm bén mở đường cho sự phồn vinh mà họ ao ước.

Putin đang sống trong sự may rủi ấy. Liệu thế giới có để cho ông ta thử thời vận thêm một lần nữa hay không?

Chúng tôi đã thừa thuốc gây mê, thưa tiến sĩ!

Bài phỏng vấn tiến sĩ người Áo gốc Việt Đặng Hoàng Giang: *"Phương Tây - một giấc mơ hời hợt!"* trên báo Lao động* đang được nhiều người đọc và tranh luận. Tôi có cái nhìn khác về bài viết này, trước nhất là lời cám ơn ông TS Đặng Hoàng Giang: Cám ơn về liều thuốc an thần của ông có nhã ý muốn tặng cho người dân chúng tôi.

Cuộc sống không chỉ là cơm ăn áo mặc, nó còn là tự do và những ao ước cần được xã hội thừa nhận. Ông về VN và ngắm nghía đời sống ở đây như Tây ngắm người Việt mặc dù ông nói tiếng Việt thạo hơn Tây nhưng ông chưa tiêu hóa được cái mà Tây nó vượt trội hơn Việt.

Theo Box của bài viết ghi rằng: "Từ năm 2008, ông là Phó Giám đốc Trung tâm Nghiên cứu phát triển và Hỗ trợ cộng đồng (CECODES) - một tổ chức phi chính phủ đi đầu ở Việt Nam trong việc thúc đẩy xã hội dân sự, minh bạch và nâng cao tiếng nói của người dân."

Nhà nước mà ông đang nhận lương để nghiên cứu có cách nhìn như thế nào về xã hội dân sự, cái mà ông đang vận động và nghiên cứu? Sao ông không nhắc tới điều cực kỳ quan trọng này trong bài phỏng vấn?

Vâng. Tôi hiểu ông trả lời phỏng vấn rất trơn và không nghi ngờ gì cái trơn tru ấy được suy nghĩ cạn kiệt bởi một chuyên gia. Tuy nhiên là người chuyên nghiên cứu về xã hội dân sự Việt Nam nhưng ông lại bảo những hình ảnh xấu của người Việt là tất yếu trong khi cọ sát với sự vận động toàn cầu hóa.

Ông nói: "Việt Nam đang chuyển dịch, đang đầy những đứt gãy xã hội, những xung đột về giá trị và văn hoá trong quá trình toàn cầu hoá. Điều này thực sự là thú vị, tuy rằng có thể gây hoang mang."

Ông nói: "Cũng khó mà yêu cầu những người nghèo đang vật lộn hằng ngày phải lịch sự, đi nhẹ nói khẽ và nhường nhịn người xung quanh. Hay thậm chí, những người không còn nghèo nữa thì vẫn mang thói quen từ thời bao cấp đã ăn sâu trong tiềm thức, nên vào resort (khu nghỉ dưỡng) vẫn còn chen lấn nhau khi lấy đồ ăn..."

Tôi không tin lập luận của ông. Rất nhiều ví dụ cho thấy sự diễn giải của ông không thuyết phục, tôi lấy đất nước Campuchia làm một điển hình mặc dù kinh tế và hoàn cảnh phát triển của họ thua xa Việt Nam.

Sang Campuchia ông sẽ thấy tâm tính cá nhân và tinh thần dân tộc của họ.

Họ cũng đang chuyển dịch trong cái mà ông gọi nứt gãy xã hội, nhưng không hề có những hình ảnh mà ông cho là tất yếu ấy. Tuy nghèo hơn Việt Nam nhưng họ lịch sự, khiêm tốn, thật thà và ý thức bảo tồn văn hóa của họ có thể khiến cho các quan chức Việt Nam sang chơi phải xấu hổ.

Không có việc cả làng kéo nhau đánh chết bọn trộm chó như xứ sở vô pháp luật Việt Nam và vì vậy không thể gọi như ông là "thú vị".

Họ không kéo nhau tới đền thờ xin lộc, xin thăng quan tiến chức như ở Việt Nam. Họ cũng không tàn phá đền chùa miếu mạo và vì thế không thể gọi như ông là "hoang mang".

Họ giữ gìn Angkor như giữ gìn con người trong mắt của họ. Còn Việt Nam thì sao, ông có biết bao nhiêu di tích đã bị tiêu diệt cho các tòa nhà cao tầng hay sân golf vì quyền lợi của nhóm lợi ích?

Ông nói: "Nhưng ở Việt Nam, người ta có thể thử nghiệm bản thân trong nhiều lĩnh vực khác nhau. Điều này chỉ có thể làm được trong một xã hội chưa có độ chuyên môn hóa cao."

Ông đang ru ngủ mình và người khác. Nếu ông về Việt Nam không có bằng cấp hay tiền bạc trong tay thì không biết ông thử nghiệm bản thân như thế nào? Là một ông Tây ba lô đi xin dạy tiếng Anh trong các lò đào tạo cấp tốc sinh ngữ hay một chân chạy bàn tại một khách sạn 5 sao?

Nếu ông cho rằng người có bằng cấp, có ý thức muốn thử nghiệm trong một xã hội như Việt Nam thì ông tỏ ra vẫn chưa hiểu gì về nơi ông đang nghiên cứu. Vì Việt Nam "không có độ chuyên môn hóa cao" nên cách nhìn của những nơi ông sắp xin vào làm việc hoàn toàn khác với Tây phương. Họ sẽ nhìn ông bằng những cái nhìn vừa ty hiềm vừa nghi ngờ. Trong hoàn cảnh chung như thế ông làm sao thử nghiệm?

Ông đã biết có bao nhiêu sinh viên tài giỏi sau khi du học về với mảnh bằng tiến sĩ trong tay khi được nhận giảng dạy tại Đại học Quốc gia thì được trả với đồng lương ba trăm đô la một tháng?

Có lẽ chỉ đúng với trường hợp của ông vì ông nhận lương quốc tế để làm việc tại Việt Nam thì mọi gút mắc sẽ khó được nhìn ra bằng một đôi mắt tỉnh táo.

Ông nói: "Ở phương Tây, mỗi người sẽ chỉ có đúng chỗ đứng của mình như một mắt xích trong dây chuyền xã hội."

Sai. Cái dây chuyền xã hội ấy chỉ được nhìn qua lăng kính lao động và vì vậy nhận xét của ông trái với nguyên lý phát triển. Phương Tây có hai loại lao động, một là sản xuất dây chuyền và hai là sản xuất không dây chuyền.

Ông đang nói tới người công nhân trong mọi nhà máy của phương Tây, họ giống nhau và chỉ là những mắt xích. Loại thứ hai nhiều hơn, họ là những nhà khoa học đang miệt mài trong các phòng thí nghiệm. Dĩ nhiên không thể gọi họ là mắt xích được. Họ là các đầu óc luôn nghĩ tới các phát hiện mới để thỏa mãn hai nhu cầu: thứ nhất làm giàu, thứ hai cải tạo xã hội, và dĩ nhiên họ cũng không phải là mắt xích.

Họ là những chuyên gia độc lập, những người hoạt động chính trị chuyên nghiệp hay những giáo sư đang giảng dạy đầy dẫy tại các viện nghiên cứu hay đại học. Nói họ là mắt xích là cách nói phủ nhận và miệt thị của những đầu óc chống tây Phương.

Đông nhất là những người làm dịch vụ tại phương Tây, cũng không thể gọi họ là những con người-robot. Mặc dù họ làm cùng một công việc nhưng không ngày nào giống ngày nào vì phải tiếp xúc và làm việc với hàng chục loại khách hàng khác nhau. Họ sáng tạo để điều chỉnh thái độ làm việc cũng như cách quản lý công việc để sống còn và do đó họ không là mắt xích.

Ngay có là mắt xích như một công nhân bình thường nhưng vẫn có hằng triệu người khắp nơi trên thế giới ao ước được trở thành mắt xích ấy kể cả người Việt.

Tại sao không làm một mắt xích tại phương Tây khi đồng lương, quyền lợi người lao động được bảo vệ trong khi cũng là một mắt xích tại Việt Nam thì không khác gì một một con bò trong nông trại, bị chủ vắt cho đến giọt sữa cuối cùng với sự tiếp tay của nhà nước bóc lột họ bằng đồng lương tối thiểu và hình thức của cái gọi là công đoàn?

Khi được hỏi: Điều gì khiến ông thấy khó chịu nhất khi sống ở phương Tây? ông rất ấm ớ khi nói "Họ cao to quá, mình nhỏ bé hơn nhiều (theo nghĩa đen), khi nói chuyện mình cứ phải ngước hết cả lên, mỏi cổ..."

Nhưng sau đó ông nói thêm: "Xã hội phương Tây coi trọng thành công vật chất. Xe xịn, nhà to, những chuyến đi đặc biệt... là những khát vọng cơ bản thúc đẩy xã hội phương Tây vận hành."

Cái khát vọng cơ bản ấy có gì làm ông khó chịu khi khuyên người Việt lấy đó làm kinh nghiệm?

Chỉ khi nào phương Tây đồng loạt tuyên bố rằng họ không có khát vọng nữa hay khát vọng mù quáng vào một chủ thuyết nào đó như Việt Nam thì mới đáng nói. Xã hội thiếu khát vọng làm giàu là một xã hội mục rửa vì những định kiến sai lầm và bất mãn. Khát vọng ấy khôn lớn và thích hợp song song với các nền văn hóa lấy nhân văn làm chính thì tại sao ông lại khó chịu?

Phương Tây không bao giờ là thiên đường cả. Điều đó không cần phải bàn cãi nhưng khi lấy một phụ nữ chết đã 5 năm mới được phát hiện tại Mỹ để minh chứng cho sự bất toàn của nó là một so sánh không đúng tầm của một chuyên gia như ông.

Kinh tế, xã hội, chính trị và văn hóa luôn luôn bất toàn vì vậy xã hội mới phải vận động để cải thiện nó. Lấy một ví dụ hiếm khi xảy ra để làm tiền đề minh chứng sự thiếu hoàn hảo của xã hội phương Tây là lấp liếm và thiếu biện chứng.

Là người tốt nghiệp thạc sĩ công nghệ thông tin, ĐH Kỹ thuật llmenau (Đức) có bao giờ ông thấy một người Đức bị nhốt khi viết status trên Facebook vì điều 258 của Bộ luật hình sự?

Là người có bằng tiến sĩ trong lĩnh vực kinh tế phát triển của ĐH Công nghệ Vienna (Áo), tấm ảnh 4 mẹ con chị Hòe mang cầy thay cho trâu tại Hưng Yên vừa được báo chí VN loan tải có cho ông khái niệm gì về một nền kinh tế định hướng của Việt Nam?

Ông có thấy công dân Áo nào muốn đi đâu phải xin giấy phép, muốn xuất ngoại phải tùy vào lòng hảo tâm của công an cửa khẩu?

Ông có thấy ở Áo hay ở Đức có ai bị công an mời làm việc rồi được trả về nhà với cái xác chết không? Ở Việt Nam xảy ra hàng tuần.

Ở Áo và Đức ông có bao giờ nghe người ta bị chính quyền bắt giam nhưng con cái không được gặp mặt và gửi thuốc men cho cha mẹ vợ chồng con cái họ hay không?

Ở Áo hay Đức có bao giờ ông thấy cảnh sát giao thông ăn hối lộ và khi chận dân lại thì câu đầu tiên là "có tiền không mày?"

Ở Áo hay Đức có bao giờ ông thấy một bà già 90 tuổi lượm rác nuôi cháu tật nguyền hay một chiếc giường trong bệnh viện chứa tới 4 người nằm, cùng 6 người khác chui rúc dưới nó?

Những cái ông "chưa" biết ấy đang dày vò lòng tự trọng của người dân, làm cho họ vọng ngoại có điều kiện và phương Tây là cứu rỗi của nhiều người không còn gì phải đắn đo suy nghĩ.

Là một chuyên gia được đào tạo và sống trong môi trường tự do, ông quên không nhắc tới hai từ này là một cái lỗi rất lớn. Có lẽ sống quá lâu với nó nên ông không còn cảm thấy tự do là cần thiết nữa. Riêng chúng tôi, là con người, ngoài cơm ăn áo mặc thì tự do là điều băn khoăn nhất.

Lần tới hy vọng ông sẽ được phỏng vấn với chủ đề rất hay ho và cần thiết này và cũng hy vọng ông chia sẻ được cái tự do phổ quát chứ không phải thứ tự do trong khuôn khổ như nhà nước vẫn thường nói.

Người Mỹ hối lộ

Bắt chước ông nhà văn người Anh Graham Greene với tác phẩm Người Mỹ trầm lặng mình đặt tựa cho entry này là Người Mỹ hối lộ để...câu view! Cứ thật tình mà nói như thế cho vuông.

Nước Mỹ không có chuyện hối lộ vặt và nếu có thì việc hối lộ thường xảy ra với số tiền rất lớn. Các vụ scandal hối lộ luôn xảy ra phía sau hậu trường chính trị và những nhân vật bị nắm chóp thường là tai to mặt lớn, lợi dụng chỗ đứng của mình để kiếm chát.

Những chuyện như thế nước nào cũng có, càng giàu thì hình thức hối lộ càng tinh vi và khó phát hiện hơn. Có điều một loại hình hối lộ công khai, lên báo chí ầm ầm với số tiền bạc triệu lại không bao giờ bị kết án, ra tòa. Hối lộ kiểu này có cái tên rất kêu mà ngôn ngữ đương đại tại Việt Nam bây giờ gọi là "hỗ trợ".

Hãy cho một thí dụ mới nhất: Bác Kerry vừa hối lộ cho Việt Nam mình 4 triệu hai trăm nghìn đô la tiền tươi, tức là tiền mặt, mà Việt kiều gọi là cash.

Số tiền được nói là "hỗ trợ" cho Việt Nam để chúng ta có phương tiện mà đàm phán với Mỹ trong hồ sơ TPP. Sướng thế! Há há!

Mỹ cho tiền thiên hạ khắp thế giới có ai gọi là hối lộ đâu?

Ấy, trong trường hợp này thì có! dưới danh nghĩa hỗ trợ vì họ không thể gọi là viện trợ nhân đạo như trong trường hợp thiên tai hay nạn nhân chiến tranh như dioxin, hoặc viện trợ không hoàn lại trong những trường hợp cá biệt của một nước đồng minh của Mỹ cần ổn định trong một hoàn cảnh nào đó. Viện trợ không có mục đích nhân đạo chỉ xảy ra cho các nước đồng minh với Mỹ mà thôi.

Anh Kerry cũng vừa ký tấm check cho cả mấy nước Đông Nam Á số tiền 32,5 triệu gọi là để bảo vệ lãnh hải thì không thể gọi là hối lộ vì nó có mục đích chống. . Trung Quốc. Tuy không có thâm thù gì với Bắc Kinh nhưng Washington có bổn phận đàn anh, muốn tỏ ra cho mấy nước nhỏ thấy rằng Trung quốc động tới mấy chú thì phải bước qua mấy cái ... tàu sân bay của anh trước đã. Các chú tạm lấy số tiền này chia nhau ra mua vũ khí của... anh để chống nó rồi sau đó tính sau.

Đấy, người Mỹ gọi là bảo vệ tự do còn mấy tên xuyên tạc thì gọi là chủ nghĩa thực dụng!

Còn số tiền 4 triệu hai trăm ngàn đô la thì khác, nó phải được xem là hối lộ vì số tiền này không có mục tiêu gì to lớn. Nó chỉ "hỗ trợ" để Việt Nam đừng run quá mà rút ra khỏi cái TPP màu mỡ mà thôi.

Bởi nếu Hà Nội bực mình giận dỗi rút ra thì ngay lập tức Bắc Kinh đưa tay âu yếm chộp ngay vào lòng với vài dự án cho vay ưu đãi!

Đây là mấu chốt của vấn đề.

Ai cũng biết TPP là Hiệp định Đối tác xuyên Thái Bình Dương gồm có 12 nước liên lập với nhau mà Mỹ là đối tác lớn nhất. Mỹ đang đàm phán song phương với nhiều nước và Việt Nam là một trong những nước ấy. Điều đáng chú ý là muốn vào TPP các nước phải thỏa mãn được các tiêu chí mà tổ chức này bó buộc trong đó có những điều mà Việt Nam khó vượt qua được. Đó là những quy định nước thành viên phải có nền kinh tế thị trường tức là không có chuyện quốc doanh. Thứ hai là phải tổ chức công đoàn độc lập để bênh vực người lao động. Và rồi phải bảo vệ môi trường và khó nhất là chống tham nhũng!

Những thứ khó xơi này muốn vượt qua không phải là chuyện dễ nhất là Việt Nam đã và vẫn chủ trương ngược lại với tất cả yêu cầu trên. Khi bước chân vào bàn đàm phán với một hồ sơ dày cộp về đơn thư tố cáo hay phản biện của nhân sĩ trí thức cả nước trước những vấn đề trên tâm trí đâu mà mấy vị đại diện phía Việt Nam có thể đủ sáng suốt để mà đàm với phán?

Mỹ muốn Việt Nam vào TPP còn ... hơn cả Việt Nam nữa vì trong thời điểm này nếu bỏ Việt Nam ra là Trung Quốc ngay lập tức lu loa về cái tổ chức này tức thời đó là chưa kể tiếp tay cho phe thân Trung Quốc có cơ hội xỉa xói vào chính sách thân Mỹ của những người còn lại.

Bốn triệu bỏ ra như một thứ hối lộ niềm tin rằng Mỹ sẽ tiếp tục hỗ trợ cho Việt Nam sau khi vào TPP. Anh Kerry dư sức biết rằng số tiền này sẽ vào túi của ai khi mấy chú trực tiếp đàm phán khăn gói sang Singapore chỉ là đệ tử phải thực hiện những chỉ thị từ phía sau, phía có "trách nhiệm" nghiệm thu số tiền hỗ trợ này sao cho êm ái và hợp lý.

Anh Kerry sau khi đưa món "hỗ trợ" phủi tay về Mỹ, báo cáo với quốc hội rằng kinh phí "hỗ trợ" này đã thúc đẩy Việt Nam tiếp tục ngồi vào bàn đàm phán mà không bị ám ảnh bởi những quy định mà chúng ta đưa ra. Hà Nội đã hợp tác toàn diện với chúng ta và từ đây Bộ ngoại giao sẽ tiếp tục nâng quan hệ hai nước lên tầm...cao mới.

Ấy là vì anh Kerry nhà mình hưng phấn quá thể nên ngôn từ hơi có hơi hướm bờ hồ. Lý do làm cho anh hưng phấn không gì khác hơn ý tưởng hối lộ một cách công khai của anh đã đạt hiệu quả khi lần đầu tiên trở lại nơi anh từng rải chất độc da cam!

Chúc mừng anh Kerry, người hùng phản chiến nổi tiếng của xứ sở Nữ thần Tự do!

Chúc mừng các đồng chí đang ngồi đếm tiền hỗ trợ. Ai bảo chúng ta không có "bao ờ"? Đến người Mỹ mà cũng phải hối lộ cho chúng ta thì huống chi những anh làng nhàng khác muốn vào làm ăn ở cái xứ sở thiên đàng này là cái đinh gì?

Há há!

Lòng tự trọng và sự xót thương

Động đất, sóng thần, nổ nhà máy điện hạt nhân....còn gì kinh khủng hơn nữa để trút lên đầu người dân Nhật hay không?

Trước những tai ương mà dân chúng Nhật đang quần mình chịu đựng người dân Việt Nam nghe tin chính phủ gửi 200 ngàn đô la trợ giúp cho nhân dân Nhật với đôi chút ngỡ ngàng. Số tiền như muối bỏ biển không nói lên được một chút gì so với niềm đau và thiệt hại kinh khủng của đất nước và con người Nhật.

Bằng số tiền đó nếu trang bị cho 200 thanh niên tình nguyện Việt Nam sang giúp người dân Nhật thì may ra tấm lòng của chúng ta đối với người bạn Nhật sẽ ý nghĩa hơn chăng?

Bên căn nhà đổ nát bộn bề đó, các ngài chuyên gia kinh tế thay nhau than thở rằng sau biến cố này chắc đồng vốn ODA sẽ chậm giải ngân và như vậy là khó khăn vĩ mô sẽ chất chồng!

Ôi lời lẽ của những con buôn!

Rồi một "ngôi sao" chút xíu nhận vương miện hoa hậu tuyên bố: Nước Nhật bị như vậy là do quả báo! Ôi đất nước tôi, người lớn thì ác tâm trách sao không sản sinh ra một thế hệ ác khẩu như vậy?

Những dòng tít lớn trên trang nhất của báo chí nước ngoài mà mình thấy trên net làm cho lương tâm con người rúng động. Là một phụ nữ, trái tim dễ bị lay chuyển trước những bất hạnh của người khác, mình cảm nhận được nỗi kinh hoàng cộng với niềm đau tột cùng của người dân Nhật như thế nào.

Thế giới hết sức ca tụng tính tự trọng của người dân Nhật và đã có nhiều câu chuyện được xem là kỳ tích đang xảy ra trên những vuông đất buồn thảm đó.

Câu chuyện về một cậu bé 9 tuổi, mất hết cha mẹ lẫn người thân đứng xếp hàng lãnh phần lương thực ít ỏi của mình trong cái lạnh giá của mùa đông xứ Nhật, và sau đó bỏ phần lương thực ấy vào thùng dành cho người khác cần hơn mặc dù cháu đang trong tình trạng đói khát và bơ vơ trước một tương lai ảm đạm.

Ông Hà MinhThành, người cảnh sát Nhật gốc Việt đã rơi nước mắt khi kể lại chuyện này do chính ông chứng kiến và câu chuyện như một làn sóng tràn vào Việt Nam gây biết bao là phản ứng. Tất cả đều thương cho cháu bé và người ta tỏ ra ân hận vì trong một lúc nào đó mình đã đối xử không tốt đối với đồng bào mình.Tuy nhiên có một việc làm tôi chú ý.

Một vị bác sĩ ngay lập tức viết thư cho ông Hà Minh Thành đề nghị ông Thành giúp cho ông nhận cháu bé về Việt Nam để nuôi cháu. Ông bác sĩ viết:

"Tôi thì không giàu, làm việc lớn hơn thì ngoài khả năng của mình. Nhưng để nuôi một đứa trẻ có lòng tự trọng như cháu bé 9 tuổi mà anh đã viết thì tôi sẵn sàng nuôi dạy cháu nên người, với tất cả những gì tôi có thể làm được.

Nếu có thể, anh giúp tôi tìm cháu và hỏi ý kiến cháu có đồng ý ở Việt nam và chịu làm con nuôi của tôi không? Tôi sẽ liên hệ với anh nhờ làm thủ tục nhận cháu về làm con nuôi được không anh?

Biết rằng việc tôi nhờ anh là việc khó khăn. Nhưng dù được hay không được, tôi cũng xin gửi đến anh ở đây một lòng biết ơn sâu sắc về thư anh viết, mà báo Dân Trí đã đăng. Đất nước mình đang rất cần những hình ảnh hiện thực và có tính giáo dục cao về nhân sinh quan và thế giới quan như cháu bé trong bài viết."

Sao tôi cứ ngẩn ngơ khi đọc mấy dòng này. Có cái gì đó không ổn mà tôi chưa kịp nghĩ ra chăng?

Suốt cả buổi sáng tôi cứ vẫn vơ nghĩ …. à, nuôi một cháu bé người Nhật thì có gì không ổn? Chẳng qua nó cũng chỉ là một đứa bé mà thôi!

Bất giác tôi phát hiện ra tính chất không ổn ở đây là lòng tự trọng của cháu bé và sự thương người của ông bác sĩ.

Chính sự nhường lại phần ăn trong lúc mình đang đói và mất cả gia đình làm câu chuyện của cháu bé trở thành điển hình. Với một tư cách được xem là phi thường như vậy thử hỏi cháu có cần một người ở tận một phương trời nào đó rũ lòng thương muốn đem cháu về nuôi hay không? Sự nhanh nhẩu của ông bác sĩ có thể giải thích được. Lòng thương xót đôi khi làm lu mờ tính chất khác quan trọng hơn nhiều đối với nỗi mất mát và đau khổ của một cháu bé. Trong câu chuyện, nhân vật 9 tuổi này không rơi một giọt nước mắt cho những mất mát của riêng mình. Cháu rung động trước nỗi đau của người khác và chính sự cảm nghiệm tột cùng của hai chữ nhân đạo này đã làm hàng triệu người biết chuyện của cháu trở nên nhân ái hơn.

Cháu là ngôi sao tình thương tỏa những vệt sáng yếu đuối trên bầu trời sầu thảm của nước Nhật hôm nay. Thế nhưng cái ánh sáng huyền diệu này sẽ vĩnh viễn nằm trên bầu trời của quê hương cháu và thế giới sẽ lấy nó làm gương soi cho tính thiện của mình.

Một nghĩa cử cao cả. Một tư cách lồng lộng như vậy liệu ngôi nhà nào của ông bác sĩ Việt Nam có thể chứa được nó?

Hơn nữa khi đưa đề nghị này ra, vị bác sĩ có lẽ quên một điều rằng nước Nhật còn hơn 130 triệu người sẵn sàng hãnh diện đón cháu về với gia đình mình. Họ nói tiếng Nhật với nhau và nhất là họ có lòng tự trọng như nhau.

Từ những tương quan này, tôi nhận ra rằng lòng thương xót mà vị bác sĩ đưa ra cho cháu thật không tương xứng với tư cách cao vời vợi của cháu. Tôi tưởng tượng khi nghe lời đề nghị này, cháu cũng sẽ lẳng lặng mang nó bỏ vào một thùng từ thiện nào đó với lời cám ơn hết sức dịu dàng.

Ông bác sĩ cũng viết theo sau bức thư:

"Đất nước mình đang rất cần những hình ảnh hiện thực và có tính giáo dục cao về nhân sinh quan và thế giới quan như cháu bé trong bài viết."

Nghe sao rất giống một trang báo lề phải mặc dù tôi tin rằng ông không cố ý tuyên truyền.

Đứng lớp nhiều năm tôi biết học trò của tôi đa số đều hiền lành và nhất là biết thương người. Tuy nhiên sự thiếu thốn làm cho chúng chai dần với những nghĩa cử có tính cách dữ dội như của cháu bé trong câu chuyện. Những hình ảnh mà vị bác sĩ nói là "hiện thực" tôi nghĩ không thể dạy cho học sinh Việt Nam khi mà chính những bậc cha chú của chúng làm ngược lại quá xa tính chất trong sáng và tinh khiết đó. Bên ngoài xã hội người ta còn dành nhau từng chỗ xếp hàng để vào xem hát chứ nói chi đến việc nhường nhau khi lãnh đồ cứu trợ?

Tai ương của nước Nhật lại là bài học cay đắng cho khối người. Ôi, nói như vậy liệu có xúc phạm đến đất nước này không?

Đàn ông... và gì nữa?

"Giai Việt" đa phần là bảo thủ, ít giao lưu, ít hiểu biết những văn minh của thế giới, mà chỉ giống như trai làng, ếch ngồi đáy giếng, ít tôn trọng phụ nữ, vô duyên, không khéo léo mọi mặt", "sex cực kỳ kém và non nớt, ích kỷ, chỉ hưởng sướng phần mình, còn không quan tâm đến cảm giác của người phụ nữ đến đâu, như thế nào", v.v...

Đó là nhận xét của một cô gái trẻ có tên Michiyo Phạm Ngà. Cô sinh ra và lớn lên tại Việt Nam. Năm 13 tuổi khi đang còn học tại trường Múa Việt Nam đã được thu nhận vào Trường Cao Đẳng múa Tokyo. Hiện cô làm việc trong Trung tâm ca múa nhạc Asia của Tokyo.

Nhận xét trên thật ra cũng bình thường như những gì đang xảy ra tại đất nước mà các phát ngôn đôi khi trở thành lộng ngôn của các cô gái trẻ, có chút ít nhan sắc nhưng sự hiểu biết lại nghèo nàn không đủ bù đắp vào khoảng trống tai hại của kiến thức phổ thông.

Tuy nhiên phát biểu của cô gái mang cái tên vừa Việt vừa Nhật lại không thiếu kiến thức chút nào mà ngược lại là khác.

275

Cô nhìn vấn đề tỉnh táo và sâu sắc như một chuyên gia tâm lý. Cô nói rất vừa phải và tỏ ra khá thông minh khi dùng những trạng từ "ít" để giới hạn bớt con số mà cô muốn nói.

Ngay sau khi bài phỏng vần được đăng tải, lập tức các 'giai Việt" thi nhau ném đá cô không nương tay. Những viên đá có vẻ chính danh ấy lại rơi lõm bõm xuống trước mặt cô gái một cách đáng thương vì bản lãnh của các chàng trai Việt xem ra rất đúng với nhận xét của Michiyo Phạm Ngà: "trai làng"! Những gã trai làng chưa rời xa cái ao nhà mình ấy tỏ ra quá vội vàng và cục mịch.

Họ hăm hở vì tưởng mình có lý nhưng lại quên mất một chi tiết rất đáng chú ý là Michiyo không hề vơ đũa cả nắm, cô đĩnh đạc nói rằng ở đâu cũng có kẻ tốt người xấu nhưng nhìn kỹ xã hội Việt Nam hiện nay thì 80% đàn ông không ít thì nhiều đúng với những gì cô nhận xét.

Tôi chờ đợi một bài viết đĩnh đạc như cô từ một trai làng Việt Nam nhưng không thấy. Tôi muốn "trai làng" như ý của Mychiyo vì chỉ có người chưa bao giờ ra khỏi ao nhà mới có thẩm quyền trả lời những gì mà cô gái nhận xét.

Tiếc thay "trai" vẫn "làng" như từ xưa tới nay, chưa hề thay đổi.

Chỉ có một trai không "làng" tự khai mình du học tại Anh tám năm và tự hào mình không thua gì trai Tây mà thậm chí còn hơn về khoản đối xử với vợ con. Anh này sau một hồi thậm thụt, thú nhận rằng có thua đấy, nhưng thua về khoảng sex!

Làng vẫn hoàn làng!

Anh thiếu điều lồng lộn lên như đỉa phải vôi và cố chứng minh việc mình đối xử với ...vợ là tốt, là trên mức đàng hoàng để lấy điểm nhưng lại quên rằng đâu phải chỉ đối xử trong gia

276

đình của anh thôi là đủ? Bổn phận với xã hội, với tha nhân với những gì mà một cộng đồng trông đợi mới chứng tỏ được bản lĩnh đàn ông. Đâu phải cứ giặt đồ, đi mua thức ăn cho vợ vào lúc nửa đêm hay xin phép vợ được uống bia mấy chai và từ chối xem cúp thế giới khi vợ không hài lòng mới là gentlemen?

Đi Tây những 8 năm nhưng suy nghĩ của anh này chưa vượt qua ngọn chuối trong sân nhà nói chi thăng hoa cho người khác nhờ cậy vào cái kiến thức được cập nhật của anh ta?

Anh trai nửa "làng" nửa "London" này tự khai rằng do thiếu giáo dục giới tính nên thanh niên Việt Nam cứ hùng hục làm chuyện ấy và thua bọn Tây ở cái khoảng giao thoa, dạo đầu...Lời tự thú này rõ ràng là ngụy biện. Không thể đổ vấy cho nền giáo dục không huấn luyện anh trở thành một kẻ giỏi giang trên giường khi não bộ của anh gần như tê liệt trước các vấn đề khác. Anh có biết rằng khi người ta tương kính lẫn nhau thì sự yêu đương chăn gối giữa nam và nữ trở thành tuyệt vời không? Cái hùng hục của bọn trai làng các anh phát xuất từ tư tưởng gia trưởng, ban phát và vì vậy đối xử với vợ con như nô lệ, như một loại nô lệ tình dục.

Ở đây hoàn toàn không có một yếu tố giáo dục nào tham gia cả. Hãy tự giáo dục chính mình về việc tương kính đối với phụ nữ, lập tức anh sẽ thấy sự lan tỏa của nó vào hành vi sex của cả hai người.

Một câu hỏi khác quan trọng hơn nhiều đó là "Đàn ông Việt Nam có "hèn", "ích kỷ", "kiêu ngạo" và "nịnh bợ" quá sức hay không?"

Tôi tin là có. Tuy là số nhiều nhưng không phải ai cũng thế.

Hãy nhìn những gì đang xảy ra trên toàn xã hội thì rõ. Đàn ông làm việc và lãnh đồng lương ít ỏi, thấp kém so với khả năng của họ nhưng không bao giờ dám lên tiếng đòi hỏi quyền lợi.

Thay vào đó họ kiếm cách ăn chặn công quỹ, tham ô, móc nối với bọn cơ hội mua bán những gì mà họ có thể lấy cắp được kể cả thời gian.

Họ ngoảnh mặt trước các tai nạn trên đường phố vì thời giờ đón vợ rước con cần thiết hơn một cái ngừng xe. Họ chen lấn cố vượt qua khỏi phụ nữ, người già trong giờ cao điểm vì đối với họ già cả hay phụ nữ đều ngang hàng với thanh niên.

Họ tỏ ra mạnh mẽ khi tố cáo những kẻ sức yếu thế cô nhưng lại hèn nhát ngậm miệng trước những hành vi đen tối, tham lam của thủ trưởng dù những gã này ăn chặn ngay chính đồng tiền mồ hôi của họ.

Bắt tay với người bên dưới họ nâng mặt lên nhưng với người chức vụ vai vế cao hơn họ không ngần ngại bắt cả hai tay và thậm chí cúi rạp đầu để tỏ lòng quý trọng.

Đàn ông Việt thương vợ thương con là điều không cần bàn cãi nhưng tình thương yêu ấy sẽ lập tức chuyển đổi khi con cái có những tranh cãi hợp lý, những đề nghị mà chủ gia đình cho là phạm thượng. Họ sẵn sàng bợp tai vợ trước khách lạ nếu chị vợ có hành vi hay thái độ mà họ cho là bỉ mặt họ.

Thanh niên Việt không thích làm việc xã hội vì với họ sự lo toan cho gia đình, công ăn việc làm, kể cả bộ cánh chiếm một tỷ trọng rất lớn trong quỹ thời gian.

Lòng tự trọng của họ gần như là một thứ xa xỉ trong thời đại mà ai cũng cảm thấy bình thản trước mọi điều thuộc phạm trù đạo đức nhưng bị thản nhiên quên lãng.

Đàn ông Việt còn một vết đen nữa mà cô gái mang tên Michiyo Phạm Ngà lạnh lùng chỉ ra khi cô thấy họ phản ứng với cô một cách ngu ngốc:

"Hãy dành những phản ứng gay gắt trước những cảnh dân đã nghèo lại còn bị cưỡng chế đất đai do tổ tiên cha ông để lại, trước cảnh cướp giật ngoài đường, trước những tang thương chết chóc nằm trên đường, trước cảnh Hoàng Sa, Trường Sa bị lấn áp, trước cảnh Trung Quốc bắt bớ ngư dân của nước nhà đang ngày đêm bị đánh đập tàn nhẫn..., thì tốt hơn biết bao!"

Sống ở nước ngoài nhưng Michiyo Phạm Ngà tinh tường thời sự hơn khối đàn ông, thanh niên trong nước. Những cuộc rượu thâu đêm, những đua đòi trác táng, cộng với lòng tham tiền vô biên đã làm thanh niên Việt Nam bệ rạc, câm miệng, dửng dưng trước những điều mà lẽ ra họ phải thông hiểu và gánh vác.

Thật hạnh phúc thay cho Việt Nam với một gia tài thanh niên đồ sộ như vậy. Mừng!

Có hay không
"quyền lực nhân dân"?

Cư dân mạng Việt Nam hào hứng theo dõi diễn tiến tại Ukraine không khác gì theo dõi giải bóng đá thế giới. Chỉ khác một điều các cầu thủ đổ mồ hôi cho chiến thắng với chiếc cúp vô tri còn đằng này thì người dân Ukraine lại đổ máu cho nguyện vọng chính đáng của họ mà phần thưởng là: thoát ra khỏi gọng kềm ác nghiệt của nước Nga.

Chiều ngày hôm qua 22 tháng 2, Quốc hội Ukraine đã bỏ phiếu bãi nhiệm Tổng thống Viktor Yanukovych bằng số phiếu 387/450 với lý do ông này đã không thi hành đúng theo như hiến pháp quy định, lạm dụng quyến lực đe dọa đến sự toàn vẹn chủ quyền của quốc gia.

Nói một cách khác Quốc hội đã truất phế Tổng thống Viktor Yanukovych vì đã coi thường hiến pháp và lạm dụng quyền hành của một tổng thống để tiến tới bắt tay với Nga, từ chối tham gia liên minh EU bất kể quyền lợi và nguyện vọng của nhân dân Ukraine .

Giống như trận chung kết của giải bóng đá thế giới, tiền đạo Viktor Yanukovych đã bị việt vị, rời bỏ đồng đội chạy trước trái banh khi nghĩ rằng 15 tỷ mà Nga hứa sẽ giải quyết vấn đề sinh tử của Ukraine . Người dân đã thổi còi và đuổi ông ta ra khỏi sân, trận đấu tiếp tục với một cầu thủ khác vào thay: Yulia Tymoshenko.

Trong khi Tổng thống Viktor Yanukovych cố gắng tìm đường trốn khỏi đất nước thì từ nhà tù người nữ chính trị gia xinh đẹp, nguyên Thủ tướng của Ukraine, nạn nhân của Viktor Yakukovych với bản án 7 năm tù giam trước đây được người dân chào đón như một ngôi sao của Ukraine. Yulia Tymoshenko đang tỏa sáng trở lại trên bầu khí quyển chính trị của đất nước này mặc dù không phải ai cũng ủng hộ bà vì trong khi giữ chức thủ tướng bà cũng bị cáo buộc nhiều vấn đề có liên quan đến khả năng điều hành đất nước.

Nhưng dù sao trong lúc Ukraine bùng vỡ niềm tin cách mạng thì bà là gương mặt duy nhất có thể hướng dẫn quần chúng trong một giai đoạn nhất định.

Tượng Lenin lại tiếp tục bị kéo sập tại Khmelnitsky như thường thấy sau khi một đất nước theo Nga sụp đổ. Biệt cung, tài sản của Viktor Yanukovych bị người dân kiểm soát, số phận ông ta không khác gì các nhà độc tài của thế giới trong cuộc cách mạng hoa nhài trước đây.

Trong khi nhân dân Ukraine nhảy múa reo mừng thì nhân viên nội vụ dưới thời Yanukovych lôi hàng đống tài liệu mật ra đốt để phi tang tránh những cáo buộc sau này khi bị dẫn ra trước tòa, nhất là tội đồng lõa bắn vào người biểu tình hay bắt bớ trái phép những người bất đồng chính kiến của đảng đối lập.

Trong khi tiếng còi trọng tài báo cho khán giả biết Ukraine là nhà vô địch thì người xem Việt Nam lại có thái độ rất khác: buồn lòng khi nhìn lại đất nước của mình.

Nhiều người hỏi nhau: bao giờ mới tới Việt Nam? Rồi cũng có người trả lời: đừng hỏi bao giờ khi chính anh hay chị không đưa lên một ngón tay nào cho đất nước từ nhiều chục năm qua thì làm sao có thể kích hoạt được một cuộc cách mạng nào cho dù nhỏ nhất?

Hỏi và trả lời đều có nỗi đau của nó.

Công bằng mà nói cả hai phía đều ấp ủ sự mong mỏi mong thấy một cuộc cách mạng tương tự như Ukraine tại Hà Nội hay Sài Gòn. Cuộc cách mạng ấy đã có sẵn lý do, tuy nhiên con người và tình thế chưa thể nảy sinh một đốm lửa làm mồi cho nó bùng nổ.

Nếu nước Nga của Putin là nguyên nhân chính làm cho nhân dân Ukraine nổi dậy chống Tổng thống Viktor Yanukovych thì Trung Quốc cũng là nguyên nhân không thể chối cãi khiến nhân dân Việt Nam rồi cũng sẽ nổi lên chống lại Đảng Cộng sản Việt Nam.

Cuộc đàn áp đẫm máu của Stalin đã giết chết hàng triệu người dân Ukraine nổi dậy vì đói khi cộng sản Nga đưa ra chính sách tịch thu lúa mì và khoai tây của người Ukraine đã làm cho dân tộc này chìm trong đói khát. Bắt đầu từ đó, nỗi căm phẫn đã khiến dân chúng phía Tây nước này vốn theo chủ nghĩa dân tộc đã có thâm thù suốt ba mươi năm đối với Nga mặc dù về phía Đông nhóm người gốc Nga đã trở thành người Ukraine sau nhiều chục năm sống và nghiễm nhiên thành công dân Ukrain một cách bất đắc dĩ.

Phía Đông âm thầm ủng hộ tổng thống Viktor Yanukovych tiến gần với Putin bao nhiêu thì càng kích thích lòng căm phẫn của người phía Tây bấy nhiêu.

Giống như Việt Nam. Nếu 90 triệu đồng bào có ký ức sâu đậm về những cuộc xâm lăng của Trung Quốc liên tục trong hàng ngàn năm qua và được tô đậm thêm sau những cuộc chiến như Hoàng Sa-Trường Sa và nhất là Biên giới phía Bắc thì không ai chấp nhận một cuộc hôn nhân gượng ép, tẻ nhạt để đất nước luôn lâm vào cảnh trên đe dưới búa mà nguồn lợi thực sự không phải đến với quốc gia dân tộc nhưng chỉ chảy vào túi của một thiểu số cầm quyền.

Cái thiểu số cầm quyền Việt Nam ấy giống y khuôn đúc trường hợp của Viktor Yanukovych hiện nay.

Với lý do ổn định để phát triển, Việt Nam tiến tới sát với Trung Quốc qua những hợp đồng ưu tiên khai thác khoáng sản, nhập siêu khổng lồ, du nhập hàng hóa vô tội vạ bất kể sự phá sản của doanh nghiệp nội địa vì không thể canh tranh với hàng giá rẻ của Trung Quốc...tất cả đổi lại sự ổn định chính trị, tức cái ghế của đảng.

Nhưng Biển Đông mới chính là điểm nóng có thể làm thành ngòi nổ cho Việt Nam. Và Biển Đông là nỗi thèm muốn không gì có thể thay thế của Bắc Kinh, kể cả sự trung thành của Đảng Cộng sản Việt Nam.

Hơn ai hết Trung Quốc nắm rất rõ tử huyệt này vì lịch sử đã nhiều lần chứng minh như thế. Trung Quốc chần chừ chưa dứt điểm là do không muốn khuấy động dân chúng Việt Nam vốn không phải là những cái đầu dễ nắn trong hoàn cảnh hiện nay.

Mặc dù Bắc Kinh không hề đánh giá cao năng lực lãnh đạo Việt Nam có thể đè nén người dân một cách hiệu quả nhưng hướng dẫn quần chúng vào quỹ đạo Trung Quốc như hiện nay thì họ tỏ ra rất tốt để Trung Quốc rảnh tay đối phó với các sắc dân khác như Tây Tạng hay Tân Cương.

Cái hay của nhân dân Việt Nam là rất giỏi đối phó với ngoại xâm bằng tầm vông vạt nhọn, bằng du kích nắm lưng quần của giặc mà đánh hay tiêu thổ, kháng chiến trường kỳ tiêu hao sức giặc. Tuy nhiên làm sao lấy thuyền thúng bơi ra Trường Sa đánh giặc mới là chuyện đáng nói.

Từ câu hỏi này có lẽ sẽ nảy sinh ra việc phải tự bảo vệ đất nước ngay từ bây giờ trước khi quá muộn. Yêu cầu đảng cộng sản "step down" như người dân Venezuela quá chán chê với học trò của Hugo Chavez đang dẫn dắt đất nước này vào chốn mê cung của Chủ nghĩa xã hội không tưởng.

Đòi hỏi ấy có lẽ khó thực hiện đối với đảng Cộng sản hiện nay nhưng mấy ai tin một đất nước được Nga đỡ đầu như Ukraine mà Tổng thống lại phải bỏ chạy trước người dân không tấc sắt trong tay, chỉ lấy chính vũ khí của nhà cầm quyền để chống lại họ?

Chém gió, chém người

Tôi đọc bài viết của Thiếu tướng Lê Văn Cương bàn về chính sự Ukraine mà cảm thấy băn khoăn không biết mình chậm hiểu hay có một lý do gì đó khiến cả buổi chiều đầy nỗi bất an. Có cái gì đó chấp chới trong lòng vừa tức giận vừa dặn lòng phải tự kềm chế.

Phải nói thật, ông Cương là một trong số rất ít người mà tôi thích khi đọc các bài viết hay trả lời phỏng vấn của ông trên báo.

Không phải tôi thích vì lập luận sắc bén hay lời lẽ cứng rắn của ông trong các vấn đề chính trị mà tôi thích vì đề tài của ông chọn để đưa ra: Vấn đề Biển Đông và Trung Quốc.

Trong khi nói về nỗi lo mà cả nước gọi là nhạy cảm này ông Thiếu tướng nguyên Viện trưởng Viện chiến lược của Bộ Công an Lê Văn Cương xem ra có lợi thế hơn hẳn người khác. Có lẽ ông không bị ánh mắt theo dõi của đồng nghiệp vốn thường khiến cho người khác e dè, hai nữa với vị trí quan trọng như thế ông có thẩm quyền nói về những tham vọng của Trung Quốc đối với đất nước, một chủ đề mà ngay đến cấp cao hơn ông chục lần cũng không dám công khai nói tới.

287

Tôi đã đọc những bài của ông như: "Khi Việt Nam vững vàng, Trung Quốc không thể lấn tới"; "Khó cũng phải đòi lại Hoàng Sa"; "Hành động của Sam Rainsy là vô liêm sỉ!"; "Tại sao Việt Nam mạnh? Tại sao Việt Nam yếu?"; "Việt Nam phải tiếp tục lên tiếng phản đối"; "Việt Nam đã 5 lần bị bán đứng"...và có thể còn nhiều bài khác tôi không có dịp đọc và lưu trữ.

Những cái tựa ấy gây cảm tình của tôi đối với ông nhưng cũng vì vậy chúng lại làm tôi hụt hẫng, bực tức và gần sát với ý nghĩ mình bị phản bội khi đọc bài: Tuyên bố của Obama và phương Tây chỉ là "chém gió" đăng trên tờ Dân Việt cũng của ông!

Bài viết này đang bị "dày xéo" trên mạng bởi những ngòi bút đứng đắn. Tôi buồn cho ông và tự nghĩ về mình rất nhiều.

Từ Trung Quốc ông lấn sang Nga đầy tự tin. Ông phân tích việc Putin mang quân đội tiến vào Crimea là một việc làm đúng đắn và hợp lẽ thường. Ông nói: "chúng ta phải hiểu rằng, mục đích của Nga khi triển khai quân là bảo vệ lợi ích của Nga, bao gồm về con người, kinh tế và an ninh quốc phòng, đặc biệt là căn cứ hải quân ở Sevastopol."

Xin được hỏi ông, một quốc gia vì lợi ích của mình mà mang quân vào nước khác một cách ngang nhiên với chiêu bài bảo vệ lợi ích thì thế giới này đang ở vào thế kỷ nào? Cái lợi ích ấy nếu có, chỉ giá trị khi không vi phạm vào chủ quyền lãnh thổ hay quyền lợi chính đáng được quốc tế công nhận của một quốc gia khác, ngoài ra mọi chống chế ngụy biện đều vô ích trước công luận quốc tế.

Ông nói: "Việc điều quân của Nga vào Crimea, theo tôi Nga muốn gửi 3 thông điệp: Thứ nhất là để cảnh báo chính quyền Kiev phải cẩn thận; thứ hai là để bảo vệ lợi ích của Nga; thứ ba là để gieo lòng tin cho những người dân nói tiếng Nga ở Ukraine".

Tôi thật hụt hẫng với lập luận này của ông. Điều thứ hai thì tôi đã nói, còn điều mà ông gọi là cảnh báo chính quyền Kiev làm tôi đau lòng không thể tả. Đâu đó cái câu "dạy cho Việt Nam một bài học" lại vang vang trong óc tôi khi Trung Quốc cũng kéo quân sang biên giới cảnh báo Việt Nam. Còn gieo lòng tin vào người dân nói tiếng Nga thì rất trùng hợp với lòng tin của nạn kiều nói tiếng Hoa vào thập niên 80 sau chiến tranh biên giới.

Tôi cố nhịn để không bật ra tiếng thét khi đọc những giòng chữ ghi lại những điều ông nói: "...trong khi đó, chính quyền Ukraine đang suy sụp, nhận viện trợ từ Nga và đang nợ tiền khí đốt của Nga. Tình hình thực tế đã cho thấy rằng, bài toán kinh tế của Ukraine gắn chặt với Nga như "anh em sinh đôi". Vì thế, mọi hành động chống lại Nga của Kiev đều khiến cho Mátxơcơva khó chấp nhận".

Vâng, sự thật đó đang xảy ra tại Việt Nam ngày nay chứ không đâu khác. Khác chăng là cái tên "Việt Nam Trung Quốc là anh em sinh đôi" mà thôi. Nợ Trung Quốc trong các dự án, nhập siêu hàng năm đã thành cái thước đo lòng trung thành của Việt Nam đối với mẫu quốc. Bài toán kinh tế Việt Nam đang gắn chặt với Trung Quốc hơn bao giờ hết và vì vậy mọi hành động chống lại Trung Quốc của Việt Nam không thể nào khiến Bắc Kinh chấp nhận.

Nếu ai đó đặt hai đoạn văn liền nhau ông nghĩ rằng ai là người đã viết đoạn văn thứ hai thưa ông?

Và đây cái vấn đề mà mọi người đang giận dữ:

Ông nói: "Còn việc quân đội Nga vẫn cứ hiện diện ở Crimea là chuyện hoàn toàn bình thường vì họ có quyền đó, theo một

Hiệp ước họ đã ký với Ukraine thì sự hiện diện này là hợp pháp cho đến khi thời hạn ký kết thúc vào năm 2042".

Cái hiệp ước mà ông nói là Nga đã ký với Ukraine có tương tự với hiệp ước bí mật Hội nghị Thành Đô của Việt Nam với Trung Quốc hay không thưa ông? Và nếu sự thật đúng như vậy thì còn gì phải bàn cãi khi Trung Quốc tiến vào Việt Nam, ở lại hợp pháp và bình thường cho đến cái thời hạn mà không một người dân Việt Nam nào biết?

Người dân Việt thì lo sợ như vậy nhưng tụi Tây, những nước mà ông gọi là chém gió thì họ không lo lắng như chúng tôi. Họ có sách vở chứng từ và lời nói của họ là chém vào ông Putin chứ không chém gió.

Bà Angela Merkel thủ tướng Đức nói thẳng với Putin rằng sự tiến quân của Nga vào Crimea là một vi phạm nặng nề bản ghi nhớ Budapest năm 1994 về đảm bảo an ninh, đã được Anh, Ukraine, Nga và Mỹ ký kết với nhau, trong đó Nga đã cam kết tôn trọng độc lập và chủ quyền của Ukraine ở các biên giới đang có. Bà Merkel cũng nhấn mạnh đến hiệp ước năm 1997 về Hạm đội Biển Đen của Nga, đang đóng quân tại Crimea. Bà thủ tướng Merkel đã yêu cầu ông Putin phải tôn trọng sự toàn vẹn lãnh thổ của Ukraine.

Tôi không tin rằng ông biết nhiều hơn bà Thủ tướng Đức mặc dù ông đã lên tới cấp tướng và vì vậy những lời phát biểu của ông chỉ là suy diễn.

Tin mới nhất mà tờ Thanh Niên vừa loan tải cho biết: "Tại cuộc họp báo ngày 4/3 ở Moskva, Tổng thống Nga Vladimir Putin nói về vấn đề các đơn vị vũ trang đã kiểm soát chính quyền tại Crưm, nói rằng đó chỉ là những "lực lượng tự vệ địa phương" đồng thời bác bỏ tin cho rằng đó là binh sỹ Nga.

Tổng thống Putin cho biết ông đã ra lệnh cho Chính phủ Nga duy trì quan hệ với chính phủ tạm quyền Ukraine, mà cụ thể là các ông Yatsenyuk và Turchynov.

Về số phận của cộng đồng thiểu số nói tiếng Nga ở khu vực miền Tây Ukraine, ông Putin nhấn mạnh: "Chính phủ tạm quyền Ukraine phải đảm bảo an ninh cho tất cả các công dân của đất nước".

Những tuyên bố không còn gai góc của ông Putin hình như bác bỏ hoàn toàn thuyết "bình thường" của ông và như vậy phương Tây và Eu đã chém trúng chứ đâu phải chém gió?

Nhưng trúng gió hay trúng người không phải là vấn đề của tôi và rất nhiều người nữa quan tâm đến bài phỏng vấn của ông với báo chí.

Sự bênh vực một cách nhiệt tình tổng thống Vladimir Putin của ông có thể giải thích được. Nó tích lũy từ chuyên môn tuyên huấn mà ông từng dạy cho học viên cộng với sự hâm mộ một nước Nga vĩ đại từ thời Lenin đã ăn sâu vào tâm trí những ai được Liên Xô đào tạo. Nhiệt thành và hết lòng với quá khứ là một đức tính tốt nếu lòng nhiệt thành tận tụy ấy không mù quáng cộng thói quen nâng quan điểm một cách bất thường.

Hơn nữa lòng nhiệt thành này không kém chút nào với những bài đả kích Trung Quốc như ông từng viết.

Sự ca tụng Putin là dễ hiểu và cũng dễ bỏ qua nếu nó không phản ảnh một thực tế khác mà lòng dân đang đau đáu lo âu về một sự xâm lăng được báo trước.

Là một chính khách nhưng ông đã quên sự liên kết có tính logic khi bênh vực cho sự xâm lăng của Nga đối với Crimea và sẽ tiến tới "giải thoát người Nga tại Ukraine". Trường hợp này sẽ rất giống với hoàn cảnh của Việt Nam và Trung Quốc.

Một ngày nào đó không xa, khi Biển Đông thật sự dậy sóng và Trung Quốc kéo quân vào Việt Nam để bảo vệ Hoa kiều như từng làm trước đây, thì lúc ấy tôi tin rằng với một người yêu nước như ông sẽ không gì đau hơn khi bọn người ấy lấy ngay bài viết này tới tận nhà ông yêu cầu ông đọc trên đài phát thanh Tiếng Nói Việt Nam như một lời hiệu triệu quần chúng nhân dân thì ông nghĩ sao?

Lúc ấy tôi e rằng ông rất ân hận về sự chém gió của mình và điều bất hạnh nhất đối với ông và cả dân tộc này: cái sự tưởng là chém gió ấy lại là lưỡi gươm bén chém vào thân xác đớn đau của đất nước.

Có những loại côn đồ chỉ cầm đá khi được thuê.
khác với côn đồ mang mặt nạ trí thức
không ai thuê nhưng tự nguyện làm gia nô.
Cầm đá có khi đáng tha thứ hơn loại côn đồ cầm bút

Côn đồ cầm đá và côn đồ cầm bút

Tình trạng công an thuê mướn côn đồ để đối phó với dân oan trong các vụ như Văn Giang, Dương Nội cho phép người dân thấy rõ hơn phía sau những khẩu hiệu đẹp đẽ của cơ quan tuyên truyền vẫn còn lại những hình ảnh mà lịch sử còn rùng mình khi viết lại: cải cách ruộng đất.

Dựa theo mô hình "thổ địa cải cách" của Trung Quốc, Việt Nam sao chép nguyên văn vào cải cách ruộng đất và chịu sự cố vấn trực tiếp của cán bộ đến từ Trung Quốc.

Do thiếu cán bộ, lại bị cố vấn Trung Quốc thúc ép cần tiến hành nhanh chóng việc lấy đất đai để chia cho người dân, Đảng Lao động Việt Nam chấp nhận lôi kéo thêm bọn du hủ du thực, bần cố nông bổ xung vào lực lượng lùng bắt và đấu tố người dân. Lợi dụng cơ hội này, bọn khố rách áo ôm, vốn căm thù người có của ăn của để đã tận lực giết người để trả thù và luôn tiện cướp tài sản của những nạn nhân này.

Lúc ấy người dân không dùng từ côn đồ như ngày nay thay vào đó là nhóm từ "đội cải cách". Nghe rất tao nhã và đầy tinh thần cách mạng. Bọn cải cách đi thành từng đoàn kéo nhau tới mỗi ngôi nhà bị gán ghép hai tiếng địa chủ. Cửa mở và người bị bắt, bị trói bị đấu tố và sau đó đa số bị hành hình.

Theo sau sau bọn côn đồ "cải cách" này là những cán bộ nòng cốt tuy làm ra vẻ không dính gì tới sự bức xúc của "nhân dân" nhưng nhất cử nhất động của bọn "bần cố nông" ấy đều được chỉ đạo, dẫn dắt bởi cán bộ cốt cán đã được đào tạo bài bản có người còn được gửi sang tận Trung Quốc học tập phong trào "thổ địa cải cách" của nước anh em này.

Sau cuộc giết chóc đẫm máu ấy, Bộ chính trị tự kiểm điểm nhưng người chết cũng không làm sao sống lại được. Cán bộ hoán chuyển đi chỗ này chỗ khác, vẫn thăng quan tiến chức và bọn côn đồ bị lợi dụng làm cách mạng trở về với gốc gác của chúng, mèo lại hoàn mèo.

Có người tưởng sau kinh nghiệm máu xương đó chính quyền sẽ không bao giờ sử dụng bọn người đầu trâu mặt ngựa này cho dù rơi vào bất cứ hoàn cảnh nào đi chăng nữa. Tuy nhiên, lịch sử lập lại. Kể từ vụ tranh chấp đất đai của giáo xứ Thái Hà, một nhóm từ mới xuất hiện mang tên "quần chúng tự phát" công khai vào nhà thờ đi thẳng lên cung thánh dí thuốc lá vào giáo dân, linh mục như chỗ không người...

Đám quần chúng đặc biệt ấy có mặt hầu như khắp những nơi có tranh chấp đất đai tại miền Bắc. Cho tới khi Dương Nội, Văn Giang chứng minh rằng "quần chúng tự phát" ấy là côn đồ từ Hải Phòng thuê xe về tới Hà Nội để bênh vực nhà nước hay các doanh nghiệp!

Cuộc chơi này không một tờ báo nào lên tiếng và công an tiếp tục thuê mướn côn đồ để xử lý những gì mà một nhân viên chính phủ không thể làm được trước mặt dân chúng.

Bài bản tránh ra mặt trực tiếp đàn áp đánh dập người dân để khỏi mang tiếng với thế giới nay không còn hiệu nghiệm trong thời đại I-phone. Côn đồ hiện nguyên hình và bị người dân quay video clip tung lên mạng để khắp thế giới nhìn vào.

Từ câu chuyện những người đàn bà bịt mặt lén tấn công mẹ của một trong 14 thanh niên công giáo trong vụ xử phúc thẩm cho đến cũng những người đàn bà bịt mặt ấy ném đá vào công an tại Mỹ Yên để công an có cớ tấn công giáo dân tại đây đã làm bộ mặt công an Nghệ An lem luốc hơn lúc nào hết.

Côn đồ thì ném đá còn kẻ cầm bút thì sao?

Thay vì chấp nhận sự im lặng, truyền thông nhà nước lại mở hết công suất cho một chiến dịch không mấy lương thiện tiếp tục vu khống rằng chính người dân Mỹ Yên là tác nhân chống lại nhà nước, chế độ. Bọn người được thuê ném đá bị bỏ quên trong mọi bài báo và người dân không công giáo tại Nghệ An cùng nhiều nơi khác tiếp tục bơi trong hỏa mù của hệ thống loa phường nhà nước.

Sau khi Mỹ Yên nổ ra, báo chí ồ ạt đưa ra những bài viết một chiều, gán ghép và tạo dựng những tình tiết không thể kiểm chứng để đánh phá cộng đồng công giáo thuộc giáo phận Vinh.

Giống như câu chuyện của ông Lê Hiếu Đằng vẫn còn in hằn trên những trang mạng Internet. Khi bài viết của ông xuất hiện đòi hỏi thành lập một đảng đối trọng với Đảng Cộng sản Việt Nam thì ngay lập tức nhận được sự cổ vũ mạnh mẽ của những người yêu chuộng sự đổi mới trong chính trị bên cạnh đó là những kẻ ném đá ông bất kể lý luận hay sự tôn trọng tối thiểu của một người cầm bút.

Báo Nhân Dân của Đảng cảm thấy người trong hệ thống viết bài phản biện chưa đủ mạnh nên đã đăng bài của một tay bút Việt kiều mãi tận Texas với lời lẽ hằn học, chuyên chính cùng các mẫu lý luận quen thuộc của một kẻ suốt đời theo đảng. Dư luận nghi ngờ bút danh Amari TX vì nhiều lý do, thứ nhất Amari là một cái tên có nguồn gốc Hy Lạp khá xa lạ với cách mà Việt Kiều chọn làm tên thứ hai cho mình.

Hai nữa, Việt kiều Amari TX không thể thấm nhuần chính trị Việt Nam như một đảng viên đang công tác trong ngành tuyên huấn. Từ những chi tiết ấy, Amari TX vào một ngày đẹp trời đã bị phát hiện là kẻ giả danh, một loại côn đồ đội lốt Việt kiều để ném đá vào người bất đồng chính kiến.

Kẻ côn đồ cầm viết ấy bị trang blog Tâm Sự Y Giáo vạch ra chính là TS Hoàng Văn Lễ, Tổng biên tập Tạp chí Sổ tay xây dựng Đảng. Bài viết xuất hiện trên tờ Nhân Dân dưới cái tên Amari TX đích thật là của ông ta.

Nhà báo Phạm Chí Dũng còn liệt kê ra một loạt những cái tên mà TS Hoàng Văn Lễ tự nhân bản. ông Lễ là tác giả của các bài viết trên báo Sài Gòn Giải Phóng cũng chính là Mai Hoàng Kiên tức Trung Thành tức Tuyên Trần tức Tường Anh tức Trần Mai tức Hữu Đức tức Trọng Linh tức Khánh Sơn "ad libitum" trên các báo Đảng.

Nhân bản bài viết của mình lên cho thành nhiều người, nhiều ý kiến bất đồng là cách làm thiếu lương thiện của một người cầm viết đang khi bút chiến với người khác. Khi nhân bản lên thành nhiều người đương nhiên ngòi bút Hoàng Văn Lễ đã có đồng minh trên một luận cứ nào đó và như vậy cuộc tranh luận trở thành gian trá.

Ném đá dấu tay là câu tục ngữ dùng để chỉ trường hợp bất chính này.

Côn đồ ném đá giáo dân vì được thuê 5-7 trăm ngàn một ngày, còn TS Lễ ném đá ông Lê Hiếu Đằng thì được thuê bao nhiêu mà cam tâm làm điều sai trái như vậy?

Một nhà nước pháp quyền sẽ không thể chấp nhận cách đối phó hạ đẳng này của cán bộ các cấp đối với một bộ phận dân tộc. Những người giáo dân, những đảng viên bất đồng chính kiến ấy chỉ có thể thương lượng, đối thoại bằng những con người thật sự lo lắng cho số phận đất nước chứ không phải chăm chăm vào bóng tối của hai từ phản động để sẵn sàng cầm đá ném vào họ.

Đừng để viên đá nhà nước ném đi gây cho hòn chì nhân dân ném lại. Nhà nước không thể tự hạ mình xuống ngang hàng với thành phần bất hảo để lợi dụng chúng giải quyết một vấn đề có tính lịch sử. Kể cả khi sự việc được dẹp yên bằng sức mạnh thì cũng chẳng ai có thể vỗ tay khen ngợi cho chính sách ném đá dấu tay này.

Nhân tiện gửi học trò cũ tên Phước

Tôi năm nay đã gần tám mươi, gần năm mươi năm dạy học trong hai chế độ. Học trò ngót ngét ngàn em có đứa giỏi đứa dở. Đứa khôn lanh không ít, mà đứa chậm chạp tối dạ cũng nhiều, nhưng tôi may mắn chưa thấy đứa nào xảo ngôn, bẻm mép và ác tâm.

Con nhiều phải có đứa này đứa khác, học trò cũng vậy, thấy trò nào chăm học thì thương, đứa nào xuất sắc thì hãnh diện. Trong từng ấy năm tôi chưa biết giận đứa nào đến mức không nhìn mặt hay rầy la một cách quá đáng. Tôi quan niệm học trò cũng như con mình và vẫn bảo lưu ý nghĩ này vì với tụi nhỏ, sự quấn quýt của chúng trong những dịp lễ lạc hay trước khi nghỉ hè hay vào lúc tựu trường không thể cho tôi cảm giác nào khác hơn.

Ngày 20 tháng 11 năm nay gia đình tôi có khá nhiều trò tới thăm. Có đứa tận Ban Mê Thuột về mua bán gì đó ở Sài Gòn nhân tiện ghé nhà. Nhìn bụi đỏ bám hai gấu quần của trò Th. mà tôi xốn xang. Trò này hồi xưa rất giỏi môn toán mà không biết sao lại không giỏi khi ra đời làm ăn, cứ buôn bán là lỗ và cả nhà của nó nheo nhóc tội nghiệp vô cùng.

Trò Ng. từ Đà Nẵng vào cho tôi biết em làm ăn cũng đỡ hơn mấy năm trước và hiện nay đang là chủ một doanh nghiệp may gia công. Ng. mang tặng vợ chồng tôi hai bộ đồ do doanh nghiệp của trò may và mắt nó sáng lên khi nói về tương lai của công ty. Tôi mừng, ngồi vuốt bộ quần áo trên tay như muốn chúng biết là tôi cảm động lắm. Cảm động muốn khóc chứ không phải chơi.

Trong hôm gặp mặt này, Ng. tuy hớn hở cho biết là công việc của nó trôi chảy lắm nhưng không hiểu sao trong mắt nó lại có điều gì đó không vui. Tôi chú ý và thấy việc này nên sau khi bọn trẻ chia tay tôi nói nhỏ với Ng. rằng thầy muốn nói chuyện riêng với em. Ng. ngồi lại và việc đầu tiên em tới chiếc vi tính của gia đình tôi, đánh một địa chỉ vào đó và kéo tôi lại nhìn...

Trong khi tôi xem trang web này thì Ng. kể cho tôi câu chuyện về chủ nhân của trang web. Thì ra nó là một trong nhiều học trò của tôi hồi xưa. Nó học chung lớp với Ng. trong những năm trước giải phóng và lâu lắm rồi không nghe đứa nào nhắc nhở tên nó trước mặt tôi. Ng. kể những việc xảy ra trong mấy ngày gần đây và ngập ngừng nói với tôi, thầy đừng để tâm chi cho mệt, thằng này đã có tánh tình này từ hồi còn đi học. Nó tên là Hoàng Hữu Phước, đương kim đại biểu Quốc hội của Việt Nam trong khóa 13 này.

Tôi ngồi nghe Ng. kể mà lòng cứ ngổn ngang vừa buồn vừa xấu hổ. Tôi gượng gạo nói với Ng. là mỗi đứa mỗi tính, thầy không trách gì nó và trước tiên là thầy thấy phải cần tự trách mình. Ng. ra về và tôi không tài nào chợp mắt suốt đêm ấy.

Tôi quyết định viết bức thư này cho anh học trò cũ Hoàng Hữu Phước sau khi đọc tất cả những gì mà trang web của anh ghi lại, kể cả việc Hoàng Hữu Phước vừa có bài phát biểu trước quốc hội về Luật biểu tình và lập hội. Tôi cũng đọc bài viết của Phước về Cù Huy Hà Vũ, Sadam Hussen... về đa đảng, về tiếng

Anh và tiếng Việt...càng đọc trí óc tôi càng mù mịt trước những lập luận, nhận định hay kết luận của Phước.

Do không thể tập trung, sáng hôm nay thầy mới ngồi trước bàn viết gửi cho Phước những dòng này với tâm niệm được chia sẻ với trò vài điều cuối cùng trước khi nhắm mắt.

Phước ơi, sau khi đọc tất cả những bài viết của trò thầy thấy rằng kiến thức mà trò góp nhặt để đưa vào các bài viết hoàn toàn có chủ tâm nhằm gây sự chú ý của một nhóm nhỏ lãnh đạo bảo thủ luôn muốn cho người dân im lặng đang cầm quyền hiện nay.

Thầy nói đó là nhóm nhỏ vì nhìn chung xã hội ngày nay đã khác rất xa ngày mà thầy trò mình tới trường dạy và nhìn nhau học trong không khí hết sức đáng sợ. Chắc lúc đó trò không bao giờ nghĩ đến một lúc nào đó chính trò sẽ viết những dòng chữ kêu gọi cả nước hãy ngưng nghĩ đến chuyện đa đảng, trong khi mọi khuynh hướng dân chủ của thế giới đã hướng tới điều mà người dân mong đợi. Điều mong đợi đó thầy trò mình đã từng vào năm 1978, khi trò tới trường với tâm sự trĩu đầy và báo cho thầy biết trò không đi nước ngoài được do nhà nghèo và phải nuôi mẹ.

Thầy biết người anh rễ của trò là một dân biểu trước năm 1975 do trò kể và hiện nay gia đình của ông này vẫn còn bên Mỹ. Thầy trò mình sau đó không còn gặp nhau mặc dù vẫn sống tại Sài Gòn này.

Thầy thật sự đau lòng khi trò viết trong bài : "Tại sao Việt Nam không cần đa đảng". Sau khi mạt sát Phan Bội Châu trò quay sang kể tội những người có chủ kiến đòi đa đảng, trong đó có người anh rễ của trò. Trò viết:

"tất cả các phe nhóm và đảng phái chính trị đều hoặc làm tay sai cho Pháp hay Nhật hay Hoa hay Mỹ, hoặc tự bươn chải chỉ

biết dùng nước mắt bạc nhược cố tìm "đường cứu nước" (như Phan Bội Châu khóc lóc với Lương Khải Siêu [2] khi nhờ Lương Khải Siêu giới thiệu với Nhật xin giúp kéo quân sang Việt Nam đánh Pháp, mà không biết mình rất có thể đã "cõng rắn cắn gà nhà", "rước voi về dày mả tổ", mở đường cho sự quan tâm của Quân Phiệt Nhật tàn bạo đánh chiếm và giết chết nhiều triệu người Việt Nam sau này, và phải nhờ Lương Khải Siêu ban phát cho lời khuyên can mới hiểu ra sự nguy hiểm của lời yêu cầu Nhật đem quân đến Việt Nam giúp đánh Pháp), và tất cả đều chống Cộng. Chỉ có Đảng Cộng Sản Việt Nam đánh thắng tất cả, tạo dựng nên đất nước Việt Nam thống nhất, nên việc "đòi quyền lợi" hay "đòi quyền tham chính" của tất cả các cá nhân, tất cả các phe nhóm chính trị bên ngoài Đảng Cộng Sản Việt Nam là điều không tưởng, vô duyên, khôi hài và bất công, nếu không muốn nói là hành vi bất lương của kẻ cướp muốn thụ hưởng quyền lực chính trị trong khi đã không có bất kỳ công sức đóng góp nào cho Đảng Cộng Sản Việt Nam, ngoài sự chống phá ngay từ bản chất."

Trò đã dùng thứ ngôn ngữ "phanh thây uống máu quân thù" để phỉ báng quá nhiều người trong một vấn đề mà trò tỏ ra còn quá non nớt, nếu không muốn nói là lệch lạc và đầy ngộ nhận. Thầy rất sẵn lòng trao đổi thêm với trò nếu có cơ hội để trò thấy rằng đa đảng không phải là điều gì ghê gớm đến nỗi trò phải nói hộ cho những người cố bám víu vào cái đảng đã tỏ ra thiếu sức sống và mục ruỗng từ lý luận tới nghị quyết và đang đưa toàn dân tộc vào thế cùng trong hoàn cảnh hiện nay.

Tuy nhiên thầy không có mục đích bàn việc nên hay không nên đa đảng, thầy chỉ nhắc cho trò nhớ thái độ "mục hạ vô nhân" không phải là thái độ của người trí thức. Chỉ có người tưởng mình là trí thức với mảnh bằng cử nhân nhỏ bé cộng với cái bằng chưa biết do ai cấp là thạc sĩ kinh doanh quốc tế của

304

mình mà trò đã táo tợn khinh rẻ, miệt thị cả một nửa dân tộc thì còn ai dám cho trò là một trí thức nữa?

Thầy nói một nửa dân tộc vì còn khiêm nhường chứ nếu cứ đi hỏi tất cả người dân thì họ sẽ trả lời cho trò biết sẽ nhiều lần hơn thế.

Thầy nói vậy vì trò viết như đinh đóng cột là: *"Người Việt Nam yêu sự công bằng nên không ai chấp nhận đa đảng. Bất kỳ ai nói nhặng lên về đa đảng đích thị là phường gian manh muốn ngồi mát ăn bát vàng, hoặc phường Việt gian tay sai Hoa-Mỹ, và do đó không thuộc cộng đồng người dân Việt chân chính".*

Thầy muốn nói cho trò biết là trong những người mà trò nói đó không có hai vợ chồng thầy, vậy thì "chúng thầy" không phải là người Việt chân chính và thậm chí gian manh hay sao?

Bước xa hơn và kinh khủng hơn trò viết như thế này: *"Mỹ kiêng sợ Trung Quốc đến độ nhiều chục năm qua không bao giờ dám gọi đồng minh Đài Loan là quốc gia. Thái Lan kiêng sợ Trung Quốc. Thế giới kiêng sợ Trung Quốc. Trung Quốc không sợ bất kỳ quân đội nào của thế giới. Trung Quốc chiếm Hoàng Sa đánh tan các chiến hạm Việt Nam Cộng Hòa ngay trước mũi Đệ Thất Hạm Đội hùng hậu của Hoa Kỳ."*

Trò Phước ơi, không những trò bị chứng hoang tưởng quá nặng mà còn manh nha phản quốc nữa. Câu này đáng lẽ dành cho một "học giả" Trung Quốc mới đúng cớ sao lại ký tên người học trò cũ của thầy với đầy đủ chứng cứ quốc tịch Việt Nam?

Để làm cho câu nói thầy vừa trích ấn tượng hơn, trò vuốt đuôi Việt Nam bằng một câu khác, còn cháy bỏng hơn câu khi nãy: *"Trung Quốc chỉ sợ quân đội của Đảng Cộng Sản Việt Nam".*

Trò ơi, kiến thức về lịch sử của trò thua quá xa đàn em sau này mặc dù nhiều đứa trong chúng không có bằng cấp như trò.

Trò mang tội lớn thứ hai là ru ngủ lãnh đạo Việt Nam với mưu toan gì? Nếu Trung Quốc sợ Việt nam như thế thì họ đã không cho Việt Nam một bài học năm 1979. Họ cũng sẽ không dám công khai đánh chiếm đảo Gạc Ma năm 1988 và họ cũng không dám giết ngư dân Việt Nam trong nhiều năm gần đây như vậy.

Trò miệt thị những người lính Việt Nam Cộng hòa để lấy lòng ai vậy? Đảng Cộng sản Việt Nam hay Đảng Cộng sản Trung Quốc? Cho dù đảng nào thì trò cũng chỉ nhận được một sự khinh bỉ, vì cả hai đều là bậc thầy trong việc thu nhận những kẻ phản phúc u mê để dùng chúng vào một giai đoạn nào đó mà thôi.

Tin thầy đi, trò đang được cả hai Đảng chú ý như một nhân tố mới, hiếm thấy trong xã hội hiện nay khi cả hai đang cố tìm những khuôn mặt bất ngờ như trò mà tìm không ra. May cho Đảng cộng sản Việt Nam, họ đã phát hiện ra trò và phần thưởng mà trò có hiện nay đáng cho thầy phải xấu hổ.

Thầy nói xấu hổ vì rõ ràng trò ngoa ngôn để tiến thân vào cái cơ quan tuy không được tiếng tốt nhưng dù sao vẫn là biểu tượng dân chủ của Việt Nam.

Trò hãnh diện lớn tiếng đòi bỏ hai cái quyền phổ quát nhất của tất cả nền dân chủ trên thế giới là quyền Biểu tình và Lập hội. Trò cũng dùng lại cái bài cũ là "nhân dân Việt Nam không cần hai cái luật này" rồi sau đó trò chứng minh trước hơn 85 triệu người Việt Nam là chính trò nghe những lời miệt thị, nguyền rủa người biểu tình chống Trung Quốc tại Sài Gòn.

Phước ơi, trò càng lúc càng đi sâu hơn vào tội phản quốc. Trò gọi người biểu tình chống Trung Quốc là đáng bị nguyền rủa vì cản trở họ không làm ăn được. Thầy muốn nói cho trò biết rằng trò không thể dối trá khi tạo ra một câu chuyện không tưởng để lấp liếm hay tô màu cho cái lý luận rẻ tiền của trò.

Không người Việt Nam nào có lý trí lại chửi bới, xúc xiểm đồng bào mình khi người biểu tình đang làm một việc thế cho họ: biểu tình chống Trung Quốc xâm lược.

Cho dù có khổ sở bao nhiêu chăng nữa thì lòng yêu tổ quốc vẫn mạnh hơn nồi cơm của họ, bởi mất nước thì nồi cơm kia có còn không?

Trò không thể nói cho mọi người biết lúc đó là ngày nào, mấy giờ, góc đường nào và có bao nhiêu người biểu tình phải không? Thầy chắc rằng với một người có tâm địa như trò thì làm sao dám ra đường hòa với người biểu tình mà ghi nhận câu chuyện dối trá này?

Bài cuối cùng mà thầy đọc trên website của trò là bài viết trả lời về những việc xảy ra trước bài phát biểu của trò tại nghị trường Quốc hội. Đây là sai phạm thứ hai sau khi sai phạm thứ nhất chưa được dư luận tha thứ. Lần này thì trò dùng mớ học vấn hỗn tạp của mình để chứng minh về cái mà trò gọi là sự trong sáng của tiếng Việt được trò diễn giải bằng cung cách tiếng Anh theo thói quen mà trò tự hào là tiếng Anh rất chuẩn của trò khi nói về "dân trí".

Càng chứng minh trò càng rơi sâu hơn vào cái rọ do chính trò tạo ra và thầy thật sự ngạc nhiên chứ không còn giận nữa. Thầy thấy trò vừa vĩ cuồng vừa u mê. Vừa ngốc nghếch vừa muốn chứng tỏ mình thông thái. Ai đời trò mang cái bao thư mà cả nước đang "nguyền rủa" ra làm sự hãnh diện khi viết trong bài "Giao Thoa Ngôn Ngữ Việt – Anh và Thực Chất Vấn Đề Giữ Gìn Sự Trong Sáng Của Tiếng Việt" do trò "sáng tác" như sau:

"Bài của tôi, kẻ "ngoại đạo" chầu rìa bên ngoài ngưỡng cửa hàn lâm của ngôn ngữ Việt, được chọn đăng mà không có bài

của vị tiến sĩ ấy; và vì được chọn đăng, tôi nhận được phong bì bồi dưỡng dày hơn."

Vô phúc cho cái trường mà trò mang lên để chứng minh cho sự thông thái của trò. Bề dày của tiền không thể nói lên giá trị của bài viết mà trò được chọn. Sự lớn lối của trò khi cho rằng tiếng Việt cần viết lại theo ngôn ngữ tiếng Anh mới thể hiện được sự trong sáng của nó gây cho thầy cảm tưởng đây là sự khoa trương vốn liếng tiếng Anh chỉ đạt cấp cử nhân của trò chứ không ngoài mục đích nào khác, vì vậy theo lời kể của trò bài viết bị ông Tiến Sĩ nào đó bác bỏ là quá đúng chứ bàn cãi vào đâu nữa?

Cử nhân tiếng Anh tốt nghiệp từ Việt Nam đâu thiếu gì anh chỉ nghe rồi ngọng không nói được? nó hơn gì một học sinh tú tài tại Mỹ đâu mà khoe nhặng xị lên như thế? Có cử nhân tiếng Anh mà đòi nói chuyện áp dụng tiếng Anh để sửa tiếng Việt thì thật là dại khờ và nông nổi.

Bao thư gọi là bồi dưỡng đó phải hiểu chính xác là dùng để thưởng công cho một bồi bút mới nổi dưới cái vỏ doanh nghiệp. Ai dám đoan chắc rằng số tiền trong bao thư không phải là do trò cung cấp sau khi người phát cho trò đã được phép rút đi hơn phân nửa?

Trò tự vạch áo cho người xem thẹo chứ có ai làm gì trò đâu? Và đây nữa: *"Trong khi có một vị còn nhớ đến tôi, nhà giáo cách nay hơn 20 năm, đến bắt tay chào, hỏi han, tâm sự về thế cuộc xoay vần của giáo dục nước nhà, thì đa số vẫn nhìn tôi ghẻ lạnh như thể tại sao một tên doanh nhân lại dám xuất đầu lộ diện giữa tháp ngà ngôn ngữ học."*

Đây là câu hay nhất của hàng chục ngàn chữ trong website của trò. Đúng đến từ centimet. Đúng nhưng trò không thấy để mà tự hào.

308

Viết đến đây thầy không còn cảm thấy thích thú muốn viết nữa vì biết rằng dù có đọc được bài này thì trò vẫn như cũ. Thầy dám khẳng định như vậy bởi sự đạp đổ tất cả giá trị vĩnh cửu để tiến thân của trò là quá hiển nhiên. Khi một con người như vậy thì lời nói của một ông giáo già sắp chết như thầy liệu có ý nghĩa gì?

Thì thôi thầy sẽ gửi cho mấy đứa khác, trong đó có vài đứa học cùng lớp với trò để chúng nó tự tránh vết xe của trò. Vết xe đáng gọi là sự xấu hổ của dân tộc. Sự xấu hổ lây lan tới hơn bốn trăm người ngồi trong cái tòa nhà kia trong đó có cả ông nghị Dương Trung Quốc mà thầy rất kính trọng, khi ông đem kiến thức và lòng yêu nước của mình phản bác với một kẻ vô lại là trò, Hoàng Hữu Phước.

Thầy cũng xin tự nhận một phần trách nhiệm. Trách nhiệm này nếu chia đều ra cho tất cả mọi ông thầy khác trong suốt quá trình đào tạo trò trở thành một trí thức hỗ lốn kể như không nặng nề gì. Thì thôi, coi như nỗi buồn của ngày 20 tháng 11 năm 2011.

Thầy nhờ cô học trò ít tuổi hơn trò đăng bài viết này ở đâu cũng được, như một di ngôn của thầy với chút lòng thọ tội với tổ tiên vì đã trót làm thầy cho anh học trò mang tên Hoàng Hữu Phước.

Tái bút của Cánh Cò: *Do thầy không muốn nhắc gì tới ông và cũng không muốn đề tên thật, nhưng tôi nhắc cho ông rằng nhà thầy ở chung cư nơi hồi xưa có lần tôi cho ông quá giang tới thăm thầy.*

Cái chết của loa phường

N hư hầu hết các nước Cộng sản, Việt Nam có chế độ loa phường rất hữu hiệu trong việc tuyên truyền chính sách của nhà nước tới người dân. Những chiếc loa ấy dù có ghét hay thích thì nó vẫn cứ loe lóe vào các giờ giấc nhất định trong ngày.

Thường là lúc người dân chuẩn bị ra đồng, tới sở vào lúc 5 giờ rưỡi sáng và sau khi mệt mỏi quay lại nhà vào 7 giờ tối. Hai thời điểm quan trọng ấy bị chiếc loa phường chiếm hữu từ nhiều chục năm qua, lâu dần không ai có ý tưởng mình bị sách nhiễu, bị nghe những điều không muốn nghe và sống cùng với những dối trá của nó mà không thắc mắc.

Sự dối trá của những chiếc loa phường không nằm một chỗ, nó lan ra xã hội và thâm nhập vào đời sống thường nhật của người dân, hình thành một loại văn hóa lừa đảo ăn sâu, bắt rễ trong nhiều thành phần quần chúng. Sự dối trá xuất hiện cả trong giới có học, được giáo dục trong môi trường xã hội chủ nghĩa nhưng cách ăn nói, viết lách lại không khác mấy với ngôn ngữ của loa phường.

Chỉ khác một điều loa phường tuy xảo trá nhưng không hỗn hào, hay cao ngạo dạy đời. Khác với những kẻ ăn theo phương pháp loa phường nhưng không biết giới hạn của ngôn ngữ. Những kẻ này lên tay xuống ngón mạt sát người khác với từ ngữ hạ đẳng nhất mà ngay cả một chiếc loa phường tuy làm bằng sắt cũng phải xấu hổ.

Một trong những chiếc loa miệng có bằng cấp ấy có tên là Đông La.

Đông La là bản sao không hoàn hảo của một chiếc loa phường made in Vietnam. Đông La không phải là viên chức chính phủ nhưng có tâm lý yêu đảng, yêu chế độ cuồng nhiệt vượt xa tất cả cán bộ tuyên giáo cao nhất nước. Đông La mở trang blog riêng chỉ với mục đích: chửi bới, bươi móc tất cả những ai có hoạt động hay bài viết phản biện lại các chính sách sai trái của nhà nước. Đông La tự nguyện làm rào chắn mọi tấn công từ xã hội bằng một thứ vũ khí duy nhất của Chí Phèo: chửi.

Đông La chửi từ người lớn tuổi nhất là Giáo Sư Huệ Chi cho tới người nhỏ tuổi nhất là nhà văn, giảng viên Nhã Thuyên với cùng một ngôn ngữ của kẻ ăn mày không được bố thí. Đông La gầm gừ kết án GS Huệ Chi là bập bõm trong bể trí thức, thiếu sáng tạo vì ông Huệ Chi được giáo dục trong một môi trường cổ khi ấy nền đại học của Việt Nam còn phôi thai.

Sau khi chửi bới GS Huệ Chi, Đông La viết: "Không giống như tôi từng phải làm chủ nhiệm đề tài khoa học công nghệ, giải quyết những bài toán mà người ta không làm được. Về văn chương, tôi không chỉ sáng tác văn, thơ mà còn viết phê bình lý luận giàu tính thi pháp học, đến GS Trần Đình Sử, một trong vài người viết nhiều về thi pháp ở VN, còn phải sưu tập."

Rất nhiều loa phường bái phục Đông La về hành động tự sướng này. Loa phường vốn vô tri nhưng tỏ ra hơn hẳn Đông La ở chuyện liêm sỉ.

Năm 2009, Tôn Văn đã vạch cái vốn trí thức khoe mẻ ấy của Đông La trên Talawas: "ông Đông La "bắt rễ, xâu chuỗi" vào nhau để phán: "Trước hết, người ta chỉ phát hiện vũ trụ đang 'giãn nở gia tốc' chứ vũ trụ không 'giãn nở rồi ổn định rồi lại giãn nở gia tốc' như GS Nguyễn Huệ Chi viết" và kết: "sự hiểu biết tiến những bước thần kỳ là hạnh phúc của nhân loại sao lại khiến nhiều người lo lắng thót tim?" Chắc ông khoái chí với cái "dở hơi" "giãn ra rồi... ổn định vào như chơi" của vũ trụ; nhưng tiếc rằng đó chỉ là trí tượng của ông!. Nghĩa là những đòn "thâm hậu" rút ra từ những tri thức vật lý hiện đại của ông coi rất hoành tráng nhưng cuối cùng đều đánh trượt."

Đông La tấn công GS Huệ Chi vì ông và một nhóm trí thức mở trang blog Bauxit.Vn, một trang mạng nổi tiếng tập trung các bài phản biện giá trị mà nhà nước không thể làm gì được vì sự đứng đắn của nó.

Không phải chỉ GS Huệ Chi là được Đông La chú ý hay nhận chỉ thị của Đảng để tấn công. Đông La tỏ ra rất phấn khích khi bất cứ nhân vật nào được cộng đồng chú ý, bàn bạc. Từ TS luật Cù Huy Hà Vũ, luật sư Lê Công Định... cho tới sinh viên trẻ như Phương Uyên hay nhà văn nhà giáo Nhã Thuyên. TS Nguyễn Thị Từ Huy hay nhà phê bình văn học Phạm Xuân Nguyên. Từ nhà văn Nguyễn Quang Lập đến nhà báo Huy Đức. Những khuôn mặt ấy đều được Đông La nghiên cứu, soi mói với cái đầu nhăn nhúm định kiến của loại tư duy nô bộc.

Đông La sung sướng tự nhận mình là văn nô khi tuyên bố trên trang blog Đông La: "Tôi từng tuyên bố là tôi rất muốn làm "văn nô" cho Đảng nếu điều đó giúp cho đất nước ổn định và phát triển và vạch mặt giúp Đảng những kẻ dốt và ác nhưng lại luôn nhân danh đổi mới vì dân vì nước. Tiếc là không được như thế, chính vì vậy, khi viết xong bài Các Mác – một tình yêu bao la, tôi đã phải gởi đăng trên Talawas.

Dù biết rằng trang này cũng chẳng phải dân chủ dân chiếc gì đâu."

Nhiều người khi nghe đến tên Các Mác đã phải bịt miệng lẫn mũi nhưng văn nô Đông La lại viết hẳn một bài về Mác có tên "Các Mác – một tình yêu bao la" thì câu hỏi Đông La là ai xem ra khá thừa thải.

Nhưng cái ông văn nô ấy không chỉ viết mà còn bắt người khác phải như ông ta: biết ơn cái tình yêu bao la ấy qua cách cúc cung tận tụy với chế độ này, một chế độ đang đặt hình ảnh của Các Mác trên bàn thờ tổ quốc.

Đông La thấy tức tối khi TS Nguyễn Thị Từ Huy ký tên phản đối việc bắt giữ TS Cù Huy Hà Vũ. Đông La cố tìm ra một lý do tuyệt vời để lên án bà và gọi đó là hành động ăn cháo đá bát. Đông La cho rằng vì TS Từ Huy đi Pháp du học theo đề án 322 nên bà phải tận tụy làm việc với chính phủ, bất kể cái chính phủ ấy sai trái và lật lọng thế nào.

Đông La đem tư cách quỳ mọp của mình để so sánh với chất trí thức trong sáng của Từ Huy. Cái "bất năng khuất" của người học hành đàng hoàng khác xa với tư cách "năng di" của một anh lái chữ.

"Tôi đã quá ngạc nhiên và tự hỏi cái gì đã làm "hạt giống đỏ" Từ Huy chống lại chính cái thể chế ưu ái, nâng đỡ, bồi đắp cho mình như thế?"

Khi cho rằng TS Nguyễn Thị Từ Huy là "hạt giống đỏ" Đông La đã tố cáo sự hoạt đầu của chính mình. Từng hơn một lần tự nhận "làm chủ nhiệm đề tài khoa học công nghệ" mà lại không biết tính chất của một hạt giống là gì. Hạt giống tự nó không thể từ "đỏ" biến thành "xanh" được nếu không qua một quá trình chuyển đổi sinh học. Tự nhận là một kẻ theo khoa học, Đông La đã lộ mớ kiến thức còm cõi chắp vá.

Xét theo chính trị, Đông La là kẻ phản động vì tố cáo chính phủ đã lạm dụng ngân sách quốc gia để chấp thuận cho các "hạt giống đỏ" được hưởng đề án 322. Xét về mặt chữ nghĩa Đông La dùng từ "hạt giống đỏ" trong ngữ cảnh này là hoàn toàn gượng ép. Điều đó nói lên tính chất hai mặt của một văn nô khi viết về hai người sau này, đó là Nhã Thuyên và Phạm Xuân Nguyên.

Với Nhã Thuyên, Đông La khó lòng dùng ngôn ngữ Chí Phèo vì cô tuy còn trẻ nhưng tài rất lớn. Đông La không đủ chữ nghĩa để viết về một bồ chữ như Nhã Thuyên, nhất là trong lĩnh vực Hậu hiện đại. Mặc dù tự xưng nghiên cứu về lĩnh vực này nhưng Đông La không nắm bắt được cái cốt lõi của nó mà chỉ sờ soạng những điều nhiều người đã viết.

Thiếu kiến thức, thiếu căn bản lý luận về phê bình Hậu hiện đại đã làm Đông La trở thành anh hề trên sân khấu văn học vốn dĩ đầy những tài năng như Lý Đợi, Bùi Chát, những người được xem thành công nhất khi sáng tác theo phong cách Hậu hiện đại của nhóm Mở Miệng chẳng hạn.

Với Phạm Xuân Nguyên thì khác, Đông La lộ hết chân tướng khi mạt sát ông này không tiếc lời sau khi bài viết "Phê bình chỉ điểm" của Phạm Xuân Nguyên xuất hiện. Người ta tự hỏi phải chăng do ghen ghét với chức vụ Hội trưởng hội nhà văn Hà Nội của Phạm Xuân Nguyên đã khiến Đông La quẩn trí?

Có thể, và cũng không thể.

Đông La viết: "Nguyên là một đảng viên, một trưởng phòng của Viện Văn học, đương kim Chủ tịch Hội Nhà Văn Thủ đô Hà Nội. Với dân thường thì như thế là rất to rồi! Một người ở trong thể chế như vậy, hưởng danh hưởng lợi, lại đứng trong đội ngũ tiên phong mà khi được kết nạp phải đọc lời thề cống hiến đến giọt máu cuối cùng cho sự nghiệp của Đảng, nhưng tại sao gần đây Phạm Xuân Nguyên lại có tên trong cái "Danh Sách 72"? Cái danh sách đòi thay đổi Hiến Pháp, đòi bỏ điều 4 hiến định quyền lãnh đạo của Đảng, đòi Lời nói đầu bỏ ý nhắc đến công ơn Đảng, Bác, v.v..."

Đây là phản xạ do bản chất, cứ thấy ai được chế độ trọng dụng nhưng nhưng có thái độ chống đối hay phê phán là Đông La phản ứng. Bài viết có cái tựa rất "lưu manh" mang tên: "Phạm Xuân Nguyên: thằng mù chữ, thằng lưu manh!" không cần phân tích cũng thấy sự "thông thái" của một người tự vỗ ngực cho mình là nhà phê bình văn học như thế nào.

Cuối cùng xin nhắn với ông Đông La nếu vô tình ông đọc được bài viết này: đối với Huy Đức không cần ông phải la làng là tại sao nhà nước chưa bắt giữ anh ta, bởi vì Huy Đức rất khinh bỉ những chỉ điểm của ông, anh ta xem sự điểm đàng của ông là chiếc loa phường không hơn không kém. Không tin ông lật cuốn sách mới nhất mang tên "Bên Thắng Cuộc" của Huy Đức ra xem thì sẽ hiểu, mặt mũi của ông in đầy trên bìa cuốn sách ấy.

Có điều những chiếc loa phường bị so sánh với tư cách của Đông La thì tội nghiệp và không công bằng cho chúng. Hơn nữa chúng cảm thấy sắp bị diệt chủng vì cái mà người ta gọi là Đông La ngày nay.

Ông Trần Nhật Quang chửi ai?

Trong ngày 16 tháng Hai, khi nhóm nhân sĩ, đồng bào tập trung trước tượng đài Lý Thái Tổ để tưởng niệm cuộc chiến tranh biên giới, xuất hiện một ông trùm dư luận viên, đầu đội nón sắt, miệng nồng mùi rượu rao giảng những điều mà khi nghe qua người đứng chung quanh không thể không che miệng để tránh mùi nồng nặc của rượu, của món nhậu đã ôi và cả cái luận cứ đầy bẩn thỉu của Đảng mớm cho hòa tan vào nhau nôn ra một thứ mùi hố xí không thể diễn tả.

Ông ta là Trần Nhật Quang, có người nói là cầm đầu nhóm dư luận viên tại Hà Nội, lớn tiếng sai thuộc hạ quay video clip để post lên mạng, hét tướng lên rằng: 'Hôm nay tôi vạch mặt các người'.

Tại sao các người không kỷ niệm cuộc chiến chống Pol Pot ở các tỉnh Tây Nam? Tại sao lại chống Trung Quốc, có phải là muốn chế độ này sụp để các người cướp chính quyền không? Các người muốn Trung Quốc cấm vận Việt Nam bằng các cuộc biểu tình kích động lòng căm thù Trung Quốc vì lòng dạ đen tối. Các người hoan hô lính ngụy khi lính ngụy và Trung Quốc giành nhau Hoàng Sa vào năm 1974...

317

"Đất nước cần phải được bình yên để mà xây dựng và phát triển, đừng có mà quấy phá!"

Trần Nhật Quang có thể từ một bàn nhậu của Đảng mới bước chân ra chỗ biểu tình nên đầu còn đông đặc luận điệu của ban tuyên giáo trung ương, nhìn đâu cũng thấy phân hóa, diễn biến hòa bình và kích động chống Trung Quốc là một trong những mục tiêu lật đổ chế độ.

Có lẽ người nhẹ dạ suốt ngày cắm cúi trong nhà sẽ tin luận điệu này nhưng với những người đã chấp nhận cam go ra tới tượng đài Lý Thái Tổ thì sự chửi bới của ông ta chỉ cho thấy một điều: Đảng không còn lối thoát nào khác là vu khoát, đàn áp dân chúng bằng những trò hạ cấp sau khi cho bọn du hủ du thực ăn uống no say, mớm những câu chữ vụng về cho chúng cầm loa hét lên giữa chợ mà cốt lõi là đặt chữ "kích động căm thù" lên đầu người chống đối.

Thử đặt lại câu hỏi: Có phải những người ra trước tượng đài kỷ niệm ngày đau buồn cua 60 ngàn đồng bào chiến sĩ đã hy sinh là có lòng căm thù Trung Quốc hay không? Câu trả lời là "có".

Và có phải những người này có ý thức kích động lòng căm thù ấy cho những người khác hay không? Cũng là "có" nốt.

Tuy nhiên cần phải lật vấn đề ở một góc khác, cái góc khuất mà chính quyền các cấp đang cố giấu biến đi từ sau hội nghị Thành Đô. Cái góc ấy khi được lôi ra ánh sáng thì kết quả sẽ ngược lại gần như hoàn toàn: kẻ chủ mưu kích động lòng căm thù Trung Quốc không ai khác hơn là Đảng và nhà nước Việt Nam.

Từ sau hội nghị Thành Đô Đảng không được phép nói xấu Trung Quốc nữa và vì thế Đảng giật giây cho nhân dân nói.

Việt Nam từng trải qua những cuộc chiến tranh nhuộm máu vì dã tâm của các phe tham chiến trong đó Tàu, Mỹ, Pháp, Nhật ...mỗi nước xé một chút, mỗi viên đạn cắm một chỗ trên thân thể Việt Nam. Bốn mươi năm sau ngày giải phóng có ai còn nhớ tội ác đế quốc Mỹ hay không?

Dĩ nhiên là còn, nhất là nạn nhân trực tiếp trong cuộc chiến, tuy nhiên không người Việt Nam nào sau ngày 30 tháng 4 đi biểu tình chống Mỹ cả. Tại sao vậy? Vì Mỹ tới Việt Nam và rút đi bỏ lại 58 ngàn con dân của họ trên mảnh đất này và chính đất nước của họ tự dặn với nhau sẽ không còn những cuộc chiến tranh như thế.

Trung Quốc đánh Việt Nam chưa tới một tháng, giết 60 ngàn người, tàn phá không còn một căn nhà nào đứng vững. Cho tới bây giờ mỗi năm Bắc Kinh vẫn kỷ niệm ngày dạy cho Việt Nam một bài học....

Trong khi Mỹ trở lại Việt Nam với nụ cười thì Trung Quốc trở lại với hàng trăm con thuyền của ngư dân Việt bị bắn, bị đánh, bị bắt giam đòi tiền chuộc... và vì vậy người dân Việt căm thù Trung Quốc hơn căm thù Mỹ.

Sự kích động ngấm ngầm nhưng dữ dội của Đảng, nhà nước cộng sản Việt Nam là đây:

Rõ ràng Biển Đông đang bị Trung Quốc bao vây và chắc chắn sẽ lấy mất nhưng từ ông Tổng bí thư cho tới Bộ trưởng Quốc phòng khi sang Bắc Kinh trở về đều tuyên bố nước anh em vô cùng tốt đẹp, hòa hiếu có chủ trương giải quyết tranh chấp trong tình hữu nghị của hai Đảng anh em.

Đây là lối kích động người dân căm thù Trung Quốc một cách gián tiếp thông qua lòng thù ghét, khinh bỉ sự khiếp nhược yếu hèn của Đảng, của nhà nước. Mà nào phải đó là sự sợ hãi?

Họ chấp nhận bị nhân dân đấm để cùng với Trung Quốc chia nhau nắm xôi máu thịt Việt Nam.

Đó là những mâm xôi khoáng sản. Những bó nhân dân tệ được lén lút bố thí qua con đường tiểu ngạch. Những xấp đô la lót đường cho hàng hóa độc hại vào Việt Nam bán rẻ cho dân để đổi lấy những hợp đồng có lợi cho cả hai bên. Chỉ một mình nhân dân là chịu thiệt.

Làm ngơ và thậm chí ca tụng khi cán cân mậu dịch nghiêng về Trung Quốc có năm lên tới 147%.

Đảng và nhà nước kích động lòng căm thù Trung Quốc mạnh mẽ hơn nữa khi cho người đục bỏ tấm bia ghi nhớ và lên án Trung Quốc xâm lược tại biên giới phía Bắc, trong khi một mặt cho tân tạo nghĩa trang liệt sĩ Trung Quốc tại Việt Nam. Làm người có trí khôn, không căm thù mới là chuyện lạ.

Đảng và nhà nước kích động người dân chống lại Trung Quốc vì đã cho đàn em như ông Trần Nhật Quang chửi...Đảng công khai trước nhân dân khi tuyên bố rằng Trung Quốc cấm vận Việt Nam là một điều thiệt hại trong khi hầu hết người dân đều nghĩ ngược lại.

Đảng bị vạch mặt qua câu nói đầy ngạo nghễ của ông Quang cáo buộc rằng Ngụy và Trung Quốc giành nhau miếng đất Hoàng Sa. Trong khi đó Đảng ở đâu mà im hơi lặng tiếng?

"Cái ngày mà bọn bán nước Ngụy Sài Gòn đánh nhau với bọn cướp Trung Quốc. Cái ngày mà hai bọn cướp đấy đánh nhau để tranh ăn thì các ngươi lại kỷ niệm. Nhục nhã chưa?".

Chữ "nhục nhã chưa?" không dành cho Đảng thì dành cho ai đây?

Trần Nhật Quang chửi Đảng thậm tệ không kém khi chiến công của Đảng chống Trung Quốc là cuộc chiến tiêu diệt Pol

Pot, kẻ tội đồ của Campuchia nhưng lại là tay chân thân tín, người được Trung Quốc đỡ đầu cho những hành động diệt chủng khát máu. Quang hỏi người biểu tình: Sao không kỷ niệm ngày này?

Quang không biết rằng người dân ghét Đảng đến nỗi việc gì Đảng làm dù đúng hay sai họ đều ném vào sọt rác, nhất là sọt rác lịch sử.

Họ ghét vì Đảng ném đá giấu tay, kích động lòng dân căm thù nhưng bên ngoài cứ lấy 4 tốt 16 chữ làm bình phong đối với quan thầy. Đảng sợ mích lòng Trung Quốc không phải vì chiến tranh mà vì bổng lộc.

Có xảy ra cuộc chiến với Trung Quốc thì nhân dân và tay chân bộ hạ của Đảng chịu, tất cả chóp bu trong Đảng đều đã định cư ở Mỹ từ lâu lắm rồi.

Vậy thì ông Trần Nhật Quang chửi Đảng hay chửi người biểu tình chống Trung Quốc qua cáo buộc kích động căm thù?

Trung Quốc đang bị gậy ông đập lưng ông, cứ tưởng đàn em Việt Nam hết lòng với chủ nhưng đến khi nhận ra sự hai mang của Hà Nội thì nỗi chua chát không biết để đâu cho hết!

Bọn vịn Đảng mà đứng

Báo Công an Nhân dân Online: ngày 24 tháng 8 có đăng bài của Linh Nghĩa với tựa: "Nhiều sai lầm, lệch lạc trong bài viết trên giường bệnh của ông Lê Hiếu Đằng".

Bài báo này hơi khác với những bài viết cùng thể loại trên Quân Đội Nhân Dân, Đại Đoàn Kết, Nhân Dân...hình như cố gắng cho xứng tầm với tên báo là Công an Nhân dân. Nó đầy vẻ hậm hực, dọa dẫm, cáo buộc và không che dấu việc kết án tác giả Lê Hiếu Đằng.

Đã có rất nhiều bài viết lẫn phản biện về bài viết của ông Lê Hiếu Đằng nhưng chưa thấy ai lên tiếng về bài viết của Linh Nghĩa. Có thể người ta dị ứng với bốn chữ Công an Nhân dân nên cái gì dính tới 4 từ này thì mọi người đều tránh xa chăng? Nếu thế thì không công bằng cho một cái tên.

Báo Công an Nhân dân có quyền tham gia bài viết như mọi tờ báo khác, kể cả nếu tờ báo có tự cho phép mình vượt ra quy phạm thông thường của báo chí: trung thực và khách quan trước một cá nhân hay bất cứ nguồn tin nào mà nó đưa ra.

Đáng buồn là hai tiêu chí này hoàn toàn không có trên bài viết của Linh Nghĩa trên tờ Công an Nhân dân Online.

Mở đầu tác giả Linh Nghĩa trói buộc Lê Hiếu Đằng vào một điều mà bất cứ người đọc bình thường nào cũng thấy quá gượng ép và thô thiển, nói lấy được và phảng phất hơi hám....ép cung.

"Trong phần đặt vấn đề, ông LHĐ gọi hành động sám hối của mình là "Tính sổ" với ĐCS VN và với bản thân cuộc đời của tôi, tư cách một đảng viên, một công dân ở những điểm cơ bản sau: một cách minh bạch, sòng phẳng để từ đây thanh thản dấn thân vô cuộc chiến mới".

Mới đọc mấy câu trên, người đọc ngỡ rằng sắp có vụ thanh toán nhau của các băng nhóm tội phạm!" Hình như Linh Nghĩa vừa bước ra khỏi phòng điều tra nên trong đầu luôn ám ảnh chuyện tội phạm.

Tác giả Lê Hiếu Đằng viết rất bình thản, đàng hoàng. Ông cốt đưa ra một lời mở đầu gói gọn ý tưởng tính toán lại những gì mà ông đã đầu tư hết cả cuộc đời cho Đảng Cộng sản.

Tới giờ này ông trắng tay, không phải vì thua lỗ mà ngược lại, sau khi toàn thắng, đảng mà ông theo đã thoái hóa, rục rã trên đống chiến lợi phẩm thu được để rồi trên chính những chiến lợi phẩm ấy nảy sinh không biết bao nhiêu là giòi bọ của giai cấp toàn trị.

Ông Đằng có "băng nhóm tội phạm" như Linh Nghĩa nói đâu? Báo Công an Nhân dân đã phạm lỗi quy chụp người khác một cách vô căn cứ.

Tờ báo khác với phòng điều tra xét hỏi vì nó được đọc rộng rãi trên cả nước, còn trong phòng điều tra thì ông/bà Linh Nghĩa muốn làm gì thì làm, kể cả đánh chết nạn nhân rồi đổ cho hắn tự tử cũng xong.

Linh Nghĩa viết: "Nội dung đoạn này chủ yếu LHĐ kể về "lòng yêu nước của mình" nhưng thực chất là sám hối, phủ nhận mọi thành quả của cách mạng Việt Nam, đồng thời ca ngợi, chế độ cũ. LHĐ kể về chuyện khi ông đang bị bắt giam ở lao Thừa Phủ Huế, gia đình làm đơn xin cho ông ra tù để về thi "tú tài".

Cố gắng lắm thì người ta mới thấy ông Lê Hiếu Đằng có một chút so sánh nhằm khẳng định nhận xét của ông chứ không nhằm ca ngợi chế độ cũ như Linh Nghĩa cáo buộc.

Điều khác nhau rất lớn giữa ông Đằng và ô/b Nghĩa là sự tỉnh táo. Trong khi ông Đằng tỏ ra rất bình thản thuật lại một mẩu chuyện nhỏ trong chính cuộc đời mình thì Linh Nghĩa lại mất bình tĩnh, đập bàn kết tội tác giả là theo chân chế độ cũ để đả phá chế độ mới.

Linh Nghĩa không đủ tầm để hiểu được rằng tại sao trong lúc nằm giữa lao tù như vậy mà ông Đằng vẫn nhớ mẩu chuyện thi cử có vẻ lạc điệu và kỳ khôi như thế. Đây chính là cái cốt hồn của những gì làm cho ông Đằng tỉnh giấc mộng 45 năm mặc dù câu chuyện đã lui vào quá khứ thăm thẳm, chỉ những người ở cuối đường cuộc sống mới có đủ tỉnh táo để viết lên như thế: Đó là tính nhân văn rất lớn của chế độ cũ, nó tiềm ẩn sâu trong lòng người dân miền Nam bất kể chiến tranh và những tác động ý thức hệ.

Tính nhân văn ấy ông Đằng không thấy xuất hiện sau 45 năm ông theo Đảng và vì vậy ông nhớ. Nỗi nhớ tuy bình thường như người ta nhớ một mẩu chuyện đẹp trôi qua trong cuộc đời nhưng có ý nghĩa mạnh mẽ đến nỗi thúc giục ông mang ra trong bài viết mà không chút mặc cảm nào.

Đóng dấu vào văn bản kết tội ấy cho thêm thuyết phục hơn Linh Nghĩa viết: "Lẽ ra ông phải nhớ đến ít nhất một vài vụ việc, chẳng hạn như bọn Mỹ và tay sai đã dùng thuốc độc giết chết cả trăm tù nhân tại Nhà lao Phú Lợi; bọn chúng tra tấn dã man – đóng đinh vào đầu tù nhân ở Nhà tù Côn Đảo, đó là chưa kể đến chúng đã rải hàng triệu lít chất độc da cam trên những đồng quê yên ả khiến cho đến nay vẫn còn hàng triệu nạn nhân thuộc nhiều thế hệ. Quên tội ác của kẻ thù, khái quát bản chất chế độ cũ bằng một sự kiện là một biểu hiện sa ngã về đạo đức, là có tội với đồng bào và chiến sỹ."

Luận cứ này mọi người đã quen. Câu hỏi đặt ra: Nếu muốn so sánh, thì các nhà tù khắp miền Nam làm sao so được với hàng trăm ngàn nhà tù cải tạo khắp đất nước sau ngày giải phóng? Có nhà tù nào kinh hoàng hơn Trại Giam Cổng Trời? Vụ giết người nào dã man tàn độc bằng các vụ giết người công khai trong Cải cách ruộng đất? Nhà giam Phú Lợi có đóng đinh vào đầu tù nhân hay không thì còn chờ giải mã.

Cải cách ruộng đất đem trâu ra cày cho đứt đầu địa chủ thì hình ảnh, nhân chứng còn sống đầy dẫy ra đấy bác Linh Nghĩa ơi!

Linh Nghĩa sợ người cộng sản quên tội ác của Mỹ, của kẻ thù mà lại cố tình quên tội ác của chính đồng chí của mình đối với toàn dân Việt Nam.

Ông Lê Hiếu Đằng hoàn toàn không quên những gì mà cả hai chế độ làm cho người dân của ông. Lần trước ông tham gia phong trào sinh viên, vào bưng chống Mỹ. Lần sau ông một mình đứng lên kêu gọi những ai còn lương tri hãy theo ông lập đảng như ngày xưa ông Hồ Chí Minh từng kêu gọi.

Ông Hồ không sai thì ông Đằng sai ở chỗ nào? Linh Nghĩa tỏ ra yếu lý luận khi đặt vấn đề: "Vấn đề đa nguyên, đa đảng".

Phần này đã quá quen thuộc vì đã có quá nhiều bài viết trên mạng. Vấn đề là ở chỗ, việc lựa chọn chế độ chính trị nào tùy thuộc vào hoàn cảnh của mỗi quốc gia dân tộc.

Linh Nghĩa lại nói lấy được, hình thức cả vú lấp miệng em của các bà nhà quê ham đánh tứ sắc! Ai lựa chọn chế độ chính trị vậy? Đảng Cộng sản. Hoàn cảnh mỗi quốc gia dân tộc nào vậy? Cũng do Đảng Cộng sản tạo ra.

Sau khi thống nhất tổ quốc, Đảng huênh hoang vỗ ngực cho rằng mình là tối thượng, là giai cấp tiên phong là nơi phát sinh ra mọi tinh hoa dân tộc. Đảng quên béng hàng triệu sinh linh bỏ mình trong hai cuộc chiến mà nếu thiếu họ thì Đảng chỉ là manh chiếu rách treo tòn teng trên cây nêu trong ba ngày tết chứ làm gì mà phất phới như ngày nay?

Ban đầu, sau giây phút nức lòng vì thoát khỏi chiến tranh người dân cả nước tự nguyện để cho Đảng cái quyền độc tôn, độc diễn. Lâu dần, sai lầm này chồng chất sai lầm khác đã khiến sân khấu ấy ngày càng ít người xem. Rồi điều tất yếu xảy ra: khán giả tẩy chay và yêu cầu gánh hát Đảng dọn đi cho đoàn hát khác dọn vào.

Đây là quy luật của bất cứ đảng phái nào trên trái đất. Đảng Cộng sản là gì mà có thể tự thoát ra khỏi quy luật ấy? Linh Nghĩa châm biếm mà không ai cười: "Vấn đề đa nguyên, đa đảng". Phần này đã quá quen thuộc vì đã có quá nhiều bài viết trên mạng." Ừ, thì nó tuy quen đấy nhưng rõ ràng là Đảng chưa thuộc. Nếu Đảng biết đọc chữ hay đủ trình độ để lên mạng xem dân chúng viết gì trên ấy thì có thể câu chuyện ngày hôm nay đã khác.

Ông Lê Hiếu Đằng và những đồng chí của ông không mất công kêu gào sau gần 50 năm làm trâu bò cho Đảng khai thác sức kéo. Đảng không biết đọc thì những người như Linh Nghĩa phải đọc giúp cho Đảng chứ sao lại để đến nông nỗi này, khi nước đã tới vai mới khăn đùm áo vắt mà chạy lũ? Câu trả lời chỉ có thể là: Linh Nghĩa không dám cho Đảng thấy vì khi Đảng mở được mắt ra thì những nô tài như Linh Nghĩa phải đóng đôi mắt của họ lại. Là chết đấy!

Linh Nghĩa móc còi cảnh sát giao thông ra thổi tài xế Lê Hiếu Đằng: "Nhân đây xin nhắc LHĐ pháp luật Việt Nam quy định rằng mọi tổ chức chính trị xã hội đều phải đăng ký, xin phép Nhà nước, kể cả các tôn giáo."

Ngặt một nỗi tài xế Lê Hiếu Đằng và những công dân cứng đầu khác có thể hỏi lại công an: "Vậy Đảng Cộng sản xin phép ai mà tự ý thành lập, tự ý phong thánh cho mình và cũng tự ý bắt tất cả con dân nếu muốn lập đảng phải xin phép?" Thấy thua hoài, bực quá, Linh Nghĩa nhảy sang một góc khác.

Lần này trèo lên tới Bộ chính trị cơ! Linh Nghĩa viết: Trong bài viết này, LHĐ còn nói: Tuyên bố của Thủ tướng Nguyễn Tấn Dũng ở Hội nghị Shangri-La (chống lại nền chính trị cường quyền và những đối xử vô nhân đạo đối với ngư dân Việt Nam) là ý kiến cá nhân của Thủ tướng. LHĐ nói: "Tôi càng thấy vui hơn khi được biết đây là ý kiến của cá nhân Thủ tướng dám chịu trách nhiệm để tuyên bố như vậy chứ không có sự chỉ đạo nào của Bộ Chính trị cả".

Rồi, vừa đập bàn, vừa quát tháo, Linh Nghĩa la lối: Xin hỏi ông LHĐ vì sao ông hồ đồ đến vậy? Phải chăng đây là cách suy nghĩ của một người nằm viện hay là của kẻ "ếch ngồi đáy giếng?". Ai cũng biết ý kiến của Thủ tướng Chính phủ đồng thời là quan điểm của Đảng ta, của Nhà nước ta. Có phải ông đang cố tình gây chia rẽ trong ban lãnh đạo Đảng Cộng sản Việt Nam?

Rõ rồi nhé, ông Nguyễn Phú Trọng gọi cái anh đồng chí Ếch là tự diễn biến đấy nhé. Ai đời Bộ chính trị đồng nhất một lòng như thế mà ông Trọng, trong tư cách Tổng bí thư lại mếu máo nói không ai dám kỷ luật đồng chí này, thôi thì để cho đồng chí ấy tự kiểm điểm lấy mình và sửa đổi vậy. Cái đồng chí X không ai dám kỷ luật ấy ngại gì mà không phát biểu vượt lên nỗi sợ truyền kiếp của cái ông có Đảng hàm là Trọng Lú?

Có những người tuy còn trẻ, còn sung sức nhưng đôi chân lại yếu đến nỗi không thể tự đứng một mình mà phải vịn vào Đảng. Đảng Cộng sản Việt Nam từ bao lâu nay bị bọn a dua, bợ đỡ, nịnh thần dựa vào nhiều quá làm cho nó siêu vẹo đi mất rồi. Nhà siêu vẹo thì trùng tu. Đảng khi đã siêu vẹo thì chỉ có cách đập bỏ đi mà lập ra một đảng khác. Ông Lê Hiếu Đằng lấy 45 năm theo Đảng mà nói như thế, ai không tin thì cứ hỏi Đảng cớ sao lại hỏi ông ấy?

Cách mạng sau khi thành công
thường để lại vết cào trên lưng nhân dân.
vậy mà lạ thay, người dân vẫn thích cách mạng,
nhất là những người cùng khổ.

Họ bỏ tù "chị Thắng" như thế nào?

Nhân có người nhắc chuyện "nụ cười chị Thắng" sau khi bản án dành cho hai sinh viên Đinh Nguyên Kha và Nguyễn Phương Uyên đọc rõ to tại tòa án Long An, mình lần mò tìm lại một số tư liệu về người phụ nữ nay đã luống tuổi này.

Trang mạng Lanhdao.net ghi lại: "40 năm trước, có một tấm ảnh do phóng viên người Nhật chụp đã ghi lại nụ cười lịch sử - "nụ cười chiến thắng" của một người con gái đất Long An. "Nụ cười chiến thắng" đó đã trở thành một trong những biểu tượng cho cả thế hệ anh hùng của miền Nam "thành đồng tổ quốc" trong thời chống Mỹ cứu nước."

Tại sao chị Thắng lại cười? thì đây, nguyên nhân: "Ngày 2-8-1968, trước Tòa án quân sự mặt trận vùng 3 chiến thuật của chính quyền Sài Gòn, sau khi nghe kết án, chị Võ Thị Thắng đã bình tĩnh, tự tin, nở nụ cười, dõng dạc tuyên bố: "Liệu chính quyền của các ông có tồn tại đến 20 năm để bỏ tù tôi không?"

Bốn mươi năm, câu chuyện của chị Thắng tưởng chừng như cả tỉnh Long An, nơi thơm lây cái danh tiếng của chị đã bị người dân dần quên bằng đi, nào ngờ lịch sử lập lại. Lần này thì hình ảnh không phải là chị Thắng nữa mà là em Phương Uyên, một thiếu nữ vừa tròn 21 tuổi, xấp xỉ tuổi của chị Thắng, cũng ra trước tòa, cũng hiên ngang tuyên bố trước tòa như chị năm xưa.

Tấm ảnh do phóng viên Nhật chụp được trước tòa đã mang tên chị Thắng ra toàn thế giới. Tấm ảnh em Uyên thậm chí đẹp hơn, thánh thiện hơn trong màu áo học trò cũng nhanh chóng tràn ra trên các kênh thông tin toàn thế giới.

Tấm ảnh của em Uyên đăng lần đầu tiên trên trang Dân Việt Online và ngay lập tức...nổi tiếng hơn cả tấm ảnh chị Thắng ngày xưa.

Ảnh của Chị Thắng có hai quân cảnh của chế độ Sài Gòn phía sau, ảnh của Phương Uyên có vài chục công an phía sau.

Ảnh chị Thắng cười lớn, tràn đầy sinh lực. Ảnh Phương Uyên cười nhẹ nhàng, mắt mở lớn sau đôi kính cận. Nụ cười em long lanh hơn bởi chiếc áo trắng có huy hiệu của nhà trường trên ngực. Cái huy hiệu đã làm em khác chị Thắng tuy cả hai đều cùng bị bắt và xử án như nhau.

Chị Thắng dày dạn, phong trần vì bỏ học và được hàng trăm đồng chí trong bưng ngoài thành che chở, động viên, vì vậy nụ cười của chị thoang thoảng mùi thuốc súng. Súng của chị dùng trong trận chiến dẫn đến việc chị bị bắt, bị tra tấn, tù đày.

Em Uyên đang đi học. Và em không có súng.

Em có một tấm vải viết bằng máu của mình: "Tàu khựa cút khỏi Biển Đông". Và em cũng viết: "Đảng Cộng sản chết đi".

Không chất nổ, không súng ống nhưng hai cái câu nhẹ nhàng ấy lại làm cho chế độ khủng hoảng. Cả một guồng máy lo đối phó với em, cô bé 21 tuổi.

Trước đó hơn 40 năm chế độ cũ có thể cũng sợ hãi nhưng mức độ không nghiêm trọng như bây giờ. Tại sao vậy?

Vì chị Thắng hy sinh cho chính phủ miền Bắc chống lại miền Nam, phân nửa dân số miền Nam không tin vào sự hy sinh của chị Thắng.

Tội của em Phương Uyên là gì? Đây, công tố viên nói rõ ràng: "nói những điều không hay về Trung Quốc".

Em Uyên chống Tàu nên không có lá phiếu nào của người Việt chống lại em.

Chế độ hôm nay rúng động trước nụ cười em Uyên và vì cả nước lắng nghe em nói. Nhẹ và êm ái, không cường điệu, không khét mùi tuyên huấn. Em nói như các bạn em bên ngoài, ao ước được nói.

Như tất cả những người biểu tình chống Trung Quốc ao ước được nói.

Hơn 40 năm trước chị Thắng tuyên bố: "Liệu chính quyền của các ông có tồn tại đến 20 năm để bỏ tù tôi không?" Lời tuyên bố này đã trở thành sự thật khi chỉ 7 năm sau phiên tòa, chị Thắng đã tự do, hơn nữa còn nổi tiếng!

Uyên không nói tới 20 năm và chờ đến 7 năm như chị Thắng. Em khẳng định ngay tại tòa án, lúc thẩm phán đang mài miệt nghe điện thoại chỉ đạo từ Bộ chính trị:

"Ông Hồ Chí Minh nói một năm bắt đầu từ mùa xuân, con người bắt đầu từ tuổi trẻ. Tôi là sinh viên có lòng yêu nước. Nếu phiên tòa hôm nay kết tội tôi, thì mọi người trẻ sẽ sợ hãi và không còn dám bảo vệ chủ quyền đất nước".

Ngay sau khi em nói, 32 tàu Trung Quốc có mặt tại Trường Sa. Ngay sau khi em nói, một phong trào thanh niên nhớ ơn Bác sẵn sàng quên tổ tiên đã đổ máu xương ra cho Hoàng Sa, Trường Sa mà bây giờ không đứa nào còn nhớ.

Ngay trên đất Long An, quê hương chị Thắng, Phương Uyên điểm đạm, nhỏ nhẹ: "Việc tôi làm thì tôi chịu, xin nhà cầm quyền đừng làm khó dễ mẹ hay gia đình của chúng tôi. Chúng tôi làm để thức tỉnh mọi người trước hiểm họa Trung Quốc xâm lược đất nước và cuối cùng là chúng tôi làm xuất phát từ cái tấm lòng yêu nước nhằm chống cái xấu để làm cho xã hội ngày càng tốt đẹp tươi sáng hơn".

Nhà thơ Trần Ninh Hồ kể lại chuyến thăm chị Võ Thị Thắng sau khi chị tự do có đoạn như sau:

"Buổi đầu gặp chị Võ Thị Thắng, tôi và Văn Lê cứ bàng hoàng mãi về một chi tiết: chị chưa hề nhìn thấy bức ảnh chụp năm 1968 với nụ cười tuổi 20 bất tử của chị (và cũng là của cả một thế hệ trẻ Việt Nam) trước sự hung bạo của giặc..." để từ cảm xúc này nhà thơ có mấy câu thật hay:

Những năm tháng trong lao, Thắng đâu biết
mọi người đều rất tỏ hình em
Tôi tặng em tấm hình với nụ cười đã bay quanh trái đất
Mặt Thắng hồng lên và rưng rưng nước mắt
Em chưa lần ngắm lại nụ cười em!"

Em Phương Uyên cũng vậy. Nào em có biết tấm ảnh đẹp của em đang lưu hành trên khắp thế giới. Em đang ngồi trong tù, không ai mang cho em xem bức ảnh tuyệt vời được chụp từ một nhà báo tại phiên tòa. Anh ta chụp đúng giây phút tuyệt vời nhất bằng cái bấm máy rung động nhiệt tình trước một biểu tượng chứ không phải là một tội nhân. Có tội nhân nào lại tỏa sáng như thế. Sức mạnh nội thân của em đã làm cho cả phiên tòa co rúm, méo mó và thảm hại.

40 năm trước bức hình chị Thắng làm nở mặt những người cầm súng. 40 năm sau tấm ảnh em Uyên làm dơ mặt cũng chính những người ấy. Chị Thắng hy sinh cho Bộ chính trị hôm nay,

một dúm người vai vế lớn lên và phát rồ từ những giọt máu đồng chí đồng bào mình.

Cũng chính nhóm người ấy gián tiếp bỏ tù Chị Thắng 40 năm sau khi chà đạp một cô gái mang hình ảnh của chị. Không biết chị Thắng có buồn không khi chính mình bị bỏ tù một lần nữa?

Quan trọng hơn: sự kiên gan của chị đã bị chính đồng chí của mình kết án khi họ có cơ hội đóng vai quan tòa của 40 năm về trước.

Thương cho em Uyên không lẽ lại không có chút ám ảnh nào về sự hy sinh của chị Thắng khi lịch sử lập lại chính xác đến từng centimet?

Xin lỗi em, học trò cũ của tôi

Có lẽ bài viết này không có cơ hội đến với em, lẽ đơn giản tôi nghĩ rằng em không phải là người có thú vui lướt mạng hay dùng Facebook làm phương tiện trao đổi giữa bạn bè, những điều chí ít cũng giúp em có cơ hội hiểu thêm rất nhiều những gì đang xảy ra bên ngoài đời sống.

Tôi nảy ra ý định viết những dòng này từ Chúa Nhật vừa qua khi thấy em xuất hiện trên thềm Nhà hát lớn thành phố.

Em không đi biểu tình, trái lại em là người sẵn sàng theo lệnh bắt bớ, giải tán những người biểu tình mà đa số chỉ bằng tuổi em.

Khuôn mặt em làm tôi ngậm ngùi hơn là trách móc. Câu chuyện bỏ học nửa chừng của em vài năm trước đây trở lại trong tâm trí khiến tôi một lần nữa tự trách nhiều hơn vì biết mình làm chưa hết sức để kéo một học trò nhỏ về lại với trường, với lớp mặc dù em không tha thiết với việc học từ lâu. Tôi nhớ lúc ấy em đang theo học lớp 7 và tôi thay cô giáo chủ nhiệm của em trong một thời gian ngắn. Ngắn nhưng đủ lâu để biết hoàn cảnh của em, một điển hình trong các gia đình nghèo nhất trong cái xóm vốn dĩ đã nghèo và sự cơ cực theo đuổi họ hàng ngày, hàng giờ.

Cha mất sớm, mẹ bán ve chai nuôi ba đứa đi học. Việc học của các em trầy trật không phải vì lười nhác mà đồng tiền, bát gạo trong nhà là lý do chính để cuối cùng em lẩn trốn bạn bè, thầy cô rồi mất hút giữa dòng chảy cuộc đời. Nhiều người đã quên bằng em, trong đó có tôi.

Sau đó ít lâu em trở lại trường xin rút học bạ để vào Thanh niên xung phong. Tôi nghe các bạn em kể lại và trong thâm tâm tôi cảm thấy mừng cho em. Ít ra em đã có chỗ để sống, để sinh hoạt và nếu may mắn em sẽ trở thành một nhân viên nhà nước sau khi hết hạn tình nguyện. Đời sống em sẽ như hàng ngàn người khác, lững lờ trôi nhưng không đến nỗi lầm than.

Sau một thời gian, hôm nay tôi thấy lại em. Thấy chứ không phải gặp, vì em không biết tôi đang đứng trong đám đông ấy, một đám đông không quen biết nhau nhưng con tim hình như cùng chung nhịp đập. Họ đến để biểu tình. Họ nghe thấy lồng ngực của nhau đang thổn thức. Họ cảm nhận sự lo âu của nhau khi lực lượng an ninh xuất hiện. Và họ chuyền tay nhau sức nóng, nhiệt huyết của lòng yêu nước thương nòi. Họ không biết tên nhau nhưng trong ánh mắt mỗi người tôi thấy họ truyền cho nhau những tín hiệu mà chỉ những người nồng nàn với vận nước lắm mới có.

Còn em, đứng trên cao với những người cùng tuổi trong đồng phục màu xanh lá cây. Gương mặt đằng đằng như sẵn sàng chiến đấu với những người biểu tình trong ấy có tôi, một cô giáo quá tuổi thanh niên để hô khẩu hiệu một cách hùng hồn nhưng chưa đủ già để được người khác nhường cho một chỗ đứng thoải mái phía trước trong cái đám đông hừng hực ấy.

Tôi không nói trực tiếp với em vì tôi biết, em không thể nghe trong lúc đồng đội và chỉ huy đang chăm chăm nhìn. Em cũng không muốn nghe vì tôi tin rằng cái tập thể mới này là tổ ấm của em, hay ít ra nó có thể cho em cơm áo qua ngày. Nhưng em ơi, cơm áo ấy có nghĩa gì khi hành động hôm nay của em và tập thể thanh niên xung phong thay vì làm những việc công ích như truyền thống của nó lại tuân lệnh bọn sai nha, cắm cúi thi hành những mệnh lệnh đàn áp anh em đồng bào mình khi họ thay cho chính em nói lên tiếng nói bất khuất của dân tộc.

Tôi biết em không hề thuộc những bài học lịch sử được giảng dạy trong trường, một phần do em chán những bài giảng khô cứng, một phần do lòng yêu nước của rất nhiều trong lứa tuổi các em không được kích thích vun bồi, để hôm nay em nhìn người biểu tình như những kẻ phá hoại cuộc sống an lành của người dân.

Em được triển khai trong các buổi tập huấn chống biểu tình với những kết luận đầy ác ý và phản động. Em học bạo lực nhanh hơn lòng tin của một người yêu nước. Em bị lây sở thích chứng tỏ quyền uy với người tay không tấc sắt. Em cảm thấy hãnh diện khi khiêng, vác, đè, đập những thanh niên yếu đuối hơn em và trong thâm tâm có thể em nghĩ mình là người hùng trong cái đám đông ấy.

Nhưng nếu em biết những chi tiết này thì có lẽ tay em sẽ chùn xuống, mồ hôi em sẽ vã ra và biết đâu em sẽ quay theo đoàn người biểu tình yếu ớt kia để chống lại bọn vô lại thật sự đang ăn ở, sống cùng với em trong thời gian vừa qua.

Nếu em biết người hiên ngang đứng trên bậc thềm nhà hát lớn hôm Chúa Nhật vừa qua là ông Huỳnh Tấn Mẫm, một lãnh tụ sinh viên thuở xưa đã dẫn đầu nhiều đoàn biểu tình của sinh viên để chống lại sự hà khắc, tham nhũng và thiếu dân chủ của chế độ Sài Gòn. Những cuộc biểu tình có máu và nước ấy đã góp một phần vào nhận thức của người thành phố để sau đó 40 năm, ông lại đứng trước đám đông, cổ võ cho lòng yêu nước chống ngoại xâm Trung Quốc.

Bốn mươi năm trước em chưa sinh ra để biết sự kiện này. Bốn mươi năm sau em cũng vẫn chưa sinh ra vì em mù lòa trước đám đông đầy chính nghĩa.

Nếu em biết trong cái ngày ấy có một vị giáo sư đáng kính tên là Tương Lai đã bị khống chế một cách ngu xuẩn và thô bạo khi ông lặn lội tới trước Nhà hát lớn. Em có biết ông ấy là ai không? Và nếu em biết rằng chức vụ, số năm cống hiến của ông cho cách mạng cũng như vị thế của ông trong cái đảng mà em đang ao ước muốn vào thì tôi tin chắc rằng em sẽ rất xấu hổ khi biết mình đang trở thành con rối trong tay đám người đang đứng chia cơm cho em vào mỗi bữa ăn tập thể.

Hãy về hỏi lại họ: Vì sao một vị giáo sư khả kính như thế lại tham gia biểu tình và vì sao các anh đang làm công việc bảo vệ an ninh lại cấm đoán ông ấy như vậy.

Em có bao giờ tin rằng giáo sư Tương Lai là người phản động, hay bị giật giây vì bọn xấu?

Em có tin rằng bác sĩ Huỳnh Tấn Mẫm sách động biểu tình vì muốn Đảng cộng sản sụp đổ hay chỉ với lý do duy nhất là chống đối sự trân tráo của Trung Quốc đang được chính quyền và cả những người như em đồng tình khi hù dọa, đàn áp và sẵn sàng giam giữ họ nếu điều kiện cho phép?

Còn nhiều thí dụ khác nhưng tôi biết em không có thời giờ để đọc, hay nói đúng ra em không có cơ hội để đọc vì em và hằng triệu người người đồng tuổi đang bị bao vây bởi những thông tin mà người có ý thức cho là trơ trẽn. Các em đã quá lâu bị nhúng trong những ao tù thông tin ấy và trí não đã bị nhuộm trắng mất rồi.

Tôi tin chắc em sẽ thích thú và hãnh diện khi đọc bản tin mà nhiều tờ báo đưa hôm nay về cái ngày kỷ niệm được hô hoán là "Điện biên phủ trên không" với cái tít: Anh hùng Phạm Tuân: "Chỉ sợ B52... chạy mất!"

Em sẽ bị mê hoặc về người được gọi là anh hùng ấy khi ông ta ngồi giữa tòa báo trả lời phỏng vấn với tâm thế của một con người trước đây đúng bốn mươi năm, vẫn mang thói quen coi Mỹ là kẻ thù, tưởng tượng ra một chiếc xe bò có thể cản nổi xe tăng với một niềm tin mù quáng của thời chiến tranh được gọi là thần thánh.

Cũng trong ngày kỷ niệm này em sẽ không thấy bất cứ bài báo nào nói về mối hiểm họa trước mắt là giặc phương Bắc và kết nối nhân quả những gì sẽ xảy ra nếu cứ đàn áp biểu tình.

Người Mỹ không phải là dân Tàu nên xem những bài báo kiểu Phạm Tuân là hề, lố bịch. Và Mỹ cũng không rỗi hơi để lên tiếng với chính phủ Việt Nam không được làm những việc có thể gây tổn hại bang giao hai nước.

Không như Trung Quốc, em ạ, họ ngang nhiên cấm cửa không cho Việt Nam nhắc lại những cái chết của những người từng xả thân trong cuộc chiến tranh xâm lược năm 1979. Trung Quốc cũng không ngần ngại gì mà không triệu hồi đại sứ Việt Nam tại Bắc Kinh tới để ra lệnh cấm biểu tình vì làm xấu đi 16 chữ, 4 tốt.

Tôi tiếc rằng khi xưa trước khi em nghĩ học, phải chi tôi có một lời khuyên cho em: nếu không được tới trường thì em nên tới những quán cafe net học cách truy cập Internet để biết nhiều hơn. Các thông tin sẽ làm vỡ sự u tối trong tâm hồn mình. Tâm hồn em vào thời điểm ấy tôi tin rằng rất trong trắng, chỉ phải tội nghèo.

Vì nghèo nên em vào "thanh niên xung phong".

Vì vào thanh niên xung phong nên em thành "tội đồ của quần chúng".

Ôi xót xa cho một học trò cũ của tôi. Tôi xin lỗi em, vì tôi chưa làm tròn bổn phận của một nhà giáo.

Viết cho con ngày tốt nghiệp

Vậy là con đã ra trường đúng một năm. Thời gian một năm sau ngày bỏ sách vở lại cho trường học để bước vào trường đời ấy mẹ không biết nhiều lắm những gì con làm nhưng mẹ biết một điều rất rõ là con khá thất vọng vì mỗi lần về nhà vào giờ cơm tối con thường mang nét trầm ngâm của một người đang đứng trước quá nhiều dấu hỏi. Mẹ chưa một lần hỏi con tại sao, vì tôn trọng sự trầm tư ấy của con và hai nữa mẹ biết con đủ sức đương đầu vì con đã là một bác sĩ, một trí thức có chuyên môn sâu được xã hội công nhận và kính trọng.

Lòng yêu thương con đôi khi làm mẹ mất phương hướng khi muốn chia sẻ với con kinh nghiệm cuộc đời mà mẹ đã qua. Đôi lúc mẹ cả tin rằng trường đời là nơi đầy cạm bẫy và con phải vất vả lắm mới có thể vượt qua, nhưng sự giúp sức của mẹ nếu có cũng không vượt qua được bốn bức tường mà con có thể cho là định kiến về một vấn đề nào đó. Mẹ lo rằng kinh nghiệm của mẹ sẽ làm con mất tự tin và có thể vô tình đẩy con vào thành trì của phản ứng tự vệ.

Sáng hôm nay con ra ngoài, mẹ ở nhà mở lại cuốn video quay ngày ra trường của con mà một năm qua do quá nhiều

345

niềm vui ập tới mẹ con mình chỉ xem lướt qua từng đoạn của nó.

Đúng là con hát mẹ khen hay. Nụ cười hồn nhiên của con mẹ vẫn cho là công trình tuyệt hảo nhất mà thượng đế đã trao tặng cho mẹ, hình ảnh con lập đi lập lại trên cuộn băng, đến nỗi mẹ quên bẵng các sự kiện xảy ra chung quanh.

Ngày ra trường, ngày con cầm mảnh bằng bác sĩ. Con được nhà trường, xã hội và nhất là những người trực tiếp dạy cho con kiến thức ngành y công nhận là từ đây sẽ chính thức giúp bệnh nhân chiến đấu chống lại bệnh tật và sự đau đớn, nhiều khi chiến đấu với cả thần chết.

Con được mọi người nhìn ngắm như một vì sao xuất hiện ở phương Đông báo hiệu một thành viên nữa của đội ngũ bác sĩ sẽ săn tay áo lên lăn xả vào bệnh tật, giành giật lại cuộc sống của từng con người. Con có biết là mình sẽ cao cả nhường nào không?

Nhưng trong cái cao cả ấy lại làm mẹ lo lắng không yên. Mẹ sợ đôi vai mảnh dẻ kia sẽ không đủ sức nâng tảng đá trách nhiệm bởi quá nhiều điều xấu xí đang diễn ra nơi mảnh đất mà con vừa bước vào.

Sáng hôm nay mẹ xem cuộn băng ra trường ấy và mẹ thất vọng lẫn hụt hẫng.

Thất vọng vì sau khi mọi cảm giác vui mừng lắng xuống, ngồi một mình trong căn phòng vắng lặng có thời gian suy nghĩ sâu hơn, mẹ thấy được rất nhiều điều mà cả hai mẹ con mình không nhìn thấy trước đó.

Trước tiên là chiếc áo tốt nghiệp của con mặc hôm ấy sao mà đẹp, mà đáng yêu lắm vậy? Mẹ nghĩ sâu hơn một chút và thấy rằng nó đẹp vì chứa đựng quá nhiều công sức trên ấy. Không những chỉ từ mồ hôi lẫn nước mắt của mẹ con mình mà còn biết bao đóng góp từ những người khác nữa.

Chiếc áo ra trường của con chứa cả một quá khứ dài của ngành y. Trên ấy mẹ thấy được những mái đầu bạc phơ cúi xuống mỗi đêm để tìm kiếm phương cách chữa trị một căn bệnh, ngăn ngừa một dịch truyền nhiễm hay kỹ thuật giải phẫu ít kéo dài thời gian nhất.

Những mái đầu bạc ấy đã lần lượt trở thành quá khứ trên chiếc áo của con vào ngày ra trường ấy có nhắc gì cho con không?

Mẹ lắng nghe người bạn của con lên bục đọc lời thề của một sinh viên y khoa trước giờ tốt nghiệp và thú thật với con, mẹ thất vọng não nề.

Không phải vì bạn ấy không có một giọng đọc tốt. Bạn ấy đọc như cái máy hay êm ái, thuyết phục như một nhà hùng biện thì cũng không làm cho mẹ khen hay chê hơn. Vấn đề là nội dung của bài đọc ấy.

Mẹ cũng biết không phải do bạn ấy tự thức đêm để soạn ra mà có thể nó được đoàn trường soạn sẵn cho bạn ấy. Thói quen này đã mẹ biết trong nhiều chục năm và mẹ đã nhiều lần chống lại nó. Mẹ cứ nghĩ Đại học Y khoa phải là nơi lấy kiến thức y học làm đầu nhưng đáng buồn là nó cũng không thoát khỏi sự "chăm sóc" thái quá của hệ thống chính trị.

Mẹ tỉ mỉ ngồi chép lại lời của bạn N. đọc trong buổi tốt nghiệp và kết quả là mẹ có nơi đây:

"Sau nhiều năm được đào tạo dưới mái trường Xã hội Chủ nghĩa được các thầy cô hết lòng dạy dỗ chỉ dẫn, được các bạn học giúp đỡ tận tình, trong buổi lễ tốt nghiệp long trọng này trước nghĩa vụ cao cả đối với tổ quốc Việt Nam thân yêu, trước

347

nhà trường thân yêu, trước các thầy cô thân yêu các đồng nghiệp thân thiết với tôi xin thề.

Một, tôi nguyện trung thành với tổ quốc Việt Nam xã hội chủ nghĩa. Phấn đấu làm hết sức mình để xây dựng và bảo vệ tổ quốc Việt Nam thân yêu.

Hai, Tôn trọng hiến pháp và pháp luật của nhà nước xã hội chủ nghĩa và thực hiện nghiêm chỉnh các quan điểm, các luật lệ và các quy định của ngành y tế Việt Nam.

Tôi không bao giờ có hành động không trung thực thiếu trách nhiệm làm ảnh hưởng đến sức khỏe tinh thần của nhân dân. Ảnh hưởng đến trách vụ truyền thống của nhà nước trái với lương tâm nghề nghiệp của người cán bộ y tế xã hội chủ nghĩa.

Ba, luôn luôn xem trọng tiến bộ trong nghề nghiệp tôn trọng nhân phẩm và thương yêu người bệnh đem tất cả khả năng và sự hiểu biết của tôi để phục vụ cho sức khỏe của nhân dân theo lời dạy của chủ tịch Hồ Chí Minh vĩ đại: lương y như từ mẫu.

Bốn đoàn kết và hợp tác chân thành với các bạn đồng nghiệp, tự hào với công việc hàng ngày của mình, tiếp tục học tập không ngừng nâng đỡ yêu thương nhau, không ngừng học tập trong lĩnh vực chính trị khoa học kỹ thuật để hoàn thành nhiệm vụ được giao phó ở bất kỳ nơi nào cần đến tôi và góp phần xây dựng nền y tế Việt Nam xã hội chủ nghĩa.

Thực hiện đầy đủ lời thề này tôi sẽ thật sự được lòng tín nhiệm và quý mến của nhân dân và các bạn đồng nghiệp. Tôi sẽ không bao giờ làm sai lời hứa để bị mang tai tiếng thành người phản bội với lương tâm, danh dự của mình và sự tín nhiệm của nhân dân, của thầy cô của bạn..xin thề."

Trong toàn bài văn quan trọng nhất đời người của một bác sĩ, mẹ không thấy một thuyết phục nào dù nhỏ. Mẹ cứ nghĩ trong đầu mình rằng một bác sĩ tay nắm sinh mạng của bệnh nhân thì kiến thức của ông hay bà ấy phải vượt lên người khác ít nhất là một cái đầu và cái vượt ấy phải thấp thoáng tình yêu thương đồng loại.

Mở đầu bài văn là một loạt biết ơn mà đầu tiên là mái trường xã hội chủ nghĩa. Mẹ không biết mái trường xã hội chủ nghĩa có hơn gì với giảng đường của Đại học Y khoa hay không vì nó rất chung chung, rất cào bằng và nhất là rất rỗng tuếch. Mẹ nghe thấy rõ ràng một sự xấu hổ chạy dọc sống lưng vì con cũng đang đứng trên bục như bạn ấy.

Bài văn này có hơi hướm của một sinh viên tốt nghiệp đại học quốc phòng hơn là từ một ngôi trường y khoa. Bảo vệ tổ quốc, bảo vệ Việt Nam xã hội chủ nghĩa là nghĩa vụ của mỗi con người. Nhắc đi nhắc lại nhiều lần cụm từ này trong lễ mãn khóa của ngành y vừa vô nghĩa lại vừa hài hước. Không ai trong hội trường hôm ấy lại chờ đợi bài diễn văn của một bác sĩ lại chứa đầy tiếng xung phong khi ra trận.

Tình yêu con người là thứ mà cả hội trường cần nghe nhất lại không được bạn ấy nói đến với một tâm thức đã được nghiềm ngẫm thấu đáo. Chỉ nói lấy lệ và hời hợt khiến mẹ có cảm giác bạn ấy không ý thức được thế nào là sự chia sẻ của một bác sĩ đối với bệnh nhân sau này của bạn ấy.

Bài đọc cũng nhắc tới hiến pháp và pháp luật một cách nghiêm túc khiến mẹ chạnh nghĩ tới mẩu chuyện đang được báo chí làm rầm lên từ hai ngày nay tại Thanh Hóa, khi một sản phụ do bị chậm trễ trong chữa trị đã thiệt mạng với thai nhi còn trong bụng. Cái chết đã làm hàng ngàn người dân tức giận kéo tới nhà giám đốc bệnh viện tìm câu trả lời.

Một bác sĩ chân chính cần tới y đức hơn là pháp luật, mặc dù luật lệ kềm hãm rất hiệu quả những sai lầm vô tình hay cố ý của

349

một bác sĩ. Pháp luật chế tài căn cứ trên luật lệ, mà thế gian này đâu phải điều bất minh nào cũng được phát hiện và đưa vào luật, đó là chưa kể hiện trạng bao che để qua mặt và ngồi xổm trên pháp luật khi người ta muốn.

Y đức không trừng phạt thân thể, tiếng tăm hay đời sống của một bác sĩ mà nó có tính cách hướng dẫn, làm cho lương tâm của người thầy thuốc vượt qua cám dỗ và sự lười biếng. Y đức ngăn bàn tay người bác sĩ không cầm dao mổ bệnh nhân khi chưa cần thiết.

Y đức buộc bác sĩ phải thức nhiều hơn, nghiền ngẫm nhiều hơn về căn nguyên gây ra bệnh án để có cách chữa trị hiệu quả nhất. Y đức đánh thức lòng tự trọng của một bác sĩ khi nhận phần quà của bệnh nhân để chữa trị người này khác người kia. Y đức cũng ngăn cản một bác sĩ có thói quen xem bệnh nhân là người phải mang ơn mình trong khi không một ngôi trường y khoa nào lại dạy sinh viên như thế.

Còn hàng trăm tiêu chí về y đức mà nếu đọc kỹ mẹ sợ con sẽ thấy mình khó mà thực hiện một cách toàn hảo. Khó nhưng không phải là không được. Sợi giây y đức sẽ đem người thầy thuốc tới gần bệnh nhân hơn và phần thưởng sẽ là ánh nhìn thân thương của bệnh nhân như khi họ nhìn người thân của họ.

Mẹ lo cho con quá về hai chữ y đức vì mẹ hiểu rằng xã hội hôm nay đã rất xao lãng về đạo đức. Ngoài đườngvẫn xuất hiện quá nhiều bài học đau lòng rồi không cần phải mang ra mổ xẻ. Đạo đức căn bản của xã hội góp phần hình thành y đức trong từng người bác sĩ.

Một cung cách bố thí cho người ăn mày hay người cơ nhỡ, xin lỗi khi phạm lỗi, dắt tay người già yếu qua đường hay cứu giúp người bị nạn.... là căn cơ của cái đức trong mỗi con người. Những điều nhỏ nhoi và dễ dàng ấy đã ngày càng hiếm dần trong xã hội ngày nay thì y đức có mảnh đất nào để mà sinh sôi nảy nở?

Bài diễn văn ra trường của các con hôm ấy còn một lỗi khó thể tha thứ nữa đó sự thiếu hụt kiến thức hay thói nói theo mà không cần nghiên cứu tìm hiểu. Bạn N. đã nói "...đem tất cả khả năng và sự hiểu biết của tôi để phục vụ cho sức khỏe của nhân dân theo lời dạy của chủ tịch Hồ Chí Minh vĩ đại: lương y như từ mẫu."

Bạn N. hay người viết giúp bài văn này không biết là đã làm một việc cô cùng ấu trĩ, cứ câu gì hay thì đều cho là của chủ tịch Hồ Chí Minh. Câu này không phải từ ông mà ra vì trong thư gửi Hội nghị Cán bộ Y tế ngày 27/2/1955 Hồ chủ tịch đã viết:

"- Thương yêu người bệnh. Người bệnh phó thác tính mệnh của họ nơi các cô các chú. Chính phủ phó thác cho các cô các chú việc chữa bệnh tật và giữ sức khỏe của đồng bào. Đó là một nhiệm vụ rất vẻ vang. Vì vậy, cán bộ cần phải thương yêu săn sóc người bệnh như anh em ruột thịt của mình, coi họ đau đớn cũng như mình đau đớn. "Lương y phải như từ mẫu", câu nói ấy rất đúng"

Trước đó vào năm 1948 trong thư gửi Hội quân Y Hồ chủ tịch cũng viết: "Người ta có câu: Lương y kiêm từ mẫu, nghĩa là người thầy thuốc đồng thời phải là một người mẹ hiền."

Trích một câu nổi tiếng đã sai tác giả thì liệu khi ra trường khám những bệnh trạng gai góc bạn ấy còn sai đến mức nào. Người thầy thuốc có địa vị cao hơn nhiều nghề khác, danh vọng sẽ cao theo và do đó sự chăm chú nhìn vào họ cũng cao hơn mức bình thường là điều khó tránh.

Con của mẹ có sợ dư luận bên ngoài hay y đức bên trong đều tốt như nhau cả. Chỉ có một nỗi sợ không nên để trong lòng mà phải đấu tranh tới cùng với nó: Nỗi sợ kiếm tiền thua kém người khác.

Hãy để đồng tiền trả công tự chúng tới sau khi con đã thực hiện đầy đủ bổn phận và trách nhiệm của một bác sĩ với bất cứ bệnh nhân nào. Và quan trọng nhất mẹ muốn con của mẹ trưởng thành và xứng đáng mang danh vị bác sĩ trên ngực từ trái tim yêu thương, chia sẻ bệnh nhân như người thân quen của mình.

Giá trị của đồng tiền lẻ

Mỗi lần đi chợ về tôi lại có thói quen gom hết tiền lẻ bỏ vào ngăn kéo nơi bàn làm việc của mình. Tôi không có chỗ nào khác để cất những đồng tiền lẻ ấy mà để vào ngăn kéo để có thể nhìn ngắm chúng vì đó là thói quen mà khi ba tôi còn sống ông ấy thường làm.

Tôi thấy và bắt chước ông tự lúc nào không hay nhưng cho mãi tới ngày hôm nay tôi vẫn tự tin rằng thói quen nhìn những đồng tiền lẻ giúp tôi bình thản rất nhiều trong cái tranh đua thường nhật với đời sống kinh tế cùng những chật chội oi bức về xã hội của thành phố.

Bắt đầu là những tờ bạc 200 đồng. Tôi tin rằng đây là tờ bạc khiêm nhượng nhất còn lưu hành ngoài chợ tuy ngày càng hiếm đi. 200 là đơn vị tính không hề nhỏ, nhưng khi con số đó nằm trên tờ giấy được gọi là tiền đồng Việt Nam thì nó trở nên lẻ loi đến thảm hại.

Không một món hàng nào ngoài chợ có cái giá 200 đồng bạc. Nó chỉ dành để th062i lại mà phải nhiều tờ nhập lại mới đủ làm cái công việc thồi cho khách hàng. 5 tờ thì thành 1.000 và 10 tờ thì thành 2.000...Cứ thế, những tờ bạc 200 đồng chỉ sống sót

353

khi được nằm chung với nhau, chúng ký sinh lẫn nhau và sống đời sống tầm gửi chờ ngày biến mất.

Mỗi lần nhìn những tờ bạc nhỏ nhoi ấy tôi lại thấy thấm thía thân phận của chính mình. Ba tôi thường nói tờ bạc lẻ nói lên cả một quá trình của một chế độ với biến thiên lịch sử lẫn kinh tế xã hội của nó. Trị giá đồng tiền lẻ càng lớn thì đời sống của xã hội càng vững vàng vì nền kinh tế tận dụng từng chút giá trị của đồng bạc lẻ nói lên sự ổn định của xã hội và đôi khi cả chính trị nữa.

Sau hai đợt đổi tiền với ý đồ ngây thơ là nâng giá trị của đồng tiền lên nên ban đầu những tờ bạc mệnh giá từ 200 lên tới 2.000 tự nhiên được nâng cao giá trị. Thế nhưng giá trị thật của tờ bạc không nằm ở con số mà ở tình trạng GDP của quốc gia.

Việt Nam có lẽ là một trong những nước có những đồng bạc lẻ vô giá trị trên bàn làm việc của ngân hàng tuy chúng vẫn được những chị hàng rong vui vẻ chấp nhận. Thân phận của những đồng tiền lẻ ấy vẫn còn một chút an ủi vì ít ra chúng còn được những bàn tay kham khổ của giai cấp thấp nhất xã hội vuốt ve mỗi buổi tối khi trở về từ mọi hóc hẻm của thành phố.

Người ta không chú ý đến những đồng tiền lẻ nhưng nếu được tống khứ nó đi bằng một nắm tiền để đổi lấy một tờ vé số chẳng hạn thì lại cảm thấy hân hoan hạnh phúc. Tâm lý vứt bỏ một vật kém giá trị bằng cách đổi lấy một vật có giá trị ngang với một tờ giấy lộn làm cho không ít người sung sướng.

Tâm lý thắng lợi tinh thần này không những gắn liền với cách ứng xử của nhiều người mà nó còn thể hiện trong không ít chính sách hiện nay mà xã hội đang kêu rêu chống đối.

Chính sách xuất khẩu lao động có thể là một ví dụ tốt cho hình thái này. Người nghèo khó và không còn cơ hội nào nữa

354

mới chấp nhận làm thân phận đi làm thuê ở nước ngoài. Họ như những đồng tiền lẻ mà giá trị được các công ty kinh doanh đem ra trao đổi để thu về những gói lợi nhuận nhưng không hề để ý đến quyền lợi của người làm thuê.

Bao nhiêu cũng tốt và bao nhiêu cũng bán. Các công ty xuất khẩu lao động không hề bị theo dõi xem việc làm của họ có phù hợp với lợi ích của người lao động hay không bởi chính sách tận bán không cần hậu mãi của nhà nước đã và đang khuyến khích cho không ít kẻ trục lợi trên những con người nghèo khổ này.

Chính sách này cho thấy tư duy của nhà nước luôn nghĩ rằng những con người không nghề nghiệp kia được làm việc, được hưởng lương là một điều may mắn và vì vậy cho dù quyền lợi của họ có bị xem thường một chút thì cũng không đáng quan tâm. Họ giống như những đồng tiền lẻ được mang đi đổi lấy một lợi nhuận nào đó và điều này được xem là thắng lợi, thắng lợi tinh thần.

Ngược lại với những đồng tiền lẻ là những loại tiền mệnh giá tối đa. 500 ngàn là tờ bạc của người giàu hay ít ra cũng là niềm mơ ước của người nghèo. Báo chí hồ hởi viết những bài phóng sự ca tụng mức độ ăn chơi trác táng của những kẻ mới giàu làm cho người nghèo vừa nhục lại vừa đau. Họ ngồi đếm những đồng tiền lẻ và ngạc nhiên tự hỏi tại sao mình có thể sống sót qua bao nhiêu năm trời dưới cái nghèo đói triền miên như vậy?

Trong khi đó những khuôn mặt được gọi là đại gia với những thước tiền không đếm xuể không hề có một chút ấn tượng nào về loại tiền khó đếm chỉ dành cho người nghèo này.

Họ chỉ có ấn tượng với những chiếc xe ngoại quốc sang trọng cực kỳ. Họ ấn tượng với những thứ sản phẩm kỳ cục được thổi lên và tán tụng lẫn nhau trong cùng giới. Những cây cảnh tầm thường được chăm chút rồi thổi phồng qua phương tiện báo chí để giá cả trở thành hàng trăm tỷ chỉ có thể lừa gạt trong giới của họ.

Họ phù phiếm ngồi trong những phòng lạnh sang trọng nói về thế giới chung quanh với tâm thức và tư duy của những bác nông dân được mùa. Giọng điệu của họ dễ làm cho người có học tởm lợm nhưng lại được những người chuyên sài tiền lẻ ngưỡng phục. Sự ngưỡng phục không phải từ ý thức muốn làm giàu mà từ tâm lý trống rỗng của chiếc bao tử.

Nếu một lúc nào đó các đại gia tình cờ cầm tờ giấy bạc 200 đồng lên và thấm thía từng giọt mồ hôi vẫn còn phảng phất trên ấy thì có lẽ việc vung tiền của họ sẽ giảm bớt. Những tờ giấy bạc nhỏ nhoi ấy có thể như một trang kinh thánh bị rơi ra nhưng có khả năng nhắc nhở cho người ta rằng tiền có thể mua mọi thứ nhưng không thể mua được bình an trong tâm hồn.

Đừng tưởng là đại gia thì không có điều gì làm họ sợ hãi. Đồng tiền của họ chỉ có thể thu phục bọn giá áo túi cơm, sống bám vào hành vi bất chính và do đó khi một luồng sóng cách mạng tràn về thổi bay những rác rến ấy thì không ít đại gia sẽ lộ mặt với những thước tội không thể đếm hết mà trong đó tội móc nối với quyền lực để làm giàu trên những người sài bạc lẻ là một.

Người làm giàu bất chính lo sợ rất nhiều thứ nhưng điều họ sợ nhất là một ngày nào đó họ phải tiêu những đồng tiền lẻ mà bấy lâu nay họ không bao giờ để ý.

Những người đàn bà...

Trong tuần qua có hai sự việc liên quan đến thân phận đàn bà làm mình chú ý. Việc thứ nhất được báo chí kèn trống một cách quá lố vì có liên quan đến chân dài. Vụ thứ hai chỉ có hai tờ báo đưa tin có lẽ do vụ việc chỉ liên quan đến hai phụ nữ có chân...không được dài lắm.

Nhân vật chính trong cả hai vụ đều là phụ nữ và nội dung hoàn toàn khác nhau nhưng lại nói lên bộ mặt thật của xã hội hôm nay.

Vụ thứ nhất là người mẫu Hồng Hà, cô bị bắt vì bán dâm với cái giá 1.000 đô la cho một đại gia nào đó mà theo báo chí õm ờ có thể là một quan tham mà nhà báo được chính quyền rỉ tai nên không tiện nêu tên vì lý do "nhạy cảm".

Người mẫu bán dâm thì có gì là lạ trong xã hội Việt Nam khi cái nghề này tuy ồn ào trên báo chí nhưng có cô người mẫu nào giàu được nhờ khả năng và công việc của mình?

Những ông bầu sau chiếc cánh gà của sàn catwalk chính là người chính thức hưởng lợi qua các hợp đồng mà người mẫu ký được với những công ty thời trang và sau một thời gian trong nghề, những người mẫu quen tiêu xài ấy sẽ không thể ngưng lại và chiếc xe lộng lẫy do báo chí thổi phồng chỉ có thể đổ xăng bằng các loại thu nhập ngoài vòng... phong tục!

Với bất cứ lý do gì, mình cho rằng bất cứ người đàn bà nào khi chấp nhận bán dâm cũng đều đáng thương, chí ít là thương hại. Là đàn bà, bạn nghĩ gì khi phải nhắm nghiền hai mắt để một tên đàn ông nào đó thân thể ngập ngụa mùi rượu, tởm lợm với thức ăn chưa tiêu hóa hết trong cuống họng, hì hục làm cái việc mà một con heo nọc xem ra còn dễ coi hơn?

Người chấp nhận làm công việc gọi là bán dâm ấy có vui được không khi báo chí mô tả họ như những kẻ làm băng hoại xã hội này kể cả cô người mẫu đang bị lên án? Người mẫu rồi sao? Họ không có những đau đớn ê chề từ đòn thù mà báo chí hết tờ này tới tờ khác đang thi nhau "bề hội đồng" họ?

Cái giá 1.000 ngàn đô la trong khách sạn sang trọng khác gì với hai trăm ngàn tiền Việt của một cuộc bán dâm tại Vườn Tao Đàn? Giá cả không nói lên được bản chất vì đau đớn, nhục nhã lẫn ê chề không có giá và luôn luôn giống nhau. Cô gái từ miền Tây lên thành phố bán thân tuy hoàn cảnh có khác, thân phận có khác và giai cấp cũng có khác nhưng không vì thế mà cô người mẫu "hân hạnh" tăng giá theo như điều mà báo chí đang làm.

Đưa tin theo cách báo chí với cô người mẫu hiện nay là cách đưa tin đầy nọc độc. Nọc độc ấy đang được sự hiếu kỳ rẻ tiền của xã hội tiếp tay chuyền vào cơ thể của hàng triệu cô gái Việt Nam khác bất kể thành thị hay thôn quê đang đứng trước nguy cơ không công ăn việc làm do hoàn cảnh kinh tế mất định hướng và tuổi trẻ mất niềm tin như hiện nay.

Báo chí không dám đả động hay tìm cho ra cái tên đại gia ấy là ai? Hắn làm ở Bộ ở Cục nào trong chính phủ? Hắn có phải là công an hay hiệu trưởng một trường học nào đó hay không? Đó là những câu hỏi mà người đọc cần biết và người làm báo có tay nghề càng phải biết hơn.

Tập trung vào một tấm hình duy nhất và loan tin theo bản tin của công an đưa cho thì xin lỗi các anh, hàng triệu người làm báo tốt hơn các anh nhiều mặc dù quanh năm họ không hề bước ra khỏi cửa.

Mình không hề xúc động một chút gì qua bản tin này, do đó bài báo về vụ người mẫu bán dâm kể như tốn giấy một cách ngu đần. Tuy nhiên mình lại xúc động thật sự ở một bản tin khác do Bee.Online đưa tin với đầy đủ hình ảnh: "Hai mẹ con khỏa thân để giữ đất".

Vụ việc xảy ra tại Cần Thơ khi bà Phạm Thị Lài 52 tuổi, với con gái ruột là Hồ Nguyên Thủy, 33 tuổi hiện đang làm kế toán của một doanh nghiệp kinh doanh vật tư xây dựng ở TP Cần Thơ. Hai người đã lột hết quần áo để chống lại với những người đàn ông đang có mặt trên công trường trên mảnh đất của bà bị nhà nước tước đoạt giao cho doanh nghiệp.

Bà Lài được trả 500 ngàn cho một mét vuông đất trong khi đó chính quyền giao lại cho doanh nghiệp với con số tăng lên 10 lần.

Sau nhiều lần đấu tranh không thành công hai mẹ con bà đành sử dụng phương pháp cuối cùng: "Lấy cái xấu chống lại cái ác".

Rõ ràng chị Hồ Nguyên Thủy không phải là người thất học, vì làm kế toán cho một doanh nghiệp tư nhân không thể thiếu kiến thức hay được lo lót như làm việc cho nhà nước. Trong lứa tuổi 30 chị không thể được xem là già nhưng chấp nhận không mặc quần áo để chống lại cái ác thì hành động này của mẹ con chị vừa đau đớn cho đàn bà Việt Nam vừa là một vết mực đen quất thẳng vào bức tranh đang được người ta cố hết sức để thổi phồng lên về sức mạnh và sự đẹp đẽ khó tin của nhà nước xã hội chủ nghĩa.

Tâm lý xem bộ phận sinh dục của phụ nữ là nơi dơ bẩn đã được truyền bá trong cộng đồng nông nghiệp hàng ngàn năm nay và vì vậy khi chấp nhận khỏa thân thì người dân quê đang dùng đến thứ vũ khí cuối cùng để chống lại đám cường hào mới.

Cường hào không lộ mặt như những thứ Tổng, Lý trong thời Ngô Tất Tố. Cường hào hôm nay có khuôn mặt đẹp đẽ hơn nhiều và cơ ngơi của họ cũng đồ sộ gấp ngàn lần hơn. Họ là những người có chức danh nghe rất kêu như chủ tịch ủy ban này, bí thư thành phố nọ. Khuyển ưng của họ không phải là mấy tên võ biền ốm đói mà cả một rừng quân lính kêu đâu dạ đó, súng ống khiên nón đầy người...

Vậy mà hai mẹ con của bà Lý, người miền Tây của mình lại chỉ có thể đem hai cái vật chỉ bằng hai bàn tay ra chống một cách đau đớn như vậy thử hỏi mấy ai không nghẹn ngào, rơi lệ?

Nhìn cảnh hai mẹ con trần truồng bị đám sai nha lôi xềnh xệch trên mảnh đất của họ người đọc sẽ nghĩ sao so với tấm ảnh của cô gái trong đồn công an về tội bán dâm? Xã hội chưa lên án báo chí thì quả là chuyện lạ!

Đóng bản tin lại mình thẫn thờ tự hỏi: sao mà nhân phẩm con người hôm nay lại rẻ rúng đến như thế? Một bên khoe thân để lấy tiền, một bên đưa thân ra để chống lại bọn người tàn ác. Hai hình ảnh ấy nói lên điều gì tại quê hương của mình?

Mình chỉ biết buồn và cầu nguyện cho hai mẹ con bà Lài và cũng không quên cho cả cô người mẫu tội nghiệp.

Mình cũng muốn cắn răng, như một tín đồ Thiên Chúa thường cho rằng nên cầu nguyện luôn cho kẻ thù để chúng sớm quay đầu lại với Chúa...nhưng sao không thể làm được? Có thể giận quá mất khôn, hay tận thâm tâm mình không tin rằng những hung thần của quê hương sẽ không bao giờ quy cải được?

Khi người đàn bà bị đẩy đến chân tường đến nỗi phải dùng đến thứ vũ khí trời ban cho để sinh tồn mà xã hội vẫn nhởn nhơ cười nói thì đến Chúa cũng hết lời chứ nói chi đến mình, một người ngoại đạo?

Tượng và người

Nhiều khi tôi cứ bần thần tự hỏi, nước Việt mình giàu hay nghèo? số người nghèo là bao nhiêu và phần còn lại thì những người được xem là giàu thì bao nhiêu? Câu hỏi không phải lúc nào cũng nằm trong đầu nhưng mỗi khi đọc thấy tin về việc nghèo giàu thì câu hỏi này lại lởn vởn chung quanh.

Tin mới nhất đang làm cho người dân khắp nước rộ lên những tiếng than khác nhau nhưng nỗi buồn và căm giận hoàn giống nhau: UBND tỉnh Quảng Nam vừa thông qua việc duyệt kinh phí xây tượng đài Mẹ Việt Nam anh hùng từ 120 tỉ tăng lên thành 410 tỷ.

Tượng đài Mẹ Việt Nam anh hùng làm bằng chất liệu đá sa thạch, được Hội đồng Nghệ thuật chọn từ phác thảo của họa sĩ Đinh Gia Thắng và kiến trúc sư Nguyễn Luận. Quần thể tượng đài tọa lạc trên đỉnh núi Cấm, thôn Phú Thạch, xã Tam Phú, thành phố Tam Kỳ, tỉnh Quảng Nam, với tổng diện tích 150.000m2.

Phải thừa nhận rằng đây là tham vọng về hai mặt, thứ nhất muốn vinh danh bà mẹ Việt Nam với những thăng trầm trong suốt chiều dài lịch sử chiến tranh, và thứ hai theo những người chủ trương thì tượng đài này sẽ chứng tỏ cho cả khu vực Đông Nam Á thấy tài năng, ý chí và sức mạnh dân tộc.

Khoan nghĩ tới sự hoành tráng sẽ làm bức tượng nổi tiếng, hãy hỏi xem số tiền không hề nhỏ này mang lại gì cho tỉnh Quảng Nam và cho cả nước.

Theo số liệu thống kê thì Quảng Nam có số dân gần 1 triệu rưỡi người với hai thành phố và 16 huyện. Địa danh này vốn là nơi địa linh nhân kiệt với truyền thống cách mạng lâu đời và cũng là tỉnh có nhiều vấn đề kinh tế cần giải quyết. Dân chúng phần đông vừa thoát nghèo và hàng trăm ngàn gia đình liệt sĩ cần phải xem xét lại chính sách để điều chỉnh mức trợ cấp cho họ nay đã quá lạc hậu so với nhiều lần lạm phát xảy ra.

Quảng Nam là một trong nhiều tỉnh miền Trung mỗi năm phải đối phó với bão lụt mà thiệt hại phải được nhà nước hỗ trợ mới có thể giúp cho nạn nhân qua được ngặt nghèo. Người dân luôn bị tình trạng mất mùa, sâu bệnh và hạn hán ám ảnh. Thu nhập bấp bênh đối với một bộ phận rất lớn của công nhân viên chức không phải chỉ là nỗi lo, mà thật sự đang là nguy cơ bùng nổ bất công ngay trong bộ phận xương sống của nhà nước.

Quảng Nam thường xuất hiện trên mặt báo hai hình ảnh trái ngược. Nếu Hội An là niềm tự hào của tỉnh thì hình ảnh các em bé thơ dại phải lội qua sông để tới trường hàng ngày vẫn là nỗi nhức buốt của người dân cả nước. Những hình ảnh đau lòng này không riêng gì Quảng Nam mới có mà cả nước đang cần hàng trăm ngàn cây cầu như vậy để người dân không phải thí cả sinh mạng để tìm con chữ.

Rõ ràng là ngân sách nhà nước rót cho các tỉnh phải được chia đều cho tất cả mọi khâu điều hành, trong đó một phần lớn cho an sinh xã hội và các khoản đề phòng thiên tai. Không thể không thắc mắc tại sao bao năm trôi qua mà những cây cầu lương tâm này vẫn không được chú ý, mặc dù báo chí và dư luận kêu gào hằng năm khi mỗi lần bắt đầu một niên học mới.

Tỉnh luôn kêu là không đủ kinh phí để xây những chiếc cầu con con này nhưng bỗng nhiên xuất hiện một công trình "thế kỷ" thì làm sao dư luận không bức xúc?

Tôi thật sự thắc mắc rằng khi đặt bút ký vào văn bản tăng kinh phí cho tượng đài này thì người ký có một chút tỉnh táo nào không, hay ông ký ngay sau khi một tiệc nhậu hoành tráng được các "nghệ sĩ" chỉ đạo nghệ thuật công trình cũng "hoành tráng" này chiêu đãi tại một quán bia nào đó?

Tôi cũng giả thiết rằng, khi tượng đài được cắt băng khánh thành thì ai là người hưởng lợi? Cả nước chăng? Khó mà thuyết phục người dân cả nước hãnh diện chung với tỉnh Quảng Nam khi hình ảnh chính con em trong tỉnh của họ bơi trong mưa để tới trường. Các bà mẹ liệt sĩ chăng? Bà mẹ liệt sĩ nào chấp nhận một hình ảnh phản cảm như vậy khi tính hy sinh của bà nằm trong sự mong ước nhìn các thế hệ con cháu sau này hạnh phúc và hãnh diện cùng thế giới.

Không có tượng đài nào đủ lớn để che lấp được khốn khó của người dân. Cũng không có tượng đài nào đủ đẹp để mê hoặc thế giới rằng đất nước đã thật sự vĩ đại trên con đường chống đói nghèo thông qua vóc dáng khổng lồ của tượng đài.

Tượng càng lớn trước nỗi bất hạnh của người dân thì sức phản cảm càng nhiều. Càng cố phô trương sự biết ơn giả tạo càng nhân lên lòng căm phẫn của các bà mẹ anh hùng thật sự.

Tượng đài là một khái niệm mơ hồ với họ, những người đáng được hưởng sự biết ơn của xã hội qua đại diện là các cơ quan nhà nước một cách cụ thể hơn. Hãy nói với họ bằng chén cơm manh áo, bằng quan tâm thật sự bởi trái tim thay vì bằng cái lưỡi. Đừng "hót lời chim chóc" mãi, nhất là lời hót ấy nay được quy ra bằng tiền, rất nhiều tiền.

Mấy ông ăn nhậu có câu nói khá hay: "vòng bụng càng to thì vòng đời càng ngắn."

Với Tượng đài Mẹ Việt Nam anh hùng có thể nói: "càng tiêu tốn nhiều tiền thì tuổi thọ của chế độ càng ngắn."

Anh hùng gì các mẹ?

Trong cuộc chiến tranh chống Mỹ, những hy sinh thầm lặng lẫn vang dội của người bộ đội hay các bà mẹ, gia đình của họ tại hậu phương, nhất là miền Nam đã góp phần rất lớn vào chiến thắng 30 tháng Tư năm 1975. Hài cốt những anh hùng liệt sĩ ấy nằm trên tất cả mọi chiến trường trong Nam ngoài Bắc. Một số lớn vĩnh viễn không tìm thấy, số ít còn lại được an táng tại nghĩa trang hoành tráng của các tỉnh thành. Đâu đâu cũng thấy liệt sĩ, đâu đâu cũng thấy các bà mẹ của những người đã hy sinh ấy. Có bà trở thành bà mẹ anh hùng vì có hai hoặc nhiều hơn các người con của mình đã hy sinh vì cuộc chiến.

Những bà mẹ anh hùng hôm nay đa số sống đạm bạc trong những ngôi nhà tình thương do nhà nước cấp. Một số ít khác sống nhờ vào con cháu nay đang có những chức vụ trong bộ máy nhà nước hay ăn nên làm ra vì kinh doanh các thứ, trong đó có bất động sản, một khu vực chóng giàu nhất trong xã hội từ hơn một thập niên qua. Các bà mẹ liệt sĩ anh hùng hiếm hoi này có lẽ hạnh phúc nhất, được cả tiếng lẫn miếng và các bà trân trọng mọi tuyên dương của nhà nước, từ tổ dân phố tới phường tới huyện.

Tuy nhiên không phải bà mẹ Việt Nam Anh hùng nào cũng sung sướng và hạnh phúc như thế.

Báo chí đã từng đưa tin nhiều vụ cưỡng chế đất của những bà mẹ anh hùng này khi căn nhà của họ nằm chỏng chơ trên những mảnh đất heo hút khi xưa nay lại trở thành tầm nhắm của các doanh nhiệp. Nhà của những bà mẹ anh hùng này là vật cản đối với nhà nước địa phương và vì thế nó bị san phẳng như tất cả nhà của các người dân khác.

Hành động này được nhìn dưới hai lăng kính: thứ nhất không có ngoại lệ hay vùng cấm nào trong các vụ cưỡng chế. Thứ hai nhà nước địa phương bất cần tấm bằng mỏng manh treo trên vách của các bà mẹ anh hùng, cái mà họ cần là hoa hồng sau mỗi lần giao đất thành công cho các tập đoàn, doanh nghiệp.

Cái thứ nhất không ai tin, vì sự công tâm mà nhà nước tưởng mình đang có đã phá sản từ lâu trong hồ sơ nhà đất. Khắp nước người dân than oán kêu ca và thậm chí oán hờn vì chính sách tịch thu, đền bồi giải tỏa không thỏa đáng.

Những chính sách ấy dù có công bằng trong giải tỏa đối với mọi người cũng trở thành vô nghĩa khi chính bản thân nó đã đi ngược lại với nguyện vọng chính đáng của người dân. "Sống cái nhà thác cái mồ" là hạnh phúc không gì có thể đánh đổi cho bất cứ ai, ngoại trừ những cộng đồng du mục.

Bà mẹ Việt Nam Anh hùng cũng thế.

Cái khác ở đây là khi người ta bốc các mẹ lên quá cao, đến khi rớt xuống thì mẹ đau hơn những người khác.

Giá như nhà nước chỉ trao cho mẹ danh hiệu gia đình tử sĩ, hay gia đình chiến sĩ trận vong thì có lẽ các bà mẹ bất hạnh này sẽ không thấy tủi thân. Gia đình tử sĩ thì cả nước có hàng triệu người, dù có nhiều đứa con hy sinh thì cũng là bà mẹ liệt sĩ bất hạnh hơn những bà mẹ khác. Bà đâu muốn con mình nhiều đứa chết như thế, có chăng sự hy sinh của nhiều người con trong một gia đình như vậy là nỗi đau không thể bù đắp kể cả những danh hiệu vang lừng nhưng không mấy thực tâm.

Cả nước có hàng ngàn bà mẹ anh hùng. Cả nước cũng có hàng trăm bà bị đuổi ra đường để lấy đất giao lại cho doanh nghiệp. Doanh nghiệp ngày nay quan trọng và anh hùng hơn các bà khi họ được tiếng là làm cho đất nước giàu mạnh hơn. Phía sau sự giàu mạnh hơn ấy là đồng tiền hoa hồng không hề nhỏ. Phía sau cụm từ Bà mẹ Việt Nam anh hùng là nghèo nàn, thiếu ăn cần được nhà nước hỗ trợ và nhất là không thể kiếm chác gì trên cái "cơ sở" này đối với những ông kẹ địa phương.

Biết vậy nhưng không thể cầm lòng được khi xem cái clip cưỡng chế có hình ảnh một bà mẹ Việt Nam Anh hùng cương quyết chống lại chính quyền và cũng thế, chính quyền cương quyết cưỡng chế.

Clip xảy ra tại phường Cẩm Bình, cho thấy bà mẹ trơ trọi ngồi trước nhà với một cây gậy nhỏ trên tay. Bà run rẩy quơ gậy một cách tuyệt vọng xua đuổi dân phòng, lực lượng cơ động. Bà bị khiêng lên để qua một bên cho chính quyền làm việc. Phía sau là tiếng gào thét của con cái bà cùng những tranh cãi của người dân đối với người thi hành công vụ. Cuối cùng thì bà thua, rưng rưng nước mắt nhìn căn nhà vào tay người khác.

Người xem clip này sẽ tự hỏi: Không biết các ông lớn trong Bộ chính trị có thấy những cảnh này hay không? và khi thấy thì họ sẽ nghĩ gì, làm gì?

Nhiều người tin là các ông ấy thấy.

Mỗi sáng thứ Hai, các Ủy viên khi họp giao ban tại Bộ chính trị thì việc đầu tiên là đọc báo cáo tin tức xảy ra khắp nơi từ

TTXVN gửi về để nắm tình hình. Các ông ấy không thể không biết những Văn Giang, Dương Nội, Vụ Bản, và mới nhất là Trịnh Nguyễn Bắc Ninh. Nghe đâu các ông ấy còn được đọc những bài trích ra từ Facebook hay các trang blog lề trái nữa để nắm tin tức nhiều hơn.

Nắm nhiều nhưng không làm gì cả là đặc tính không thể dời đổi của Ban bí thư trung ương, Bộ chính trị và nhiều cơ quan quan trọng khác.

Đặc tính ấy lan sang cả Quốc Hội làm sơ cứng miệng lưỡi của gần 500 ông bà đại biểu khiến họ bỏ phiếu chấp thuận không thay đổi nguyên tắc "đất đai thuộc sở hữu toàn dân do nhà nước quản lý."

Một tập thể bị chà đạp

Chưa bao giờ người giáo viên phải đối diện với những căn bệnh bỉ thử của xã hội nhiều như hôm nay. Nghề nghiệp cao quý chỉ mới đây vài thập niên được tôn vinh hết mực, được xã hội nể vì, được học trò kính trọng như một điểm sáng dẫn đường trong hành trình đi tìm tri thức nay đã thành điển hình cho những gì tan vỡ nhất trong cộng đồng.

Sự học không còn phục vụ cho tri thức mà nó đã được mặc nhiên thừa nhận như phương cách để kiếm tiền sau khi tốt nghiệp. Cái giá đem trả cho người thầy được đặt xuống như một thách thức của xã hội khi nhà nước từ lâu không còn trách nhiệm với cuộc sống của người giáo viên nói chi đến việc tuyên dương giá trị kiến thức của họ qua đồng lương thích đáng.

Giáo viên cả nước tự bơi trong chiếc hồ khổng lồ đậm đặc ô nhiễm và xuống cấp của đạo đức. Họ kiếm thêm thu nhập khi đồng lương chính thức không thể giúp gia đình no lòng. Dạy thêm là phương cách khó từ chối để người thầy không quỵ ngã nhưng nó đang là con dao hai lưỡi giết dần mòn niềm tin của học sinh lẫn cha mẹ chúng.

Người giáo viên có chọn lựa duy nhất là phải có học sinh học thêm. Học sinh có chọn lựa cũng duy nhất là nếu không học

371

thêm sẽ khó đạt điểm cao trong lớp khi bạn bè em ai cũng theo học thêm bằng cách nào đó. Học và dạy thêm hiện nay hình thành bán chính thức vì không có một quy định nào khuyến khích hay ngăn cấm việc này.

Bộ Giáo dục có lẽ là nơi vô trách nhiệm nhất đối với nhân viên của mình so với các Bộ khác khi biết rõ và chắc chắn rằng không ai có thể sống được với đồng lương nhưng cấp cao nhất vẫn chọn thái độ im lặng. Các cơ quan khác thì chọn tham nhũng, ăn cắp của công, còn nhà giáo thì không thể làm gì hơn là phải chọn lựa dạy thêm và chấp nhận ánh mắt thiếu thiếu cảm của phụ huynh học sinh soi mói. Nhưng biết làm sao hơn vì họ không thể ăn cắp như những cơ quan khác.

Xã hội đồng lòng chấp nhận trả tiền học thêm cho con em mình như một cách trả nợ để chúng thoát các kỳ thi cuối cấp. Không ai ngạc nhiên khi những ý kiến nêu trên mặt báo của phụ huynh học sinh không nhiều thì ít luôn cho rằng tiền học thêm của con cái họ làm cho đôi vai của cha mẹ học sinh cong quần hơn.

Còn giáo viên thì sao?

Đâu đó cũng không thiếu giáo viên nhờ dạy thêm mà khấm khá. Sự ăn nên làm ra dựa vào bục giảng của một số rất ít này trở thành kim chỉ nam cho rất nhiều đồng nghiệp. Nhiều, rất nhiều giáo viên các cấp hiện nay chăm chú nhìn vào sự thành công đó rồi buộc mình vào cỗ xe không người lái này.

Dù khấm khá hay không thì những con người trí thức khốn khổ mang tên Giáo viên có miệng mà không nói được. Tại sao phải dạy thêm.Tại sao phải chịu đựng sự sỉ nhục âm thầm chung quanh môi trường sống. Tại sao chấp nhận đồng lương khốn nạn như vậy mà không hề phản kháng?

Ngày thường thì gia đình những giáo viên nghèo túng có thể nương tựa nghiêng ngã vào nhau mà sống, điều đáng sợ nhất của nhiều gia đình giáo viên khi năm hết tết đến. Họ phải đối diện với những vấn đề nan giải mà không ít người chỉ biết ngậm ngùi chịu đựng.

Truyền thông trong những ngày cận tết ngoài việc đưa tin giá cả của các loại thực phẩm cần thiết thì vấn đề tiền thưởng tết được bàn thảo rất kỹ. Theo báo chí thì năm nay tuy kinh tế trì trệ nhưng mức thưởng tết cho công nhân trong các khu công nghiệp không đến nỗi tệ, bình quân mức thưởng tết năm nay cho lao động là 2 triệu cho mỗi người.

Về cán bộ nhà nước thì báo Thanh Niên dựa theo số liệu thống kê của Liên đoàn Lao động TP.HCM cho thấy UBND phường của Q.11 là nơi lương, thưởng tết cao hơn so với các quận, huyện khác. Cụ thể, mức cao nhất 24 triệu đồng một người, và thấp nhất là 18 triệu đồng một người, bình quân 19 triệu đồng mỗi người.

Những người hoạt động trong các đơn vị hành chánh sự nghiệp như bệnh viện thì mức thưởng tết rất cao. Bệnh viện Nguyễn Tri Phương công bố mức thưởng Tết cho nhân viên với mức 17 triệu đồng mỗi người.

Tại bệnh viện Nhân dân 115 mức thưởng dự kiến là 18 triệu đồng. Tuy nhiên bệnh viện Từ Dũ đã qua mặt tất cả với mức thưởng 20 triệu bình quân. Mức thưởng của các bệnh viện chỉ chênh lệch nhau không đáng kể nhưng sự chênh lệch kinh khủng nhất là người làm việc tại bệnh viện và người giáo viên trên cả nước.

Cùng là đơn vị sự nghiệp như nhau, một bên cứu người còn một bên trồng người nhưng Bộ Giáo dục và Đào tạo không hề lên tiếng về việc không có việc thưởng tết cho nhân viên của mình. Giáo viên tiếp tục bơi mà không dám nhìn sang người bạn y tế bên cạnh. Có mặc cảm cũng đúng bởi cả xã hội đã nghiễm nhiên thừa nhận lối tổ chức ngu xuẩn này từ nhiều chục năm nay của cả hệ thống. Ngậm đắng nuốt cay là chọn lựa của nhiều giáo viên cho vị trí kiếm sống của mình.

Cũng có người chú ý tới hoàn cảnh bi đát của những giáo viên và họ tự ý quyên góp phẩm vật để "đi tết" cho thầy cô thay vì tiền thưởng. Những vật phẩm mà người hảo tâm mang tặng thầy cô giáo thật không khác gì để cứu trợ nạn nhân bão lụt. Cũng mì gói, cũng dầu ăn, nước tương, nước mắm...và vì dịp tết nên có cô giáo nhận được một bịch hạt dưa để dành cắn trong dịp tết!

Mà suy cho cùng thầy cô giáo có khác gì nạn nhân bão lụt đâu? Khác chăng là bão lụt thật xảy ra vào giữa năm còn bão lụt của giáo viên thì lặp đi lặp lại vào dịp tết. Bão lụt thật thì chết người trước mắt còn bão lụt trong đời giáo viên sẽ gây ra những cái chết mòn.

Bức tranh này diễn mãi hàng năm lâu dần đã trở thành quen và bởi quen nên cảm xúc của xã hội trở nên chai lỳ. Thật đáng tuyên dương cho ai đó có ý tưởng tặng hạt dưa cho thầy cô giáo, bởi hạt dưa được nhuộm màu đỏ nên khi cắn chúng sẽ ướp cho cô giáo một chút hồng trên môi, cũng là cách che bớt chua chát, đắng cay trong lòng cô trong những ngày cận tết.

Đã là giáo dục, không thể mập mờ

Câu chuyện giáo dục tại Việt Nam càng nghĩ càng buồn, càng nghĩ càng bế tắc và tuyệt vọng. Từ bậc đại học cho tới những ê a vỡ lòng, nơi nào cũng xuất hiện những khó khăn khiến ai có lòng tốt cách mấy đối với tiền đồ giáo dục cũng phải xuôi tay mặc cho dòng nước đục bẩn của hệ thống kéo theo cơ man là rác rưởi của một nền giáo dục ăn xổi ở thì, chụp gấu vá vai từ con chữ tới lời thầy cô giảng bài trong từng tiết học.

Tình trạng hấp hối của chính sách giáo dục kéo dài đã rất lâu và ông Bộ trưởng nào mới lên ngồi trên chiếc ghế lỏng lẻo và đầy rệp này cũng phải nhảy dựng lên. Trước là kêu gọi cải cách, sau là nói không với cái này, cái khác.

Rồi cũng có ông yêu cầu xã hội hóa như một cục đá dằn phía sau chiếc bánh xe khi nó đang tụt dần về phía sau. Xã hội hóa không làm nó tiến lên dù là một phân tây. Nhưng nói như Khổng Tử thì: "Sự học như con thuyền trên gióng nước ngược, không tiến ắt lùi".

Tiến chắc chắn là không, còn lùi thì đã và đang từng chút một tuột trên con dốc đầy sỏi đá. Cũng may là con đường chứa quá nhiều ổ gà lẫn sạn sỏi nên cổ xe được chúng trì kéo giảm bớt độ tuột.

Những ổ gà mua ghế, mua chỗ đứng lớp, những viên sạn dạy thêm học thêm đã ghì chặt lấy nhau để sống còn trên cơ thể hấp hối của một nền giáo dục lấy chỉ tiêu làm lý tưởng và bất cứ kêu rêu đóng góp nào của xã hội đều được nhìn dưới lăng kính nghi ngờ, khó chịu.

Khi phản biện ngày càng nhiều về nguyên nhân dẫn đến tình trạng kiệt quệ của giáo dục hiện nay xuất phát từ đồng lương trả cho người trực tiếp đứng lớp không tương xứng thì Bộ Giáo dục giả lơ, Sở Giáo dục các thành phố vì gần dân nên phải đối phó. Biện pháp đối phó được đưa ra rất nhiều nhưng nhìn chung chỉ toàn là..."đối phó" nên giáo viên các trường công lập tiếp tục tự tìm cho mình con đường sống còn trên cái nền nhà giáo dục ấy.

Có một điều rất bất thường khi phụ huynh học sinh càng than phiền về chất lượng giảng dạy cũng như đổ ập lên đầu con em họ quá nhiều bài học vô bổ thì không ít trường đối phó theo chiều ngược lại: Yêu cầu phụ huynh đóng góp tiền cho sự nghiệp giáo dục lẽ ra phải được nhà nước chu toàn này. Các loại phí nếu thẳng thừng tính ra thì danh sách có thể dài hơn một trang giấy.

Danh sách này lại chứa không ít các khoảng tiền vô lý đến độ nhiều phụ huynh học sinh muốn cho con em mình nghĩ học luôn để chống đối. Ức thì nói vậy nhưng tâm lý xã hội Việt Nam có cha mẹ nào muốn con mình dang dở việc học ngoại trừ quá nghèo.

Tâm lý ấy được nhiều ông bà hiệu trưởng nắm rõ và khai thác nên mặc dù có thu thêm bao nhiêu thì con số học sinh theo học không bao giờ giảm xuống. Làm ăn mà biết chắc khách hàng không thể bỏ mình để đi chỗ khác là nét ưu việt của Xã hội chủ nghĩa mà trong doanh trường người ta nói đó là thủ đoạn độc quyền.

Cái thủ đoạn này lại được cơ quan đầu não là Bộ Giáo dục ủng hộ một cách rất..."thủ đoạn"! Trên nguyên tắc Bộ không cho phép nhà trường thu tiền thêm của học sinh bất cứ dưới hình thức nào ngoại trừ họ..."tự nguyện". Sở Giáo dục và Đào tạo các thành phố công khai cho biết việc huy động và tiếp nhận các khoản đóng góp đều được dựa trên nguyên tắc tự nguyện của hai bên...

Để vở tuồng "tự nguyện" xem có vẻ thật hơn, hiệu trưởng các trường thi nhau nghĩ ra những cách thức để dẫn dắt các khoản thu hết sức hợp lý nhằm thuyết phục những ai còn nghi ngờ thiện chí của nhà trường trong vần đề chi thu. Và một điều đau lòng nhất là các hiệu trưởng này không do dự khi giao trách nhiệm thu ..."hụi chết" này cho các giáo viên chủ nhiệm.

Số tiền phụ thu "tự nguyện" được hiệu trưởng toàn quyền chi vào những mục tiêu mà ông hay bà ta thấy cần thiết. Thường là sửa chữa lại cơ sở thiết bị và các tay trúng thầu không nói ai cũng biết là đồng minh của họ để hóa đơn có thể tăng lên đột biến các khoản mua sắm.

Vấn đề tiền lương của giáo viên nếu được hỏi thì họ đã có sẵn hàng trăm câu trả lời và thường thấy nhất là Bộ không cho phép lấy tiền tự nguyện để góp vào lương cho giáo viên.

"Lợi ích nhóm trong giáo dục" không phải khó thấy. Bắt đầu từ sự tập quyền cuả hiệu trưởng sau đó được phân phát rất công bình cho các đương sự trách nhiệm của Sở Giáo dục cũng như thanh tra...bộ máy chạy đều từ năm này sang năm khác mà chưa bao giờ gặp trục trặc kỹ thuật nào. Lạm thu trong nhà trường không bao giờ được Bộ giáo dục chú ý vì đây là bổng lộc mà Bộ muốn các trường tự trang trải cho mình. Im lặng thì trái đạo lý, vậy thì cứ lên tiếng "tự nguyện hóa" những đóng góp bắt buộc này cho hợp với lòng...hiệu trưởng...

Thế mới thấy tại sao trong khi giáo viên cứ một mực than thở lương không đủ sống thì giá tiền mua một chiếc ghế hiệu trưởng lại không bao giờ "khuyến mãi". Cha mẹ học sinh cứ trăn trọc với túi tiền ngày một teo lại theo tỷ lệ lùn kiến thức của con mình và Bộ Giáo Dục vẫn lạc quan về tương lai sáng lạn của một nền giáo dục xã hội chủ nghĩa toàn bích.

Những trớ trêu nghịch lý này vẫn ngày ngày nện những câu hỏi lên lương tâm của một người tỉnh táo.

Không lẽ cả nước đều mất trí trước sự thật này chăng?

Thế mới thấy sự kinh khủng của hệ thống giáo dục định hướng theo quyền sinh sát của những ông bà hiệu trưởng được nuôi dưỡng, bảo kê bởi Bộ Giáo dục nhưng bộ này lại rất phản lại nguyên lý giáo dục phổ cập trên toàn thế giới.

Tản mạn ngày Tám tháng Ba

Ngày Quốc tế phụ nữ đang đến rất gần. Ở đâu đó trên các con phố, người ta bày bán các loại hàng từ truyền thống đến hiện đại. Mua và nghĩ đến quà tặng còn lan sang cả những vùng quê, làm bừng lên không khí của ngày lễ đặc biệt này.

Thế nhưng không phải quà tặng nào cũng chứa đựng trong đó tâm tình chân thành của người tặng.

Hơn thế nữa, mấy ai chịu lắng lòng mình lại để suy nghĩ về công lao và sự hi sinh thầm lặng của một nửa nhân loại đang ngày đêm âm thầm làm việc, cống hiến, hi sinh cho gia đình và cho xã hội?

Ngày còn làm việc ở một cơ quan nhà nước, hàng năm, cứ đến ngày Quốc tế phụ nữ, thì các đấng mày râu lại tổ chức tiệc mừng cho các chị em. Rồi hát, rồi uống, rồi no say... Cũng chỉ thế thôi. Rồi sau đó, mọi gánh nặng lại đổ dồn trên đôi vai gầy của người phụ nữ.

Tôi biết có một gia đình trong xóm, nhà chỉ có ba cô con gái thì hai cô bị lừa bán sang Trung Quốc khi đang độ tuổi vị thành niên.

Từ bấy đến nay, một cô mất tích chưa thấy về, còn cô em gái, thì mãi 15 năm sau mới trốn về quê, thăm cha mẹ chưa được một tuần đã vội vã rời nhà để quay về thăm con. Trên người cô lúc ra đi cho đến khi về, không hề có một thứ giấy tờ tùy thân nào.

Cô kể cho tôi về những chuỗi ngày tủi nhục nơi đất khách quê người, bị đánh đập, bị đối xử tàn tệ, làm cho tôi cảm thấy thắt lòng. Biết thế mà tôi chẳng có cách nào giúp họ được.

Có biết bao cô gái ở Việt Nam bị bán sang làm nô lệ tình dục ở Trung Quốc, bị đánh đập tàn nhẫn, bị đối xử như trong thời kỳ nông nô? Đó không phải là con số hàng chục, hàng trăm, mà thậm chí là hàng nghìn, hàng vạn. Con số đó không hề giảm đi mà ngày một gia tăng.

Có biết bao cô gái xếp hàng chờ được lấy chồng Đài Loan mà không hề biết số phận ngày mai của mình sẽ ra sao nơi đất khách quê người, để rồi cuối cùng có những cô gái bị chồng đánh đập đến chết? Ôi, thân phận người phụ nữ có được quan tâm, có được yêu thương và tôn trọng đúng với phẩm chất của một con người hay chưa? Câu hỏi đó, khi cất lên, ai cũng có thể tự tìm cho mình một đáp số thật buồn.

Còn biết bao nhiêu hình ảnh người phụ nữ Việt Nam ngày ngày tảo tần với những công việc thầm lặng, oằn vai với những gánh hàng rong trên khắp các con ngõ ở phố phường với cuộc sống mưu sinh trong thời bão giá như hiện nay?

Có biết bao nhiêu người phụ nữ mà mỗi người chúng ta khi nghĩ về họ, và cũng có thể cả họ nữa, cũng chẳng bao giờ đếm hết được những nỗi vất vả của họ qua từng tháng năm của cuộc đời?

Tôi ngờ rằng, trong số họ, có rất nhiều những người chưa một lần biết đến ngày 8 tháng3. Chưa một lần được trải nghiệm cảm giác nhận quà tặng từ tay người khác.

Ngày 8 tháng 3 đối với họ, có thể chỉ là những thứ quà xa xỉ, mà có thể suốt đời họ chẳng có cơ hội để đón nhận. Họ chỉ biết sống một cuộc đời thầm lặng và kiên nhẫn, chịu thương, chịu khó, chu toàn bổn phận của một người phụ nữ trong nỗi thăng trầm của kiếp người.

Tôi đã từng có những năm tháng sống gần gũi với những người phụ nữ ở vùng cao. Trong chế độ mẫu hệ, người phụ nữ cũng không vì thế mà tìm được sự an nhàn. Đa phần trong số họ, nhiều người không biết sử dụng các loại phương tiện giao thông để đi lại. Trời phú cho họ sức khỏe phi thường, ít khi ốm đau để đủ sức cáng đáng những công việc đồng áng, những công việc của gia đình hết sức nặng nhọc.

Và ngày nay, trong thời đại bão giá, lạm phát gia tăng, cuộc sống của mọi người trở nên chật vật, thiếu thốn, thì chính các ông chồng lại phó mặc cho sự khôn ngoan và khéo léo của các bà vợ. Mọi sự cứ phó thác cho vợ là chắc ăn nhất. Làm như người phụ nữ nhỏ bé có thể gánh nặng cả giang san trên đôi vai còm cõi của họ không bằng!

Nói đến hình ảnh người phụ nữ, bất chợt tôi liên tưởng đến hình ảnh của Hai Bà Trưng năm xưa. Khi quân nhà Hán tiến sang xâm lược nước ta, chúng nó đi lại, nghênh ngang, ngạo nghễ. Khi đó biết làm thế nào? Cánh đàn ông thì cúi gằm mặt xuống không dám nhìn ai, nhìn giặc thì sợ, nhìn dân thì nhục. Và thế là những người đàn bà phải xông trận. Sao lại treo gánh nặng đó trên đôi vai gầy của những người quanh năm chỉ biết trồng dâu, nuôi tằm, ươm tơ, dệt lụa?

Hãy lắng nghe lời của sử gia Lê Văn Hưu: "Trưng Trắc, Trưng Nhị là đàn bà, hô một tiếng mà các quận Cửu Chân, Nhật Nam, Hợp Phố, cùng 65 thành ở Lĩnh Ngoại đều hưởng ứng, việc dựng nước, xưng vương dễ như trở bàn tay, có thể thấy hình thế nước Việt ta đủ để dựng được nghiệp bá vương. Tiếc rằng nối sau họ Triệu cho đến trước họ Ngô, trong khoảng hơn nghìn năm, bọn đàn ông chỉ biết cúi đầu bó tay, làm tôi tớ cho người phương Bắc, há chẳng xấu hổ với hai chị em họ Trưng là đàn bà hay sao? Ôi, có thể gọi là tự vứt bỏ mình vậy".

Chưa hết, vua Tự Đức viết trong Khâm định Việt sử thông giám cương mục như sau: "Hai Bà Trưng thuộc phái quần thoa, thế mà hăng hái quyết tâm khởi nghĩa, làm chấn động cả triều đình Hán. Dẫu rằng thế lực cô đơn, không gặp thời gặp thế, nhưng cũng đủ làm phấn khởi lòng người, lưu danh sử sách. Kìa những bọn nam tử râu mày mà chịu khép nép làm tôi tớ người khác, chẳng những mặt dày, thẹn chết lắm ru!"

Ngày nay mọi giá trị của luân thường đạo lí dường như bị xáo trộn hoàn toàn. Hàng ngày, trên các tờ báo, có rất nhiều hình ảnh nữ sinh đánh nhau rồi tung lên mạng. Có những dịch vụ để thuê, buôn bán người... coi phụ nữ chỉ như một thứ hàng hóa để trao đổi. Bạo lực gia đình vẫn hoành hành mà nạn nhân vẫn là người phụ nữ... Nạn phá thai tràn lan khắp nơi... Nói sao cho hết những chuyện đau lòng...

Ngày tôn vinh phụ nữ không chỉ là một ngày duy nhất trong năm, mà đó phải những việc làm thiết thực và có ý nghĩa được thực hiện liên lỉ với một tấm lòng bao dung, độ lượng sẻ chia, để cánh đàn ông không phải cảm thấy hổ thẹn trước sự cao cả và vĩ đại của người phụ nữ chân yếu tay mềm.

Bằng không, việc tặng hoa, tặng quà, hay tặng những lời có cánh... tất cả chỉ là những giả dối ngụy tạo để che đậy những thành kiến xem phụ nữ chỉ là công dân hạng hai ngay cả trong những gia đình được xem là hiện đại.

Trong Kinh Thánh có một câu rất đáng suy ngẫm: " Đức tin không có việc làm là đức tin chết". Những hành động cụ thể thường hùng hồn hơn những lời nói suông. Ước gì những tấm chồng hàng ngày vẫn xem vợ là ô sin thì ngày này khi trở về nhà sẽ nói lên được lời biết ơn đối với người Ô-sin-vợ của mình.

Có ai để ý đến họ?

Họ là những sinh viên từ khắp mọi miền đất nước về thành phố mong bỏ sức ra kiếm mảnh bằng để câu cơm.

Họ là những người nông dân từ miền Bắc, miền Trung lẫn miền Nam bỏ ruộng vườn về thành phố làm thuê trong những công ty xí nghiệp nhà nước hay tư nhân với đồng lương cùng chết đói như nhau.

Họ là những người khắp bốn phương quần tụ về đây kiếm cơm, bằng những công việc không ai chấp nhận: bán báo, bán vé số, ve chai, đánh giày, đấm bóp giác hơi...họ làm tất cả miễn có miếng cơm nuôi bản thân và dôi ra một ít gửi về nhà, nơi có ông chồng quần quật tại miếng ruộng cằn khô cùng với mấy đứa con vừa đi học vừa mò cua bắt ốc.

Họ là những con người không ra người. Lấm lem bùn đất nhà quê, tới chốn thị thành tiếp tục lem luốc một lần nữa vì tiếng còi xe, tiếng rượt đuổi của dân phòng, cảnh sát...những đôi chân vốn chôn giữa ruộng nay phải học chạy, học rảo bước tránh né trật tự và học nhiều thứ khác để tiếp tục sống còn.

Họ, trong những ngày cuối năm là dịp để nỗi buồn bùng lên trong đêm dài lặng lẽ. Một mình với vỉa hè hay góc tối công viên, nhẩm tính số tiền leo lét trong lưng chuẩn bị cho ngày về quê mù mịt trước mặt. Mù mịt bởi không biết làm sao mua vé trong cái hỗn độn chợ đời.

Những con tàu hỏa ngày thường vốn đã lạnh lùng, gần ngày cuối năm lại lạnh lùng hơn. Người ta chen nhau nằm lăn lốc như súc vật. Họ không còn hãnh diện tuyên bố mình là con người mặt dù vẫn biết nghe và nói.

Những cảnh chen lấn, xô đẩy, chửi rủa, móc túi kéo họ vào cái dòng chảy đầy mồ hôi và nước mắt. Có người mất cả cái túi tiền trong suốt cả năm ròng chắt chiu. Có người thấy chúng lấy tiền, lấy hàng hóa của mình mà không làm sao ngăn chặn.

Trong cái đám nhận phần chia chát ấy có cả sai nha, công bộc nhà nước. Đám người được phát đồng phục vừa để nhận biết lẫn nhau và tiếp tay nhau che chắn đám đầu gấu...

Ở một nơi khác, học sinh lớp hai bị nhà trường giao cho công an vì nghi em ăn cắp tiền.

Vậy thì còn gì để nói đối với nền giáo dục đốn mạt này nữa không? Ông hiệu trưởng trường này đáng bị đưa ra tòa để nhận bản án kỳ thị thiếu nhi. Một đứa bé đang học lớp hai mà cả ban giám hiệu nhà trường không biết cách giải quyết thì còn gì để mà học ở cái đám vô giáo dục này?

Mỗi lần tới công an là trọn cuộc đời em sẽ bị ám ảnh vì dùi cui, phòng tối, còng số 8 và nhất là những khuôn mặt rất "hình sự". Ai sẽ rửa vết hằn này trong tâm hồn trẻ thơ và trong tương lai nếu em trở thành sát thủ thì cũng đâu lấy gì làm lạ?

Rồi "anh hùng săn bắt cướp bị tạm giam"!

Một chính sách ngu xuẩn đã hiện rõ nguyên hình. Lực lượng công an, dân phòng, cảnh sát hình sự các loại đã tỏ ra vô dụng với bọn cướp ngày một táo tợn hơn đến nỗi không thể làm gì được chúng phải dùng đến hạ sách lấy người dân làm chốt thí và công săn bắt cướp của họ được trả bằng hai chữ "anh hùng" thế thôi.

Nhưng các anh hùng này cũng sa vào lưới pháp luật như ai nếu trong lúc bắt cướp mà gây tai nạn. Thử hỏi cùng một hoàn cảnh gây tai nạn như thế mà công an là người rượt đuổi bọn cướp thì có bị tạm giam hay không? Không. Vì họ thi hành công vụ. Vậy tại sao cái người được phong là "anh hùng bắt cướp" này lại bị tạm giam?

Cuối năm, những chuyện như thế cứ tiếp nhau xảy ra cho người nghèo, người cô thế...

Bộ giao thông tự xem chuyện người dân lăn lốc mua vé tàu về quê không thuộc thẩm quyền của họ.

Bộ Giáo dục không coi chuyện bắt em học sinh lớp hai tới đồn công an là sai với nguyên tác giáo dục.

Bộ công an không xem việc tuyên truyền, xúi đẩy người dân tham gia vào săn bắt cướp là trái pháp luật.

Còn bao nhiêu bộ khác làm ngơ với quyền lợi và sự sống của người dân?

Vậy thì tôi, bạn và hàng xóm của tôi phải dựa vào ai đây để tin rằng mình đang được bảo vệ? Chẳng có ai cả bạn ơi...

Dân hỏi, đại biểu trả lời đi

Trong lần họp Quốc hội vào tháng 10 năm 2013 này, là người dân có quan tâm và hiểu biết ít nhiều về chức năng, trách nhiệm và quyền hạn của Quốc hội tôi cảm thấy có bổn phận đưa ra mấy điều mà hàng xóm, nơi tôi làm việc cũng như những cộng đồng nhỏ thân cận với gia đình chúng tôi quan tâm. Những điều này gói lại trong vài câu hỏi mà tôi tin rằng có hàng triệu cử tri muốn hỏi như tôi.

Là người được bầu lên, không ít thì nhiều đại biểu đã ý thức được tầm quan trọng của mình trước lá phiếu cử tri và từ ý thức đó chúng tôi tin rằng lời nói của các ông bà đại biểu trong nghị trường quốc hội biểu hiện năng lực, tư duy, trình độ kể cả lòng tự trọng, phẩm giá đạo đức và nhiều khi là sự can đảm.

Từ khi Quốc hội khai mạc, cử tri chúng tôi nhận thấy một đề tài cực kỳ quan trọng được trình lên đại biểu xem xét đó là Dự thảo sửa đổi hiến pháp 1992. Dự thảo này được ông Phan Trung Lý đại diện ngầm cho đảng đưa lên mà khi xem tường thuật qua báo chí, truyền hình cử tri hết sức bất mãn nếu không muốn nói là tuyệt vọng. Chúng tôi cảm thấy bị phản bội, bị lừa như những đứa trẻ con lớn tuổi.

Đại biểu quốc hội và hiến pháp là một ràng buộc hết sức ý nghĩa, bởi người làm luật chính là các đại biểu trực tiếp bỏ phiếu thông qua nó. Hiến pháp sẽ không cần sửa đổi nếu người dân thấy nó phục vụ đắc lực cho đất nước, con người nếu nó hướng dẫn và hoàn thiện xã hội bằng những quy định hợp lý không thể thay thế.

Khi xuất hiện một vấn đề lỗi thời cần cập nhật trong bản hiến pháp thì sự sửa đổi là cần thiết và lúc ấy đại biểu một lần nữa sẽ là người xem xét để bản hiến pháp của quốc gia hoàn thiện và hiệu quả hơn.

Người có quyền bỏ phiếu sửa đổi hiến pháp không ai khác hơn là toàn bộ đại biểu Quốc hội. Không phải chỉ có các ông Tổng bí thư hay ông Thủ tướng, Chủ tịch nước, mặc dù các ông ấy cũng kiêm luôn đại biểu Quốc hội. Đã bao năm nay các ông ấy đã nhiều lần vượt tuyến, lấn áp lá phiếu của đại biểu Quốc hội một cách vô tư thông qua lời lời nói hay lệnh ngầm.

Hiến pháp 1992 lần này được chú ý vì nó đã tỏ ra quá lỗi thời ở nhiều điều và người dân khi nghe tin nó sẽ được sửa đổi thì làn sóng phấn khích nổi lên khắp nơi, chứng tỏ rằng đất nước không phải lúc nào cũng trầm tư trong tư thế cam chịu như nhiều người vẫn nghĩ. Nổi bật hơn hết là kiến nghị 72 mà tôi tin không đại biểu Quốc hội nào mà không biết đến.

Kiến nghị 72 ấy đã thực sự làm một cuộc cách mạng trả lại cho người dân ý thức quyền lực trong một bản hiến pháp. Nó chỉ ra các sai sót mà trước đây nhiều năm do hoàn cảnh ý thức hệ, do chiến tranh và do cả sự chiếm hữu của chủ thuyết cộng sản đã khiến Hiến pháp trở thành tấm khiên che chở những sai lầm cho nhà nước hơn là giúp cho nhà nước thi hành bổn phận của mình trong khuôn khổ pháp luật mà hiến pháp quy định.

Hiến pháp ấy phải thay đổi là tất yếu, bởi thay đổi là sự vận động của một nền chính trị đặt nền tảng dân chủ làm hướng đi và khó thể nói rằng lúc này chưa thích hợp hay lúc kia sẽ xem xét.

Ông Tổng bí thư đã nói như thế khi Quốc hội chưa khai mạc và sau khi khai mạc, ông Phan Trung Lý một lần nữa nói theo ông Tổng.

Còn các đại biểu Quốc hội thì sao?

Các vị đều biết rằng trong kiến nghị 72 đó đã đề nghị sửa đổi hầu như tất cả những vấn đề hệ trọng đang trói buộc đất nước trên con đường phát triển. Chế độ chính trị, tên nước, vai trò lãnh đạo duy nhất của đảng cầm quyền, bản chất lực lượng vũ trang, chế độ sở hữu toàn dân cùng một số vấn đề cấp bách khác. Từ bản Dự thảo sửa đổi hiến pháp do kiến nghị 72 đề nghị người dân có quyền hy vọng rằng một chế độ thực sự vì mình mà làm việc sẽ xuất hiện.

Theo báo chí tường thuật thì ở các buổi thảo luận nhóm về Dự thảo sửa đổi Hiến pháp của ông Phan Trung Lý chuyển đạt lên hoàn toàn không có nội dung nào của kiến nghị 72 và thái độ của đại biểu là 'đa số tán thành' hoặc 'không còn nhiều vấn đề lớn gây tranh cãi'.

Ông Phan Trung Lý thay cho đảng nói: Về tên nước thì ủy ban sửa Hiến pháp thấy rằng cần giữ lại quốc hiệu hiện nay là Cộng hòa Xã hội chủ nghĩa Việt Nam vì 'nhất quán với con đường mà Đảng và nhân dân đã lựa chọn' và 'đã thân quen với nhân dân ta'.

Câu hỏi thứ nhất cho đại biểu: Có ai hỏi ông Lý giúp cử tri chúng tôi rằng nhân dân nào lựa chọn tên nước với cái đầu đề vô nghĩa Cộng hòa xã hội chủ nghĩa, khi chính ông Nguyễn Phú

Trọng mới đây đã buột miệng thừa nhận là đến cuối thế kỷ này chưa chắc đã thấy cái chủ nghĩa hư vô ấy.

Vậy cử tri chúng tôi phải nhắm mắt làm lừa chở cái hệ thống nặng nề ấy trên lưng cả trăm năm nữa thì có phí phạm quá hay không?

Ngay cả nếu chúng tôi có ngu ngốc chọn nó đi chăng nữa thì lần sửa đổi hiến pháp này phải cho chúng tôi tự nguyện sửa lại theo đúng tinh thần tỉnh thức. Nhà nước không có quyền lợi dụng sự u mê của chúng tôi trong quá khứ để buộc cổ người dân vào cỗ xe cọc cạch này mãi. Đó là chưa nói sự u mê ấy do chính nhà nước chỉ đạo, khuynh loát và thực hiện.

Câu thứ hai, dân hỏi: Vai trò lãnh đạo của đảng là tuyệt đối thông qua điều 4 vẫn không bị gạt ra lần này và đại biểu tán thành cho nó là vì sao?

Nếu bỏ phiếu cho điều 4 hiến pháp tồn tại có nghĩa là bỏ phiếu thuận cho vai trò của đại biểu tuột xuống hàng thứ cấp, tiếp tục chịu sự sai khiến của đảng như từ bao lâu nay và cơ hội này sẽ không bao giờ tới nữa, ngoại trừ một cuộc cách mạng nổ ra tẩy chay đảng lẫn người chịu sự chi phối của nó là đại biểu Quốc hội nước CHXHCN Việt Nam.

Câu thứ ba, dân hỏi: Chế độ sở hữu toàn dân có phải là công cụ hữu hiệu và hợp lý nhất trong vấn đề đất đai hay không? và nếu hợp lý hợp tình tại sao người dân khiếu kiện đất đai khắp nước vẫn ngày một nhiều hơn, mức độ trưng thu đất của dân ngày một dày đặc hơn và biểu ngữ treo trước quốc hội ngay trong khóa này đang làm xốn xang mọi cặp mắt khi nhìn thấy nó?

Nó đây: "Quốc hội phản bội lại dân, vô trách nhiệm trong việc giải quyết khiếu nại, làm ngơ cho chính quyền cướp đất của dân Dương Nội Hà Đông".

Chỉ cần bước ra khỏi hội trường vài con đường là tấm biểu ngữ màu đen chữ trắng này sẽ nói cho đại biểu biết tại sao nó được viết ra, treo lên và làm chứng cho những gì mà người dân muốn nói: sự vô trách nhiệm của các đại biểu quốc hội khiến người nông dân mất đất đã không ngần ngại gọi các đại biểu là những kẻ phản bội. Cách gọi này có khi quá lời nhưng nếu so với mất mát của họ thì vẫn không thấm vào đâu.

Muốn không mang tiếng phản bội họ thì đại biểu chỉ cần bỏ phiếu chống lại Dự thảo sửa đổi hiến pháp của ông Phan Trung Lý và đòi hỏi hiến pháp phải được viết lại theo đúng tinh thần vì dân, thay vì vì đảng mà phục vụ.

Hãy xem kỹ cái dự thảo này từng chữ để biết rằng họ đang phù phép ngôn ngữ để đánh lận những đại biểu có tầm nhìn dưới thắt lưng. Về luật đất đai, trong dự thảo sửa đổi họ viết: "Nhà nước thu hồi đất do tổ chức, cá nhân đang sử dụng trong trường hợp thật cần thiết do luật định vì mục đích quốc phòng, an ninh; vì lợi ích quốc gia, công cộng, phát triển kinh tế - xã hội. Việc thu hồi đất phải công khai, minh bạch và được bồi thường theo quy định của pháp luật".

Đại biểu thấy gì ở cụm từ phát triển kinh tế-xã hội núp sau cái bóng quốc gia?

Nếu có đại biểu nào lên tiếng cho rằng mình đã phát biểu mạnh mẽ về nhiều vấn đề kinh tế - xã hội đặc biệt là các biểu hiện xuống cấp đạo đức hồi gần đây thì xin thưa ngay với những vị ấy: Đại biểu đang lấy rổ múc nước. Dù nước có đọng lại trong rổ chút ít thì cũng chỉ lấp lánh, làm dáng chứ không hề giải quyết được gì nếu điều 4 hiến pháp và đất đai sở hữu toàn dân vẫn còn nằm đó thách thức cả nước vì sự thiếu can đảm của đại biểu.

Dân hỏi, các đại biểu khóa này trả lời đi đừng tránh né bằng các tuyên bố mang tính chất "câu view".

Chơi trội như Quốc hội

Có vài chuyện mới nghe tưởng chừng là nhỏ nhưng khi ngẫm nghĩ lại thì chúng không nhỏ chút nào.

Chuyện thứ nhất: điện giật chết một lúc 6 công nhân đang chôn trụ điện khi dòng điện cao thế không được cắt nên sự bất cẩn đã gây nên những cái chết thương tâm cho sáu gia đình nạn nhân. Sáu người chết có thể là con số nhỏ so với mấy chục người bị giết trong vụ chìm tàu Dìn Ký, nhưng nhìn kỹ ra thì đây là một vấn đề lớn của xã hội khi còn quá nhiều công ty chưa thực hiện đầy đủ các quy định an toàn lao động, nhất là trong các lĩnh vực xây dựng và sản xuất công nghiệp.

Chuyện nhỏ thứ hai là nhà nước ra lệnh cấm quyển truyện cười bằng tranh *"Sát thủ đầu mưng mủ'* gồm một nhóm thành ngữ mới của dân lướt mạng được giới trẻ cho là sành điệu; thực hiện bằng tranh minh họa của tác giả Thành Phong. Quyển sách bị thu hồi với nhiều lý do chẳng hạn như *"có nội dung phản cảm, không phù hợp với việc giáo dục thanh thiếu niên"*, hay *"thiếu tính nhân văn"* và nhất là *"ảnh hưởng tới sự trong sáng của tiếng Việt"*.

Việc tịch thu sách vở ngoài luồng của nhà nước là chuyện thường ngày ở huyện. Mặc dù Việt Nam nổi tiếng là có hệ thống kiểm duyệt vào hạng nhất nhì thế giới nhưng lâu lâu lại có những tác phẩm "ngoài tầm kiểm soát" của nhà nước xuất hiện trên kệ các nhà sách.

Thường thì những cuốn bị tịch thu là sách tư tưởng, viết những gì nhà nước cho là nhạy cảm mặc dù trên các trang mạng thì những tư tưởng loại đó xuất hiện tràn lan, nhiều đến nỗi không ai nghĩ là nó sẽ nguy hại cho nhà nước.

Tịch thu *Sát thủ đầu mưng mủ* mới nghe là chuyện nhỏ, nhưng cái dư âm phía sau câu chuyện tịch thu không nhỏ tí nào. Giới trẻ trước nay vẫn thờ ơ với chính trị nay cảm thấy sở thích của họ bị vi phạm. Cách nói theo ngôn ngữ cư dân mạng thoạt nghe khó mà hiểu họ nói gì, nhưng nếu phân tích kỹ như nhà phê bình văn học Phạm Xuân Nguyên thì đây không thể là loại ngôn ngữ làm mất "sự trong sáng" của tiếng Việt.

Không ai có khả năng làm mất đi sự trong sáng hay "u tối" của một ngôn ngữ. Khi một tập thể nào đó sáng tạo và chấp nhận một loại ngôn ngữ đặc biệt trong cộng đồng của họ để giao tiếp thì cách phán định duy nhất là thời gian để đánh giá loại ngôn ngữ đó có tồn tại được trong đời sống hay không.

Chính quyền không có bổn phận kiểm soát nó nếu nội dung mà thứ ngôn ngữ đặc biệt ấy không vi phạm thuần phong mỹ tục hay làm lệch lạc đời sống văn hóa của dân tộc.

Bộ Văn hóa Du Lịch tịch thu sách của giới "teen" khiến người dân ngỡ ngàng tự hỏi, rồi đây cái gì thuộc về sở hữu của mình sẽ bị tịch thu nữa đây?

Câu trả lời là có: họ sẽ tịch thu cái quyền tưởng chừng như không ai có thể xâm phạm đó là: "quyền làm thơ"!

Một du khách ngoại quốc khi nghe chuyện này chắc phải trố mắt lên mà cho rằng dân tộc Việt Nam là dân tộc khôi hài nhất thế giới. Nhưng du khách ấy nếu biết đọc tiếng Việt thì cái trố mắt ấy sẽ biến thành diễu cợt có pha một chút khinh bỉ sau khi biết người đề nghị cái ý kiến quái gỡ này là một Đại biểu quốc hội khóa 13 này.

Vào ngày 3 tháng 11, báo Pháp Luật thành phố Hồ Chí Minh đăng trên cột nhất bài viết có tựa đề: *Luật cần không có, lại thò ra luật nhà thơ!*

Bài báo cho biết "vào ngày 2-11, thảo luận tổ về Dự kiến chương trình xây dựng luật, pháp lệnh của Quốc hội nhiệm kỳ khóa XIII, nhiều đại biểu cho rằng chương trình này còn nhiều vấn đề bất hợp lý cần phải điều chỉnh. Chẳng hạn, dự thảo chương trình đưa vào những dự án luật chưa cần thiết như Luật Nhà thơ, Luật Thư viện, nhưng lại thiếu vắng những luật để điều chỉnh những vấn đề cấp bách hiện nay."

Vậy thì cái chuyện tưởng nhỏ, buồn cười này nào có nhỏ? Nó là chuyện to và phản ánh đúng những gì mà xã hội Việt Nam đang từng ngày đối diện. Trước tiên, đây là mặt sau của bức tranh Quốc Hội Việt Nam. Một tấm vải (canvas) thiếu phẩm chất được phủ lên khá dầy những mảng màu mà chất lượng chắc chắn sẽ không tốt gì hơn tấm canvas đó.

Kiến thức của nhiều đại biểu quốc hội đã nhiều lần bị báo chí vạch ra một cách tệ hại. Từ đại biểu mang tên "rau muống", đến một doanh gia đại biểu quốc hội cười hăng hắc như một bà điên sau khi đọc sai tên của mấy ông bộ trưởng ngồi bên dưới.

Người đề nghị ra Luật Nhà thơ và Luật Thư viện mức độ kiến thức còn thua xa hai vị trên, bởi ông /bà này có lẽ chưa bao giờ làm thơ và cũng chưa bao giờ vào một thư viện tại Việt Nam để biết sự thật về hai lãnh vực này.

Thư viện thì ở đâu có? Ngoại trừ các trường đại học với số thư viện phẩm chất được xem là thấp nhất thế giới, còn thư viện công cộng cho người dân thì lèo tèo gần như con số không. Nếu có nó chỉ là những căn phòng chứa đầy tài liệu tuyên truyền cho hai cuộc kháng chiến chống Mỹ và chống Pháp. Đố ai tìm cho ra các tài liệu chống...nhà nước trong các thư viện công cộng này!

Khi một thư viện chỉ chứa những tài liệu một chiều, không "đa nguyên" như vậy thì có đáng gọi là thư viện hay không?

Còn Luật Nhà thơ thì sao?

Bài báo không nêu đích danh ai là người đưa ý kiến chỉ viết vỏn vẹn là đại biểu Quốc hội mà thôi. Ý kiến chung quanh cái luật trừu tượng này đang ngày một lan rộng ra, rộng đến nỗi cư dân mạng quên hết mọi chuyện nóng bỏng. Từ biểu tình tới Biển Đông, từ lụt lội miền Tây đến hội nghị cảnh sát Interpol nổi tiếng thế giới!

Người ta tấn công ông/bà tác giả dự luật quanh chuyện xâm hại tự do sáng tác, tự do bày tỏ ý kiến qua thơ. Kể cả tự do làm thơ chống nhà nước âm thầm "tự diễn biến" trong tâm hồn của nhà thơ, hay những người sắp sửa biến thành nhà thơ vì bức xúc tình trạng rối ren của xã hội trước mắt.

Nhiều người đồng ý rằng kẻ phát biểu câu nói trên là thiếu kiến thức thảm hại và có người còn đòi truy xét văn bằng của ông/bà ta nữa. Nhưng cái cần truy xét hơn cả là nguồn gốc thừa nhận ông/bà ta là đại biểu Quốc hội do chính lá phiếu của người dân hay do ai?

Câu trả lời nên dành cho nhà nước, cho UBMTTQ và cho những lần hiệp thương đầy "kịch tính" trước các cuộc bầu cử. Nếu thật sự dân chủ, những lá phiếu thật sự được từng người dân ý thức gạch tên ai, để tên ai thì hậu quả "Luật nhà thơ" phải chính do người dân lãnh nhận.

398

Còn ngược lại thì cơ chế này, nhà nước này phải can đảm thừa nhận những sai trái của mình trong các cuộc được gọi là bầu cử như từ xưa tới nay vẫn làm.

Liên kết ba vụ việc tưởng nhỏ mà lớn vừa kể thì việc cần thiết nhất là Quốc hội nên chú tâm vào Luật an toàn lao động nhằm tránh bớt những cái chết thương tâm như 6 công nhân vừa xảy ra. Quốc hội là cơ quan quyền lực cao nhất nước không nên để tác giả *"Sát thủ đầu mưng mủ"* ghi thêm vào danh mục tuổi teen của mình là *"Chơi trội như quốc hội!"*

"Những điều các ông làm, những lời các ông nói
chúng tôi ghi lại và mai này con cháu chúng tôi
và cả của các ông sẽ đọc và phán xét.
Chúng tôi không phán xét.
Chúng tôi ghi lại bằng sự tỉnh táo
và suy gẫm của mình"

Bình là ông mà chuột cũng ông

Một lần nữa báo trong báo ngoài, lề này lề kia dậy lên tiếng chì tiếng bấc qua câu nói của ông Nguyễn Phú Trọng trong buổi "họp bạn" tại Hà Nội.

Trả lời câu hỏi về tham nhũng, người bạn chí thân của dân trong phòng lạnh mang tên "tiếp xúc cử tri" đã thủ thỉ những điều đáng thương lạ lùng. Ông nói ném chuột phải tránh chiếc bình quý. Ông cho biết "xử lý trước mắt phải nghĩ lâu dài, giữ cho được ổn định để đất nước phát triển. Không phải xới tung lên tất cả, gây mất niềm tin, nghi kỵ lẫn nhau, rối loạn sẽ rất nguy hiểm".

Ông trân trọng chiếc bình quý và bảo đừng ném chuột. Bình mà vỡ thì phải làm sao? Hãy tìm cách khác mà đánh con chuột phá hại căn nhà Việt Nam. Bác Hồ dạy rồi, đánh chuột phải xem chừng chiếc bình. Làm sao diệt chuột mà vẫn giữ được bình hoa. Tức là phải giữ cho cái ổn định.

Hầy! ông nói hay và lời vàng ý ngọc đáng cho nhân dân tâm niệm.

Trước tiên, hãy nói về chiếc bình.

403

Ngày 6 tháng 1 năm 1930 chiếc bình mang tên Đảng Cộng sản Việt Nam được bảy người hùn lại để mua tại Hương Cảng. Đó là các ông Trịnh Đình Cửu, Nguyễn Đức Cảnh, Nguyễn Thiệu, Châu Văn Liêm, Nguyễn Ái Quốc, Hồ Tùng Mậu và Lê Hồng Sơn. Người đứng tên chiếc bình đầu tiên là Trịnh Đình Cửu, sở hữu vào ngày 31 tháng 10 năm 1930, Sau đó chiếc bình được chế tác lại nhiều lần vì phẩm chất ban đầu xem ra thô sơ, khó bắt mắt người xem. Tên chiếc bình từ Đảng Cộng sản Việt Nam đổi lại thành Đảng Cộng sản Đông dương và tờ giấy chứng nhận người sở hữu chiếc bình "quý" được sang tên cho Trần Phú.

Sau nhiều lần nung lên nấu xuống, năm 1951 bình thay tên thành Đảng Lao động Việt Nam và cuối cùng sửa lại thành Đảng Cộng sản Việt Nam vào tháng 12 năm 1976.

Sau Trần Phú là Hà Huy Tập, Trường Chinh, Lê Duẩn rồi Nguyễn Văn Linh, Nông Đức Mạnh, Nguyễn Phú Trọng ... thay nhau đứng tên làm chủ chiếc bình ấy cho tới ngày nay.

Thay vì nói "chủ" người cộng sản thấy khó giải thích với dân bởi "chủ" là một danh từ nhơ bẩn, bóc lột nhân công, không lao động nhưng ăn trên ngồi trốc đè đầu cưỡi cổ đám bần nông. Để cho dịu tai và được mùi quyền bính, ba tiếng "Tổng bí thư" được ưu ái đặt lên vai người chủ chiếc bình quý giá ấy cho xứng với tầm cao của một ông vua trên tập thể ba triệu con người. Chiếc bình qua nhiều đời Tổng bí thư ngày càng sáng bóng lên bởi những khẩu hiệu viết lời tự sướng. Nét họa tiết trên bình ngày một thẫm màu cờ đỏ mà nhiều đứa ganh ghét, xấu mồm nói là màu máu nhân dân. Bình được đặt trang trọng cho người dân thờ lạy thay vì cắm hoa vào đó. Bình được hiến pháp bảo vệ, chỉ một chiếc duy nhất không có cái thứ hai. Duy nhất luôn luôn là của quý. Ý của Bác Hồ nói khi xưa là thế.

Nói tới bình người dân nghĩ tới người chủ của nó là Tổng bí thư. Nói tới Tổng bí thư thì sự liên tưởng tự động vòng sang chiếc bình.

Tổng bí thư không cho ném bình do sự thật này. Ông sợ chiếc bình vỡ toang cũng có nghĩa là ông sợ cho chính bản thân ông trước tiên và sau đó kéo theo cận thần chung quanh. Giống như người dân nghèo sợ cháy nhà, bồ lúa không nói làm chi, cái quần đùi cũng không còn mà mặc. Chiếc bình cần được bảo vệ bằng hai từ ổn định. Ổn định là y như cũ, là không thay không đổi gì cả miễn sao cuộc sống ngắt ngứ của người dân đừng tuột xuống nữa là ổn thôi.

Bình là ông chính ở sự thật này.

Nhưng một sự thật khác khiến người ta có lý khi nghĩ rằng chuột cũng là ông nốt.

Ông không tham nhũng để bị gọi là chuột nhưng bất cứ điều gì có hại cho căn nhà Việt Nam đều quy ra...chuột tất.

Chuột là những nhiễu dân lành là làm luật sai trái cho một thành phần nào đó. Chuột được biết tới như bằng cấp giả mà tiền lương thì thật. Chuột thập thò ở các ban bệ đục khoét công quỹ, gậm nhấm tài nguyên quốc gia. Chuột đi đêm với kẻ thù, chuột nhắm mắt nói lời dối trá. Chuột cắn xé đất đai tổ quốc và không cho người dân biết sự thật phía sau bức màn đen tối mang tên Thành Đô. Chuột phá nát văn hóa, chuột biến thành sư thầy mang nón cối cười hỉ hả, ngồm ngoàm nhậu nhẹt coi nhân gian như đám lên đồng. Chuột nhốt người cô cớ, giết hại lương dân và còn hàng tá điều ám muội.

Xem ra các thứ chuột này vận vào ông nguy hiểm hơn tham nhũng vạn lần. Tham nhũng tới hồi no thì ngừng nhưng quyền bính và sự u mê không bao giờ có giới hạn. Chiếc bình cũng là

405

con chuột lớn nhất trong hàng trăm ngàn con chuột lúc nhúc trong hang.

Ban ngày là bình, ban đêm là chuột.

Chiếc bình quý biến hình như truyện liêu trai. Bình và chuột trước sau như một che chở cho nhau. Bình có đời bình, chuột có đời chuột nhưng nếu bình không có chuột bình chẳng thể sáng màu. Chuột không có bình che thân thì dân đã phang cho một phát.

Vậy thì có gì lạ khi chính bình bảo dân đừng ném chuột?

Và chuột không nhúc nhích vì biết có ai lại ngu si đi giết chính mình?

Tôi lo cho ông quá, thưa Tổng bí thư

Thưa Tổng bí thư Nguyễn Phú Trọng.

Tôi là một công dân quèn, một cử tri lôm côm nhưng đôi khi nổi hứng lại quan tâm đến quyền bỏ phiếu của mình. Nhân việc ông Tổng bí thư tiếp xúc với cử tri Hà Nội tôi xin gửi tới ông một vài thắc mắc mà vì ở xa quá, tận trong Sài Gòn nên tôi không trực tiếp đặt câu hỏi cho ông được.

Nhân tiện tôi xin thưa rõ là chưa bao giờ tôi cầm lá phiếu bầu trực tiếp chức vụ Tổng bí thư của ông hiện nay. Vì vậy nhân danh là một cử tri để nêu thắc mắc thật chẳng ra làm sao vì mình không bầu cho người ta mà lại đặt câu hỏi là như thế nào?

Tuy nhiên thấy ông hiền lành lại có tiếp xúc cử tri trong vai trò Tổng bí thư nên tôi cũng..."mặc kệ nó", mong ông bỏ qua chi tiết rất quan trọng nhưng cũng đáng thông cảm này. Tôi tin ông sẽ thông cảm vì mới đây tôi được biết báo chí vinh danh ông là một Tổng bí thư rất... nhân văn so với hàng chục ông Tổng trước đây.

407

Trước nhất, theo thông lệ của một công dân, tôi xin chúc ông luôn mạnh khỏe, sáng suốt và luôn luôn coi quyền lợi quốc gia là tối thượng như mong mỏi thường tình của hàng chục triệu người Việt khác như tôi.

Tôi mong ông mạnh khỏe là toàn tâm toàn ý chứ không phải là lời chúc suông hay đểu. Tôi rất lo nếu ông bị bọn nước ngoài vì oán giận nước ta mà chủ mưu đầu độc ông thì không những cá nhân ông đau đớn khổ sở mà cả cái dân tộc này sẽ mất tích một cách từ từ theo chất độc mà chúng bơm vào thân thể ông bằng cách nào đó.

Tôi nói có khi không hên, nhưng tụi Tàu thường nói "cẩn tắc vô áy náy" chắc cũng không sai.

Dĩ nhiên không ai tin Tổng bí thư một đảng to như Đảng Cộng sản Việt Nam mà lại để nước ngoài đầu độc "thì còn gì đất nước này", (xin lỗi tôi lại lẫn sang câu nói bất hủ của ông Chủ tịch nước mất rồi!)

Vậy mà tôi vẫn lo, nên hôm nay tôi chỉ quan tâm tới sức khỏe của ông Tổng nên xin gồng mình hỏi đại (nói theo dân miền Nam) "có bao giờ bác sĩ riêng của Tổng bí thư nghi ngờ khả năng ông bị đầu độc hay không ạ?". Lý do là vì ông Tổng sang Tàu nhiều lần mà nước Tàu theo như tôi và nhân dân cùng biết thì không ưa gì Việt Nam, Bắc Kinh lại nổi tiếng về môn độc dược đủ các loại, từ hóa chất, độc thảo cho tới đồng Nhân dân tệ và hằng hà vô số gái đẹp...những độc chất ấy nếu nhắm vào ai thì ba đời trước lẫn chín đời sau của nạn nhân khó lòng thoát thân khỏi thiên la địa võng của Bắc Kinh.

Và nguy hiểm hơn nếu người bị đầu độc lại đứng đầu một nước thì số phận của nước ấy xem như gạch chữ X (lại xin lỗi nếu tôi nhầm với đồng chí mà Tổng bí thư đặt tên trước đây)

Tôi lo ngại Tổng bí thư bị đầu độc do những biểu hiện lâm sàng mà ông đang có như: nói lắp, nói lạc đề, không phân biệt được đen trắng một cách bình thường, không quan tâm đến lời nói của mình có đúng với tình hình thực tiễn hay không, và cuối cùng là trầm cảm...

Tất cả những dấu hiệu vừa nói có thể kê khai đầy đủ qua những bài diễn văn cũng như trả lời cử tri hồi gần đây mà tôi xin ghi lại để các bác sĩ riêng của Tổng bí thư nếu chưa để ý thì xin xem xét một cách tường tận nếu không sức khỏe của ông khó lòng hồi phục và vì vậy kéo theo sức khỏe của cả nước.

Thứ nhất: "Tật nói lắp"

Ông Tổng bí thư được cử tri nhiều lần truy vấn về "đồng chí X là ai" nhưng cứ lòng vòng lẩn tránh đến nỗi có biểu hiện nói lắp. Ông đã quên, chính ông là tác giả của cái tên đồng chí X ấy cho nên ông phải biết ngọn nguồn. Triệu chứng nói lắp cho phép tôi nghi ngờ ông đang bị nhiễm một loại độc thảo có độc tính tương đối nhẹ. Để chữa trị, ông chỉ cần nói tên của đồng chí X là ai thì bệnh sẽ tự khỏi.

Thứ hai: "Nói lạc đề".

Mới đây khi cử tri Hà nội yêu cầu ông giải thích hai việc quan trọng, thứ nhất "Bộ phận không nhỏ là ai, thứ hai tại sao không kỷ luật được ai như sự hô hào rùm beng của hội nghị trung ương 4 vừa qua". Ông Tổng bí thư trả lời mà như không trả lời, ông nói: *"Làm sao chúng ta cố gắng với tinh thần nhân văn, kỷ luật sắt nhưng phải tự giác, không tự giác mới kỷ luật. Ta ví như cái lò, có thanh củi khô, có thanh củi tươi, quan trọng phải nhóm cái lò ấy trên tạo thành hơi nóng, lúc bấy giờ củi khô hay tươi gì vào lò đó cũng cháy hết khi đã có sự đồng lòng nhất trí. Vả lại phê bình, tự phê bình đâu phải chỉ là kỷ luật, tự mỗi con người tự giác để làm kết quả mới sâu xa hơn".*

Hội chứng lạc đề vì nhiễm độc đã trầm trọng. Bệnh nhân có biểu hiện không còn phân biệt được chủ đề của câu hỏi và vì vậy khi trả lời đã nói theo sự "tưởng như có lý" của mình. Câu hỏi *"bộ phận không nhỏ là ai"* trả lời: *"Ta ví như cái lò, có thanh củi khô, có thanh củi tươi, quan trọng phải nhóm cái lò ấy trên tạo thành hơi nóng, lúc bấy giờ củi khô hay tươi gì vào lò đó cũng cháy hết khi đã có sự đồng lòng nhất trí"* như vậy là thế nào? Câu hỏi: *"Sao không kỷ luật được ai?"* trả lời: *"phê bình, tự phê bình đâu phải chỉ là kỷ luật, tự mỗi con người tự giác để làm kết quả mới sâu xa hơn"*. Đến đây thì bác sĩ đã có kết quả cụ thể về hội chứng "Nói lạc đề"

Thứ ba: "Không phân biệt được đen trắng một cách bình thường"

Hội chứng này thường thấy khi bệnh sang thời kỳ thứ ba, tâm thần bất định dẫn tới "không phân biệt được đen trắng một cách bình thường".

Cũng trong khi trả lời cử tri ông Tổng bí thư nói: *"Nói về con người khó thế đấy, động đến lợi ích là va chạm, có thể chuyển từ phía này sang phía kia. Cũng như trên chùa, đâu phải ông Thiện là hoàn toàn mặt đỏ, ông Ác hoàn toàn mặt trắng. Nếu cả tập thể đấu tranh thì có thể giúp mặt tốt cùng tốt lên, giảm thiểu mặt xấu. Còn phân tích rạch ròi ra rất khó mà cũng không đúng".*

Nếu một người hoàn toàn tỉnh táo khi nghe Tổng bí thư nói sẽ đặt vấn đề: như vậy là Tổng bí thư công khai nhìn nhận không dám va chạm với ai đó ngang hàng thậm chí quyền lực hơn hơn ông và ông lẩm cẩm so sánh với hai ông thần thiện và ác khi nói rằng không phải lúc nào hai ông thần này cũng hoàn toàn có cái màu sắc đã được xác định: Đỏ là thiện, trắng là ác.

Do nhiễm bệnh, sự phân tách của ông Tổng bí thư có vấn đề. Đối với con người, sự phân hóa hay cạnh tranh quyền lực sẽ

410

dẫn tới hai hệ quả, một là tiêu diệt kẻ thù, hai là thỏa hiệp với chúng để chia chát quyền hành. Hai thế lực này không đại diện cho ông thần nào cả mà chỉ đại diện cho lòng tham lam độc ác của chúng. Vì vậy lấy ông thiện để ẩn dụ về phe cánh của mình và ông ác để ám chỉ người mình chống đối là không hợp với nội dung câu hỏi.

Sự "không phân biệt được đen trắng một cách bình thường" này cho thấy sức khỏe ông Tổng bí thư cần được chăm sóc chu đáo hơn.

Thứ tư: "Không quan tâm đến lời nói của mình có đúng với tình hình thực tiễn hay không" là hội chứng nhiễm bệnh chung của hầu hết các chức sắc trong chính phủ nhưng Tổng bí thư có triệu chứng nặng nhất.

Sau khi Trung Quốc phát hành hộ chiếu có hình lưỡi bò cả thế giới chống lại một cách mạnh mẽ nhưng ông thì không. Ông cũng là người tiếp phái đoàn Đảng Cộng sản Trung Quốc sang Hà Nội, một ngày sau khi tỉnh Hải Nam tuyên bố cho phép cảnh sát biển của họ được quyền xét hỏi bất cứ tàu nào xâm phạm quần đảo Hoàng Sa và Trường Sa của Việt Nam.

Ông Tổng bí thư không phân biệt đâu là sự vô hạn của quyền lợi đất nước, và đâu là giới hạn của tình hữu nghị dù là hữu nghị của Đảng Cộng sản hai nước. Ông vẫn đọc lại một cách vô thức bài diễn văn đã được soạn thảo từ hơn bốn mươi năm trước bất chấp tình cảnh dầu sôi lửa bỏng tại Biển Đông. Là một nhân vật cao nhất nước nhưng ông "không quan tâm đến lời nói của mình có đúng với tình hình thực tiễn hay không" nói lên sức khỏe của ông đã tới hồi cần phải nhập viện.

Nếu còn ở ngoài, chỉ một cơn gió "lạ" thì ông sẽ không còn ở với chúng ta, há chẳng đau lòng lắm sao?

Thứ Năm: "Trầm cảm"

Hội chứng này có nhiều nguyên nhân nhưng một trong những nguyên nhân sinh ra vẫn phải kể đến việc bị đầu độc.

Chưa có một y văn thế giới nào cho thấy trầm cảm do bị đầu độc nhưng trong nhiều chế độ Trung Hoa cổ không ít nhân vật bị đầu độc sau đó có hội chứng trầm cảm, Theo Wikipedia thì người mang bệnh này sẽ có dấu hiệu "xơ cứng rải rác"(multiple sclerosis), hay "Sa sút trí tuệ"(dementia). "Xơ cứng" và "sa sút" là hai biểu hiện rõ nhất của ông Tổng bí thư.

"Các biểu hiện khác của bệnh trầm cảm là cảm giác do dự, không chắc chắn, tiêu chuẩn và đòi hỏi cao, yêu cầu cao với người khác và với chính mình, dễ bị tổn thương, khó thay đổi những thói quen cũ. Luôn có ý nghĩ tiêu cực về bản thân, và người khác. Cảm giác tuyệt vọng không còn lối thoát, không còn niềm tin vào bản thân và tương lai.

Bệnh do một biến cố trong quá khứ xảy ra nên từ tâm lí tác động lên thể lí (thực thể).Bệnh nhân rất đau khổ và hay lo sợ, sợ một cái gì đó thành ra ám ảnh.Người bệnh thường hay sợ nên dẫn đến đau khổ trong tâm hồn nhưng không mấy ai hiểu, chia sẻ và giúp đỡ."

Tất cả các nghiên cứu y khoa này xác nhận Tổng bí thư của chúng ta mang bệnh trầm cảm rất rõ sau khi thất bại trong hội nghị trung ương 6. Ông nằm đúng vào cái danh sách "nguyên nhân gây trầm cảm" mà y học đã thực chứng. Riêng với Tổng bí thư y học sau này sẽ có một từ mới: "Trầm cảm X" nhằm phân biệt rõ hơn thế nào là trầm cảm do chính trị chi phối, gây ra.

Tổng bí thư bệnh nặng như thế mà vẫn bị Bộ chính trị bắt tiếp tục giữ việc nước thì có quá tàn ác hay không? Tôi lo cho ông quá, ngài Tổng bí thư ạ.

Tiến sĩ đảng

Nếu nói rằng thạc sĩ, tiến sĩ, giáo sư là loại bằng cấp chứng minh cho đẳng cấp trí thức thì đảng Cộng sản có thể hãnh diện nói rằng tổ chức này có một số trí thức "vượt trội" vì con số du học nước ngoài hay tự hoàn thiện mình trong nước qua các lớp bồi dưỡng, tu nghiệp không thể đếm hết.

Tuy nhiên, những bằng cấp ấy từ lâu nay vẫn bị người dân, giới ăn học thực sự xem bằng nửa con mắt vì tính chất giả mạo của nó.

Nói tới những người trong đảng phấn đấu học tới tiến sĩ, giáo sư người ta nghĩ ngay tới sự dối trá, đạo văn, mua bằng cấp và mua cả hội đồng xét duyệt khi buộc phải trình bày một luận án.

Những con người ấy tuy đang sống cùng cộng đồng nhưng họ có một khoảng cách rất lớn đối với đồng nghiệp, ngay cả láng giềng và bạn bè, bởi họ sợ một lúc nào đó sự giả dối của họ vô tình bị lật tẩy. Họ sống trong cái vỏ của đảng, nơi duy nhất chứa chấp, khuyến khích và đồng tình với những sai trái diễn ra hằng giờ trong guồng máy.

Thật ra những kẻ dựa vào thế của đảng để đi học, đi làm không hề muốn khoe khoang cái bằng cấp "phi doanh trường" của họ. Mảnh bằng rất dễ bị phát hiện là của giả khi vốn kiến thức của những kẻ cầm nó thường thấp kém đến thảm hại. Biết vậy nên họ cố giấu rằng mình là trí thức đảng. Họ sợ bị phát hiện như sợ người ta phát hiện họ tham nhũng.

Hầu hết các loại bằng cấp trên thế giới đều thiết thực nhắm tới việc phát triển quốc gia, xã hội. Tuy nhiên tại Việt Nam, có một loại bằng cấp chỉ thích hợp cho một tổ chức duy nhất là Đảng cộng sản và ngay tên gọi của nó đã nói lên đầy đủ khả năng người bảo vệ luận án: Tiến sĩ Chính trị học, chuyên ngành Xây dựng Đảng.

Người có bằng cấp này làm việc gì, ở đâu không nói thì ai cũng biết.

Dĩ nhiên nếu cái đảng ấy hoạt động độc lập, ngân khoản để hoạt động là của đảng tự tìm ra thì việc đào tạo thành viên theo kiểu gì mấy ai để ý. Chỉ tội là cái đảng ấy lấy tiền thuế người dân bao nhiêu năm nay để củng cố vai vế, địa vị và hơn thế nữa, đi học để bảo vệ ghế ngồi và tìm cách biến sự cai trị ấy trở thành lý tưởng.

Lý tưởng độc quyền vơ vét là cái đích nhắm cuối cùng của từng đảng viên. Càng lên cao thì đích nhắm ấy càng rõ rệt và muốn vào được vị trí cao nhất thì phải có một mảnh bằng như thế: Tiến sĩ đảng.

Không phải tiến sĩ đảng nào cũng học hành vớ vẩn trong nước. Rất nhiều con cháu đảng viên đi học ở nước ngoài cũng cố hết sức tiến tới mục đích lấy bằng cấp hầu "thuê bao" cho vị trí chính trị của họ khi trở về nước. Mảnh bằng nước ngoài dĩ nhiên là không có chuyên ngành Bảo vệ đảng và do đó họ phải học bất cứ ngành nào mà một đại học nước ngoài chấp nhận.

Một phúc trình do Đại sứ quán Mỹ tại Hà Nội công bố hồi gần đây cho biết số sinh viên Việt Nam hiện theo học ở Mỹ là 16.098 người trong niên khóa 2012-2013.

Trong hơn 16 ngàn con người đó có bao nhiêu người trở về và bao nhiêu người có việc làm đúng khả năng vẫn không được ngành thống kê Việt Nam công khai cho dư luận. Nhưng người ta tin chắc rằng lực lượng con ông cháu cha khi đã học xong là trở về, bất cần họ tốt nghiệp về chuyên ngành nào.

Vì họ về để nắm quyền chứ không phải để làm việc.

Trường hợp thạc sĩ Nguyễn Tuấn Anh là một ví dụ.

Nguyễn Tuấn Anh trước đó không ai để ý vì tên tuổi anh ta không có gì nổi bật. Nếu không xảy ra việc anh này giật xấp tài liệu tuyên ngôn nhân quyền từ tay một blogger như hành vi một kẻ cướp thì chưa ai nhận ra anh ta là cán bộ của Ban Tuyên huấn Thành đoàn cũng như biết rằng anh ta từng du học ở Hoa Kỳ mới về nước vào tháng 3 năm 2013.

Từ hành động bất ngờ khó thể tha thứ này, một cán bộ thành đoàn, một du sinh vừa về từ nền đại học Mỹ, nơi luôn được đánh giá là hàng đầu về giáo dục và nhân quyền cho thấy rằng bằng cấp dù của Mỹ, khi được trao cho một đảng viên vẫn không tẩy được văn hoá cộng sản trong não trạng của họ.

Làm sao có thể giải thích được hành vi chợ búa của một người vừa bước chân ra khỏi môi trường dân chủ nhất thế giới để thay vì áp dụng nó cho đất nước lại quay ngoắt đi làm điều ngược lại?

Chỉ có thể giải thích rằng hầu như tiến sĩ đảng không thể tiêu hoá được tri thức của thế giới khi bộ óc đảng viên vẫn còn đặc sệt một loại tạp chất của các thứ chủ nghĩa tổng hợp mà nói theo ông TBT Nguyễn Phú Trọng thì cho đến hết thế kỷ này chưa chắc tìm thấy.

Tại sao không thể tìm thấy mà họ vẫn rồng rắn dẫn dắt nhau đi tìm một thứ bóng đen ảo tưởng?

Không. Họ không ảo tưởng. Họ chỉ tạo ảo tưởng cho dân chúng về cái đích phía trước nhưng thật ra họ đang len lén đi theo đường tắt để hướng về mục tiêu vinh thân phì gia. Họ giả vờ lạc đường để dân chúng cảm thán nhưng lại đang cười mỉm cho sự khờ khạo của người dân. Từ ông TBT cho tới một anh mới vào đảng hôm qua đều biết rất rõ là khi vào đảng, nắm được chiếc thẻ đỏ trên tay là nắm vận mệnh của một số người. Leo cao hơn thì con số người trong tay nhiều hơn và cuối cùng khi lên tới TBT thì nắm hết vận mệnh cả nước.

Tiến sĩ đảng đều biết như thế. Nguyễn Tuấn Anh biết như thế và họ đang thực hành công tác theo chiều hướng như thế.

Tổng bí thư giật bản hiến pháp từ tay nhân dân vì chức vụ ông cao.

Nguyễn Tuấn Anh giật mớ giấy nhân quyền từ tay người dân vì chức anh ta còn nhỏ, thế thôi.

Càng lên cao thì anh ta càng có uy thế để giật những cái khác. Đó có thể là nhà, là đất là một hợp đồng, một dự án. Lên cao nữa anh ta sẽ giật mạng sống, giật tự do của một tập thể hay cá nhân nào đó và nếu cơ hội vào tay, ai dám nói là anh ta không dám giật cả cơ đồ vì thói quen cướp giật hình thành từ khi chỉ là một cán bộ thành đoàn?

Trí thức trong đảng rất nhiều, không thể phủ nhận điều này. Cũng vậy không thể phủ nhận trí thức trong đảng luôn im lặng trước những oan trái, bất công thậm chí những thoả hiệp có thể dẫn đến mất nước.

Có phải do bằng cấp mà trí thức đảng nhận được không phù hợp với thực tiễn đời sống nên chúng luôn gây di hoạ cho bản thân người học và nhận bằng? hay vì sự thẩm thấu kiến thức của đảng viên quá hạn hẹp khiến bao nhiêu điều hay lẽ phải xem chừng vẫn nằm ngoài bài học vỡ lòng?

Có phải sự hèn nhát đã tê liệt hoá mọi suy nghĩ, tư duy của trí thức đảng khiến họ chọn thái độ im lặng hay ngoảnh mặt như không biết những tệ nạn chung quanh?

Có phải những ưu đãi mà trí thức đảng nhận được từ hệ thống đã khiến họ nhìn lệch đi những sự kiện, con số, vấn đề đang làm đất nước ngày một lún sâu vào sự vô cảm, vô đạo đức đang tràn lan trên toàn xã hội?

Hành vi của Nguyễn Tuấn Anh không những nói lên tính cách thấp kém của một cá nhân khi tận dụng tối đa quyền hành của mình mà hơn thế, nó cho thấy sự ác ôn đang ngự trị trong toàn đảng, kể cả trí thức đảng. Hạ nhục, vu khống, hành hung, hay giam cầm người dân đã trở thành thuộc tính của từng đảng viên nếu cho y hoặc thị có cơ hội cầm chiếc dùi cui khủng bố người dân lành.

Chiếc dùi cui ấy hơn bốn mươi năm trước Tôn Thất Lập đã kêu lên đau xót: "Chiếc dùi cui anh cầm là của người bạn Mỹ. Nhưng người dân Việt là dân mình anh ơi!".

Hơn bốn mươi năm sau lịch sử lập lại. Những chiếc dùi cui made in China đang thi nhau bổ vào đầu những người biểu tình chống Trung Quốc trước đây và những anh chị em phổ biến bản Tuyên ngôn phổ quát Nhân quyền của LHQ, phát bong bóng cổ vũ cho quyền con người vào chiều tối 08 tháng 12 tại công viên 23/9 Sài Gòn.

Trí thức đảng tiếp tục im lặng. Hành vi côn đồ đảng đánh đập 9 người phân phát tuyên ngôn nhân quyền hình như không dính gì tới đảng.

Không biết sau cái ngày ấy khi Nguyễn Tuấn Anh họp thành đoàn anh ta sẽ giải thích thế nào về hành vi của mình?

Quan trọng hơn hết, không biết những đoàn viên - sắp lột vỏ thành đảng viên - nghĩ thế nào khi chứng kiến hay xem lại video clip đầy đủ hình ảnh Nguyễn Tuấn Anh giật xấp tài liệu nhân quyền trên tay blogger Hoàng Vi và bỏ chạy như một tên cướp ngày giữa thanh thiên bạch nhật?

Các bạn đoàn viên ấy sẽ có hai thái độ. Hoặc im lặng, tiếp tục cúi đầu để sau này trở thành một Tuấn Anh thứ hai. Hay họ sẽ chọn hành động công khai từ bỏ đoàn thanh niên cộng sản như Nguyễn Phương Uyên đã làm?

Tiếc thay, chỉ có một Nguyễn Phương Uyên cương cường nhưng lẻ loi giữa hàng triệu con cừu chớm mọc nanh đang đua nhau chạy theo con đường của Nguyễn Tuấn Anh. Đảng còn hàng triệu người như thế: sẵn sàng và ao ước được như anh ta: sang Mỹ du học và trở về tranh giật, ngay cả một thứ tài sản vô hình của người dân là nhân quyền.

Rất nhiều người tin rằng con ông cháu cha sang tây phương du học sẽ thấm được nền dân chủ của người bản xứ để khi về nước sẽ áp dụng chúng vào tình trạng của Việt Nam. Những suy nghĩ ấy đã được giải mã qua trường hợp của Tuấn Anh. Nó cho thấy sự thành công không thể chối cãi của đảng Cộng sản Việt Nam khi gieo trồng trí thức đảng trong hệ thống quyền lực của họ, và đặc biệt, những trí thức ấy rất tận tuy với những gì đảng ban phát để sẵn sàng làm bất cứ điều gì. Tuấn Anh là một ví dụ sinh động nhất.

Không phải chỉ có Tuấn Anh vì hàng trăm ngàn trí thức đảng khác đang chong mắt nhìn và hơn thế đang tìm cách biện minh cho hành động côn đồ này từ một "đồng đảng" của họ.

Hãy tỉnh táo mà nhìn Đảng

Người dân Việt Nam trong hơn tháng qua kể từ ngày Trung Quốc ngang nhiên kéo giàn khoan vào sâu trong vùng biển đặc quyền kinh tế, mỗi người một cách biểu lộ phản ứng của mình. Đến người hiền lành nhất cũng cảm nhận bị đe dọa bởi quân xâm lược.

Ra chợ sẽ thấy, những khuôn mặt lấm lem của người mua gánh bán bưng luôn loáng thoáng nỗi lo âu chiến tranh và trong ngôn ngữ thường ngày người ta không ít lần nghe đến hai chữ "giàn khoan" cùng hàng ngàn bàn tán.

Những bàn tán rất đời thường trong quán cà phê, nơi công sở thậm chí ngay trong các bàn tiệc quan hôn tang tế lộ ra một điều: mọi sự đã phơi bày trước bàn dân thiên hạ về ý đồ xâm lăng của Trung Quốc. Khởi đầu thì người ta lo ngại, dần dà là sự tức giận và cuối cùng là cay đắng, xấu hổ.

Lo ngại vì Trung Quốc mạnh và tham vọng bá quyền. Tức giận vì Việt Nam gần như cô độc trong vùng, ngoại trừ Philippines, số còn lại trong khối ASEAN hầu như im lặng không một lời phê phán. Và cuối cùng là cay đắng, xấu hổ khi Trung Quốc công bố một loạt những bằng chứng về Công hàm Phạm Văn Đồng ký năm 1958. Sách giáo khoa địa lớp 9 của Việt

Nam xuất bản năm 1974 rồi bản đồ thế giới do Cục Đo đạc Bản đồ Việt Nam in năm 1972 công nhận Hoàng Sa - Trường Sa là của Trung Quốc.

Cả nước chết lặng, cổ đắng họng khan, nghẹn ngào khi biết ra rằng cả một hệ thống cầm quyền từ xưa tới nay đã lạc vào mê hồn trận do Trung Quốc sắp đặt.

Câu hỏi từ mấy năm qua: tại sao không đem Hoàng Sa - Trường Sa vào sách giáo khoa đã có lời giải. Một lời nguyền thì đúng hơn, bởi nó chứa đựng một chính sách nhất quán sai lầm của nhiều đời Tổng bí thư. Ngay cả Chủ tịch Hồ Chí Minh cũng không nhận ra lòng tham vô tận của người anh em mà ông ăn nằm và tin cẩn như ruột thịt.

Ruột thịt ấy đã quay mặt với ông từ lâu và đến hôm nay thì giọt nước cuối cùng trong chiếc ly đen tối mang tên hữu nghị đã rơi xuống đất.

Kinh thánh Thiên chúa giáo có nhân vật Giu Da cả gan bán Chúa cho quân Do Thái để lấy 30 đồng bạc sao mà giống câu chuyện của Đảng cộng sản Việt Nam công nhận Hoàng Sa- Trường Sa là của Trung Quốc đến thế.

Giu Da lập luận rằng Chúa của ông là quyền năng vô tận không một thế lực nào có thể bắt và giết ngài, vì vậy lừa bọn Do Thái để lấy 30 đồng bạc là một hành động thông minh có khi còn được khen thưởng. Giu Da không ngờ ý Chúa đã muốn cứu chuộc nhân loại và hành động của y như một bài học cho con người về sự phản phúc chứ không thể xem là khôn ngoan.

Ông Phạm Văn Đồng rơi đúng vào trường hợp này khi nghĩ rằng ký công hàm không phải là xác nhận chủ quyền vào tay Trung Quốc. Chữ ký ấy chỉ có ý nghĩa làm vui lòng một thế lực đang giúp Việt Nam chiến đấu chống Mỹ và do đó có thể cho là một sự khôn khéo của ngoại giao.

Ông Đồng và Đảng Cộng sản Việt Nam đã đi theo vết xe của Giu Da bán Chúa.

Thay vì bán một thánh nhân thì ông và Đảng cộng sản đã đem đất nước ra đặt cược với Trung Quốc. Từ tờ công hàm ấy, Việt Nam trượt dài dưới áp lực của phương Bắc để có thêm hai hành động mê muội theo sau khiến Trung Quốc không dại gì mà không khai thác.

Ba chi tiết dẫn đến mất nước ấy không ai có khả năng phản biện vì càng cố phản biện thì sự ngụy biện càng lộ rõ hơn.

Bây giờ thì mọi câu hỏi trong quá khứ đã có lời giải thỏa đáng. Đảng và nhà nước Việt Nam ý thức công hàm Phạm Văn Đồng là lưỡi gươm Damocles luôn lơ lửng trên đầu nên khi dân chúng biểu tình chống Trung Quốc thì chính quyền đàn áp không thương tiếc.

Hàng hóa Trung Quốc tràn ngập do nhà nước cố tình làm ngơ. Nhà thầu Trung Quốc chiếm mọi cuộc thầu lớn nhỏ, nhập siêu của Trung Quốc mỗi năm mỗi cao hơn...là những biểu hiện lấy lòng để Trung Quốc quên đi chuyện cũ...

Thế nhưng Việt Nam mới là kẻ mau quên. Quên Trung Quốc là một anh bạn lật lọng và sẵn sàng làm mọi chuyện để đạt mục đích của họ. Nhường nhịn như vậy nhưng Việt Nam vẫn không bịt được mồm của một kẻ quen thói lu loa nhất là lu loa để lấy hết Biển Đông thì dù có làm hơn thế trăm lần Trung Quốc cũng sẽ theo đến cùng cuộc chiến tranh mồm mép.

Còn một chút niềm tin vào Chủ nghĩa Xã hội cũng bị Trung Quốc dày xéo lên luôn, thế là Đảng và nhà nước Việt Nam đành quay mặt vào... nhau tìm phương kế thoát ra tiếng xấu ngàn đời.

Báo chí rõ ràng không dám đổ tội cho Phạm Văn Đồng, vì làm như thế là chấp nhận công hàm bán nước. Nhưng dù không chấp nhận cũng khó mà tranh cãi giữa tòa án quốc tế, nơi bài học Giu Da bán Chúa đã được các ông bà thẩm phán người phương Tây thuộc lòng từ khi mới sinh ra.

Những bằng chứng ấy phải được can đảm chấp nhận và biện pháp duy nhất giải độc nó là nhận lỗi trước nhân dân cả nước về sai lầm này.

Nhận lỗi không phải để tiếp tục cầm quyền mà phải rút lui ra khỏi cương vị hiện nay vì tất cả các ông/bà trong Bộ chính trị không ai xứng đáng đại diện cho nhân dân Việt Nam cả. Liên đới trách nhiệm buộc những người đang đi dưới lá cờ của Đảng cộng sản Việt Nam phải thấy đó là sự sỉ nhục chung không thể bào chữa.

Nếu còn lương tri hãy vứt thẻ đảng để lo cứu nước còn hơn ôm một mớ ảo tưởng ngồi đó chờ ngày người dân đến tước thẻ của mình.

Nếu sau chiến tranh đảng viên được cho là những người có công với cách mạng, đất nước thì công hàm Phạm Văn Đồng và sách giáo khoa, bản đồ do Việt Nam phát hành phải được xem là hành động làm cho mất nước. Người đảng viên đi dưới lá cờ của Đảng cộng sản không thể vô can và vì vậy không được tiếp tục nhắm mắt đi theo đường của đảng vẽ ra, kể cả con đường chống giặc Tàu nếu có.

Khi chữ Đảng không còn linh thiêng nữa thì hãy trở về với lòng yêu nước còn sót lại hiếm hoi trong tim các vị. Đã đến lúc phải chấp nhận rằng Đảng không còn chút giá trị gì khi nhận vai trò lãnh đạo chống ngoại xâm. Chính Đảng mới là lực cản của toàn bộ sức mạnh dân tộc.

Đảng không còn tỉnh táo để hướng dẫn bất cứ ai vì ngay người nắm vận mệnh của nó đã không còn đủ sáng suốt từ nhiều năm qua.

Hãy nhìn ông Nguyễn Phú Trọng thì thấy ngay mặt trái của đảng Cộng sản Việt Nam hiện nay. Hơn ba triệu đảng viên Cộng sản dưới quyền của ông Trọng đã có phát biểu nào cho ra hồn khi chính ông thủ lĩnh không thèm nói một lời chống giặc?

Hay ông chờ cho tới ngày 15 tháng Tám khi giàn khoan 981 rút đi vì bão tố, sóng dữ thì trở lại vai trò nhạc trưởng, đưa chiếc gậy chỉ huy lên cho toàn đảng của ông cất lên bài ca núi liền núi sông liền sông, Việt Nam luôn trọng tình hữu nghị?

Thủ tướng nói...

Đầu năm 2014, hầu hết các trang mạng điện tử đều chú ý tới bài thông điệp đầu năm của Thủ tướng. Đỉnh nhất có lẽ là bài của nhà văn Phạm Thị Hoài với nhận xét ngắn gọn và chính xác: không thấy bóng nhân dân trong đó.

Một bài "thông điệp" nói với nhân dân mà không có bất cứ một anh nông dân hay một chị bán báo nào thì có lẽ anh chàng viết diễn văn này của Thủ tướng sắp nhận được chiếc phong bì cuối cùng trong cuộc đời làm "ma" viết (ghostwriter).

Bài thông điệp dài nhưng không buồn ngủ. Không phải ở sự hấp dẫn thông tuệ của nó mà do ẩn phía sau những từ ngữ quen thuộc đã được đánh bóng, tân trang lại cho hợp với cái gout ngôn ngữ ngày nay. Bóng quá nên trơn trợt và gây nên nhiều dấu hỏi cần được nêu ra trong tinh thần chính thủ tướng đề xướng ở những dòng kết luận: "phát huy mạnh mẽ quyền làm chủ của Nhân dân"

Với tư cách một người dân, tôi làm chủ với Thủ tướng.

Theo trình tự từ đầu tới cuối của bài thông điệp, trước tiên Thủ tướng nói: "Thực hiện Kết luận của Trung ương Đảng,

427

Quốc hội và Chính phủ đã có Nghị quyết về phát triển kinh tế - xã hội năm 2014."

Tôi nói: Như vậy là Thủ tướng đã chính thức thừa nhận trước nhân dân cả nước rằng Quốc hội và Chính phủ là công cụ của Đảng do đó phải thi hành kết luận của Trung ương Đảng. Xin hỏi Thủ tướng, đây có phải là một khẳng định "có tính lịch sử" về điều 4 Hiến pháp đã bắt đầu bạch hóa?

Thủ tướng nói: "Chúng ta đang sống trong thời đại toàn cầu hoá và hội nhập quốc tế sâu rộng....Báo cáo thường niên của nhiều tổ chức quốc tế đều xếp hạng năng lực cạnh tranh của các nền kinh tế. Đây là chỉ báo tham khảo quan trọng về vị trí của từng quốc gia trong cuộc ganh đua toàn cầu. Quốc gia nào có năng lực cạnh tranh cao sẽ có nhiều cơ hội để vượt lên, phát triển nhanh và bền vững."

Tôi xin hỏi thủ tướng: Còn báo cáo thường niên về chỉ số tham nhũng của Việt Nam thì sao? Báo cáo thường niên về đàn áp và bỏ tù nhà báo và blogger của Việt Nam thì sao? Báo cáo thường niên về chỉ số tin tưởng của doanh nghiệp Việt Nam thì sao?

Thủ tướng có nghĩ rằng những chỉ số này có làm cho Việt Nam lừng lững trong mắt của bạn bè quốc tế không? Nếu không thì giải pháp mà Thủ tướng đưa ra là gì?

Thủ tướng nói:"Dân chủ là tư tưởng lớn của Chủ tịch Hồ Chí Minh"

Tôi nói: Người viết bài diễn văn này cho Thủ tướng tỏ ra không biết gì về lịch sử của hai từ Dân chủ. Anh hay chị ta chỉ cần vào Wikipedia sẽ thấy ngay: "Thuật ngữ này xuất hiện đầu tiên tại Hy Lạp với cụm từ "quyền lực của nhân dân" được ghép từ chữ δήμος (dēmos), "nhân dân" và κράτος (kratos), "quyền lực" vào khoảng giữa thế kỷ thứ 5 đến thứ 4 trước Công nguyên để chỉ hệ thống chính trị tồn tại ở một số thành bang Hy Lạp, nổi bật nhất là Anthena sau cuộc nổi dậy của dân chúng vào năm 508 TCN."

Cái bệnh "ăn theo" bác Hồ đã ăn sâu vào não thùy của rất nhiều bài diễn văn nhưng thông điệp đầu năm mà như thế thì thật là đáng buồn Thủ tướng ạ.

Thủ tướng nói: "Chế độ xã hội chủ nghĩa mà chúng ta đang xây dựng phải ưu việt hơn về dân chủ và Đảng ta phải nắm chắc ngọn cờ dân chủ".

Là người dân tôi xin hỏi: Ý nghĩa thật sự của câu này là gì vậy? cái chế độ xã hội chủ nghĩa mà Thủ tướng đang nói thì ông Tổng bí thư đã khẳng định rồi, phải đến hết thế kỷ này chúng ta mới biết được diện mạo của nó, vậy mà khăng khăng cho là nó "sẽ" đẹp trai hơn các chàng trai của xã hội dân chủ hiện nay trên khắp thế giới thì có quá hoang tưởng hay vĩ cuồng không?

Thủ tướng nói: "Tăng cường sự lãnh đạo của Đảng, quản lý của Nhà nước cũng là nhằm phát huy tốt hơn quyền làm chủ của Nhân dân".

Xin thưa với thủ tướng: Không có bất cứ nước nào trên thế giới lấy lãnh đạo và quản lý để gọi là giúp cho tốt hơn cái quyền làm chủ của người dân cả. Thủ tướng đang nói ngược lại với sự thật. Dân chủ là phương tiện, công cụ giúp cho lãnh đạo và quản lý nhà nước không sai phạm và đi ra ngoài hiến pháp, tức những gì mà pháp luật quy định.

Thủ tướng nói: "Dân chủ và Nhà nước pháp quyền là cặp "song sinh" trong một thể chế chính trị hiện đại."

Câu này Thủ tướng nói đúng 50%.

"Dân chủ và nhà nước pháp quyền là một cặp song sinh" là chính xác nhưng "trong một thể chế chính trị hiện đại" thì hoàn toàn sai. Cách đánh tráo khái niệm này rất thường thấy trong bất cứ bài diễn văn nào của cán bộ các cấp, tuy nhiên đối với một thông điệp chính thức của lãnh đạo thì không thể xem thường, bởi ngày nay mạng lưới Internet không cho phép người ta "nói lời rồi lại nuốt lời như không".

Việt Nam không hề là một thể chế chính trị hiện đại.

Tam quyền phân lập mới là thể chế chính trị hiện đại. Mặc dù nó đã ra đời hàng trăm năm nhưng vẫn chưa có mô hình nào tốt hơn để thay thế. Trong khi ngay từ câu đầu tiên Thủ tướng đã xác định Việt Nam chỉ chịu sự lãnh đạo duy nhất của Đảng thì hiện đại chỗ nào thưa ông?

Thủ tướng nói: "Nhà nước pháp quyền phải thượng tôn pháp luật. Pháp luật phải bảo đảm được công lý và lẽ phải. Mọi hạn chế quyền tự do của công dân phải được xem xét cẩn trọng"

Câu này thì sướng tai cho ai không biết về thông tin trên Internet.

Tôi hỏi: Những cái chết thương tâm trong đồn công an, những cuộc khiếu kiện đắng lòng của dân oan khắp chốn, những công dân Việt Nam chưa hề phạm một tội gì vẫn bị cấm xuất cảnh vì sự vượt luật của ngành công an. Thưa Thủ tướng ông gọi những vụ việc này là gì vậy?

Thủ tướng nói: "Nâng cao chất lượng hoạt động chất vấn của Quốc hội, Hội đồng nhân dân các cấp và trách nhiệm giải trình của người đứng đầu cơ quan hoạch định chính sách."

Thưa thủ tướng, tôi hỏi: Quốc hội là của Đảng, nó ngang hàng với Chính phủ. Vì là hai đứa con song sinh nên khó lòng biết đứa nào là anh đứa nào là em, vậy thằng em chất vấn thằng anh trước 90 triệu con người vừa hiền vừa bất lực như cừu thì nghĩa lý gì thưa ông?

Thủ tướng nói: "Nhà nước phải bảo đảm và phát huy được quyền làm chủ thực sự của người dân, nhất là quyền tham gia xây dựng chính sách, quyền lựa chọn người đại diện cho mình và quyền sở hữu tài sản."

Tôi hỏi: Cái quyền tham gia xây dựng chính sách là quyền gì vậy và liệu nó có thật hay chỉ là một phần trong vở kịch nhiều chương hồi? Nếu anh nông dân tham gia xây dựng chính sách thì với sự chân chất vốn có anh ta góp vào cái quyền ấy như thế nào? Chị bán rau ngoài chợ liệu dám ngồi đôi co với một bà chủ tịch Hội phụ nữ đầy quyền lực hay không?

Về cái quyền lựa chọn người đại diện cho mình, tôi có ý kiến:

Mỗi lần đi bầu Quốc hội tôi cứ nghĩ người nào tôi bỏ phiếu phải là người giúp dân giúp nước, thế nhưng sau khi hiệp thương thì toàn những khuôn mặt do chính quyền chọn trước. Bỏ ai cũng rơi vào rọ hết thì người dân chúng tôi làm sao thực hiện được cái quyền cao sang đó, thưa ông Thủ tướng?

Rồi lại còn quyền sở hữu tài sản nữa chứ!

Người ta chỉ coi cái gì là tài sản khi nó có thể bán được hay chí ít cho thuê được, kể cả trí tuệ và bản quyền. Tôi là nông dân nên không có trí tuệ lẫn bản quyền nhưng tôi có đất. Mảnh đất từ ông bà tiên tổ để lại từ hàng trăm năm bỗng nhiên trở thành "sở hữu toàn dân và nhà nước quản lý".

Sở hữu toàn dân mà tôi quay sang hỏi ông hàng xóm ổng có biết gì về miếng đất của tôi hay không thì ông ấy lắc đầu. Xin Thủ tướng giải thích thêm vì tôi nghĩ vốn tiếng Việt của mình hình như có vấn đề nên không thể nào hiểu cho suốt một câu tuy ngắn nhưng đầy gai nhọn như thế.

Thủ tướng nói: "Nhà nước phải tạo môi trường cạnh tranh bình đẳng theo cơ chế thị trường; kiểm soát chặt chẽ và xóa bỏ độc quyền doanh nghiệp cũng như những cơ chế chính sách dẫn đến bất bình đẳng trong cạnh tranh"

Tôi thề sẽ chấm dứt sau mấy cái ..."Thủ tướng nói" này, vì càng nói ông càng sai, người nghe càng mỏng và tôi càng mệt.

Ông quên những Tổng công ty, Tập đoàn do chính ông sinh ra và chỉ đạo từ đó đến nay. Hỏi nhỏ ông nhé, chúng có độc quyền không và chúng có cạnh tranh bình đẳng không, thưa ông?

Số phận anh Vươn,
con đường ông Dũng

Hôm nay tòa án Hải phòng tiếp tục xử vụ phá nhà anh Vươn mà hình như dư luận không ai đếm xỉa gì tới kẻ bị xét xử sẽ lãnh bản án như thế nào. Mọi bức xúc, tuyệt vọng lẫn hy vọng đã trôi theo bước chân của anh em anh Vươn khi trở lại nhà giam.

Vụ án xử quan chức Tiên Lãng nhạt nhẽo và tốn rất ít giấy mực của cả hai lề.

Nhưng từ vụ xử án hôm nay nhiều người nói thẳng ra tính chất sắp xếp có chủ ý của vụ án. Đáng lẽ kẻ phá nhà anh Vươn phải bị xử trước rồi sau đó mới xử tới chuyện anh em nhà anh Vươn bắn lực lượng cưỡng chế thì đúng với quy trình vụ án hơn. Hỏi để mà hỏi thế thôi, bản án đã xong, phúc thẩm hay không phúc thẩm thì cũng thế. Kết quả không đến từ công lý mà đến từ Bộ chính trị cho nên không thể nói rằng tập đoàn Hải Phòng ngoan cố.

Tuy nhiên nếu quay lại với trình tự thời gian xảy ra vụ án sẽ có nhiều câu hỏi bất ngờ.

433

Sáng ngày 5 tháng 1 năm 2012, Phó chủ tịch huyện Tiên Lãng là ông Nguyễn Văn Khanh cầm đầu lực lượng cưỡng chế cùng với khoảng 100 người gồm công an và quân đội. Kết quả là bị anh em ông Đoàn Văn Vươn dùng súng hoa cải bắn trả khiến 6 người bị thương, trong khi đó bản thân anh Vươn vắng mặt vì lên Viện Kiểm Sát Nhân dân Hải Phòng để kháng cáo nhưng vẫn bị kết án là kẻ chủ mưu.

Chỉ hơn một tháng sau, ngày 10 tháng 2 năm 2012, Thủ tướng Nguyễn Tấn Dũng chính thức họp các bộ ngành để xem xét vụ này và sau đó ông Vũ Đức Đam, Bộ trưởng Chủ nhiệm văn phòng Thủ tướng đã họp báo cho biết có bốn điểm chính mà Thủ tướng kết luận như sau:

-Về quyết định giao đất cho gia đình anh Đoàn Văn Vươn, quyết định thứ nhất giao 21 ha đất là đúng, nhưng quyết định thứ hai giao thêm 19,3 ha (thời hạn 14 năm) là chưa đúng với quy định Luật đất đai.

-Quyết định thu hồi đất của anh Vươn với lý do hết thời hạn sử dụng cũng trái luật. Luật đất đai quy định 5 trường hợp thu hồi đất, nhưng gia đình anh Vươn không nằm trong 5 trường hợp trên.

-Huyện Tiên Lãng huy động lực lượng quân đội của Ban chỉ huy quân sự huyện tham gia cưỡng chế là không đúng.

-Công tác tổ chức thực hiện cưỡng chế cũng có nhiều sai sót, gây thương vong cho lực lượng tham gia. Việc phá nhà có sự chỉ đạo của một số lãnh đạo địa phương.

Hàng ngàn bài báo trong thời gian này nêu vụ án Đoàn Văn Vươn như một điển hình áp bức của chính quyền địa phương và cũng là đầu giây mối nhợ dẫn đến tình trạng bất công khó tha thứ đối với bộ máy cầm quyền Hải Phòng. Thủ tướng Nguyễn Tấn Dũng được ngợi khen là người sáng suốt và nhanh nhạy trong việc giải tỏa sức căng thẳng của dư luận. Ai đó còn khen ông đã can đảm khi lên tiếng kết tội một đám sai nha, mù quáng làm theo những kẻ cường hào ác bá mới nằm chính trong lãnh địa của ông vì Thủ tướng Nguyễn Tấn Dũng cũng là một đại biểu quốc hội đơn vị Hải Phòng.

Thủ Tướng lúc ấy là nơi báo chí dựa vào để viết bài, vừa được tiếng bảo vệ người cô thế, vừa an tâm sẽ không ai dám chỉ đạo viết thế này hay viết thế khác. Ai cũng nghĩ chỉ vài tuần lễ sau thì vụ án anh Vươn kết thúc, và không ít người còn hồn nhiên tin rằng công lý đã trở lại với người cùng khổ.

Nhưng vận hạn của Thủ Tướng đã tới kéo theo bản án 5 năm tù giam của anh Vươn.

Việc làm thức thời mặc dù là duy nhất trong suốt hai nhiệm kỳ của Thủ tướng Dũng không vượt qua được bản án âm thầm dành cho ông trong Hội nghị Trung ương 6. Vào ngày 15 tháng 10 năm 2012, tức là 8 tháng sau khi Thủ tướng bênh vực cho nhà anh Vươn, Thủ tướng Nguyễn Tấn Dũng được ông Tổng bí thư Nguyễn Phú Trọng đặt cho một cái tên mới mà lịch sử chưa bao giờ có tiền lệ, ông Dũng trở thành đồng chí X và đổi lại không bị Bộ Chính trị thi hành kỷ luật, như một ân huệ, hay một thỏa hiệp chính trị nào đó thì tuyệt đối bên ngoài không ai hay biết.

Cái mà người ta biết là ông Dũng bị bao vây tứ phía, triệt tiêu mọi ngõ ngách khiến ông khó thể an vị như trước, và dĩ nhiên những gì mà ông Dũng làm có vẻ được dư luận đánh giá cao thì phe ông Trọng không để yên cho ông ta thủ lợi.

Kết luận về vụ án Tiên Lãng của ông phải bị đánh trả, và từ sau cái ngày đại hội 6 ấy, tập đoàn Hải Phòng nhận được pháo lệnh tiếp tục hành trình chà đạp công lý bằng cách xem những kết luận của ông Dũng là không hề hiện hữu cho dù ông vẫn là thủ tướng đương nhiệm.

Bản án này ông Nguyễn Phú Trọng với tư cách lãnh đạo Đảng cao cấp nhất vẫn có thể can thiệp cho dù hy sinh một vài đàn em cò con nhưng ông vẫn không làm.

Mối hiềm khích phe phái đã làm ông rối trí và kết quả phiên tòa cho thấy ông không cần được tiếng là công tâm bởi hai lẽ: Thứ nhất ông bị Bộ chính trị thuyết phục rằng nếu tha bổng vụ này thì khả năng bùng nổ những vụ án khác là không thể tránh khỏi vì hồ sơ đất đai đang nằm hàng đống tại văn phòng Quốc hội.

Nhưng điều thứ hai mới quan trọng hơn đối với ông: đồng chí X.

Phản ứng của Thủ tướng Dũng thì sao?

Ông Thủ tướng đã chứng tỏ cho giới chính trị quốc tế biết ông là một tay sừng sỏ.

Khi tuyên bố bảo vệ anh Vươn chưa chắc xuất phát từ thiện ý muốn mang công lý tới cho người dân, nó chỉ là cách lấy lòng của một tay buôn chuyến, khen người bán giỏi giang chỉ để được mua hàng hóa với giá bèo. Giống như khi tuyên bố trước Quốc hội phải ban bố luật biểu tình ông Dũng biết chắc rằng Quốc hội sẽ không nghe theo ông mà làm cái điều Đảng không bao giờ muốn. Nói và không hề sợ bị buộc phải giữ lời là nét đặc thù của hệ thống Chủ nghĩa xã hội vì thế Thủ tướng cũng có thể nuốt lời vô tư như hàng đống Bộ trưởng từng làm.

Ông Dũng còn giữ ghế là may huống chi đèo bòng việc mấy anh nông dân ngớ ngẩn. Vì công lý mà chấp nhận mất ghế không phải là cá tính của ông Thủ tướng.

436

Thế giới cộng sản sau khi đóng màn sắt, hạ màn tre bây giờ bước sang màn kịch. Kịch hay đến nỗi đánh lừa được dư luận trong vụ án anh Vươn thì phải khen tay đạo diễn quá tài. Người xem ra về sau khi màn hạ vẫn tin rằng ông Dũng và ông Trọng không dính tới vụ này chỉ tại Hải Phòng bao che thuộc hạ.

Chỉ tội nghiệp cho các nhân vật trong vai nạn nhân, gần tới chết vẫn kêu tên người đã hại mình!

Nợ khó đòi

Quốc hội khóa này hình như quẩn quanh chuyện "nợ xấu" hơi bị nhiều. Là nhân dân chúng tôi đồng tình với các ông bà đại biểu đã nêu vấn đề này lên. Qua báo chí mặc dù nhiều chuyên gia đã có bài góp ý nhưng hình như quý ông bà đại diện dân vẫn còn rất lúng túng trước hai chữ "nợ xấu".

Nếu không lúng túng và biết rõ hơn nữa cốt lõi vấn đề thì người dân chúng tôi tin rằng sẽ không có cơ hội cho ông Thống đốc Nguyễn Văn Bình tuyên bố rằng *"ông chưa có phương án nào để đối phó với nợ xấu"*.

Câu chuyện nợ xấu râm ran từ khi Bầu Kiên bị bắt rồi kéo theo những tai to mặt lớn khác vào vòng điều tra, từ đó người ta biết rằng nền kinh tế hôm nay được xây lên từ tro tàn của một loạt sai lầm từ nền kinh tế bao cấp. Lâu đài phát triển kinh tế hình như đang bị đe dọa khi nợ xấu nằm dưới chiếc móng của lâu đài ấy.

Đồng vốn luân chuyển trong thị trường bỗng nhỏ lại vì số tiền thực thụ chỉ có trên giấy tờ chính là lúc nợ xấu bị phanh phui từ nạn nhân hay từ NHNN. Nợ xấu sẽ làm kinh tế suy trầm và kết quả đối phó với nợ xấu ra sao sẽ phản ảnh đến sức khỏe của cả nền kinh tế.

Nợ xấu còn được nhân dân chúng tôi gọi nôm na là "nợ khó đòi" khi con nợ trở nên lì lợm vì mất hẳn khả năng thanh toán. Nhà nước lo nợ xấu sẽ làm nền kinh tế suy sụp, nhân dân chúng tôi lại lo sợ nợ khó đòi sẽ làm suy sụp cả đất nước mà tiếc thay tình trạng ấy đang tới rất gần vì có rất nhiều con nợ loại này trong chính phủ.

Trong hai nhiệm kỳ thủ tướng, ông Nguyễn Tấn Dũng mang rất nhiều món nợ đối với chúng tôi. Ông biết rõ những món nợ mà ông thiếu nhưng khả năng trả nợ của ông là con số không vì vậy ông là con nợ khó đòi lớn nhất Việt Nam hiện nay.

Món nợ thứ nhất: Khi mới nhậm chức nhiệm kỳ đầu tiên, ông hùng hồn tuyên bố rằng nếu không giải quyết được vấn đề tham nhũng ông sẽ từ chức. Ngay sau đó là hàng loạt vụ tham nhũng xảy ra, vụ sau lớn hơn vụ trước để cuối cùng là cặp song sinh Vinashin-Vinalines. Thủ tướng vẫn là thủ tướng, không ai thấy thủ tướng trả món nợ này.

Món nợ thứ hai: Ông mượn tiền từ thuế và từ tài nguyên đất nước để tạo ra những tập đoàn, tổng công ty quốc doanh. Là thủ lĩnh của tất cả các tổ chức phá hoại này ông cho phép đàn em được phép làm bất cứ điều gì có lợi cho lợi ích của chúng trong đó có ông.

Sau nhiều năm thất bại, tiền thuế của nhân dân chảy vào các túi tham, những lạm hàng trăm ngàn tỷ còn ông vẫn ung dung không có hành động gì tiết chế sự ngu muội của những kẻ hãnh diện mang chức danh Chủ tịch Hội đồng Quản trị mà không hiểu bất cứ khái niệm sơ đẳng nào của kinh tế thị trường. Họ chỉ giỏi khua môi múa mép trong lĩnh vực chính trị của điều gọi là "quả đấm thép" của nền kinh tế.

Món nợ khổng lồ này của ông và các tập đoàn do ông làm thủ lĩnh chắc chắn sẽ không thể đòi được ngoại trừ Hiến pháp cho phép thành lập một Tòa Bảo hiến như thế giới đang có. Ông quỵt nợ bằng thủ đoạn này thì làm sao nhân dân chúng tôi đối phó ngoại trừ nổi loạn?

Món nợ thứ ba: Thủ tướng lạm quyền khi ký quyết định số 97 ngăn cấm việc phản biện của trí thức và sau đó chấp thuận thông tư của Thanh tra chính phủ cấm tiếp các công dân có đơn khiếu nại tố cáo tập thể. Quyết định 97 là món nợ lớn của Thủ tướng đối với thành phần tinh hoa của đất nước.

Thủ tướng còn tiếp tay với thuộc hạ che chắn những bức hiếp, oan trái của chúng đối với nhân dân qua việc cấm khiếu kiện tố cáo tập thể. Hai món nợ này cùng đặt trên bàn làm việc của ông và cho tới nay ông không trả nổi dù chỉ là một lời giải thích.

Món nợ thứ tư: Ông đánh trống bỏ dùi trong vụ Tiên Lãng. Một lần nữa ông để mặc thuộc hạ Hải Phòng tung tác trong hoạt động điều tra và ông không một lời nhắc nhở. Món nợ này ông không thể khất vì của cải mồ hôi nước mắt của nhân dân chúng tôi ông không thể đem chia cho thuộc hạ Tiên Lãng, Hải Phòng bằng sự im lặng đồng lõa của ông.

Món nợ thứ năm, món nợ lớn nhất: Ông tham gia hủy hoại cả một đất nước khi ký hàng ngàn quyết định về đất đai một cách vội vã và vô trách nhiệm. Ông ký những quyết định thu hồi đất của nhân dân chúng tôi và giao lại cho các doanh nghiệp thân thiết với thuộc hạ của ông để chúng khai thác đất đai ấy một cách lạnh lùng không kể gì sự thiệt hại mà người dân mất đất phải chịu.

Món nợ này ông không thể trả vì nó quá lớn đủ để cả nước suy sụp và quá sâu đủ để lòng dân hờn oán. Món nợ khó đòi này đang làm sụp đổ cả một dân tộc khi đất đai vốn là máu huyết của người dân bị các ông tung hỏa mù cướp đi cái quyền tư hữu thiêng liêng bằng chiêu bài sở hữu toàn dân rỗng tuếch.

Chẳng những ông nợ không trả, ông còn dung dưỡng thuộc hạ của ông nợ thêm những món khác mà di hại của nó đối với quốc gia sẽ tác động lên nhiều năm sau này. Trước và trên hết là Bộ Giáo Dục, sau đó là Bộ Tài Nguyên Môi Trường, rồi Bộ Y tế, Bộ Giao Thông...Những cái Bộ đáng ra phải phục vụ quyền lợi của người đóng thuế thì lại tỏ ra xem chủ nợ là vô hình, không đáng phải bận tâm. Tâm lý quỵt nợ của những tay bộ trưởng đã có sẵn trong đầu từ những giây phút nhậm chức đầu tiên.

Hãy nhìn Đinh La Thăng với biết bao quyết định vi hiến và ngu ngốc. Rồi Nguyễn Thiện Nhân, một bộ trưởng giáo dục với tầm nhìn của một anh giáo làng, ước ao cả nước nổi tiếng qua những dự án hoành tráng không bao giờ thực hiện được. Rồi Nguyễn Văn Bình, Thống đốc Ngân hàng Nhà nước không có nổi một khái niệm về nợ xấu là gì....

Tất cả những món nợ này của các ông đối với chúng tôi đều phải trả sòng phẳng. Các ông có thể quỵt bây giờ nhưng tương lai con cháu của các ông sẽ không thể chạy trốn. Đồng tiền, đất đai xương máu cộng với tài nguyên cha ông của chúng tôi bị các ông thâm lạm sẽ phải trả trước vành móng ngựa của lịch sử.

Chúng tôi không cho phép ông và thuộc hạ tiếp tục xem chúng tôi như những ông thần hoàng ngồi dưới gốc đa chờ các ông thắp nhang xin lỗi. Chúng tôi là nhân dân, và vì thế các ông nên nhớ, nhân dân chỉ có thể im lặng một lúc nhưng không là mãi mãi.

Cách tốt nhất để khỏi phải trả nợ cho chúng tôi là các ông nên ngăn để bánh xe lịch sử ngừng quay nhằm làm cho sự phán xét không có cơ hội xảy ra trên đất nước này.

Nhưng tiếc thay điều hoang tưởng ấy không bao giờ trở thành hiện thực!

Định mệnh lót cho ông chữ "Bá"

Vài ngày nay khi có tin ông Nguyễn Bá Thanh và Vương Đình Huệ giữ hai chức vụ quan trọng của Trung ương vừa mới "tái sinh": Ban Nội chính và Ban Kinh tế Trung ương. Các trang báo chính thống rộ lên các bài viết phấn khởi nhưng chỉ dành cho một trong hai nhân vật này là Nguyễn Bá Thanh còn ông Huệ không ai nhắc tới.

Người ta còn nhớ, khi ông Vương Đình Huệ lên tiếng về giá xăng dầu và khẳng định rằng sẽ không thể vì quyền lợi của 11 doanh nghiệp đầu mối mà phải vì hơn 80 triệu dân". Thậm chí, ông Huệ khẳng định như đinh đóng cột sẽ "chịu trách nhiệm cá nhân về quyết định giảm giá xăng dầu".

Những hân hoan sau lời tuyên bố có tính cách "hùng hồn" khó thấy trong thời buổi "chung một tư cách" của các bộ trưởng không sống sót lâu quá ba tháng. Ông Huệ trượt dài dưới cái nhìn của báo chí khi giá xăng vẫn ung dung đi lên còn ông thì ung dung hỏi tờ Sài Gòn Tiếp Thị: Báo kinh tế tại sao lại viết về chính trị?

Những tiếng thở dài lượt thượt cũng không lâu tắt ngấm. Ông Huệ tiếp tục làm Bộ trưởng Tài chánh và không thèm tuyên bố một lời nào nữa. Ông cảm thấy làm dư luận chú ý đã đủ và bây giờ là lúc ông thu hoạch những gì mà ông bỏ ra trong nhiều năm để leo lên chức vụ này.

Ông Huệ biết rất rõ Trưởng ban Kinh tế Trung ương không phải là cây đũa thần có thể giúp ông hô biến cho tình hình khủng hoảng nợ xấu, lạm phát cùng hằng trăm vấn đề kinh tế vĩ mô hiện nay. Đối với ông Huệ, chức vụ mới sẽ là bậc thang đưa ông lên chức Phó Thủ tướng và vì vậy cứ làm những việc cầm chừng, không phạm sai lầm và nhất là... không tuyên bố linh tinh là cách mà ông sẽ chọn.

Vậy thì báo chí không kỳ vọng một chút gì vào ông là điều hợp lý. Còn ông Nguyễn Bá Thanh thì sao?

Những ai tới Đà Nẵng cách đây 10 năm và quay trở lại với thời gian hiện tại sẽ thấy rằng một sự thay đổi khó tin đối với một thành phố miền Trung có quá nhiều khó khăn vì các tỉnh vây chung quanh nó, sự nghèo đói kinh niên đã trì kéo mọi nỗ lực phát triển.

Người đứng ra chỉ đạo các cải tổ và phát triển cần thiết cho Đà Nẵng là ông Nguyễn Bá Thanh. Trong vai trò vừa là Chủ tịch vừa là Bí thư ông Thanh không khác gì một lãnh chúa miền Trung. Ông đưa ra quyết định nào thì theo dõi nó có được thực hiện đầy đủ hay không. Ông nói chuyện với thuộc hạ vừa như anh em bạn bè trong các buổi nhậu thân tình, vừa sẵn sàng đập bàn vỗ mặt nếu anh nào theo quán tính của một cán bộ cộng sản "cứ làm sai rồi sửa". Ông Thanh cho cả nước thấy Đà Nẵng có thể làm bất cứ điều gì miễn là phát triển và ổn định.

Phát triển thì khó ai từ chối thành quả của ông còn ổn định thì còn phải xem lại.

Ông Nguyễn Bá Thanh trong cương vị chủ tịch Hội Đồng Nhân Dân và bí thư Thành ủy Đà Nẵng đã khiến Tổng Lãnh sự Mỹ tại Việt Nam hoảng hồn khi liệt kê các chi tiết mà ông đã đối xử với địch thủ là Thiếu tướng Trần Văn Thanh, trong vai trò Chánh thanh tra Bộ Công an được cử về điều tra vụ ông Bí thư ăn hối lộ 200 ngàn đô la. Ông tướng này chẳng những không làm gì được lãnh chúa Đà Nẵng mà trái lại còn bị chơi ra trò khi đang nằm hôn mê bất tỉnh trên giường bệnh viện vẫn bị đẩy ra trước vành móng ngựa.

Chiêu này của ông Nguyễn Bá Thanh cho thấy tính chất gian hùng của một thủ lĩnh chính trị của ông có thừa đối với ai dám chống lại ông.

Vụ án Cồn Dầu là một mặt khác của sự ổn định mà ôngThanh sẵn sàng áp dụng.

Người dân Cẩm Lệ ở cửa ngõ tây nam thành phố Đà Nẵng còn nhớ như in cái chết tức tưởi của anh Thành Năm sau khi giáo dân Cồn Dầu chống lại chính quyền phường Hòa Xuân giải tỏa trắng 430 ha để thực hiện dự án khu du lịch sinh thái Hòa Xuân. Nằm trong địa bàn phường, thôn Cồn Dầu với diện tích 100 ha cũng bị giải tỏa lấy mặt bằng phục vụ dự án.

Anh Năm bị công an trả về gia đình sau khi lấy khẩu cung và hai ngày sau thì qua đời trong tình trạng không thể nào thương tâm hơn.

Trong dự án thu hồi đất để giao cho tập đoàn Sun Group xây dựng khu sinh thái đã gây tranh cãi mạnh mẽ với người dân Hòa Xuân này chính ông Nguyễn Bá Thanh trong một cuộc họp với dân xác định rằng không chấp nhận những yêu cầu không thể đáp ứng. Ngay trong phiên họp ngày 5/11/2009 ông Thanh đã không giấu diếm sự răn đe của một lãnh chúa: "nếu hộ dân nào không đồng ý với việc kiểm định thì chính quyền sẽ tiến hành kiểm tra hành chính về nhà cửa đất đai."

Ông Nguyễn Bá Thanh đã nổi lên như một nhà cai trị thép. Người dân Đà Nẵng nếu ai không bị mất đất, không bị công an

447

tới tận nhà bắt phải ký tên giao đất như dân Cồn Dầu sẽ nhìn ông như một nhà cải cách mang lại cho Đà Nẵng nét đẹp đẽ hoành tráng. Ngược lại đối với người dân Cồn Dầu thì ông Thanh vĩnh viễn là một ác bá không hơn không kém.

Đối với Trung ương, nếu thỏa hiệp với ông Nguyễn Bá Thanh sẽ có hai cái lợi, thứ nhất ông Thanh không ngại tiêu diệt đối thủ chính trị như đã từng làm đối với tướng Trần Văn Thanh. Thứ hai ông Nguyễn Bá Thanh dù sao cũng là gương mặt ít lem luốc nhất nếu so với toàn bộ Ban Bí thư từ ông Dũng tới ông Sang, ông Trọng cho nên mang ông Bá Thanh vào ngồi ở cái ghế "lửa" này là phù hợp với tình hình hiện nay. Vừa gây niềm phấn khích giả tạo cho báo chí, người dân vừa tạo hình ảnh "nhiều chiều" của nội bộ Đảng Cộng sản Việt Nam trước dư luận trong và ngoài nước.

Nếu ai là người lo ngại ông Bá Thanh nhất có lẽ là Thượng tướng Nguyễn Chí Vịnh.

Qua bài phát biểu của ông Vịnh trên Tuổi Trẻ vừa qua, ai cũng thấy rõ vai trò và bộ mặt thật của ông này trong ván bài Trung Quốc. Ông Vịnh và một số rất lớn trong bộ máy thượng tầng đã âm thầm tán trợ chính sách đi đêm với Trung Quốc trong vấn đề Biển Đông và không ai ngây thơ tin rằng hai Đảng bắt tay nhau giải quyết vấn đề này trên tinh thần Cộng sản.

Ông Nguyễn Bá Thanh có lẽ sẽ rất cô đơn trong Bộ chính trị nếu ông không thay đổi chính kiến của mình về vấn đề Trung Quốc.

Cách đây vài năm, một audio clip cho thấy chính ông Thanh là người ra lệnh cho gần 400 tàu cá của ngư dân ra khơi bao vây tàu cá Trung Quốc xâm phạm lãnh hải Việt Nam. Vụ bao vây bất ngờ này làm cho Bộ chính trị mất ngủ và không một thông tin chính thức nào được công khai trên báo chí.

Sau biến cố này, ông Thanh được nhìn với đôi mắt khác: Sẵn sàng chống Trung Quốc kể cả bằng những phương tiện thô sơ nhất. Hình thức mà ông Thanh dùng chỉ có thể xem là phản ứng xốc nổi nhưng nếu xét cho kỹ thì chính nó làm cho Trung Quốc khó đối phó nhất. Không lẽ đem tàu chiến ra tiêu diệt hàng trăm tàu cá của thường dân khi họ không có tấc sắt trong tay và trong chính phạm vi chủ quyền của Việt Nam?

Nếu ông Nguyễn Bá Thanh vẫn giữ bản tính quyết đoán và không sợ hãi, khi ra Hà Nội ông sẽ gặp phản ứng mạnh nhưng âm thầm từ thế lực đang khuynh loát hệ thống chính trị Việt Nam, nói trắng ra là Trung Quốc và các nhóm lợi ích dựa vào Trung Quốc.

Các nhóm lợi ích này không những nằm trong khu vực kinh tế mà chính trị mới là chỗ quan trọng nó tìm chỗ dựa vào. Nguyễn Chí Vịnh là một điển hình cho nhóm này khi công khai bênh Trung Quốc, hạ bệ Mỹ và những người biểu tình chống Trung Quốc.

Ông Thanh có làm được gì hay không là một chuyện rất khó đoán. Dĩ nhiên thế lực ủng hộ ông trong Bộ Chính Trị đã có nước cờ để đi nhằm cân bằng quyền lực. Ít ra nước cờ này có thể giải thích vai trò ông Thanh là làm cho dân chúng tin rằng nếu ông Thanh ngồi vào ghế trưởng ban Nội chính thì cơ may chống tham nhũng sẽ tiến triển tốt hơn.

Cái cơ may ấy nếu tỉnh táo mà nói sẽ không có lý do gì để tồn tại.

Thứ nhất một người từng có tì vết tham nhũng sẽ không bao giờ chống được tham nhũng.

Thứ hai một người từng nổi tiếng ngang trái trong cách giải quyết oan sai tại Cồn Dầu không hy vọng gì có thể đặt quyền lợi người dân lên trên quyền lợi của Đảng vì số tiền các tập đoàn

449

đóng góp vào ngân sách sẽ là liều thuốc giữ cho Đảng sống còn trong khi người dân kiệt sức vì cái chủ trương nguy hiểm ấy.

Thứ ba, ông Thanh có tiếp tục chống Trung Quốc như đã từng làm tại Đà Nẵng hay không tùy vào vây cánh mà ông đang có và sẽ tạo thêm trong những ngày sắp tới. Thế nhưng rất không may cho ông, hầu hết những người sẵn sàng ngồi chung thuyền với ông lại rất ưa sự hào phóng của Trung Quốc và không coi sinh mệnh đất nước là quan trọng hơn sinh mệnh của Đảng, của gia đình.

Ông Nguyễn Bá Thanh tại Đà Nẵng sẽ rất khác với Ông Nguyễn Bá Thanh tại Bộ chính trị. Ở Đà Nẵng ông là vua, ở Hà Nội ông chỉ là một viên tướng.

Ở Đà Nẵng ông có thể gõ đầu các giám đốc sở nhưng ở Hà Nội không có ai để ông bị ông gõ đầu.

Ở Đà Nẵng ông muốn làm gì cũng được kể cả tẩy chay ngân hàng, kêu gọi người dân chống không cho hoạt động, nhưng ở Hà Nội không ai cho phép ông mở một cuộc họp chỉ mặt vào Ngân hàng Nhà nước mà ra lệnh này lệnh nọ.

Ở Đà Nẵng ông quyết định quyền lợi cho chính ông và thuộc hạ. Ở Hà Nội người khác quyết định thay ông và có thể ông sẽ trở thành thuộc hạ, một thuộc hạ có máu mặt thế thôi.

Cuối cùng của entry này tôi chia sẻ niềm vui với tất cả các trang blog có cảm tình và hy vọng rất nhiều vào ông Nguyễn Bá Thanh. Tôi đồng cảm và thao thức cùng các bạn về một hy vọng mơ hồ của mọi người nhưng bấm bụng không nói ra những khiếm khuyết quan trọng của ông Thanh chỉ vì không muốn thanh kem ngắn ngủn của niềm hy vọng tan chảy quá nhanh trong bầu không khí chính trị hiện nay.

Nhưng ngồi mút hoài thanh kem ấy trong tâm cảm tự đánh lừa mình là một sự cay đắng. Phải không bạn bè của tôi?

Cả tàu ngựa đau,
hai con vẫn thản nhiên ăn cỏ

VTV quay chuyện bão tố, nhà cửa bay lơ lửng trong không trung, sóng đập vào bờ cao như sóng thần và thảm cảnh người chết vô số ở Philippines, khiến cả nước im lặng chia sẻ sự đau khổ của người dân Phi không còn bút mực nào có thể nói hết.

Bão lụt hàng năm tại Phi gây ra không biết bao là thảm nạn. Việt Nam cũng chịu ảnh hưởng rất nhiều nhưng so với Phi thì dân Việt may mắn hơn nhiều. 10 ngàn người có thể bị xóa sạch sau khi cơn bão Haiyan tấn công là ác mộng và khó thể tưởng tượng sau thảm kịch này thì Manila sẽ đứng lên bằng cách nào.

Haiyan tàn khốc, cuồng nộ đã kéo ra khỏi Phi để tới Việt Nam và con đường của nó được cả thế giới theo dõi. Từ rất sớm, Việt Nam đã chuẩn bị tư thế để đối phó với Haiyan dù đối phó với thiên tai không hề là chuyện dễ dàng.

Người dân chỉ biết chắt chiu gom góp chút của cải nhỏ bé và hồi hộp chờ đợi sự giận dữ của thiên nhiên. Bão ngày một gần, tâm trạng người dân ngày một bất an. Bão tố chưa tới đất liền nhưng tiếng than khóc thấu trời tại Philippines bay theo truyền thông đến Việt Nam khiến cả nước như ngồi trên đống lửa.

Vậy mà có hai người không sợ bão, vẫn ung dung nhàn tản đi thăm Thái Nguyên và Hưng Yên.

Người đi thăm và tham dự Festival trà tại Thái Nguyên là ông Nguyễn Sinh Hùng, đương kim Chủ tịch Quốc hội, nơi có đại diện của 64 tỉnh thành, cũng có nghĩa là có cả đại biểu của nhiều tỉnh đang bị bão Haiyan đe dọa. Ông Hùng tới Thái Nguyên vào đêm 9 tháng 11 trong khi người dân các tỉnh miền Trung và miền Bắc đang lo vãi linh hồn cho cơn bão Haiyan.

Ông đọc diễn văn chào mừng trà Thái Nguyên trong khi tại Thanh Hóa, rất gần với Nghệ An nơi sinh quán của ông, gió rít sóng giật như đang cuồng nộ cho hành động đáng xem là đang dẫm lên nỗi đau của quê nhà để "hót lời chím chóc".

Vẫn biết một Festival phải được chuẩn bị nhiều tháng trời trước khi khai mạc. Vẫn biết Festival trà tại Thái Nguyên có tầm quan trọng đến việc quảng bá thương hiệu trà của tỉnh này. Và vẫn biết ban tổ chức cho rằng sự có mặt của ông Chủ tịch Sinh Hùng là có ý nghĩa cho lễ hội này.

Thế nhưng những cái vẫn biết ấy lại nói lên những khía cạnh khác của việc ông Hùng có mặt tại Festival trà.

Ông Chủ tịch Quốc hội có tham gia lễ hội trà thì cũng không làm cho trà Thái Nguyên thơm hơn hay doanh thu của nó vượt thêm được mấy gói. Sự có mặt của ông chỉ mang tính làm dáng và hoàn toàn không cần thiết trong bất cứ lúc nào, nhất là lúc này. Rất tiếc là những người tổ chức cần ông như cần một tấm panô quảng cáo nhưng ông lại không ý thức được thâm ý này.

Sự có mặt của ông là không cần thiết vì với chức vụ Chủ tịch Quốc hội đáng ra ông phải cùng với đồng viện lo cho dân chúng sắp gặp cảnh màn trời chiếu đất, người chết, tài sản tiêu vong...

Ông Nguyễn Sinh Hùng còn ham hố mấy tiếng vỗ tay vuốt đuôi trong một cái Festival vô bổ. Đáng ra nếu lợi dụng được cái Festival này để làm những điều ý nghĩa hơn thì ông sẽ có cách lựa chọn khác, mà tốt nhất là dời ngày tổ chức như một trách nhiệm đối với người dân.

Ban tổ chức hoàn toàn có lý do để hoãn lại ngày khai mạc vì "một con ngựa đau cả tàu không ăn cỏ". Hành động can đảm này sẽ làm cho người dân cảm thấy được an ủi và ông Nguyễn Sinh Hùng có lẽ sẽ được người dân nhìn bằng con mắt khác. Bão dù có to mấy thì cũng phải yếu đi nhưng sự trách móc của người dân dù có yếu nhất nhưng lâu dần cũng có thể gom lại để thành bão tố.

Người thứ hai nhàn tản cưỡi ngựa xem hoa tận Hưng Yên, sau ông Chủ tịch Quốc hội một ngày là ông Tổng bí thư Nguyễn Phú Trọng. TTXVN loan báo: ngày 10 /11, Tổng bí thư Nguyễn Phú Trọng đã đến thăm, làm việc tại tỉnh Hưng Yên, kiểm tra tình hình thực hiện nhiệm vụ phát triển kinh tế - xã hội, xây dựng nông thôn mới, xây dựng Đảng và hệ thống chính trị, giai đoạn 2010-2013.

Không cần đến nơi cũng thấy sự vô bổ của chuyến đi còn hơn Festival trà Thái Nguyên một bậc.

Bài báo viết: "Về công tác xây dựng Đảng, Tổng bí thư yêu cầu các cấp ủy đảng, từng cán bộ, đảng viên cần nhận rõ những hạn chế, khuyết điểm sau kiểm điểm tự phê bình và phê bình theo tinh thần Nghị quyết T.Ư 4 (khóa XI), kịp thời sửa chữa, khắc phục, nhằm củng cố, tăng cường niềm tin trong cán bộ, đảng viên và các tầng lớp nhân dân".

Và người ta có thể kết luận ông Trọng chọn lựa việc lo cho đảng của ông bất cần cơn bão Haiyan đang tới.

Không cần thiết phải nói thêm về tính chất vô cảm của cả hai ông, ở đây còn lộ ra một khía cạnh khác của lãnh đạo đất nước chúng tôi, cả hai ông đều biểu hiện sự lệch lạc, nhận thức chính trị kém cỏi trong ứng xử của một lãnh đạo.

Ông Chủ tịch Quốc Hội ngồi xem người ta làm trò tại một Festival nói về trà trong khi cử tri nhốn nháo tìm cách trốn tránh thiên tai như một bầy chuột đáng thương cho thấy sự cân đo chính trị của ông là một dấu hỏi thật lớn.

Ông không thấy được sự bất bình của dư luận đối với ông khi so sánh hai bài viết cùng đăng trên một trang báo, hình ảnh nhân dân tơi tả trong bão tố, lũ lụt đi kèm bên hình ảnh của ông Chủ tịch Quốc hội và những ông những bà khác như phó chủ tịch nước Nguyễn Thị Doan, nguyên chủ tịch nước Trần Đức Lương ... tươi cười ngồi giữa một không gian đầy hoa tươi, cờ xí ngợp trời cùng đèn màu đủ loại!

Trong khi đó ông Tổng bí thư cũng không chịu kém ông Chủ tịch Quốc hội về khoản nhận thức lòng dân.

Bài báo của TTXVN miêu tả tỉ mỉ chuyến viếng thăm Hưng Yên như trong thời bình, nhất là cái thời vàng son của Đảng Cộng sản Việt Năm vài chục năm về trước. Ông Tổng bí thư quên rằng từng lời nói, hành động của ông không ít thì nhiều cũng được người dân chú ý. Sự lãnh đạm của ông đối với người dân ven biển không thể lấp liếm bằng lời hiệu triệu đảng viên phải chú ý xây dựng đảng vững mạnh và củng cố niềm tin như ông yêu cầu.

Người đảng viên có lương tâm nào mà không đặt câu hỏi về cách hành xử của ông khi tầm nhìn của một người cao nhất đảng chỉ "thường thường bậc trung" như thế?

Ông Nguyễn Phú Trọng kêu gọi đảng viên xây dựng lòng tin và xây dựng đảng tại một nơi cờ xí, ăn uống, hội hè chóng mặt. Đảng viên bao vây ông đầy những lời nịnh hót ngất trời ngay trong bối cảnh người dân các tỉnh khác lầm than trước bão tố thì thử hỏi niềm tin ấy là niềm tin gì và còn mấy ai tin vào sự lãnh đạo của ông nữa?

Đó là chưa nói đến lòng tin của những đảng viên khác, những người đang dầm mưa với nhân dân chẳng từng sợi giây, che từng tấm tole để gió không thổi tung nhà của họ lên khi bão tới. Những việc làm của các đảng viên này có được ông tuyên dương như đi tuyên dương mấy ông bà tại Hưng Yên hay không? Cán bộ đảng viên tại những tỉnh có bão lũ sẽ đánh giá lời hiệu triệu của ông như thế nào khi lời nói và việc làm của một Tổng bí thư lại chưa bao giờ đi đôi với nhau?

Hai hình ảnh, hai cách ứng xử trong bức tranh tiêu điều của bão tố không khác gì hai tiếng cười to không đúng lúc ngay nốt lặng của bản nhạc buồn mang tên Hải Yến.

Đồ ngu!

Đảng viên đảng cộng sản Việt Nam từ lớn tới nhỏ, từ lão thành cách mạng cho tới mới phấn đấu vào đoàn hình như đều đã quen chờ đợi những kết quả từ các cuộc họp kín mỗi lần đảng có Hội nghị Trung ương. Chờ đợi với một ít hy vọng như khán giả xem phim cứ thấp thỏm chờ thằng này phải chết, thằng kia phải bị bắt, một kết thúc có hậu sẽ diễn ra để khi đứng dậy ra về không ai cảm thấy thất vọng.

Phim càng có "vấn đề" của các diễn viên nổi tiếng thì sự tò mò càng kích thích người xem. Cốt truyện càng gay gắt, nhiều kịch tính thì vở diễn càng được thổi phồng. Không những trong khán phòng mà bên ngoài rạp khán giả cũng nao nức chen lấn chờ mua được vé.

Vở diễn kéo dài 15 ngày tại Ba Đình chỉ có 175 người (chỉ đoán thế, không biết chính xác hay không) vừa là diễn viên vừa là khán giả tại khán phòng. Ba triệu khán giả đảng viên được ưu tiên đứng ... gần cánh gà nhưng không được nghe hay thấy, chỉ được quyền đoán qua các xì xào của người ngồi trong rạp. Những đoán mò ấy được len lén tuồn ra ngoài và trở thành tin bí mật hậu trường để cho các trang blog khai thác và...đoán tiếp.

Cuối cùng một trong bốn tài tử chính cũng xuất hiện sau khi vở diễn kết thúc. Trong khi khán giả kiêm diễn viên phụ trong rạp lục tục kéo nhau ra về, ba triệu đảng viên áp sát sân khấu nghe ông Tổng Nguyễn Phú Trọng kể lại nội dung kịch bản. Lần này loa bắt ra bên ngoài rạp và người dân nào hơi rảnh rang một chút cũng có thể nghe cho biết với người ta. Bắt đầu bằng câu kệ quen thuộc, ông Tổng bí thư nói: *Thưa các đồng chí Trung ương, Thưa các đồng chí tham dự Hội nghị...."*

Thất vọng trước nhất không phải là ba triệu đảng viên đang hóng hớt mà là mấy anh dân quèn còn tin vào vai vế chủ cả mà đảng cộng sản Việt Nam luôn tung hô: "dân biết, dân bàn, dân kiểm tra"! Họ có thưa thốt gì bọn anh đâu?

Đảng còn lo nội bộ nên ... xin lỗi nhé không có thời gian cho mấy cái mào đầu mị dân như thường lệ. Với lại chúng tôi việc gì phải báo cáo việc họp hành của chúng tôi với chúng mày, đừng có mà kẽo kẹt mè nheo.

Ừ, mà đúng là như thế. Cái đất nước này từ khi được đảng âu yếm cho vào tròng thì có bao giờ dân đen được lên tiếng đâu nhẩy? Tỉnh táo đi bà con, chúng mình phải biết thân biết phận đừng cứ mà mơ giữa ban ngày. Việc của chúng mình từ trí thức cho tới lưu manh, từ đàn bà con nít cho tới ông già bà cả, từ mới đẻ cho tới sắp chết ...hãy lo mà kiếm cơm để đừng đói rách, vì đói rách thì cách mạng lại có cơ bùng nổ như gần 70 năm trước. Mà có ai thích súng đạn, giặc giã tràn lan đâu? Thà đói nghèo nhưng an toàn không chiến tranh chết chóc là tốt rồi.

Đảng không cần dân đóng góp vì không muốn người dân nặng lòng ưu tư thêm trong khi đời sống đã gần như kiệt quệ. Việc gạo cơm vẫn dễ lo hơn chuyện nước non. Lĩnh vực này nó phức tạp và nhạy cảm lắm đừng có... nhảy vào mà "bàn" mà "kiểm tra". Vì thế, "biết" chỉ là một từ tượng trưng, không nên biết những gì không dính tới đời sống thực hàng ngày của bà con. Cứ thế nhé!

Mấy ông đảng viên sau một lúc ngẫm nghĩ cũng dần dần ngộ ra được chân lý: Có những vở tuồng mà người "ý thức kém" không nên xem. Xem rồi phóng ra ngoài bàn tán linh tinh thì ai rỗi hơi đính chính? Ý thức kém có thể làm cho nội dung vở diễn bị méo mó trong khi đảng một lòng một dạ trân trọng sự hào nhoáng của nó từ bao nhiêu năm nay. Kỳ công của vở tuồng là giữ sức mạnh vạn năng của đảng y nguyên, không sứt mẻ cho dù bầy sâu lúc nhúc cũng thây kệ nó, sâu chứ vi rút cúm gia cầm cũng không ăn thua.

Đã là đảng viên ai mà không xúc động khi nghe đảng vẫn vững như bàn thạch thông qua lời đảng trưởng:

"Ban Chấp hành Trung ương khẳng định, Bộ Chính trị, Ban Bí thư là một tập thể lãnh đạo đoàn kết, vững vàng về chính trị, kiên định mục tiêu, lý tưởng của Đảng; kiên định chủ nghĩa Mác - Lênin, tư tưởng Hồ Chí Minh; kiên quyết bảo vệ Đảng, bảo vệ chế độ, bảo vệ độc lập dân tộc và chủ quyền quốc gia. Nhìn chung, các đồng chí Bộ Chính trị, Ban Bí thư luôn có ý thức giữ gìn đạo đức cách mạng, lối sống lành mạnh, giản dị, khiêm tốn; nêu cao trách nhiệm vì sự nghiệp của Đảng, của dân tộc."

(Nghe tới đây nhiều cha phản động thở dài: Mông Cổ ngày hôm nay kéo tượng Lê Nin xuống rồi mà Việt Nam vẫn còn chưa thức!)

Sau khi tự ca tụng đảng một chập, ông Tổng lén lén đi vào vấn đề chính mà "sinh linh" đang chờ đợi:

"Và để giữ nghiêm kỷ luật trong Đảng, góp phần giữ gìn uy tín, hình ảnh thiêng liêng của Đảng và làm gương trong toàn Đảng, Bộ Chính trị đã thống nhất 100% đề nghị Ban Chấp hành

Trung ương cho được nhận một hình thức kỷ luật và xem xét kỷ luật đối với một đồng chí Uỷ viên Bộ Chính trị."

(Câu này hơi bị sai, đã 100% thống nhất rồi mà còn thời ra *"một đồng chí Ủy viên Bộ Chính Trị"* là sao?)

Vai phản diện tuy có ác, có sai sót có ... "bị" giàu, nhưng cũng đã hứa sau khi màn hạ sẽ tranh thủ học lại bài đạo đức cách mạng và sẽ bớt "giàu" ở màn hai cảnh hai. Tổng bí thư đã nói rõ như không gì rõ hơn:

"Về việc đề nghị xem xét kỷ luật, Ban Chấp hành Trung ương đã thảo luận rất kỹ, cân nhắc toàn diện các mặt ở thời điểm hiện nay và đi đến quyết định không thi hành kỷ luật đối với tập thể Bộ Chính trị và một đồng chí trong Bộ Chính trị; và yêu cầu Bộ Chính trị có biện pháp tích cực khắc phục, sửa chữa khuyết điểm; không để các thế lực thù địch xuyên tạc, chống phá."

Dân ạ, thôi đừng bới móc nữa. *"Một đồng chí trong Bộ Chính trị"* có phải là bà Tòng Thị Phóng không nhỉ? Bà này là người đáng ngờ nhất vì là phái...nữ trong 14 vai. Hay là ông Ngô Văn Dụ? Ông này là kẻ duy nhất không mấy tiếng tăm, chiếm một ghế "vua" trong cái tập thể 14 ông bà vua mà người dân không hề biết ông giữ vai trò gì thì đúng là ... *"một đồng chí trong Bộ Chính trị"* có vấn đề rồi. Vấn đề ở đây là..."không có vấn đề" nên người dân rất ngờ. Có vấn đề mới xứng đáng ngồi trong 14 ghế này.

Màn hạ nhưng vở tuồng cứ như ...chưa diễn. Vì diễn nữa thì thế lực thù địch lại xuyên tạc, chống phá.

Ui chao, nghe cái cụm từ này mà giận cho mấy ông bà nhà quê của mình quá!

Đã nói rồi, dỗ con nít khóc đêm thì đừng có nhát ma nó. Cứ đem "ông kẹ" rình bên hông nhà ra hù khi con khóc bất kể nó có bệnh hoạn gì không là một cái "ngu" truyền kiếp. Nó chẳng những không nín khóc mà bệnh càng nặng hơn. Có thể ban đầu nghe tiếng ông kẹ nó sợ nhưng nhiều lần không thấy ông kẹ đâu mà mỗi ngày nó lớn thêm một chút, đâm ra lờn hai từ "ông kẹ" và ngược lại thấy...thương nhớ "ông kẹ" thì thật là gậy ông đập lưng ông.

Bản lĩnh Đảng cộng sản Việt Nam là thế, nếu không làm sao nó đứng vững gần 70 năm?

Người dân không "ngu" thì cũng hơi bị "đần". Có thế thì 175 ủy viên kia mới "đồng hành" cùng với 14 ông bà vua tập thể khinh bỉ họ tới mức như thế.

Dân tình chỉ cần quên một vài bữa cơm, trí thức bớt xếp hàng chờ lãnh dự án nghiên cứu, thầy cô giáo không thèm dạy thêm mặc kệ cho chúng mày ngu dốt, cứ cuối mùa thi đánh rớt cả nước thì liệu cái Bộ giáo dục còn giáo dục được ai?

Mỗi lần đảng họp kín là hình như người dân bị khinh thêm một ít. Lâu dần, sống trong sự khinh bỉ liên tục như thế nên tụi dân không thấy sự khinh bỉ ngày càng tệ hại, và công khai hơn.

Cái cần công khai thì đảng không làm. Cái cần giấu bén thì đảng lại thòi ra. Khinh bỉ như thế mới xứng cho sự im lặng "đáng sợ" của cả nước.

Bản thân mình nói thì hay lắm, nhưng khi đóng computer lại không biết cơn rét từ đâu kéo tới. Công an mà nó vô nhà kiểm tra thì có mà..."điếu cày".

Thì thôi, tự chửi mình một phát cho đỡ tức vậy.

"Đồ ngu"!

Nhà nước ta, cái gì cũng sợ!

Tôi có một chị bạn tuy hơi bộc tuệch nhưng lắm khi hỏi những câu hỏi rất...góc cạnh và nói theo ngôn ngữ thời thượng thì rất "nhạy cảm"

Chị hỏi: sao nhà nước ta cái gì cũng ... sợ hết vậy?

Ui chao nghe như điện giật!

Tôi ngẫm nghĩ hồi lâu nhưng không biết trả lời sao cho chị ... đừng hỏi tiếp, thế là đánh trống lảng cho xong.

Vậy mà tối nằm không ngủ được. Ừ nhỉ, sao mà đúng! Bắt đầu từ nơi tôi làm việc. Môi trường giáo dục lẽ ra đâu có gì phải sợ khi mà mọi người cùng hiệp lực để vun trồng những con người cho mai sau. Vậy mà ông thủ trưởng của tôi, tức Bộ trưởng Bộ Giáo Dục và Đào tạo lại sợ.

Tuyên bố trước Quốc hội, ông Nguyễn Thiện Nhân khi ấy chưa mang thêm lon Phó thủ tướng đã ngập ngừng một cách đáng xấu hổ nói rằng nếu dẹp bỏ đại học tại chức là đập nồi cơm của các trường đại học!

Chao ơi, ông ấy lộ cái sợ một cách công khai. Một bộ trưởng Giáo dục lại tuyên bố như một anh thợ mộc thì làm sao các em học sinh do tôi hướng dẫn có thể ngẩng cao đầu trả lời trước các câu hỏi của cuộc đời trong tương lai?

Người phát ngôn Bộ Ngoại giao cũng lây nỗi sợ!

Tôi nghe rất nhiều lần mỗi khi Trung Quốc lấn chiếm hay bắt giữ ngư dân thì y như rằng, bà Nguyễn Phương Nga lại mở chiếc máy thu băng cho... Trung Quốc nghe một bài thu trước, rất cũ và rất nhàm. Tại sao vậy? Bà Nga là người có học chắc chắn không thể không viết được một thông cáo báo chí có hồn để phản bác những sai trái của Bắc Kinh.

Không phải bà bất tài, nhưng ngặt nỗi Bộ Ngoại Giao, tức là thủ trưởng của bà lại...sợ. Họ sợ nói nặng, nói mạnh hay nói một cách thuyết phục thì mất lòng xếp lớn. Lớn hơn cả tổ quốc nữa chứ không chơi!

Nghĩ lại chuyện cũ hơn một chút thì thấy không những nhà nước ta sợ những gì cụ thể mà họ lại còn sợ những chuyện rất hoang đường. Khi nghe Nguyễn Ngọc Tư bị mấy ông trong hội Văn Học Nghệ Thuật Cà Mau đấu tố, tôi tìm hiểu kỹ thì thấy họ bảo rằng Nguyễn Ngọc Tư viết cúm gia cầm làm cho người nông dân khốn khổ là sai quan điểm, là tuyên truyền khiến cho việc chống cúm gia cầm khó khăn hơn!

Ui chao, họ sợ Nguyễn Ngọc Tư làm cho cúm gia cầm lan ra khắp đồng bằng sông Cửu!

Bộ Thương Mại cũng sợ!

Hôm qua khi ra ngoài mua sữa cho cháu, tôi phát hiện ra một cái quảng cáo rất giật gân của công ty sữa Cô gái Hà Lan. Hình chụp một bé gái dễ thương với câu slogan: *Không những cao khỏe mà còn thông minh!*

Cao khỏe thì đã đành, nhưng thông minh thì không thể!

466

Câu quảng cáo này rõ ràng vi phạm sự tín nhiệm trong quảng cáo nhưng Bộ Thương mại (hay bộ nào đó có trách nhiệm phê chuẩn) rõ ràng là tiếp tay cho nước ngoài quảng cáo xa sự thật về sản phẩm của mình để bán cho người tiêu thụ Việt.

Phải chăng họ sợ? Sợ mất lòng những công ty nước ngoài bất kể họ muốn quảng cáo thế nào cũng mặc?

Bộ 4 T, tức Bộ Thông tin Truyền thông cũng sợ!

Nắm trong tay 7.000 tờ báo lớn nhỏ nhưng xem ra bộ này không kiểm soát nổi mấy anh nhà báo gan lì. Trong một văn bản giao ban mà công dân mạng ai cũng biết, mới đây bộ này đưa ra những chỉ dẫn cho Tổng biên tập các báo phải thi hành những điều hết sức ngớ ngẩn nếu không muốn nói là thiếu hiểu biết. Chẳng qua là Bộ này sợ cánh nhà báo mượn gió bẻ măng khi mà hương hoa Nhài lan rộng mà nhà báo lại cứ tưng tưng như không phải chuyện của mình!

Mấy điều mà bộ 4 tê cấm gồm có: Không viết "Tiến sĩ" Cù Huy Hà Vũ mà viết là "ông". Không đưa tin Libya, không viết về những tấm gương hy sinh tại Nhật Bản trong thiên tai động đất sóng thần gần đây.

Rõ ràng là họ sợ!

Sợ viết chữ Tiến sĩ thì sẽ nâng địa vị ông này lên, do đó khó mà nói rằng ông Tiến sĩ lấy luận án tại đại học Sorbonne lại là người nói vơ vào những chuyện không có cơ sở. Tuy nhiên mấy người ra thông báo quên rằng dù có nói hay không thì ông Cù Huy Hà Vũ vẫn là tiến sĩ!

Cái sợ thứ hai mới là điều đáng sĩ nhục! Sợ không nhắc tới lòng tự trọng và kiên nhẫn của dân tộc Nhật một cách công khai trên báo chí.

Người ra thông báo này đáng bị mang ra tòa vì tội phá hoại tình hữu nghị hai dân tộc Việt Nhật. ODA của dân Nhật đổ vào Việt Nam hàng tỷ đô la vẫn chưa làm cho quan chức Việt Nam yên tâm. Họ vẫn ngay ngáy sợ một điều gì đấy bâng quơ nhưng hiện hữu trong tư duy của một số người trong hệ thống cầm quyền. Nếu có ai đó dịch văn bản này ra tiếng Nhật và gửi thẳng cho Quốc hội Nhật Bản thì kết quả sẽ ra sao nhỉ?

Còn nhiều thứ sợ nữa, nhưng thứ mà nhà nước sợ nhất lại là Dân chủ!

Đọc trên mấy blog cá nhân hay Facebook tôi cảm thấy như có điều gì đấy không ổn trong đời sống thường nhật. Nhà nước bắt giữ quá nhiều người mà tội danh của họ chỉ là kêu gọi thực thi dân chủ. Nhà nước cũng tuyên dương dân chủ như một thứ mà người dân đương nhiên thụ hưởng dưới hiến pháp và pháp luật nhưng tại sao nhà nước lại sợ những ...đồng minh dân chủ làm vậy?

Bắt giữ nhiều người đến nỗi không dám mang ra công khai xét xử trong những phiên tòa bình thường mà cứ núp lén như chính tòa án là ...bị cáo không bằng. Tuyên án nhanh và bác bỏ mọi luận cứ luật sư bào chữa đưa ra là điều mà tòa án thường lập đi lập lại nhất.

Cho đến khi vụ án TS luật Cù Huy Hà Vũ được bóc trần trước công luận thì nỗi sợ của nhà nước ta trở thành ... nổi tiếng!

Giáo sư Ngô Bảo Châu viết bài trên blog của ông với một cái tựa hết sức "nhạy cảm": *Về sự sợ hãi!* Lần này thì hết trốn! Ông giáo sư này là sức kéo lòng tự trọng nay đã mòn mỏi của các bậc thức giả trở lại cân bằng. Ông không nói nhiều như những nhà báo quen nói lời có cánh, nhưng mỗi câu nói ngắn ngắn của ông lại mang một vấn nạn lớn lao của dân tộc ra đặt trước mặt các nhà trí thức buộc họ phải có thái độ sao cho đáng mặt kẻ sĩ.

Giáo sư Châu còn trẻ nhưng thâm trầm và sâu sắc lạ lùng. Tôi thấy ông không biết sợ là gì khi mà nhà nước trọng vọng ông hết mực, thiếu điều muốn lấy tên ông mà đặt tên đường!

Vậy mà ông đem cái sợ tiềm ẩn của nhà nước ra trước công luận để cho mọi người cùng biết. Không những vậy, Giáo sư Ngô Bảo Châu còn tuyên dương TS Cù Huy Hà Vũ như một anh hùng, trong khi nhà nước tuyên bố TS Vũ là một phạm nhân, Giáo sư Ngô Bảo Châu lại viết:

"Tôi vốn không đặc biệt hâm mộ ông Cù Huy Hà Vũ. Những lý lẽ ông đưa ra tôi cũng không thấy có tính thuyết phục đặc biệt. Nhưng với những gì xảy ra gần đây, ông thể hiện mình như một con người không tầm thường. Như Hector người thành Troy, như Turnus người Rutuli hay như Kinh Kha người nước Vệ, ông Vũ không hề sợ hãi khi phải đối mặt với số phận của mình. Những nhân vật huyền thoại này đã làm mọi thứ để được đối mặt với số phận, để hoàn thành sứ mệnh của mình trong cuộc đời này."

Những trang sách dài ngoằng nói về sự sợ hãi của nhà nước ta có lẽ đến đây nên chấm dứt là vừa, phải không, chị bạn bộc tuệch nhiều chuyện của tôi?

"họ bị bắt, bị bỏ tù bị hành hạ ngay cả sau khi ra tù.
tại sao?
Vì nhà nước vừa sợ vừa căm thù họ,
những con người có trái tim
và ngòi bút biết thổn thức vì đồng loại"

Lời ai điếu cho một trang blog

Giết một trang blog có khó không?

Câu hỏi xem ra hơi ngớ ngẩn, bởi ai cũng biết đóng một trang blog là chuyện dễ dàng đối với chính quyền hiện nay. Chỉ cần một lệnh miệng từ ai đó có thẩm quyền là bộ 4 T sẽ ngay lập tức thông báo cho dịch vụ Internet tên trang blog đó và trong vòng nửa giờ, trang blog sẽ biến mất cũng nhanh và gọn như khi nó chào đời.

Nhưng cách này sẽ bị tụi "tư bản giãy chết" tố cáo là vi phạm "blog quyền".

Cách thứ hai là sử dụng hacker thâm nhập và tung tóe "vi rút" trên đó khiến mọi thứ có liên quan như địa chỉ email của chủ nhân trang blog sẽ rối tung lên và không cách gì tái tạo lại được nếu trang blog không được lưu trữ tất cả những dữ liệu.

Cách này đã được biết nhiều qua cái tên "Sinh tử lệnh" một thời làm nhiều trang blog, website nổi tiếng điêu đứng trong đó có cả VNNet. Tuy nhiên cách này mang vẻ bá đạo khó thuyết phục những người viết blog. Chẳng những không đóng cửa nổi mà còn cho họ cơ hội nổi tiếng thêm khi tái lập trang blog của mình, thường thì lần sau trang blog lại ...đẹp hơn lần trước.

473

Rất nhiều trang blog Việt Nam có kinh nghiệm về chuyện này và suy cho cùng thì một mình Sinh tử lệnh khó làm nên "chuyện lớn". Cuối cùng người ta tự hỏi tại sao không đóng cửa trang blog có vấn đề một cách công khai bằng các văn bản được gọi là "quy định"?

Câu hỏi lại phát sinh: định nghĩa thế nào là một trang blog có vấn đề?

Vấn đề ở đây là rất...vấn đề! Hầu hết những trang blog nổi tiếng hiện nay không trang nào cổ xúy cho những việc mà nhà nước xem là vi phạm điều 88. Không dại gì bàn tới đa đảng hay điều 4 hiến pháp. Cứ vô tư nói về tham nhũng, về giáo dục xuống cấp, ngay cả vina này vina khác hay các quan lớn tha hóa thì chả cơ quan nào rỗi hơi để mời bạn lên làm việc.

Hơn nữa, để nhiều trang blog công khai nói sẽ khiến cho cái "mặt bằng" dân chủ có vẻ thực hơn, khó thể cáo buộc Việt Nam là nước thiếu tự do ngôn luận.

Nhưng chớ có dại dột mà vi phạm vùng cấm. Vùng cấm này tùy thuộc vào giai đoạn chính trị lẫn kinh tế và chủ nhân một trang blog lanh trí có thể thấy ngay mà không cần nhắc nhở.

Kinh tế chẳng hạn. Cách đây 5 năm có ai đó đá động tới mấy cái quả đấm thép Vina là coi như đụng vào vùng cấm, khác với hiện nay không nói tới Vina mới là chuyện lạ vì báo chí lề đảng đã khơi ra không còn chỗ nào có thể khai thác được nữa.

Tuy nhiên coi chừng, nếu bạn không biết điều, cứ liên tiếp đả thương một vấn đề ung nhọt nhưng nhà nước muốn nuôi dưỡng: vấn đề đất đai, thì hãy chuẩn bị một khả năng sẽ xảy ra cho trang blog của bạn: hacker!

Khi vụ Tiên Lãng xảy ra, blog Cu Vinh có thể nói là nơi truyền thông trực tiếp vụ việc này từ đầu tới cuối. Đến nỗi người ta còn nghi ngờ nó được đỡ đầu bằng một thế lực nào đó khiến cho Cu Vinh có thể công khai xuất hiện tại hiện trường, chụp ảnh phỏng vấn và viết những câu chuyện có sức công phá mạnh như một binh đoàn báo chí. Khi Thủ tướng lên tiếng là lúc trang blog này... tắt tiếng, mặc dù Hải Phòng chưa có một quyết định chính thức nào giải tỏa sự bất bình với dư luận đối với Tiên Lãng.

Blog Cu Vinh tắt tiếng vì chủ nhân của nó không muốn trang blog của mình bị biến mất. Người ta nói thế.

Đồng giai điệu với blog Cu Vinh là blog Nguyễn Xuân Diện. Trang blog này do một vị Tiến sĩ Hán nôm lập ra vào lúc những cuộc biểu tình chống Trung Quốc thành hình tại Hà Nội. Trang blog của TS Diện trở thành trang nhà của nhiều cư dân mạng, ngay cả người viết entry này, ông Diện đã thân quen như người nhà qua những thông báo liên tiếp trong 5 tuần lễ có biểu tình chống Trung Quốc tại bờ hồ.

Mỗi tích tắc xảy ra được trang blog Nguyễn Xuân Diện theo dõi với đầy đủ hình ảnh lẫn lời bình sự kiện. Bạn biểu tình lẫn không biểu tình của TS Diện ngày một đông hơn và do đó nguồn cung cấp hình ảnh, thông tin ngày càng phong phú và nhanh chóng hơn.

Tin tức người dân Hà Nội biểu tình lan ra khắp thế giới và hình ảnh của nó thì khỏi nói, không đếm xuể như lá mùa thu, đa dạng đến nỗi nhiều cơ quan báo chí nổi tiếng nước ngoài không thể tác nghiệp tại Việt Nam đã dùng chúng mà không sợ bị photoshop.

Hết biểu tình, trang blog làm tiếp vụ Tiên Lãng.

Cũng hình ảnh, cũng lời bình và post cả những góp ý của các nhà cách mạng lão thành một thời nổi tiếng. Tất cả cộng lại khiến trang blog Nguyễn Xuân Diện trở nên cái gai ngày càng nhọn và nguy hiểm. Nguy hiểm ở chỗ, nó không tuyên truyền những gì sai trái, nó chỉ đưa hình ảnh thật từ các biến cố và do đó không thể nói nó xuyên tạc hay truyền truyền chống nhà nước. Tuy nhiên hình ảnh thật này lại vô cùng tác hại đối với những nhóm lợi ích, nhất là lợi ích từ đất đai.

Hình ảnh người dân trực tiếp chất vấn thanh tra nhà nước trong vụ Văn Giang được mang lên trang blog này một cách sinh động và có tổ chức khiến người dân cả nước thấy được phía sau hậu trường vụ cưỡng chế đầy bất hợp lý này. Sáng ngày 24 tháng 4 năm 2012 trang blog Nguyễn Xuân Diện lại đưa tin từng diễn biến của vụ cưỡng chế Văn Giang bằng hình chụp và video clip khiến cả thế giới như đang xem một bản tin truyền hình của đài CNN trực tiếp tường thuật tại chỗ sự kiện này.

Và rồi sau khi clip công an đánh hai nhà báo, đánh cả chị nông dân được post lên trang blog này thì sức nóng ngày một lớn hơn. Vấn đề Văn Giang không còn bưng bít được buộc chính phủ phải cho phép báo chí nhập cuộc, dù ở một mức độ nhỏ hơn sau khi được khoanh vùng.

Giọt nước Văn Giang làm tràn chiếc ly thông tin không định hướng. Hơn nữa dự án Ecopark dính tới nhiều quan chức Hà Nội sau khi trang blog Nguyễn Xuân Diện đẩy chính quyền vào sát bức tường của chịu đựng. Cuối cùng thì họ phải ra tay.

Cái gọi là thương binh nặng được áp dụng nhằm tạo cơ hội cho TS Diện chống trả, cho dù là một xô đẩy nhỏ vẫn không làm cho TS Diện sụp bẫy vì ông quá kinh nghiệm với kịch bản "ghè miếng chai vào mặt" của Chí Phèo.

Kịch bản này dù chuẩn bị chu đáo qua nhiều màn, nhiều cảnh vẫn không được khán giả vỗ tay bởi quá lộ liễu và bị dư luận phanh phui khá dễ dàng. Vậy thì đóng trang blog bằng "quy định" nhé?

Theo một entry kỷ niệm trang blog được một năm, ngày 30 tháng 5 năm 2011 sau khi trang blog Nguyễn Xuân Diện bị đánh sập hoàn toàn. Ngày sinh nhật này cũng chính là ngày báo hiệu lễ giỗ của trang blog qua cái giấy mời của Sở Thông tin và Truyền thông Hà Nội.

Người ta chờ những entry cuối cùng của TS Nguyễn Xuân Diện về diễn tiến những gì trong buổi gặp mặt đó trên trang blog của ông nhưng mọi người đều thất vọng. Sau khi đến cơ quan theo lời triệu tập, TS Diện mất hút theo trang blog của ông. Như viên đá rơi vào ao, tiếng bõm duy nhất quá nhỏ để làm cho người ta chú ý. Trang blog này bị đóng cửa hay bị hacker?

Dù với tình trạng nào thì người ta vẫn tin rằng áp lực rất mạnh từ sở 4 T sẽ không để cho TS Diện tiếp tục dùng trang blog của mình như một vũ khí chọc thủng bức màn thông tin định hướng hiện nay.

Chỉ có người đọc blog là buồn như...chấu cắn, và người nông dân mất đất thì kể như rơi vào cõi u u minh minh bởi tiếng nói của họ chỉ được... "nói cho nhau nghe", mong gì các quan bề trên để mắt tới như khi còn blog Nguyễn Xuân Diện?

Che dấu thông tin, con dao hai lưỡi

Quyền được biết thông tin là một trong những điều khá mới lạ đối với dân chúng Việt Nam, ít nhất là trước khi Internet xuất hiện. Càng xa thành phố bao nhiêu, càng hẻo lánh bao nhiêu thì hai chữ thông tin hình như vắng bóng thường xuyên hơn bấy nhiêu. Một tầng lớp rất lớn người dân quen nghĩ thông tin là nguồn bí mật quốc gia, nhà nước toàn quyền cho dân chúng biết đến đâu thì người dân hưởng đến nấy.

Báo chí và các phương tiện truyền thông một chiều đã góp phần làm cho nhận thức này ăn sâu vào tiềm thức của người dân. Trong rất nhiều trường hợp, người dân phản ứng lại với nguồn thông tin mới đánh đổ những gì họ đã được nhà nước bơm vào máu khiến họ bực bội hơn là chấp nhận hay xem xét lại nhận thức của mình.

Che giấu và bóp méo, xuyên tạc thông tin đã gặt hái được rất nhiều kết quả và do đó thúc đẩy người ta tạo ra thông tin giả để đạt cho được mục đích cuối cùng. Lê Văn Tám là một ví dụ sinh động nhất cho hành động này. Chính sách che dấu, lừa gạt chưa bao giờ ngừng và một số rất lớn trong bộ phận nhà nước tin rằng che giấu thông tin là một phần quan trọng không thể thiếu trong việc điều hành đất nước.

Bộ chính trị có niềm tin sắt đá rằng thông tin càng nhạy cảm thì người được biết càng phải có chức vụ cao nhất, thậm chí có thông tin chỉ dành cho một số rất ít người được quyền biết, khi người ấy chết thì có thể thông tin cũng chết theo.

Hội Nghị Thành Đô là một ví dụ.

Cho tới nay, không ai biết rõ văn bản được ký kết giữa các ông Tổng bí thư đảng cộng sản Việt Nam Nguyễn Văn Linh cùng với ông Đỗ Mười, lúc ấy là Chủ tịch Hội đồng Bộ trưởng và Thủ tướng Phạm Văn Đồng đã ký kết với Tổng bí thư Giang Trạch Dân, Thủ tướng Lý Bằng vào ngày 3 và 5 tháng 9 năm 1990

Hồi ký của ông Trần Quang Cơ rồi sau đó là sách Bên Thắng Cuộc của Huy Đức có nêu rất chi tiết về các diễn biến dẫn đến hội nghị Thành Đô nhưng tài liệu quan trọng nhất của hội nghị tức là bàn Kỷ yếu Hội nghị (會議紀要) mà Giang Trạch Dân, Lý Bằng đã ký với Nguyễn Văn Linh, Đỗ Mười trong ngày kết thúc Hội nghị (1) cho tới nay không một ai biết được ngoài Lý Bằng, người công khai Hội Nghị Thành Đô nhưng vẫn giữ lại chiếc chìa khóa này như một con tin, một bằng chứng xấu của Việt Nam khi Hà Nội tự dẫn mình vào chiếc bẫy đầy nguy hiểm này.

Hội Nghị Thành Đô có thể vĩnh viễn nằm trong ngăn kéo của Bộ Chính trị Cộng sản Trung Quốc và nó chỉ được bạch hóa khi có chiến tranh với Việt Nam một lần nữa. Có lẽ vì vậy mà Hà Nội ngậm đắng nuốt cay trong ngần ấy năm để duy trì quan hệ hữu hảo với Bắc Kinh.

Sự che dấu thông tin đã làm cho các đời Tổng bí thư bị nguyền rủa, và không có dấu hiệu nào cho thấy người dân sẽ bỏ qua việc này, nhất là trong tình trạng Internet, tức thông tin toàn cầu bùng nổ như ngày nay. Con dao thông tin ngày ngày vẫn cứa vào vết thương Hội Nghị Thành Đô nhưng hình như đã trót leo lưng cọp nên không ai trong Bộ Chính trị dám buông tay nhảy xuống.

Về mặt xã hội, từ Cải cách ruộng đất cho tới nay, câu chuyện che giấu thông tin trong vấn đề trưng thu đất đai vẫn không có gì thay đổi. Vẫn bịt miệng báo chí bằng nghị quyết, bịt miệng dân oan bằng đàn áp, sách nhiễu, bịt miệng trí thức bằng đe nẹt lẫn quyền lợi.

Thế nhưng cả hệ thống không thể nào bịt miệng truyền thông nước ngoài đang cùng một số rất đông blogger hay người chơi Facebook tố cáo các hành vi bất minh của nhà nước. Vụ Dương Nội, Văn Giang hay cũ hơn là Tiên Lãng Hải Phòng vẫn còn nằm trong mọi chiếc máy tính của 2/3 gia đình người Việt.

Nhà nước càng cố giấu thì sự tò mò càng thúc đẩy dân chúng đến chỗ tìm tòi. Nhu cầu được tiếp cận thông tin sau khi Internet xuất hiện ngày càng bức thiết và những vụ đánh người, phạt xe, hành hung người dân của công an không còn nằm trong bí mật được nữa. Những chiếc điện thoại thông minh của người dân sẵn sàng tung những hình ảnh mà họ bắt gặp khi đi đường và những cảnh tưởng không mấy người biết ấy chỉ nửa giờ sau là cả thế giới tường tận.

Video mới nhất được gửi đi từ Dương Nội cho thấy công an phối hợp với đầu gấu hành hung người dân giữ đất một lần nữa phơi trần sự che giấu thông tin của nhà nước hoàn toàn phá sản. Cấm báo chí loan tải việc cưỡng chế nhưng không thể cấm được hàng trăm chiếc điện thoại có thể tường thuật tại chỗ những gì đang xảy ra. Nếu báo chí được quyền thông tin thì chắc chắn sẽ không có ai dám đánh đập người dân như vậy và từ chuyện không dám ấy có lẽ sẽ giảm bớt phần nào sự lạm quyền của công an và đương nhiên sẽ giảm bớt lòng oán hận của người dân đối với Bộ Chính trị.

Vết cắt của con dao hai lưỡi từ việc che giấu thông tin có lẽ đã phản ánh rõ rệt nhất khi Thứ trưởng Ngoại giao Nguyễn Thanh Sơn dẫn một lô kiều bào về nước gọi là hòa giải. Hòa đâu không thấy chỉ thấy một làn sóng bất hòa dâng cao chưa từng có ở hải ngoại và cả trong nước đối với ai theo dõi thông tin từ nhiều nguồn qua sự việc Nghĩa trang Biên hòa.

Ông Thứ trưởng Nguyễn Thanh Sơn chỉ tay vào một ngôi mộ và nói với đám đông theo báo Pháp Luật tường trình lại: (2)

"Đồng đội của ông Nguyễn Ngọc Lập đây, phần mộ còn nguyên. Chúng tôi trân trọng và để lại tất cả những gì còn trước năm 1975. Nếu nhân dân không tôn trọng, không lấy nghĩa đồng bào, nghĩa tử là nghĩa tận... thì làm gì còn mộ như thế này. Các vị cứ nói cộng sản tàn phá trong khi nghĩa trang thì còn nguyên mộ. 40 năm nay nếu không có nhân dân địa phương chăm sóc, vun đắp thì mộ có còn không? 40 năm nay tấm bia này vẫn nguyên vẹn nằm đây, có ai phá phách không? Quý vị ra hỏi người dân đang làm mộ ngoài kia, có ai phá họ không?"

Ngay sau khi ông Sơn mạnh miệng nói như vậy thì ông Nguyễn Ngọc Lập đã sụt sùi tuyên bố ông cảm thấy xấu hổ vì sự thật trước mắt!

Nếu thông tin về việc trùng tu Nghĩa Trang Quân đội của chế độ cũ nay đã đổi tên là Bình An được cho phép loan tải trên báo chí thì ông Nguyễn Thanh Sơn đã không dám làm chuyện bịt mắt dư luận trong hành động này.

Ông Nguyễn Thanh Sơn nổi hứng nói điều phi nhân vì chính ông trong tháng trước vào ngày 8 tháng 3 đã bàn bạc việc trùng tu Nghĩa Trang với Ông Nguyễn Đạc Thành tại Washington DC người đại diện cho VAF bỏ ra nhiều năm theo đuổi việc xin phép trùng tu Nghĩa trang. Ông Thành kể với RFA rằng ông Nguyễn Thanh Sơn có nói với ông nguyên văn: *"Bác Thành cứ nói với anh em yên tâm tu bổ nghĩa trang, đừng làm lập dập mà mang tai tiếng". Đồng thời ông Sơn cũng nói rằng "Thủ tướng chính phủ đã chỉ thị và chấp thuận cho tu bổ Nghĩa Trang Biên Hòa, vậy thì bác thấy hổm nay Bình Dương người ta đã tu bổ, bây giờ bác Thành cần những gì xin nói rõ ràng để có sự chấp thuận cho bác Thành tiếp tục". (3)(4)*

Thông tin trùng tu Nghĩa trang Biên Hòa bị che giấu trên báo chí vì nhạy cảm hay lý do nào đó cho thấy không bao giờ có lợi. Một con bò mộng thông tin nằm giữa các trang mạng điện tử làm sao một ông Nguyễn Thanh Sơn với kỹ thuật trẻ con có thể che mắt mọi người?

Hơn nữa trong vụ này cho thấy một điều nữa về hành vi che giấu thông tin: Nó giúp những kẻ như ông Sơn không ngần ngại làm bất cứ điều gì phản nhân văn nhất bởi ông nghĩ rằng người dân hiện nay còn nằm trong tăm tối muốn nói sao làm gì cũng không ai biết.

Ông Sơn không rút được kinh nghiệm thông tin khi chính Nghị Sĩ Ngô Thanh Hải của Canada phản bác ông sau khi ông Sơn lên đài TV PhoBolsa nói lời dối trá, cho rằng vị Thượng nghị sĩ này đồng ý lập trường về Linh Mục Nguyễn Văn Lý của ông ta.(5)

Hay ông Thứ trưởng do quá quen tiếp cận với cách che giấu và bóp méo thông tin nên có khi chính ông cũng là nạn nhân của chủ trương này. Ông sống và thực hiện hành vi tráo bài trong thông tin quá lâu đã biến ông không thể phân biệt đâu là giả dối đâu là sự thật.

Ông không phân biệt nổi HO thật và HO mua giấy giả. Ông giật giây cho những con rối trình diễn trên con tàu Trường Sa. Ông gây nhiễu, bóp méo thông tin khi tuyên bố đồng bào vượt biên là nạn nhân chiến tranh, cùng những câu nói nổi tiếng khác khi cáo buộc người biểu tình chống các lãnh đạo Việt Nam sang Hoa Kỳ là nhận tiền của thế lực phản động...

Thông tin bóp méo, xuyên tạc đồng nghĩa với che giấu. Chỉ khi phạm pháp hay có ý đồ xấu thì người ta mới che giấu thông tin. Không biết giữa phạm pháp và ý đồ xấu chính quyền đang nằm ở đâu trong hai phạm trù này?

(1) http://ngoducthohn.blogspot.com/2012/12/hoi-nghi-thanh-o.html
(2) http://plo.vn/thoi-su/kieu-bao-vieng-nghia-trang-nhan-dan-binh-an-doi-dien-voi-su-that-chung-toi-thay-xau-ho-464401.html
(3) http://www.rfa.org/vietnamese/in_depth/bienhoa-so-army-cemtry-visit-by-u...
(4) http://www.viet.rfi.fr/viet-nam/20140430-du-an-trung-tu-nghia-trang-bien...
(5) http://www.rfa.org/vietnamese/in_depth/interview-sen-n-t-hai-about-meet-...

Facebook, tại sao lại sợ nó?

Ngày 16 tháng 11 vừa qua, báo Giáo Dục Việt Nam Online đăng ý kiến của độc giả có tên Phạm Quốc Dũng với tựa gây sốc: *"Cần phải chấm dứt ngay hoạt động của Facebook Việt Nam"* Bài viết này ngay sau đó được nhiều báo trích dẫn lại để lấy ý kiến độc giả. Cho tới nay số comment chưa nhiều lắm so với con số người chơi Facebook tại Việt Nam.

Trước nhất có lẽ nên biết đôi điều về con số người tham gia Facebook tại Việt Nam xem có đáng để đặt vấn đề cấm hay không cấm, từ đó lần tìm manh mối tại sao lại phát sinh ra ý kiến đóng cửa Facebook do một người tự nhận là thành viên trong mạng lưới này đưa ra.

Theo VietnamNet loan tải ngày 20 tháng 7 năm 2012 thì *"Người dùng Facebook tại Việt nam tăng cao nhất châu Á"* tờ báo này viết: *"Theo ước tính số liệu người dùng Facebook tại châu Á trong quý 2/2012, Việt Nam là quốc gia có tốc độ tăng trưởng người dùng cao nhất trong khu vực, bỏ xa nước đứng thứ 2 là Nhật Bản. Tổng số thành viên Việt Nam tham gia mạng xã hội lớn nhất thế giới này đạt gần 5,5 triệu, tăng mạnh 55,6% so với quý trước đó.*

Quốc gia châu Á có số người sử dụng Facebook nhiều nhất là Ấn Độ, với gần 50 triệu thành viên. Với số người sử dụngInternet tại Ấn Độ là 121 triệu, Facebook có độ thâm nhập tại đây lên tới 41%."

Phải chăng con số gần 5 triệu rưỡi thành viên Facebook tại Việt Nam làm cho tác giả Phạm Quốc Dũng cảm thấy lo ngại cho tình trạng mất kiểm soát của xã hội Việt Nam khiến ông mạnh miệng bảo nên dẹp. Và câu hỏi đặt ra tại sao tác giả lại lo ngại?

Mở đầu bài viết Phạm Quốc Dũng khẳng định cái lợi của Facebook: *"người dùng có thể thỏa sức kết nối, kết bạn với bạn bè ở khắp mọi nơi trong nước và thế giới, khoảng cách địa lý ở đây dường như bị thu hẹp, thậm chí là bỏ đi. Mọi người có thể thoải mái bày tỏ những lời chia sẻ, những tâm sự thậm chí là những quan điểm cá nhân trước một hay nhiều sự việc, sự kiện nhất định của bản thân hay xã hội mà không bị giới hạn.*

Không chỉ thế, ở đây còn là một diễn đàn mở, khi không phải chỉ ý kiến một người mà nhiều khác cũng có thể tham gia cùng bình luận, chia sẻ các ý kiến, quan điểm của mình."

Điều lợi còn nhiều hơn nữa nhưng do nóng vội hoặc không nhận thức đầy đủ mà tác giả không đưa ra. Hãy nói về những cái lợi khác:

-Facebook là một khối thông tin đồ sộ rất riêng tư mà nhiều trang Internet không có, hoặc có nhưng không đầy đủ hay tốc độ thông tin chậm. Mỗi một thành viên Facebook là một cổng thông tin mở khi họ trang trải kinh nghiệm sống, kiến thức chuyên môn về mọi vấn đề và điều quan trọng nhất đó là không gian của Facebook.

Là không gian mở nó cho phép người đọc liên lạc trực tiếp với người viết để bù đắp thêm thông tin hay hỏi han thêm những điều muốn biết. Khả năng này thật khó xảy ra trong mặt bằng xã hội và do đó Facebook hấp dẫn và cuốn theo một con số thành viên khổng lồ trên khắp thế giới.

Facebook lan tỏa nhanh và rộng với cấp số nhân vì vậy khi một tin tức thời sự được tung lên thì hầu như khắp thế giới biết. Nó nhanh hơn trang blog cá nhân và dĩ nhiên nhanh hơn rất nhiều so với báo Online đang phổ biến hiện nay.

Facebook đa dạng vì sự đa dạng của thành viên tham gia nó. Người thích chính trị sẽ lướt qua những thông tin được thành viên trích lại từ các nguồn trong và ngoài nước. Những tin mấu chốt sẽ tiết kiệm cho người search một khoảng thời gian không nhỏ. Hãy thử tưởng tượng: 100 người trong danh sách của bạn yêu thích tin tức chính trị, mỗi người tìm một nguồn khác nhau và post lên Facebook có phải bạn hưởng lợi từ những yêu thích rất cá nhân ấy không?

Bên cạnh tin tức, hình ảnh sưu tập từ những người yêu nghệ thuật cũng giúp bạn thay đổi quan niệm sống rất nhiều. Âm thanh cũng được Facebook hào phóng cho phép khiến thành viên của nó có thể chia sẻ những bản nhạc tuyệt vời do chính họ làm ra mà không có phương tiện xuất bản...

Facebook cũng là nơi kêu cứu hữu hiệu và tiếng kêu của bạn sẽ lan xa với tốc độ phi thuyền không gian.

Facebook còn là chỗ để bạn sáng tác những câu status ngắn gọn, ý nghĩa và nếu là nhà văn bạn sẽ cảm ơn nó vì đã giúp bạn mài giũa kỹ năng ngôn ngữ một cách thành công nhất khi nhiều người dẫn lời của bạn khiến cho câu status sáng giá trong khung trời bao la của Facebook.

Quay lại với tác giả Phạm Quốc Dũng: Tại sao lại cấm Facebook?

Lý do rõ rệt nhất mà tác giả đưa ra: " *bên cạnh những mặt tích cực của Facebook thì trong thời gian qua, đã xuất hiện không ít cá nhân, tổ chức đã lợi dụng Facebook để bôi xấu, có những hành động vượt quá khuôn khổ của kỷ cương và pháp luật cho phép. Trên Facebook có nội dung xấu bôi nhọ cán bộ cấp cao của nhà nước, khó kiểm soát!*

Không những vậy, nhiều cá nhân, Facebook còn dùng lợi thế trên để chế giễu, xúc phạm từ các cá nhân bình thường đến các lãnh đạo cấp cao."

Như sợ người đọc không hiểu, tác giả viết thêm: "*Có thể thấy rõ, trong thời gian qua, nhiều lãnh đạo cấp cao của nhà nước, trong đó gần đây nhất là vị Bộ trưởng Bộ Giao thông vận tải Đinh La Thăng cũng đã bị rất nhiều hội nhóm Facebook mà đứng sau đó là các cá nhân có nhận thức, có tư tưởng xấu cố ý có những lời lẽ, hình ảnh, thông tin nhằm bêu xấu, xúc phạm cá nhân vị Bộ trưởng này.*

Trên những trang Facebook đó, những đối tượng xấu đã tha hồ dùng những từ ngữ tục tĩu, thóa mạ các các nhân, tổ chức....Không chỉ thế, các hội nhóm này còn kêu gọi nhiều nội dung xấu, tiêu cực, không tốt đến nhiều người bằng những hình ảnh bôi xấu cá nhân, bôi xấu lãnh đạo của Đảng và nhà nước.

Dù không phải là một chuyên gia Luật nhưng tôi thấy rõ ràng đây là hành vi xúc phạm cá nhân, xúc phạm lãnh đạo... cần phải bị xử lý thật nghiêm theo các qui định đã được ban hành của pháp luật."

Bây giờ thì chiếc màn đang từ từ được kéo ra để người chơi Facebook hiểu cặn kẽ hơn lý do chính mà tác giả đưa ra: Ông Đinh La Thăng và các ông cấp to khác đang bị cộng đồng bôi xấu, tấn công nên Facebook phải bị đóng cửa để bảo vệ cái mà ông Quốc Dũng gọi xúc phạm lãnh đạo.

Thưa ông Phạm Quốc Dũng, tôi thành thực ghi nhận thiện chí của ông, dù thiện chí ấy chỉ dành cho một hay vài người mà ông kính trọng, ông xum xuê. Tuy nhiên tôi rất không đồng tình với đề nghị của ông, một đề nghị tôi cho là nông nổi và mang đậm hơi thở công an văn hóa..

Tôi không nhấn mạnh tới cách hành văn như một văn thư của cơ quan, nhưng tôi chú ý tới cách ông đặt vấn đề. Ông cho rằng " *Việc tự do, thoải mái là tốt nhưng phải trong khuôn khổ, qui định của pháp luật cho phép, còn thực tế hiện nay, tôi thấy, việc không kiểm soát được Facebook như vậy sẽ tiềm ẩn rất nhiều các nguy cơ xấu.*"

Nguy cơ xấu mà ông nói thì nhà nước đã nói nhiều và cộng đồng Facebook cũng đã thấm nhuần khá kỹ. Ông không cần phải nhắc lại. Ông chưa thuyết phục được chúng tôi ở chỗ: Tại sao viết những lời phê phán ông Đinh La Thăng hay các cán bộ có những hành vi sai trái trên Facebook lại xấu và đáng bị cấm?

Người dân có quyền phát biểu và cách phát biểu của họ nặng hay nhẹ, thông minh hay xốc nổi, lịch sự hay bổ bã tùy thuộc vào kiến thức, tâm trạng và năng khiếu viết lách của từng người. Ông không thể đòi hỏi họ diễn tả nỗi uất ức bằng một đoạn văn cầu kỳ đậm chất văn học trong khi họ là một công chức bình thường chỉ có thể viết những câu cú tương tự như ông mà thôi.

Nếu sự chửi bới lên tới mức đáng lo ngại như ông nói thì không cần ông phải chỉ bảo, chính những thành viên Facebook sẽ delete tên của họ trong danh sách và những chửi bới hạ cấp, vô bổ sẽ tan biến trong không gian mạng một cách âm thầm mà không cần phải có biện pháp đao to búa lớn nào.

Tôi xin mạn phép chỉ ra điều mà ông muốn nói nhưng chưa phải lúc: Ông sợ Facebook sẽ tạo cho Việt Nam cơ hội phản kháng đại trà và có thể đi đến cuộc cách mạng trong tương lai khi Facebook chiếm lĩnh tuổi trẻ trong khu vực trung và đại học vì sự lan tỏa rộng lớn, nhanh chóng và khó kiểm soát của nó đối với một phong trào, một khuynh hướng hay ngay cả một cuộc cách mạng.

Sự lo ngại này khiến người ta tạo nên cái tên Phạm Quốc Dũng và cố thuyết phục những ai chưa biết Facebook là gì thì nên tránh xa nó. Nếu quả thật như vậy thì đây là sai lầm thứ hai, tương tự sai lầm thứ nhất khi chính phủ tố cáo ba trang mạng Quan làm báo, Dân làm báo, Biển Đông...

Kết quả mà ai cũng biết: Chỉ là cách quảng cáo không công khiến số người truy cập vào chúng tăng lên với cấp số nhân và bây giờ thì không biết tới cấp số nào nữa.

Ông Đinh La Thăng liệu có đáng nổi tiếng như Thủ tướng Nguyễn Tấn Dũng hay không? đó mới là vấn đề của cái đề nghị thiếu trí tuệ này.

UPR và Nguyễn Hữu Cầu, hai đường thẳng song song

Hai mươi trang báo cáo trước Hội đồng nhân quyền Liên hiệp quốc trong kiểm điểm định kỳ phổ quát (UPR) dành cho Việt Nam tuy chưa chính thức được đọc vào ngày 4 tháng 2 tại Geneve nhưng cả thế giới đều biết nó giả dối và trơ trẽn như thế nào.

Việt Nam vẫn mải mê ăn bả của quan thầy Trung Quốc khi đinh ninh rằng đồng bạc đâm toạc tờ giấy, nhất là đồng bạc dưới gầm bàn hay những buổi chiêu đãi ngoại giao có thể bịt miệng các phái đoàn quốc tế. Và vì thế hết năm này sang năm khác, qua bao đời Bộ trưởng Ngoại giao, tất cả các báo cáo về nhân quyền đều "quy về một mối", cái mối mà Bộ chính trị bảo sao thì Bộ ngoại giao phải ngoan ngoãn làm vậy mặc dù trong cái bộ tương đối lành này có rất nhiều ý kiến trái ngược lại với bốn tay tứ trụ triều đình.

Báo cáo dài và khó mà đọc cho hết để trưng ra các loại dối trá cho cư dân thế giới thấy, duy có hai điều mà tất cả quan sát viên quốc tế đều biết tận tường đó là báo chí Việt Nam và vụ sửa đổi hiến pháp.

Việt Nam cho là tình hình báo chí đã được cải thiện khi số cơ quan báo chí tăng đáng kể từ năm 2009 sau khi Việt Nam có kiểm điểm định kỳ về nhân quyền.

Việc thứ hai là vấn đề sửa Hiến pháp. Đây là thành quả tôn trọng ý kiến người dân khi có 26 triệu người đã tham gia trong quá trình sửa đổi Hiến pháp.

Hai vấn đề đáng lẽ nên giấu bén đi nhưng không biết do thế lực thù địch nào lại đem chúng ra để bôi bác khi phân bua rằng nhân quyền của Việt Nam là tiến bộ trước chỉ trích của cả thế giới.

Người viết báo cáo này không lú thì cũng nên gọi là đần vì có ai trong chính trường quốc tế lại không biết trò lừa này khi Việt Nam vẫn chưa bao giờ có báo tư nhân cũng như việc góp ý đáng chú ý nhất là của nhóm 72 nhưng lại bị đàn áp ngay từ đầu còn đâu góp với ý nữa?

Bộ ngoại giao tỏ ra lúng túng khi mang hai điều lú lẫn ấy ra chống chế có lẽ do áp lực từ vụ tỵ nạn chính trị của Đặng Xương Hùng, một lãnh sự ngoại giao tại Thụy Sĩ đã công khai lên tiếng về các điều dối trá của đảng cộng sản đã làm cho ông ta thức tỉnh. Không những bỏ đảng mà còn hứa sẽ tham gia các tổ chức dân chủ nhân quyền của người Việt hải ngoại để chống lại đảng nữa.

Trước ngày điều trần của Việt Nam diễn ra đã có rất nhiều cá nhân, tổ chức từ Việt Nam sang Mỹ nói chuyện nhân quyền và sau đó bay thẳng tới Geneve thuyết trình trước đại diện các nước châu Âu về những vấn đề nhân quyền của Việt Nam mà họ cần tìm hiểu.

Ghi chép của nhà báo Đoan Trang, một trong những người tham gia buổi thuyết trình này cho thấy các nước như Anh, Ba Lan, Ireland, Đức, Pháp, Hà Lan, Thụy Điển, Phần Lan, Italy đều có cùng một cảm giác là hụt hẫng và mọi hình ảnh chân thực nhất về nhân quyền Việt Nam được phô bày một cách thuyết phục.

Những đại diện ấy đều có sứ quán tại Hà Nội và nếu không quá lời, những dối trá qua ngôn ngữ ngoại giao của Việt Nam đã rơi xuống và khó mà nói rằng sẽ không có cảnh giác quan trọng nào của họ sau buổi thuyết trình này.

Đàn áp nhân quyền dứt khoát không được lộ ra với thế giới bên ngoài nên công an tận lực dùng mọi thủ đoạn để bịt miệng tất cả ai muốn lên tiếng vì sự thật. Bịt miệng ai cũng có thể thành công nhưng đối với TS Phạm Chí Dũng thì chính quyền và công an Việt Nam đã đánh sai một nước cờ.

Nguyên cả Bộ chính trị không thoát nổi búa rìu quốc tế sau khi ông Dũng bị công an cấm xuất cảnh, tịch thu hộ chiếu với lý do "lỳ lợm" như từ 84 năm nay: Sang Thụy sĩ sẽ bị đám phản động lôi kéo và vì vậy không thể chấp nhận cho ông đi.

Đám phản động ấy là UN Watch, một Cơ quan Giám sát Nhân quyền của Liên hiệp quốc và là nơi mua vé mời ông Dũng sang Thụy Sĩ đọc tham luận về chủ đề: NGO giúp gì được cho quá trình bảo vệ nhân quyền của Việt Nam.

Giám đốc tổ chức này là ông Hillel Neuer đã có văn bản phản đối Hà Nội theo đúng luật lệ ngoại giao nhưng ông phó thì không cần giữ kẽ, nói thẳng với thế giới là phải đuổi cổ Việt Nam ra khỏi Hội đồng Nhân quyền Quốc tế.

Leon Saltiel, phó giám đốc UN Watch nói rằng chỉ có những nước tôn trọng nhân quyền mới xứng đáng có chân trong Hội đồng Nhân quyền Liên hiệp quốc trong khi đó Việt Nam đang tiếp tục vi phạm các quyền tự do bao gồm cả tự do đi lại, hội họp và phát biểu thì vào Hội đồng nhân quyền làm gì?

Ông này đi xa hơn khi chứng minh rằng Syria đã từng bị khai trừ ra khỏi Hội đồng Nhân quyền Liên hiệp quốc thì Việt Nam cũng không thể ngoại lệ.

Cả nước đang mải mê ăn tết nên ít có ai chú ý đến lời hứa nhân quyền của Việt Nam từ hàng chục năm nay và khó có thể nói là người dân háo hức chờ đợi lời hứa ấy ngoại trừ một gia đình duy nhất: Nguyễn Hữu Cầu, người tù chính trị có thời gian bị giam giữ lâu nhất Việt Nam: 38 năm.

Sau khi cháu nội của người tù nổi tiếng này viết thư kêu gọi quốc tế can thiệp cho bản án bất công của ông, Bộ công an đã cử công an viên xuống tận nhà của em tại Huyện U minh hứa trước mặt cha em và một số đồng nghiệp rằng ông Nguyễn Hữu Cầu sẽ được thả ra để ăn tết với gia đình.

Lời hứa ấy đã được loan đi khắp thế giới và người ta chờ đợi kết quả của nó. Những hỡi ơi, lời hứa công an nào khác chi bản báo cáo nhân quyền của Bộ ngoại giao hứa từ năm 2009 tới nay. Nhân và Quyền như hai đường ray tàu hỏa chỉ song song và mãi mãi không được gặp nhau.

Ngăn cản một người để thế giới sỉ vả hàng triệu người đó là thành quả khó ai làm được. Không biết Bộ công an đã gửi giấy khen cho công an thành phố HCM hay chưa nhỉ?

Trương Duy Nhất, anh đã bị bắt!

Đó là câu nói mà chủ trang blog "Một góc nhìn khác" từng chờ đợi trong nhiều tháng qua, sau cái ngày công an mời ông làm việc vào tháng 10 năm ngoái và liên tục sách nhiễu ông về trang blog này, trang blog mà họ gọi là lợi dụng tự do dân chủ để xâm phạm lợi ích của nhà nước, quyền, lợi ích hợp pháp của tổ chức, công dân theo điều 258 bộ luật hình sự.

Vụ bắt giữ ông Trương Duy Nhất không làm cho ai ngạc nhiên vì nếu viết blog và chấp nhận đụng chạm tới những vấn đề nhạy cảm thì chủ trang blog hiểu rằng họ đang đi trên sợi giây thừng mỏng manh nối liền hai bờ vực, một bên là công luận, một bên là chính quyền.

Bên thứ hai luôn gầm gừ và khả năng chịu đựng của sợi giây thừng ấy tùy thuộc vào thời tiết chính trị. Ông Nhất bị bắt cho thấy độ nóng của các phe phái trong Đảng đang nghiêng về một phía và ông lại không may nằm trong phía ngược lại.

Dù phía nào, hay thậm chí không phía nào cả, Trương Duy Nhất vẫn là bên được chứ không phải bên mất. Ông được vì đã hoàn tất ước muốn của mình khi bỏ viết báo để viết blog nhằm nói lên những gì mà một tờ báo không thể nói. Ông viết những điều mà rất nhiều trang blog tự do như ông không viết hay không dám viết: Vạch mặt chỉ tên từng người trong bộ chính trị. Ông đòi họ phải biết xấu hổ, phải biết dừng lại những hành vi vô luân. Phải nhận thức sự uất ức của dân chúng và nhất là phải rửa cho sạch bộ mặt bẩn thỉu của mình trước khi đứng trước diễn đàn nói những lời gian xảo.

Ông Trương Duy Nhất đã làm không ít người tức tối và nhất là...sợ!

Chức vụ càng cao thì nỗi sợ càng lớn.

"Một góc nhìn khác" là lưỡi dao bén gọt những gì che chắn bên ngoài của các quan chức chóp bu. Đưa ra những khuôn mặt lở lói, dị dạng của các ông Trọng, Dũng, Sang, Hùng để từ đó người dân thấy rõ hơn những trái khuấy, kệch cỡm và gian manh của họ từ "một góc nhìn khác".

Công an đọc lệnh bắt ông trong một tối nhà bị cúp điện. Vợ ông cầm đèn dầu soi mọi ngóc ngách cho họ tìm tài liệu, máy móc để dẫn ông về Hà Nội, nơi các phe phái vẫn đang ngồi chờ sau phiên họp lấy quyết định bắt ông.

Người ta cho rằng Trương Duy Nhất là người của một trong các phe phái ấy và lý do ông nằm ngoài tầm nhắm một thời gian khá lâu vì các tranh chấp chưa ngã ngũ. Hôm nay thì chuông đã điểm, sứ mạng ông đã hoàn tất, và cuộc đời ông lật sang một trang khác: Tối tăm và ảm đạm.

"Một góc nhìn khác" dù sao cũng không cô đơn. Ngay khi tin ông bị bắt tung ra, hàng trăm bài viết xuất hiện bày tỏ sự phản kháng mạnh mẽ, trong đó khá nhiều blogger cho biết họ sẵn sàng theo ông vào nhà giam chứ không bỏ cuộc. Mẹ Nấm là một trong những người như thế.

Cách viết của Trương Duy Nhất có thể được nhiều người yêu thích nhưng cũng không hiếm kẻ dèm pha, cho rằng ông bỗ bã, xấc xược và ngông cuồng. Cũng có người chấp nhận nó như một style riêng của ông và quen dần với cách viết ấy để rồi nghiện nó lúc nào không biết.

Mỗi bài viết của ông là một nhát gươm chọc vào tử huyệt của nhân vật. Ông không kiêng kỵ chủ đề, khuôn mặt hay giới tuyến nào. Ông đập tham nhũng cũng mạnh như đập những nhà dân chủ giả hiệu. Ông quất roi vào chế độ nhưng vẫn không nương tay đối với những kẻ giả hình cầm roi ăn ké.

Trương Duy Nhất thiếu cái cẩn trọng trong ngôn từ của một cây viết khôn ngoan, nhưng ông lại thừa tố chất của một người liêm khiết và đảm lược để vạch mặt chỉ tên từng kẻ buôn dân bán nước.

"Một góc nhìn khác" không những chỉ nhìn mà còn tỏ rõ thái độ không khoan nhượng.

Nếu ai còn tin rằng không khí chính trị Việt Nam từ nhiều tháng qua không còn khủng bố trắng đối với người cầm bút thì hãy tỉnh lại. Không chế độ độc tài nào chấp nhận người khác phê phán mình cho dù sự phê phán ấy dẫn tới điều tốt hơn. Độc tài không cần điều tốt, chúng cần sức mạnh để đè bẹp những điều mà người khác cho là tốt ấy.

Ngòi viết nào trông mong sẽ bẻ được hướng đi cho độc tài, toàn trị xem ra vẫn đang mang trên mình ảo tưởng. "Một góc nhìn khác" là bài học sinh động nhất cho anh, cho chị và cho chúng ta, những người vẫn mài miệt ngồi trước máy tính nhưng lại không tính được khả năng phục thiện của bọn độc tài là bao lớn để khi xuất hiện con số "không" lạnh lùng trước màn hình cũng là lúc có tiếng gõ cửa trước sân.

Tiếng gõ cửa lớn và gấp gáp để rồi sau đó là câu nói quen thuộc của công an: "anh/chị đã bị bắt".

Những nhà báo chân chính

Khi Trương Duy Nhất bị bắt, nhiều người khẳng định anh là một thành viên trong các phe phái đang đấu đá với nhau và bị bắt vì phe của anh yếu hơn phe kia.

Phạm Viết Đào bị bắt, người ta lại tiếp tục khẳng định sự chống nhau trong các phe ngày một ác liệt và đến hồi gây cấn.

Có điều không ai xác định được Đào hay Nhất thuộc phe nào. Hai người có cùng phe với nhau hay không. Nếu cùng một phe thì cái ông chủ mà hai anh theo thật hèn, có hai cây viết đầy bản lĩnh như vậy mà không biết bảo vệ để cho kẻ thù tiêu diệt. Thật đáng hổ thẹn.

Nếu hai anh khác phe thì sao? Vậy thì xem như cân bằng lực lượng. Bên tám lạng kẻ nửa cân. Người thua trong cuộc cờ này chính là hai anh, phục vụ cho những kẻ không xứng đáng vì khi hai anh bị bắt, bị dẫn đi như tội phạm nguy hiểm họ im lặng hoàn toàn. Không ai lên tiếng, không ai bênh vực và người ta xem như hai con chốt bị gạt ra khỏi ván cờ chính trị.

Nhưng nếu một mệnh đề khác được đặt ra: Không ai trong hai anh là tôi tớ cho bất cứ thế lực nào. Hai anh thuộc loại làm báo ngang tàng, không khuất phục bọn quan lại đỏ vì hai anh cũng từ cái lò đạo tạo ấy mà ra. Hai anh là "nhà báo đỏ" tự phục hồi tư cách nhà báo của mình thông qua trang blog để từ đó có thể tự do viết, tự do phê phán và quan trọng nhất là tự do vạch mặt chỉ tên những quan lại đang đào tường khoét vách căn nhà Việt Nam.

Cả hai anh cùng giống nhau một điểm: không sợ hãi.

Hai anh cũng có điểm khác nhau rất lớn: Nhất băm vằm cả bộ máy chính phủ vì đã ăn bẩn, phá hoại, khoác lác, ngu ngốc và tác hại dân lành. Nhất không đăng bài của ai. Anh cũng không dông dài, bài nào cũng chỉ vài dòng nhưng ngắn gọn và sắc bén như dao cạo.

Phạm Viết Đào thì khác, anh chọn đăng những bài phản biện đối với cá nhân lãnh đạo còn riêng anh thì chăm chú tới một vấn đề cốt lõi trong toàn bộ hàng trăm bài phỏng vấn, phóng sự, video clip tập trung vào chủ đề cuộc chiến tranh biên giới. Đào bị bắt khi ông Trương Tấn Sang sắp sang Trung Quốc khiến người ta lại một phen liên tưởng tới yếu tố Trung Quốc.

Hai con người cụ thể này vốn có nhiều khác biệt nhưng khi bị bắt thì lại giống nhau ở ba con số: 258.

Hai năm tám. Lợi dụng các quyền tự do dân chủ xâm phạm lợi ích của Nhà nước, quyền, lợi ích hợp pháp của tổ chức, công dân.

Câu cú đúng là chỉ có đất nước mình mới có. Quyền tự do dân chủ do hiến pháp quy định, chúng có chương, có hồi có vai ác, vai lành, nhưng người dân không có quyền trao đổi để hoàn thiện nền dân chủ do nhà nước tập trung quản lý. Cái dân chủ mơ hồ và bất định ấy làm sao hại được ai nếu không muốn nói là chỉ tự hại được mình khi nghe theo lời tuyên truyền của nhà nước để thực hiện quyền làm chủ rất bâng quơ và đầy trúc trắc, để rồi sau đó tự đưa tay vào còng với những con số 79, 88, bây giờ là 258.

Những con số làm cho hiến pháp Việt Nam đáng xấu hổ. Những con số bị ghét bỏ và căm thù.

Một con số khác, có thể áp dụng cho một nhà báo khác: 263, cho nhà báo Huy Đức.

Hai sáu ba là tội cố ý làm lộ bí mật Nhà nước; tội chiếm đoạt, mua bán, tiêu huỷ tài liệu bí mật Nhà nước.

Người nào cố ý làm lộ bí mật Nhà nước hoặc chiếm đoạt, mua bán, tiêu huỷ tài liệu bí mật Nhà nước. Phạm tội gây hậu quả nghiêm trọng thì bị phạt tù từ năm năm đến mười năm. Phạm tội gây hậu quả rất nghiêm trọng hoặc đặc biệt nghiêm trọng, thì bị phạt tù từ mười năm đến mười lăm năm.

Nhà báo Huy Đức với tác phẩm "Bên thắng cuộc" nếu bị ghép vào tội danh này thì cũng không làm ai ngạc nhiên, ngoại trừ những con lừa biết đọc chữ.

Trong cuốn sách đồ sộ này hàng ngàn chi tiết có thể xem như bí mật quốc gia mặc dù chúng đã xảy ra hơn ba mươi năm về trước. Huy Đức tìm nó ở đâu và bằng cách nào nhà nước không cần biết.

Có điều chắc chắn rằng những tiết lộ của anh là khả tín vì có chứng cứ. Từ những chứng cứ ấy nhà nước dễ dàng khẳng định chúng là tài sản, là bí mật quốc gia vì liên quan đến các nhân vật lịch sử, dính liền tới cuộc chiến tranh thần thánh cũng như những sai lầm mà lãnh đạo đang nổ lực sửa sai.

Tuy nhiên nhà nước có cho phép đâu mà anh dám phát tán những tài liệu tuyệt mật này?

Trên Facebook, Huy Đức viết anh đang giã từ nước Mỹ. Anh trở về vì hương thơm của nước mắm và vị ngọt ngào của tô phở quê hương.

Khó ai tin điều này mặc dù đó là tâm sự đắng lòng của một nhà báo tầm cỡ. Huy Đức không chấp nhận ở lại nước Mỹ mặc dù anh biết chắc khi về lại quê nhà là bước vào địa ngục. Nơi đó ngọn lửa căm thù sự thật đang chờ để thiêu rụi một con người, một ý chí.

Trương Duy Nhất, Phạm Viết Đào cũng không ngây thơ gì khi viết trên trang blog của họ những bài viết có thể lật đổ cả một thể chế. Họ biết sẽ bị bắt, sẽ bị cầm tù và có thể chết nếu sức khỏe không đủ để trang trải cái án dành cho họ.

Cả ba người đều ý thức được việc họ làm. Vì vậy những ai còn ngây thơ nghĩ rằng họ đang bị điều gì đó dẫn dắt thì hãy nên xem lại. Ba con người này tuy mỗi người một tố chất, một tính cách và một cuộc đời nhưng trên hết họ là ba nhà báo chân chính.

Họ dám đổi cả sinh mạng cho bài viết, cho tác phẩm. Họ từ chối các đặc ân mà nhà nước ban cho mà đổi lại sẽ trở thành một nhà báo tầm thường, mang chiếc hàm thiếc của những con ngựa thồ lọc cọc chạy trên bảy ngàn tờ báo lớn nhỏ.

Đặc ân mà họ từ chối nhận lãnh là sự ngờ nghệch do chấp nhận tẩy não. Không dị ứng với những con đường một chiều trong truyền thông. Biết cúi đầu trước những ông tổng biên tập có lá gan của một con giun, và gò lưng trước đồng tiền kiếm được từ những bài không đáng mang tên họ.

Mỗi người trong họ có một chỗ dựa để viết.

Phạm Viết Đào dựa vào những bóng ma, những oan hồn bộ đội trong đó có người em trai cật ruột đã hy sinh.

Trương Duy Nhất dựa vào những oan khuất, khốn nạn của dân tình mà viết.

Chỗ dựa của Huy Đức không phải là con người đang sống. Anh dựa vào sự thật lịch sử để viết. Anh tắm gội bộ mặt lịch sử cận đại Việt Nam để trả lại những gì mà nó vốn có.

Tiếc thay, người cộng sản không bao giờ yêu sự thật. Nếu họ yêu và theo đuổi sự thật như họ luôn rêu rao thì Huy Đức sẽ không có cơ hội viết Bên thắng cuộc. Phạm Viết Đào sẽ không có cơ hội đòi hỏi trả lại công đạo cho chiến sĩ trận vong trong cuộc chiến 1979 và Trương Duy Nhất cũng sẽ trở thành lố bịch khi một mực kêu rêu lãnh đạo là những kẻ không đáng mang thân phận của một con người nói chi là con người có vai có vế.

Top 20

Vừa nhận được một email của bà bạn, gửi cho mình ngắn gọn thế này:

"Tui báo cho bà biết, bà nằm trong danh sách mà người ta gọi là Top 20. Hai mươi người này được phía bạn giao cho chính phủ để "nhập kho". Liệu mà viết.

Hi hi...xem cái thư này mình không thể nhịn cười. Làm sao một tin tức tuyệt mật như thế lại lọt vào tay của bà bạn tôi, một bà chơi "phây" chỉ để khoe mấy tấm hình của bà và mèo lẫn chó, chưa bao giờ biết viết một status ra hồn...vậy mà biết tỏng những hai mươi người được nhà nước thân chinh để mắt tới. Thật lạ, ai rò rỉ tin này chắc phải là người biết nhiều hơn thế.

Lòng vòng một chốc trên mạng, thì ra tin này từ trang blog của nhạc sĩ trứ danh Nguyễn Trọng Tạo.

Bác Tạo ới ời, tin của bác mặc dù không có tên ai nhưng em thấy ngay một điều rằng ít nhất cũng đúng đến 80% và em tin người ta đã có đầy đủ những chi tiết kết tội cả rồi.

Nếu trốn thuế đã hơi bị "xưa" thì điều 258 có thể điền vào. Kế đó là tội gây mất trật tự nơi công cộng. Cư ngụ bất hợp pháp. Tiết lộ bí mật quốc gia. Vu khống cán bộ nhà nước. Gây mất đoàn kết dân tộc. Khủng bố ... cùng bao tội danh khác đã dành sẵn cho từng người một.

Còn một tội nữa người ta sẽ ghi thêm vào danh sách: Gây chia rẽ tình hữu nghị Việt Trung.

Nếu cái tội này chưa kịp ghi vào Hiến pháp, chính phủ sẽ ra một nghị quyết nào đó thế là mấy ông bà biểu tình, viết bài chống Trung Quốc mặc sức mà đếm lịch.

Có một điều lạ mà trên thế giới không thấy xảy ra ở đâu ngoại trừ Việt Nam: cứ có tin đồn một blogger nào đó sắp bị bắt thì hầu như trước sau gì anh hay chị ta cũng vào tù vì một tội danh nào đó. Trương Duy Nhất và Phạm Viết Đào là hai người như thế. Nhân vật Tom Cat mà cộng đồng đoan chắc là công an mạng không còn là ẩn số sau khi hai blogger nổi tiếng bị bắt, mà ngôn ngữ "phây" gọi là "nhập kho". Tuy nhiên một phản ứng rất lạ từ hầu hết người viết blog đó là không ai tỏ ra sợ hãi, chùn tay. Trái lại họ viết mạnh hơn và tỏ ra thách thức guồng máy an ninh một cách công khai mặc dù biết rằng sự an nguy của họ đang bị đe dọa.

Công an cho phép rò rỉ những loại tin như thế với mục đích đe dọa và nếu không đạt được mục đích thì sẵn sàng tiến thêm bước nữa mà không cần gì đến dư luận chống đối.

Người ta không thể hiểu được tại sao công an lại có thể quy kết một người hay một nhóm tội phạm mà không qua những thủ tục pháp lý thông thường trước khi tiến hành bắt giữ. Không bằng chứng, không lệnh tòa án cũng không xác định tội mà họ phạm thuộc vào điều khoản nào trong hiến pháp.

Công an toa rập với Viện Kiểm sát sáng chế ra những hoạt động phạm tội của người mà họ muốn bắt và tiến hành bắt giam người ấy như một tội phạm nguy hiểm.

Họ tống đạt tin tức gần như bán chính thức, vừa hăm dọa vừa có khả năng biến thành sự thật khiến nhiều người tưởng mình có tên trong danh sách hoang mang, bất định. Chiêu trò này thường kết thúc bằng sự bắt bớ thế nhưng chưa bao giờ người ta thấy một blogger nào đầu hàng.

Nếu xét một cách hời hợt thì hai mươi blogger trong gần chín mươi triệu con người sẽ rất khó gây chú ý của người dân cả nước. Kể cả khi hai mươi người ấy được nhân lên hàng trăm lần bởi bạn bè, độc giả của họ thì cũng không vượt qua nổi cái hàng rào kín như bưng của an ninh mạng bởi tường lửa và đủ thứ hàng trào truy cản.

Lần trước là hai người, lần này là hai mươi người. Gấp mười lần con số blogger có thể bị gom vào nhà giam để gọi là ổn định xã hội thì cái hiệu quả chắc phải có khác đi nhiều.

Hai mươi blogger đó là ai và họ thật sự nguy hiểm như thế nào?

Ai cũng thấy, người chịu nguy hiểm nhất không phải là nhà nước Việt Nam, nếu có chắc cũng rất ít. Cái nhà nước thật sự bị vạch trần là Trung Quốc, bắt đầu từ năm 2007 bằng blogger Điếu Cày cầm biểu ngữ trên đường phố chống lại dã tâm bành trướng của Bắc phương để rồi sau đó phải vào tù vì tội trốn thuế và tuyên truyền chống phá nhà nước.

Sau Điếu Cày là Tạ Phong Tần, Phạm Thanh Nghiên, Anh Ba Sài Gòn, Cù Huy Hà Vũ, Lê Quốc Quân và mới nhất là Nguyễn Phương Uyên cùng hai anh em Đinh Nguyên Kha và Đinh Nhật Huy.

Sáng nay lại có thêm Từ Anh Tú.

Nếu những người này chỉ biểu hiện bằng con số thì quá ít, nhưng khi bằng tên, bằng khuôn mặt, bằng số phận của họ thì khác hẳn. Nó lớn ra vượt ngoài đánh giá của công an và nhà nước. Nó làm loài người xúc động vì họ là những con người thật chứ không phải là những con số vô hồn.

Những con người ấy có khả năng lay chuyển lương tâm thế giới.

Và cũng vậy, hai mươi blogger sắp bị bắt cũng không ngoại lệ, họ sẽ được biết đến nếu thế giới chưa biết. Họ là những con người không dễ dàng bị khuất phục vì vài lời hăm dọa lẻ loi.

Hai mươi con người với hàng ngàn bài viết có thể làm chế độ lo sợ và lung lay. Họ không phải là những con số nằm im để cho nhà nước ném vào thống kê tội phạm. Hai mươi con người ấy dù không làm được gì lớn lao nhưng chắc chắn là họ không hề thiếu niềm tự hào vì đã dám nghĩ và viết những điều mà 17 ngàn nhà báo Việt Nam không dám.

17 ngàn là con số. Hai mươi người là những con người, những con người cầm viết.

Con số hàng chục ngàn tuy lớn nhưng vẫn là con số. Chúng không thể thay thế những con người, những lương tâm cùng sự thức tỉnh. Những con số lớn lao hơn trên cả nước bao gồm đảng viên, những kẻ a dua, những trí thức đỏm đáng và kể cả những tên cơ hội, tất cả chỉ là con số, mà con số thì luôn luôn cứng ngắt và thụ động. Chúng chờ người khác giật giây, điều khiển.

Con người, hai mươi cái tên trong danh sách Top 20 kia thật đáng tự hào. Mình sẽ thật sự kiêu hãnh nếu được nằm trong cái danh sách ấy.

Ngưỡng mộ em, Hoàng Vi

Những ngày cuối năm đọc lại tin tức liên quan đến Thủ tướng để ôn lại những gì xảy ra trong một năm đầy sóng gió của ông mới thấy Thủ tướng là một người cực kỳ thông minh và cũng không kém thủ đoạn của một tay làm chính trị.

Ông đem cả nhà làm...việc nước. Con trai là thứ trưởng, con gái là chủ một lúc nhiều tập đoàn, con út đang bắt đầu bước những bước đầu tiên vào sân chơi đầy sát thủ của sân khấu chính trị Việt Nam. Cả nhà như thế là trọn vẹn và lóng lánh với đủ sắc màu.

Để lái sự quan tâm của đảng ra khỏi gia đình mình, ông Dũng đem con bài Quan làm báo và Dân làm báo ra đánh lạc hướng dư luận mặc dù hai trang này thật sự nguy hiểm cho sự bưng bít mà chế độ cố giữ từ nhiều chục năm qua. Ông Dũng cấm ra báo tư nhân, cấm tập trung khiếu kiện, cấm làm đơn có đông người đứng tên. Những việc cấm đoán này là theo đúng chủ trương mục đích của Đảng chứ không phải của riêng ông.

Vũ khí cấm sẽ làm Đảng sụp đổ nếu chúng được công khai vì vậy nhắc nhở đảng viên không đọc, không tin, không phát tán những trang web có nội dung xấu trong đảng viên là phương thuốc ngừa "nội loạn" cần thiết trong bất cứ lúc nào của các Đảng Cộng sản trên thế giới chứ không riêng Việt Nam.

Ông Dũng và các ông khác hiểu rõ điều này nên ra sức lập đi lập lại không tiếc giấy mực của báo chí quốc doanh. Nói chưa đủ, những buổi hội thảo chính trị trong toàn đảng, toàn quân được tổ chức rầm rộ là cách mà nhà nước tưởng sẽ chích ngừa hiệu quả nhằm chống lại tư tưởng "tiến bộ" trong Đảng.

Nhưng lời nói đi ngược hoàn toàn với việc làm đã khiến người đảng viên nào có chút lương tâm cũng đều thấy xấu hổ. Từ xấu hổ đi đến tránh né tham gia vào các buổi "chầu là chính" của các cuộc họp chi bộ. Từ xấu hổ và ngờ vực, những đảng viên kỳ cựu trung thành nhất phải tự mình tìm hiểu hay nhờ con cháu giỏi kỹ thuật mở những trang web "phản động" để tự phân tích điều mà Đảng bao vây ngăn cấm.

Mở ra rồi mới thấy trong bao nhiêu năm qua mình đã lầm. Những khuôn mặt như Thiếu tướng Nguyễn Trọng Vĩnh, Đại tá Bùi văn Bồng, Đại tá Phạm Đình Trọng, Nhà văn Nguyên Ngọc, Giáo sư Tương Lai cùng hàng trăm trí thức cách mạng khác đang bỏ tất cả sự nghiệp mà họ có trước đây để tranh đấu cho những gì mà Đảng Cộng sản Việt Nam đang phản bội lại dân tộc, phản bội lại xương máu của họ và đồng đội.

Đảng không muốn họ nghe và thấy sự thật nên ngăn cấm. Lương tâm của người công sản chân chính đang nói nhỏ trong tai họ: Đây là những điều vu khống nhằm che giấu những âm mưu bán đứng quốc gia dân tộc bằng nhiều cách của lãnh đạo trước đây và bây giờ.

Đọc báo mạng rồi thì cách mạng lão thành cách mấy cũng phải bị sự thật khuất phục. Giàu như ông Dũng có mấy người tại Việt Nam? Sợi giây kinh tế trói các ngân hàng vào tay cô Phượng như thế nào được các trang gọi là "phản động" chứng minh rõ ràng và thuyết phục qua chính những chuyên gia kinh tế hàng đầu, núp dưới những bút hiệu xa lạ để phô bày mánh khóe của tập đoàn Ba Dũng.

Từ Bauxit Tây Nguyên bán cho Trung Quốc khai thác cho tới những hành vi nhu nhược đối với chính sách ngoại giao với Tàu. Cấm biểu tình chống Tàu, sách nhiễu, giam cầm, hạ nhục người đi biểu tình là phương cách tuy hạ đẳng nhưng lại được công khai sử dụng. Hai điều luật vi hiến được áp dụng cho bất cứ ai có ý kiến khác với nhà cầm quyền đều bị bắt giam và truy tố là điều 88 và 38 đã bị hàng trăm trí thức nổi tiếng công khai chống lại và kêu gọi đảng viên, cán bộ, công an, quân đội không nên nghe theo mà hãm hại người lương thiện.

Nếu biết tìm kiếm thông tin trên mạng thì những động thái này sẽ làm cho đảng viên tỉnh ngộ. Không thể nào mấy trăm trí thức hàng đầu Việt Nam lại toàn là những kẻ phản động! Không thể nào với bề dày cách mạng như thế họ lại đi ngược lại với nguyện vọng dân tộc, đất nước. Phải chăng ông Dũng và bộ sậu của ông ta đang nói ngược lại với sự thật?

Những ngày cuối năm, những sự kiện mới lại làm sáng tỏ hơn cái sự thật mà chính quyền của ông Dũng đang cố giấu diếm, che đậy bằng chiếc vung méo mó lệch lạc mang tên "diễn biến hòa bình".

Vụ xét xử ba blogger Điếu Cày, Tạ Phong Tần, Anhba Sài Gòn với cáo buộc vi phạm điều 88 bộ luật hình sự. Ba người này là ai?

Điếu Cày là một bộ đội, người đứng ra biểu tình chống Trung Quốc rất sớm từ năm 2007.

Tạ Phong Tần là một đại úy an ninh, thức tỉnh trước các hành vi bóc lột dân chúng qua các vụ trưng thu đất đai, đã bỏ ngành an ninh của mình tham gia vào với nông dân khiếu kiện.

Anhba Sài gòn là một luật sư, tham gia câu lạc bộ nhà báo tự do của Điếu Cày viết những bài viết kêu gọi tự do dân chủ cho Việt Nam.

Cả ba việc làm này đảng Cộng sản Việt Nam đã kêu gọi, hô hào dân chúng phải làm để chống Pháp, chống Tàu, chống Mỹ và nhất là chống cường hào ác bá trong những ngày đầu thành lập đảng Cộng sản. Thế nhưng bây giờ cũng những hành động ấy, những nhiệt huyết yêu nước ấy trở thành kẻ thù của Đảng là sao?

Cái ngày tòa xử phúc thẩm ba nhân vật mới đáng nói. Mạng lưới an ninh dày đặc bao vây tòa án như sợ bị tấn công...Tất cả dân chúng, người hiếu kỳ bị cô lập triệt để. Người thân của ba bị cáo đều bị cấm tham dự phiên tòa, những ai có cảm tình với ba bị cáo đều bị bao vây, bắt cóc và giam giữ bất kể luật pháp.

Một phiên tòa không hề thấy trong bất cứ chế độ nào từ trước tới nay. Một phiên tòa bị quốc tế lên án. Từ trong ra ngoài nước, người ta khinh bỉ và phỉ nhổ phiên tòa này không dứt.

Một quả bom khác bùng nổ ngay khi phiên tòa vừa bế mạc: blogger Hoàng Vi bị công an của chế độ hạ nhục, xúc phạm nhân phẩm tại đồn công an Nguyễn Cư Trinh Sài Gòn.

Lời kể của cô gây xúc động cả thế giới khi người nghe biết được cô bị lột quần áo, thọc tay vào chỗ kín để tìm kiếm những gì mà công an nói cô cất giấu phương tiện phản động. Vừa hành sự vừa quay phim và bao vây chung quanh soi mói tấm thân trần truồng của một cô gái không có bất cứ phương tiện gì để che nỗi ô nhục cho chế độ!

Cô gái ấy hiên ngang nói trên đài Á Châu Tự Do rằng: "Quay đi! Quay nhớ post lên mạng để tôi và mọi người thấy được sự đê tiện của các người" và bắt đầu từ đó tôi giữ tư thế và thái độ rất bình thản, và điềm nhiên cho họ quay. Quay một chặp xong thì mọi người bỏ ra ngoài hết, bỏ lại mình tôi trong phòng."

Khi mọi việc đã chấm dứt thái độ của Hoàng Vi ra sao? Cô gái trẻ ấy trả lời trên đài RFA:

"Sau khi suy nghĩ thông thoáng rồi tôi lấy lại thái độ bình thản, mỉm cười coi như không có chuyện gì xảy ra. Tôi thực sự bình tĩnh. Chắc là họ không hiểu tại sao tôi lại thay đổi như vậy."

Vâng, thưa em Hoàng Vi, Chị xin cúi người ngưỡng mộ em, một cô gái Sài Gòn như chị. Em đã dám dấn thân một mình không cần ai đứng phía sau hỗ trợ như vài thập niên trước chị đã từng làm. Chị rải truyền đơn trong bóng tối. Chị theo chân những cán bộ nội thành để họp hành trong khi biết chắc mọi sự đã có người lo an toàn đến 75%. Vậy mà chị vẫn sợ. Có lẽ tư tưởng cách mạng của chị chưa đủ chín như em ngày nay.

Em chín đỏ đến độ bọn công an mất tính người kia không thể nào với tới. Cách hành xử súc sinh của bọn này làm chị nhớ tới những đòn tra tấn của an ninh Sài Gòn ngày xưa nhưng khác một điều rất lớn là người bị tra tấn không cô đơn. Họ có đồng đội, đồng chí cùng hoạt động với họ để gây cho họ niềm tin vào ngày thành công đối với sự hy sinh mà bỏ ra.

Còn em thì không có ai đủ sức bảo vệ cho em giữa một bầy sói hoang. Máu của em làm chúng say nhưng không làm chúng đã cơn thèm khát. Chị tin chúng sẽ tiếp tục đối với những người như em và vì vậy chúng sẽ được lên lon, lên cấp như bộ trưởng của chúng sau khi thuộc hạ ông ta sỉ nhục em một ngày.

Ông Trương Tấn Sang là người gắn lon cho ông Bộ trưởng công an đấy em ạ. Một trong những chiến công của ông bộ trưởng có phải là tiếp tay huấn luyện cho thuộc hạ hành vi này hay không?

Chị, một cô giáo già, từng là giao liên trong chiến tranh chống Mỹ xin ngưỡng mộ em. Ngưỡng mộ và không dám khuyên bất cứ điều gì vì em lớn lao quá. Lớn hơn chị gấp ngàn lần và nhất là lớn hơn bọn súc vật vừa mới hạ nhục em trong cái ngày 28 tháng 12 năm 2012 lịch sử của em.

Mỹ Yên, phải khởi tố ai trước?

"Không đâu như Việt Nam, nơi có thánh tử đạo nhiều nhất thế giới!" Đó là câu mỉa mai mà tôi đã từng một lần nghe được từ một đồng nghiệp trong giờ giải lao, khi mọi người ngồi uống cà phê chờ tới giờ lên lớp.

Người đồng nghiệp ấy là đảng viên và là trưởng khối thi đua cho nên lời bình luận của anh ta không có ai hưởng ứng hay đặt vấn đề. Riêng tôi cảm thấy thương hại cho anh vì cái lỗ hổng kiến thức quá lớn trước một câu chuyện có thật và được cả thế giới biết đến nhưng anh ta lại cố tình không biết và hơn nữa lại làm ra vẻ thông thái khi ngồi trên lưng một con lừa.

Con số 117 thánh tử đạo của người Công giáo Việt Nam tôi không biết có chính xác hay không nhưng qua tài liệu lịch sử tôi tin rằng những cái chết của họ đến từ thành kiến mù quáng cộng với nỗi lo sợ mất ngai vàng của chế độ phong kiến không những không thể tiêu diệt được người Công giáo mà còn làm cho nó mạnh hơn lên.

Nói theo người tin vào Chúa thì đây là hạt giống ươm mầm và nhân rộng ra cho đạo Công giáo tại Việt Nam. Từ những năm bị bách hại dưới triều đại nhà Nguyễn kéo theo sự thù hằn bất tận của người Cộng sản qua câu nói xúc xiểm đầy khích động

515

của Karl Marx: "Tôn giáo là thuốc phiện của nhân dân" đã khiến người Công giáo miền Bắc triền miên sống trong lo sợ, khổ đau.

Điều khó hiểu tới tận cùng của trí khôn con người không giải thích nổi nguồn cơn nào mà cộng sản lại sợ tôn giáo, đặc biệt là người Công giáo đến như vậy khi phúc âm của họ chỉ chuyên tâm vào chữ yêu thương nhân loại như anh em của mình bên cạnh sự kính thờ Thiên Chúa của họ?

Vụ nổi dậy Quỳnh Lưu năm 1956 trong cải cách ruộng đất vẫn còn trong lòng người dân cả lương lẫn giáo. Nằm đấy và không thể quên. Giáo dân Công giáo Nghệ An canh cánh một niềm tin rằng trước sau gì họ cũng sẽ bị bách hại một lần nữa, bất kể họ có sống tốt đời đẹp đạo tới đâu. Sự lo lắng chính đáng ấy không được nhà nước quan tâm mà trái lại hình như toàn hệ thống cầm quyền của tỉnh Nghệ An cảm thấy phải đặt giáo dân trong tình trạng sợ hãi triền miên mới giữ được tính toàn trị, chuyên chính của người cộng sản.

Tâm lý bị dòm ngó, tìm cách nhũng nhiễu và luôn bị rình rập của chính quyền đã tạo phản ứng có điều kiện cho giáo dân trong vụ Mỹ Yên và dẫn tới sự bắt giữ mờ ám hai chức sắc trong Hội đồng Giáo xứ Mỹ Yên. Tâm lý bất an thường xuyên của người Công giáo cộng với cách mà công an dùng côn đồ tấn công người dân đã dẫn tới cuộc nổi loạn vào ngày 30 tháng Tám.

Nói nổi loạn là đúng với bản chất sự việc vì người dân đã buộc ông chủ tịch UBND xã Nghi Phương, huyện Nghi Lộc tỉnh Nghệ An ký giấy tờ thả người, bao vây trụ sở và cuối cùng thì công an mang côn đồ cùng một lực lượng rất lớn tới để giải vây. Sự nổi loạn ấy nếu có đem ra xét xử trước pháp luật cũng đúng nhưng để xét người dân thì chính quyền phải tự xét mình trước.

Thứ nhất là xét xử ông giám đốc công an tỉnh Nghệ An khi đã ra lệnh hoặc cố tình không biết kẻ thừa hành của mình thuê côn đồ từ 500 tới 700 ngàn một ngày để liên tục khích động, tấn công nhân viên an ninh nhằm lấy đó làm cơ sở để công an cùng lực lượng dân quân có lý do tấn công người dân như từng làm nhiều lần trước đây.

Sự việc này được chính Giám mục Nguyễn Thái Hợp xác định trước cộng đồng quốc tế và sự khẳng định ấy được bảo đảm bằng giáo luật mà người Công giáo nào cũng biết: Điều răn thứ Tám trong Mười Điều Răn. Giám mục Nguyễn Thái Hợp không thể từ bỏ chính linh hồn của mình để bênh vực điều xằng bậy.

Thứ hai, những kẻ cần đem ra xét xử là các cơ quan truyền thông như VTV1 và những tờ báo đồng loạt đăng bài của phóng viên "điều tra" về vụ này. Chính các cơ quan này là nơi kích động, tạo sự nghi ngờ trong nhân dân. Có nơi còn so sánh hai thái độ của người Công giáo và Phật giáo để rồi hàm ý rằng người Công giáo đang được dẫn đầu bởi các tu sĩ xem thường pháp luật. Có tờ báo còn mạnh miệng cáo buộc Giám mục Nguyễn Thái Hợp là thúc giục và bao che giáo dân làm loạn.

Thứ ba, cơ quan đáng bị đem ra xét xử là Ban Tôn giáo nhà nước các cấp từ huyện Nghi Phương tới tỉnh Nghệ An và cuối cùng là UBTG trung ương, nơi luôn có danh xưng là kết nối và vận động sự đoàn kết giữa các tôn giáo và chính phủ. Ủy ban này không kết nối mà áp dụng chính sách chặt đứt, băm vằm sự đoàn kết cần có. Rồi sau cùng mới tới các giáo dân Mỹ Yên, những người bao vây trụ sở, bắt ông Chủ tịch xã cũng như yêu sách thả hai người mà họ gọi là bị bắt cóc bởi công an Nghệ An.

Tuy nhiên vụ Mỹ Yên không thể bỏ qua một khía cạnh khác mà cốt lõi của nó dính tới cả một âm mưu to lớn: vừa tấn công, đàn áp giáo dân kể cả tu sĩ cao cấp của Công giáo vừa đạp đổ niềm tin của thế giới đặt vào Việt Nam mặc dù rất yếu ớt: Tự do tôn giáo và nhân quyền.

Ai là người viết kịch bản, giật giây, ngụy tạo chứng cứ và lu loa trên mọi phương tiện truyền thông phải tìm cho ra vì đây là mầm mống diễn biến hòa bình rất rõ trong nội tình đảng cộng sản Việt Nam.

Khi chưa biết ai là thủ phạm đạp đổ giấc mộng TPP cùng sự trở về với Mỹ thì mọi cáo buộc đều trúng bẫy của thế lực thù địch này, kể cả khi báo VietnamNet cho là từ Việt Tân mà ra. Không lẽ Việt Tân ba đầu sáu tay đến thế hay sao? chỉ vài tên côn đồ do họ thuê (giả định) mà có thể làm rúng động cả một tôn giáo lớn thuộc hàng thứ hai tại Việt Nam đến nỗi hàng chục giáo xứ trong Nam ngoài Ngoài Bắc phải tập trung nhau lại để mà cầu nguyện cho Mỹ Yên?

Tình báo Việt Nam vốn được ca ngợi là siêu đẳng không lẽ bó tay trước vụ này?

Sống gửi,
nhưng thác chẳng thể về....

Tuần trước, về thăm nhà, nghe mẹ nói bữa nay ở làng bên có người lên đồng tìm mộ liệt sĩ giỏi lắm, người khắp nơi đổ về để mong tìm được người thân đã hi sinh nơi chiến trường. Mấy nhà bên cạnh nhờ đó mà có thêm thu nhập.

Chỉ là một trò lên đồng với chiêu bài tìm mộ liệt sĩ nhưng người khắp nơi vẫn túa về. Thế mới biết, người Việt Nam rất coi trọng phần mộ của người chết. Dù người thân của họ có chết như thế nào, thì những người sống vẫn luôn muốn được mai táng thi hài của người đã khuất nơi chôn cắt rốn của họ.

Cách đây mấy hôm, vào các trang lề trái như BBC, RFA, danlambao,... tôi đọc tin và được biết, tù nhân Nguyễn Văn Trại đã qua đời. Người nhà của ông muốn được mang thi hài ông về an táng tại quê nhà nhưng trại giam vẫn chưa cho người nhà của ông đưa xác ông về.

Rồi tôi nhìn hình ảnh của ông Nguyễn Văn Trại những ngày cuối đời, thân hình ông gầy gò vì bệnh ung thư. Hình ảnh của tù nhân chính trị Nguyễn Văn Trại gợi lên trong lòng tôi nỗi nhớ cha tôi vô cùng.

Cha tôi cũng đã từng phải vào tù gần 20 năm. Cha ra tù khi tuổi đã nhiều, cũng bị bệnh ung thư và mất cách đây không lâu...

Tôi đã ở bên cha tôi những ngày cuối đời của cha...

Ai đã từng chăm sóc những bệnh nhân ung thư ở giai đoạn cuối, mới thấu hiểu nỗi đau đớn về thể xác của những người mang căn bệnh này. Những người mang bệnh ung thư thường được báo trước cái chết của mình để lo liệu.

Những người biết trước cái chết của mình, như cha tôi, có vài ba ước mơ thật nhỏ bé, như khi chết được gặp người thân, và nhất là được chết không phải đau đớn, và cuối cùng được mai táng tại quê nhà. Những ước mơ giản dị đó, làm tôi gạt nước mắt thầm trong suốt nhiều đêm không ngủ vì cơn đau hành hạ cha tôi.

Có những tâm nguyện giản dị thôi, của cả người sống và người chết, là khi chết, được mai táng ở quê nhà. Tâm nguyện đó, ai có thể nỡ lòng nào mà chối từ được, nhất là khi nó được cất lên từ tiếng chuông lòng của một con người vô tội và nhất là khi người đó đã gần đất xa trời?

Ôi, ước mơ giản dị như của gia đình ông Nguyễn Văn Trại, khi chết được mai táng tai quê nhà, lại không hề đơn giản với ông và gia đình chút nào.

Tôi luôn có một niềm tin vững chắc, rằng tù nhân chính trị ở Việt Nam họ không những là những người vô tội mà họ còn là những con người tử tế, và rất nhiều trong số họ là những người tài. Những con người vô tội đã khuất như cha tôi, như tù nhân Nguyễn Văn Trại, như nhiều những tù nhân chính trị khác mà tôi chưa có dịp được nghe nhắc đến vì sự bưng bít thông tin, lật lọng và thiếu thốn lương tâm của chế độ này còn nhiều lắm.

Tôi muốn nói đến sự khác biệt giữa tù chính trị với tù hình sự. Bởi vì ở Việt Nam, tù chính trị bị đối xử tàn tệ hơn tù hình sự rất nhiều. Vì sao ư? Tù hình sự có những tội danh rõ ràng, hiển nhiên, đúng trên toàn thế giới, xã hội ai cũng nhìn thấy như tội trộm cắp, giết người, cướp của...

Còn những người bị bắt đi tù vì tội chính trị từ trước đến nay, thường... thiên biến vạn hóa. Tội dạy học tư trái phép, tội đi tu, tội vượt biên, tội viết văn, làm thơ phản ánh cái thật của một xã hội ô trọc, tội không chịu khen ngợi thần tượng được người ta dựng lên, tội nghe đài địch, tội viết blog, tội hạ bệ lãnh tụ, vân vân và vân vân.

Tù nhân chính trị thường bị chết rất nhiều, nhất là những người tù trong các trại cải tạo ở miền Bắc ngày trước. Còn chuyện người chết ở trong tù thì tôi nghe chính bác tôi kể mà rùng mình. Những tù nhân trong tù, khi bị giam chung với nhau, chết cùng nhau là chuyện bình thường. Chôn một xác tù nhân đối với cán bộ trại thì cũng giống như chôn một vật vô tri vô giác hết hạn sử dụng cần vứt đi thôi mà.

Chết thì dễ nhưng đưa xác về mới khó, mới khổ vì có những tù nhân chết gần ba bốn chục năm, sau đó người nhà mới có giấy báo tử, mới có dịp đưa phần mộ họ trở về quê hương vì lí do khách quan mà cán bộ trại đưa ra, là do chiến tranh nên thông tin bị gián đoạn, vì nơi họ phải sống cho đến giờ không có ma nào dám đến ở.

Viết đến đây, tôi lặng người đi vì thương cho tù nhân Nguyễn Văn Trại vừa mới qua đời. Ông đã nói với con trai ông những gì trong những ngày cuối đời khi vừa chờ đợi sự tự do và cả cái chết? Trong tù, ông có bị giam cùm xà lim, bị cùm mồm như những tù nhân chính trị năm xưa trong các trại cải tạo ở miền Bắc không? Và khi chết vì bệnh ung thư, ông có đau đớn lắm không?

Thường khi, ở một mình, trong tâm trí tôi luôn luôn vang lên câu hỏi, những tù nhân chính trị ở Việt Nam, họ ở đâu trong lòng những người dân Việt khi họ bị dán cái mác phản động? Vì sao, cũng là thân phận tù đày, nhưng tù nhân hình sự người ta không sợ hãi và xa lánh họ như những tù nhân chính trị?

Và vì sao con người Việt Nam hôm nay không sợ cái ác nhưng lại xa lánh và sợ cái thiện, là cái đem đến cho con người sự thanh lọc tâm hồn và giúp cho con người biết yêu thương, biết sẻ chia trước nỗi đau của đồng loại, của dân tộc, nhất là khi đất nước đang lâm nguy như bây giờ? Đã nhiều lần, câu hỏi đó của tôi rơi vào thinh không của sự im lặng. Bởi vì cho đến giờ, chưa có ai trả lại danh dự, nhân phẩm cho những người tù chính trị, một việc cần làm để đem đến sự hòa giải tâm hồn cho cả dân tộc.

Chuyện tù nhân chính trị bị đánh đập, bị đối xử tàn tệ, bị chết, bị tước đoạt hết danh dự và nhân phẩm... là những câu chuyện vừa chân thật, vừa xót xa mà mỗi câu chuyện đó đều được viết lên bằng chính tài năng, tâm huyết của các tù nhân đã từng chịu nhiều đau khổ, nhưng không ngừng hi vọng và tin tưởng vào sự chiến thắng của sự thật, là hiện thân cho cái đẹp mà nhân loại muôn thuở đi tìm.

Dĩ nhiên, không ai muốn vào tù để tranh đấu cho những giá trị chân, thiện, mỹ. Vì những giá trị đó, tự thân nó luôn tỏa sáng. Nhưng đứng trước sự giao tranh không ngừng nghỉ giữa cái thiện và cái ác trong một xã hội độc tài, rất nhiều người đã chọn sống làm người tử tế để đến gần với cái thật, cái thiện. Vì thế, như một quy luật hiển nhiên, tại các nước mà sự toàn trị được theo đuổi trại tù được sinh ra để lãnh đạo độc tài giam cầm những con người đại diện cho công lý, sự thật nhằm thể hiện quyền lực của họ.

522

Nhưng chế độ độc tài, độc Đảng Việt Nam đã quên mất một điều, rằng chính ngay khi họ ra oai, biểu dương sức mạnh và quyền lực của mình thì tự thân họ đã phơi bày cho nhân dân Việt Nam và cho cả thế giới nhìn thấy sự yếu hèn của họ.

Oai mà làm gì, tập trung quyền lực mà làm gì, lấn lướt và chiến thắng người khác để làm gì khi mình luôn tự đầu hàng với chính mình, làm những điều mà lương tâm con người không cho phép?

Trong khi thể hiện quyền lực, họ quên mất một điều, nhà tù do họ tạo nên không bao giờ hủy diệt được mầm mống tự do trong mỗi con người mang tên tù nhân chính trị. Ngược lại, đó là trường học đào tạo, bồi dưỡng và vinh danh con người với cái đẹp nơi những tâm hồn tự do đích thực mà đôi khi vô ý, ta gọi họ là tù nhân.

Đôi khi tôi lẩn thẩn tự hỏi, giờ này Bác Trại ra sao rồi nhỉ khi bác không thể về nhà?

Họ đã vượt qua nỗi sợ

Chiều hôm trước tôi nhận được cú điện thoại của cô em từ trong TPHCM gọi về. Đã khá lâu, hai chị em không nói chuyện nhiều với nhau như vậy. Đặt chiếc điện thoại xuống tôi vẫn còn nghe tiếng cười nhỏ nhẹ của em. Đối với tôi, buổi chiều hôm ấy đáng ghi nhớ và cảm giác thương yêu lẫn quẩn trong tôi mãi.

Em cũng theo nghiệp cầm phấn như tôi và cha. Số em may mắn hơn, được du học và trở về với tấm bằng TS của Pháp, cả nhà mừng và cứ ngong ngóng theo dõi tin em đi dạy từ nơi này sang nơi khác. Cuối cùng thì em vào TPHCM và nhận làm việc tại một trường có tiếng. Tôi trút hết nỗi lo thất nghiệp thay em.

Lâu lâu tôi lại thấy tên em trên mặt báo. Không hiểu sao bỗng dưng em lại viết báo, đó là chuyện lạ. Em vốn ghét báo chí Việt Nam vì cứ mở tờ báo ra là hình như toàn chuyện xấu của xã hội. Em giữ lập trường báo chí chỉ giúp bọn nhà giàu khoe của.

Này nhé, đại gia này có bao nhiêu tòa lâu đài, em chân dài kia có bao nhiêu bộ đồ ngoại đáng giá, chàng nhạc sĩ nọ có bao nhiêu đô la sau khi làm một vòng trình diễn khắp nước...những thông tin này làm cho người nghèo lơ láo thêm và mặt bọn có tiền cứ vênh lên như chiếc bánh đa oằn mình dưới lửa.

Em thích dùng từ Sài Gòn, không như tôi, lưỡi cứ dính vào thành phố mang tên Bác. Tôi thích Sài Gòn nhưng sao mỗi lần gọi lại thấy một điều gì đấy âm thầm chặn lại ngang cổ. Cảm giác quay lưng lại với những gì tôi học từ tấm bé, bên ngôi trường thấp lè tè và luôn luôn đối diện với hình của Bác trong lớp học khiến tôi lặng lẽ hối lỗi.

Tôi như bao thiếu nữ cùng tuổi khác có nỗi sợ hãi không tên khi suy nghĩ điều gì đó có thể đi ngược lại những gì tôi học được về nhân thân của Bác.

Nỗi sợ hãi ấy không thành hình một cách rõ rệt nhưng chúng hiện diện và bắt rễ trong óc của chúng tôi từ khi còn thơ dại. Tôi nói chuyện này với em và chừng như ngay lập tức em bảo tôi bị nhồi sọ quá nặng. Tôi không tin mình bị nhồi sọ, điều tôi mang máng hiểu có lẽ do tôi quá uỷ mị nên dễ bị cảm giác tự hối chăng?

Tôi đeo nặng cái ám ảnh ấy cho đến một hôm, chính xác là ngày 5 tháng 6 vừa qua, ngày mà cuộc biểu tình nổ ra tại Sài Gòn mới làm tôi lau đi hình ảnh của Bác nằm đau đáu trong tim tôi bấy lâu nay.

Không có một điều gì cụ thể khiến tôi thấy mình dễ chịu khi thoải mái gọi hai tiếng Sài Gòn thay thế cho 5 chữ thành phố Hồ Chí Minh. Tôi thấy câu nói: "biểu tình tại Sài Gòn" có chất kết dính vô hình hơn là dùng một cụm từ thừa.

Không cần đặt từ "thành phố" trước hai chữ Sài Gòn nó vẫn không mất đi cái chất, cái hồn của thành phố. Người Sài Gòn đi biểu tình, người Sài Gòn ăn nhậu, người Sài Gòn thế này, người Sài Gòn thế kia....tôi như đứa bé, thoát cái vòng vây già cỗi hơn

45 năm hay nói văn hoa hơn là "thoát nỗi sợ hãi" một cách rất... Sài Gòn.

Tôi chia sẻ điều này với em và rất bất ngờ em đã lặng đi một hồi lâu rồi nói với tôi: Em cũng vậy!

Em cũng vậy! ba chữ ngắn ngủi làm tôi thương em biết ngần nào! Nỗi sợ là điều mà ai cũng có, nhưng sợ một hình ảnh, một biểu tượng, một cái gì đó vô hình nghe sao quá kinh khủng. Nó không còn là nỗi sợ sinh lý nữa mà trở thành nỗi ám ảnh.

Ám ảnh luôn đi đôi với ác mộng và tôi thở phào khi biết em tự chữa lành căn bệnh của mình.

Em kể cho tôi nghe em thoát nỗi sợ như thế nào.

Lúc rảnh, em thường viết những suy nghĩ của mình trước những vấn đề nhỏ nhất và gửi đăng báo. Ban đầu viết vì vui sau dần dà viết vì bị thúc bách. Xa hơn nữa em viết vì cảm thấy nếu không viết sẽ khó ngủ và cảm giác như đang bị theo dõi. Mình theo dõi mình. Mình ngờ vực mình và có gì giông giống như thế.

Cho tới một hôm bài viết đã làm công an để ý và một sĩ quan an ninh đã đến trường để gặp Ban giám đốc. Em được cho biết là bên nội chính khuyên em nên nghĩ đến tương lai của mình và ngòi viết nên dành để phục vụ nhân dân, hơn là phục vụ một điều gì đó mơ hồ, có thể làm hại cho sự nghiệp của em.

Nghe xong em sợ điếng hồn. Em cảm thấy bị theo dõi, bị nhìn từ mọi phía và tệ hại hơn nữa là ngay cả khi vào lớp em cũng thấy ánh mắt của sinh viên thay vì chăm chú nghe em giảng, lại như đang làm công việc của một tay điềm chỉ, sẵn sàng báo công an bắt em...

Em bỏ viết và bỏ luôn cả lên lớp trong một tuần lễ. Em nằm vật nằm vạ như một con nghiện bị cai thuốc. Em suy sụp và chừng như không còn chỗ dựa. Cho đến một hôm em ngồi bật dậy, "chat" với một người bạn lớn tuổi tại Pháp, nơi em theo học trong bốn năm trước. Bạn em nói ông ta cũng vừa vượt qua nỗi sợ để ký tên vào bức thư ngỏ gửi cho cấp lãnh đạo Hà Nội.

Là người từng sống tại các cộng đồng Việt Nam ở nước ngoài, em kể cho tôi nghe sự kinh hoàng của những người chống cộng. Một người bị cộng đồng kết án là cộng tác với chính quyền trong nước có nghĩa là anh ta sẽ không thể nào làm ăn hay hoạt động gì tại nơi anh đang định cư. Hình ảnh của anh ta sẽ bị tạt một loại acit vô hình, tự động tan chảy và biến mất trong cộng đồng. Đó là cái giá phải trả nếu muốn hoà hợp hoà giải với chính quyền Hà Nội.

Vừa kể vừa cười nhỏ nhẹ, em bảo ông bạn của em không còn sợ khi ký tên vào bức thư ngỏ vì nếu không ký thì cuộc đời ông sẽ vĩnh viễn hối hận. Ông nhìn những cuộc biểu tình tại Hà nội như một tấm gương can đảm và ông cảm thấy bao nhiêu năm ăn học của mình trở thành vô ích nếu không mạnh dạn đặt tay vào ký một chữ ký bình thường nhưng đầy bất trắc về sau này.

Em kể với tôi, khi nghe xong em bừng tỉnh. Các cuộc biểu tình đã giúp rất nhiều người nhận ra nỗi sợ vô lý của mình. Sợ những thứ rất mơ hồ và có kẻ đã biến những hình ảnh mơ hồ này thành cụ thể. Em thở to trong điện thoại như đang leo núi. Tôi biết em cố gắng vượt thứ ngôn ngữ bình thường của một nhà giáo để nói thứ ngôn ngữ của người bị bịt kín mắt trong chiếc nhà tù tự ngã.

Thế là chị em tôi thoát.

Và may mắn thay nhiều người khác cũng tự thoát như hai chị em tôi.

www.ingramcontent.com/pod-product-compliance
Lightning Source LLC
Chambersburg PA
CBHW020813270326
41928CB00006B/360